ĐÈN CÙ

TRẦN ĐĨNH

ĐÈN CÙ

Số Phận Việt Nam Dưới Chế Độ Cộng Sản
Tự Truyện Của Người
Từng Viết Tiểu Sử Hồ Chí Minh

Quyển Một

NGƯỜI VIỆT BOOKS

ĐÈN CÙ
Số Phận Việt Nam Dưới Chế Độ Cộng Sản
Tự Truyện Của Người Từng Viết Tiểu Sử Hồ Chí Minh
Tác giả: Trần Đĩnh
Người Việt Book xuất bản lần thứ nhất tại Hoa Kỳ, 2014

Hiệu đính và Biên tập: - Ngô Nhân Dụng,
Đinh Quang Anh Thái và Võ Ngàn Sông.

Bìa và trình bày: - Trần Minh Triết

ISBN: 978-1-62988-399-1

Giới thiệu
ĐÈN CÙ CỦA TRẦN ĐĨNH

Ngô Nhân Dụng

Quý vị phải lắng nghe bài Đèn Cù. Tự mình hát lên, hát cho thấm thía vào lòng, cho những câu dân ca văng vẳng trong đầu trong khi đọc Đèn Cù của Trần Đĩnh. *Khen ai khéo vẽ (ối a) đèn cù. Voi giấy (ối a) ngựa giấy, tít mù nó chạy vòng quanh... Voi giấy (ối a) ngựa giấy, vòng quanh nó chạy tít mù.* Đèn Cù, cũng gọi là đèn kéo quân, là một trong số đèn Trung Thu, đồ chơi cho trẻ em và cho cả người lớn. Quý vị sẽ dần dần nhìn thấy hoạt cảnh xã hội Việt Nam những hình nhân voi giấy, ngựa giấy *tít mù nó chạy vòng quanh* trên màn ảnh đèn cù trong hơn nửa thế kỷ. Trong đó có tác giả. Một nhân chứng, một người tham dự trong đám *Voi giấy (ối a) ngựa giấy* lần lần hồi tưởng lại những cảnh cùng nhau chạy *vòng quanh (ối a) nó tít mù.* Nhiều tác giả đã viết về xã hội miền Bắc Việt Nam dưới chế độ cộng sản, dưới dạng hồi ký, tiểu thuyết, biện thuyết và lý luận, vân vân. Đèn Cù nổi bật lên trong tủ sách đó. Nếu chưa phải là một kho chứng liệu quan trọng và đầy đủ nhất thì đây là cuốn sách đọc lý thú nhất. Rất nhiều chuyện mới nghe lần đầu. Rất nhiều chuyện cũ được nhìn dưới con mắt khác, thấy những khía cạnh chưa ai từng thấy. Quý vị sẽ cười, sẽ khóc, sẽ thắc mắc, sẽ dằn vặt, thao thức, kinh tởm, giận dữ, sót thương, khi bị cuốn theo những *Voi giấy (ối a) ngựa giấy* chạy quanh trong cái đèn cù.

Dưới cái tựa Đèn Cù Trần Đĩnh gọi cuốn sách này là "truyện tôi." Đọc xong thì hiểu tại sao tác giả không gọi nó là một "hồi ký" hay "tự truyện," những loại văn quen thuộc khi người ta kể chuyện cuộc đời mình đã sống. Cuốn sách không viết theo phong cách hồi ký hay tự truyện, khi người viết có sẵn một bản đồ để viết theo, với một mục tiêu muốn đạt tới. Đây cũng không phải là tiểu thuyết, tác giả không kể những chuyện mình tưởng tượng ra. "Truyện tôi" là một thể loại văn suôi mới, Trần Đĩnh tạo ra. Mai mốt có thể sẽ không còn ai viết "truyện tôi" nữa. Mà có ai viết thì chắc chắn cũng không viết giống như Trần Đĩnh. Đèn Cù là một cuốn sách độc đáo.

Trần Đĩnh vốn là một thi sĩ, loại người thích sáng tạo ngôn ngữ, bầy đặt, đùa rỡn, vui chơi với ngôn ngữ. Đẽo gọt, mài rũa, "như thiết như tha, như trác như ma," rùng mình sảng khoái hay quần quại đau khổ với ngôn ngữ. Trước khi gia nhập tòa soạn báo *Sự Thật*, ở chiến khu Việt Bắc vào năm 1949, tuổi 19, ông đã viết báo rồi. Nhưng cuốn sách này tuyệt nhiên không dùng lối văn viết báo. Nhà báo không ai mở đầu một bài bằng mấy chữ: "Viết này vất vả," rồi chấm câu. "Lười là rõ," lại chấm câu. Cái khí văn đó tràn suốt tác phẩm. Có thể gọi đó là Khí văn Trần Đĩnh. Cũng như chúng ta có thể nhận ra Khí văn Phùng Quán, Khí văn Thanh Tâm Tuyền, vân vân, các thi sĩ có lúc viết văn suôi. Nó riêng biệt, văn đó đúng là người, mỗi người một vẻ.

Nhưng Trần Đĩnh vẫn giữ nguyên cái đức của người viết báo, là nói sự thật, kể những chuyện thật. Đọc tới đâu người ta cũng cảm thấy: Đây là những chuyện thật, sự thật được bày ra, sự thật ròng, như thịt xương còn sống, tàu lá còn xanh, như gỗ mộc không sơn phết. Những suy tư, thao thức của tác giả được trình bày riêng, bên ngoài lời kể các sự kiện. Người viết không thêm thắt tình cảm, suy tư, phê phán, như thêm mắm muối, tiêu, hành, vào cho món ăn thêm mùi vị. Như khi ông thuật lời nhà báo Tiêu Lang đã chứng kiến cảnh mấy anh du kích đặt cái xác bà Nguyễn Thị Năm vào áo quan, áo quan nhỏ quá không vừa. Mấy anh bèn đứng lên trên xác bà đấy cho lọt xuống. "Nghe xương kêu răng rắc mà tớ không dám chạy, sợ bị quy là thương địa chủ." Hay khi ông kể chuyện về họa sĩ Phan Kế An, một trong bốn năm người cùng phụ trách báo Sự Thật lúc đầu. "Một dạo Phan Kế An ngày ngày đến vẽ Cụ Hồ. Một chiều về sớm hơn, An nói: À, cái P.M. (Phương Mai) tự nhiên mang ba lô, chăn chiếu đến chỗ Ông Cụ, tớ được xua về sớm. Vài tháng sau, An lại về muộn. Hỏi vì sao thì An nói không thấy P.M. (Phương Mai) đến nữa. Chắc 'máy' cụ yếu, giải đáp thuần túy sinh học. Không tính đến sở thích, 'gu' của cụ." Trần Đĩnh cũng nhớ trong lớp học "chuẩn bị cải cách ruộng đất" tháng Bảy năm 1953, "Cụ Hồ đến giảng cách nhật, có lúc cụ đùa hô lên trong hội trường Hồ Chí Minh Muốn Nằm!" "Rồi tay chỉ vào đầu [nói]: Từ đây thì Bác già, nhưng từ đây (tay chỉ vào bụng) thì Bác trẻ."

Trần Đĩnh kể chuyện vợ nhà thơ Lê Đạt, ông bị đưa đi lao động "cải tạo" vì tham gia nhóm Nhân Văn Giai Phẩm. Người đàn bà mang tội là "vợ Nhân Văn" bị "cơ quan, tập thể liên tục ép bỏ chồng" nhưng bà không bỏ." [N]hững đêm giá buốt Thúy diễn kịch ở Hải Phòng, Đạt từ chỗ lao động cải tạo xuống tìm vợ. Không có giấy chứng minh nhân dân, Đạt không thuê được nhà trọ, hai đứa ngồi ghế vườn hoa suốt đêm nghe còi tàu thủy hú thi với gió biển." Một câu văn ngắn cho chúng ta sống cả một đêm dài nghe tiếng tầu thủy vang vọng trong tiếng gió hú. Tác giả đóng vai một nhân chứng, một người quan sát, chỉ thuật lại những gì mình nghe, mình thấy. Thời sau chiến tranh, báo Nhân Dân có cuộc họp năm sáu chục người "ôn lại thành tích tuyên truyền chiến tranh chống Mỹ. "Nguyễn Sinh, xưa phóng viên thường trú Vĩnh Linh, Vĩnh Mốc lên nói. Lại tố cáo những chiến công giả mà người ta gán cho Mẹ Suốt, Trần Thị Lý sông Lấp Quảng Bình. Sông đã lấp thành tên [tên Sông Lấp] mà nhà báo cứ ca ngợi cô Lý oằn lưng chèo lái. Hầu hết nghe đều cười. Tự giễu và rộng lượng. Nhưng khi Sinh nói ở Vĩnh Linh, anh đã chứng kiến nnngngg bên kia bị ta bắt sang chôn sống kêu rất lâu dưới huyệt, tôi lại thấy mọi người mặt lạnh tanh." Thêm một chuyện ngôi nhà của bà Lợi Quyền, một nhà tư sản đã nổi tiếng đóng góp nhiều vàng cùng với nhà cửa trong "Tuần Lễ Vàng" thời trước kháng chiến. Sau chiến tranh bà Lợi Quyền vẫn còn một ngôi nhà tại Hà Nội. Đầu thập niên 1980 "được ban Tuyên Huấn Trung ương đến hỏi. Chê đắt [không mua]. Đùng một hôm xe tuyên huấn chở mấy bao tải tiền đến mua, đắt cũng được. Ba ngày sau đổi tiền." Tác giả ghi thêm: "Tố Hữu [phó thủ tướng đổi tiền], nguyên trưởng ban tuyên huấn đã hạ thời cơ tuyệt hảo" Và Trần Đĩnh nhắc lại bài Quốc Tế Ca hát rằng: "Bao nhiêu *lợi quyền* tất qua tay mình!" Phê: "Quá giỏi!"

Đèn Cù đầy rẫy những "đoạn phim" ngắn như vậy. Rất nhiều "clip" chợt hiện trên màn ảnh trong nửa phút, rồi chuyển ngay sang cảnh khác, liên tiếp chạy nhanh qua não bộ. Đoạn phim lưu đọng trong óc mình mãi mãi, trộn lẫn cùng những đoạn phim ngắn khác, không theo thứ tự thời gian, cũng không theo một dòng lý luận nào. Tất cả cho người đọc một toàn cảnh sống động về xã hội nước Việt Nam trong hơn nửa thế kỷ, trước và sau khi tác giả đặt bút viết cuốn sách để đời này. Tất cả là "truyện tôi." Nếu không có cái tôi sống, tôi quan sát, tôi rung động, tôi ghi nhớ, tôi suy nghĩ, thì không có "truyện tôi." Trong trí não con người đời sống vốn không có trật tự, nó chợt hiện, chợt tắt, ngổn ngang, chắp nối, không xếp đặt theo không gian cũng không theo dòng thời gian đơn tuyến và trực tuyến. Đời sống thật vẫn như vậy. Đó là cảnh *Voi giấy (ối a) ngựa giấy, tít mù nó chạy vòng quanh.* Cho nên phải đọc Đèn Cù như một tác phẩm nghệ thuật. Đây là một sáng tác văn nghệ. Thử tưởng tượng có một người trước khi đọc không hề biết gì về bối cảnh lịch sử ở nước Việt Nam, chưa bao giờ nghe tên những nhân vật như Nguyễn Tư Nghiêm, Văn Cao, Lê Đức Thọ, Hồng Linh, Thép Mới, Lê Trọng Nghĩa, Hồ Chí Minh, LêĐạt, Tô Hoài, Hồng Hà, vân vân; khi đọc Đèn Cù người đó cứ nghĩ đây là những nhân vật hoàn toàn do tác giả bịa ra. Giả thiết Trần Đĩnh sáng tác một cuốn truyện, sẽ thấy Đèn Cù là một thể loại tiểu thuyết mới, rất mới.

Suốt cuộc đời cầm bút (ông mới tập dùng máy vi tính khi đã về già), Trần Đĩnh nói, "Tôi vẫn mong rồi có một quyển sách thật sự của tôi, của chính tôi." Bởi vì, gần suốt cuộc đời viết, lách "tôi đã tự nguyện làm thủ phạm tàn phá trước hết vào chính ngay mình. Tôi vốn yêu viết. Nhưng đã không viết nổi. Đứa thủ phạm là tôi bắt tôi viết dưới bóng tối của Thù Hằn và Dối Trá."

Trần Đĩnh biết rất nhiều chuyện. Anh coi Trường Chinh là thầy trong nghề báo, được ông tổng biên tập báo *Sự Thật* dậy từng chữ khi anh nhà văn 19 tuổi mới vào trong A Tê Ka (An Toàn Khu). Anh ngủ chung lều với Lê Quang Đạo, nhiều lần phải hất tay Lê Quang Đạo ra, và nghe lời xin lỗi, "Chúng tớ ở tù lâu ngày sinh hư." Anh ngồi sau lưng Hồ Chí Minh trong buổi lễ truy điệu Stalin chết; nhìn cảnh Tố Hữu diễn vai đau khổ ôm bức hình Stalin đặt lên ban thờ, sau nay nghĩ có lẽ ông ta khóc Stalin là khóc thật. Rồi nhìn thấy hộp thuốc lá Trung Hoa Bài Hồ Chí Minh bỏ quên trên ghế bên cạnh, anh cầm lấy mang đến tận phòng, "Dạ, thưa bác, Bác để quên ạ!" Và nhìn thấy "Mặt cụ xưng lên, đầm đìa nước mắt, hai mắt húp lại. Cụ ngơ ngẩn nhìn tôi, nhìn hộp thuốc lá như không hiểu tôi vào làm gì…" Trong lớp chỉnh huấn chuẩn bị cải cách ruộng đất năm 1953, một hôm "Cụ Hồ nói: Các chú các cô không sợ người ta kêu mình kém trí thức, ít lý luận. Họ kêu thì bảo họ rằng tôi lú nhưng chú tôi khôn. Chú tôi là Stalin, Mao Trạch Đông."

Trần Đĩnh chắc là người thứ nhất tiết lộ Hồ Chí Minh đã tới quan sát cuộc đấu tố đầu tiên ở Đồng Bẩm, hóa trang che bộ râu để không ai nhận ra. Và Trường Chinh thì đeo kính đen tới dự, để rút kinh nghiệm mà rèn luyện các đội cải cách đấu cho đúng tiêu chuẩn thù ghét. Xưa nay nhiều người vẫn kể rằng Hồ Chí Minh không muốn giết bà Nguyễn Thị Năm, nhưng bị cố vấn Trung Cộng ép buộc nên phải giết. Trần Đĩnh đưa ra một bài báo ngắn do Hồ Chí Minh viết kết tội đích danh bà đồng thời đả kích cả giai cấp địa chủ. Bài báo này, được dẫn chứng đầy đủ, dùng một bút hiệu, ký tắt, cho nên chỉ người bên trong tòa báo mới biết người viết là Hồ Chí Minh. Trần Đĩnh cũng là tác giả đầu tiên đã gặp cô Xuân (nhân vật đã được Vũ Thư Hiên kể trong *Đêm Giữa Ban Ngày*) ở trên chiến khu từ năm 1953, cô là "Con nuôi Bác." Có lúc Trần Đĩnh đã nắm tay cô Xuân, khoe đã lấy tên cô ghép làm bút hiệu trên báo của mình, khiến cô cảm động. Ông cũng kể chuyện năm 1960 theo Hồ Chí Minh đi Móng Cái, dự mít tinh rồi "đi lượn phố, thăm trường học". Hồ viết lên bảng một chữ Hán "nhân," rồi hỏi: *Trầy sấn mà chể* nghĩa là "Đây là chữ gì?" Ông nói bằng tiếng Khách Gia, Hakka, miền Nam gọi là tiếng Hẹ; là thổ ngữ của người gốc Hoa ở địa phương này. Tác giả thắc mắc, "tại sao đến đây Cụ đi chơi phố nhiều như thế? Khéo [cụ] đã ở đây thật?" Và có lúc đi trong phố "Cụ chỉ vào một ngôi nhà phía bên kia đường nói với tôi, đi bên cạnh: ở nhà này ngày xưa có một chị bí thư chi bộ. Tôi ngợ ngay. Có quan hệ tình cảm gì [giữa cô đó] với Bác?"

Trần Đĩnh là nhân chứng đầu tiên cho biết đã nghe Hồ Chí Minh nói thông thạo tiếng Hẹ, và đoán rằng ông đã hoạt động cùng các đảng viên cộng sản ở Móng Cái từ thời trước. Chưa có một tác giả hay một người nghiên cứu lịch sử nào biết đến chi tiết này. Độc giả sẽ không ngạc nhiên khi đọc những tình cảm thân mến của tác giả với nhân vật Hồ Chí Minh; vì đã sống rất gần gũi trong nhiều năm. Trong lần đi thăm khu gang thép Thái Nguyên, "Sau bữa cơm trưa, thấy Cụ quần áo cánh nâu đi vòng ra sau dẫy nhà tranh đến rặng chuối thay hàng rào, tôi đi theo. Thấy tôi gần như ở ngay bên, cụ quay ngoắt lại hỏi, điều thuốc khẽ lật bật ở môi: 'Người ta đái cũng theo à?' 'Không ạ, cháu...!' 'Thế đứng sát vào người ta nhòm gì?'" Rồi Trần Đĩnh kể tiếp, "Chiều ấy, khoảng bốn giờ về tới chủ tịch phủ, tha thẩn ở sân chờ lấy xe đạp. bất thần chợt nhớ đến Xuân, cô con gái nuôi của Bác. Hỏi mấy người đứng tuổi nom có vẻ quen từ trên rừng. A, cô Xuân ấy hả? Lấy chồng rồi. Chồng lái xe. Nhưng chết rồi. Bị ô tô đè."

Trong chương chót, Trần Đĩnh nêu một nhận định chung về Hồ Chí Minh: Lòng trung của Hồ Chí Minh đối với Lê Nin, Stalin, Mao Trạch Đông là vô bờ. Cho nên lòng trung với nước Việt, dân Việt vơi đi.

Người thứ hai mà Trần Đĩnh có lòng cảm mến là Trường Chinh. Năm 1962 Trường Chinh đã nhờ Trần Đĩnh viết hồi ký, nhắc lại từ những ngày đi họp ở Pắc Bó năm 1941, với ý định dùng quá khứ vinh quang "phất một ngọn cờ tập hợp" phe mình. Nhưng sau tập hồi ký không dùng đến vì Trường Chinh biết mình đã thua phe cánh Lê Duẩn, Lê Đức Thọ, Nguyễn Chí Thanh rồi. Nhiều người cũng muốn nhờ viết, vì Trần Đĩnh nổi tiếng khi viết hồi ký cho nhiều người khác. Anh kể chuyện những người tù Côn Đảo, văn sống và khích động, như chính anh đã trải qua các gian khổ đó. Cuốn *Bất Khuất* (viết năm 1965) kể chuyện Nguyễn Đức Thuận, một người tù Côn Đảo tranh đấu trong tù, được đưa từ Nam ra ngoài Bắc. Lê Đức Thọ, Tố Hữu, Hoàng Tùng chủ trương dùng câu chuyện Nguyễn Đức Thuận để tuyên truyền khích động cho người dân miền Bắc ủng hộ cuộc tấn công vào miền Nam. Viết *Bất Khuất*, cái tên do Tố Hữu đặt, Trần Đĩnh không ký tên, tiền nhuận bút cũng nhường cho Thuận. "Vì không thích nói dối." Nhưng khi được nghe một độc giả như Trần Dần khen thì vẫn thích: "Mày viết cái Bất Khuất ấy, tao thích cái *grammaire*." Nguyên Hồng thì bậm môi, vuốt râu nói: "Mày, Trần Đĩnh à, mày có tâm hồn, mày có nghệ thuật nên mày viết cái ấy cho Thuận hay."

Một lần năm 1960 Trần Đĩnh gặp Vũ Kỳ (thư ký riêng của Hồ Chí Minh): "Vũ Kỳ bảo tôi sẽ cộng tác với anh viết hồi ký về Bác 'khi Bác hai năm mươi.' Viết xong bản tiểu sử chính thức, tôi (Trần Đĩnh) gửi lên cho Cụ một bản để duyệt. Cụ chữa từng trang. Có những đoạn viết ra ngoài lề: Xem lại? Hỏi lại? Bản thảo này tôi giữ." Sau đó sách in ra, "Mừng tiểu sử chính thức đầu tiên của Hồ chủ tịch ra đời, Tố Hữu khao một bữa thịt chó thịnh soạn tại nhà" (Tố Hữu được lãnh nhuận bút 200 đồng vì có công đọc và kiểm duyệt, người viết chỉ được 400 đồng; còn "Huy Tưởng, Hoài Thanh chả [được] tẹo nào)."

Trần Đĩnh cũng viết hồi ký cho Phạm Hùng, Lê Văn Lương, Bùi Lâm (một trong vài ba đảng viên cộng sản Việt Nam đầu tiên). Lê Đức Thọ cũng có lúc muốn nhờ. "Cậu viết giỏi lắm, tớ rất thích. Không ở tù mà viết ý như thằng đã ở tù. Tớ sẽ nhờ cậu viết hồi ký cái đoạn tớ chuẩn bị tổng khởi nghĩa rất hay." Và Thọ hứa hẹn sẽ đem Trần Đĩnh theo phái đoàn sang Paris đàm phán. Sau Trần Đĩnh không phải viết, "Hú vía!" Lê Thanh Nghị, Nguyễn Duy Trinh cũng nhờ viết hồi ký, đều từ chối. Trần Đĩnh làm việc gần với các lãnh tụ cộng sản Việt Nam từ năm 19 tuổi, cho nên biết nhiều chuyện. Như khi đến nhà Sáu Thọ, ngồi ngoài sân bên cạnh cái hầm tránh bom, thì nhận ra cái hầm này sâu 10 mét, trong khi cái hầm nhà Lê Thanh Nghị (anh đã nhiều lần xuống ẩn trong hầm này), chỉ sâu có tám mét, dù cả hai đều trong Bộ Chính Trị (vai vế mang ngau). Gần gũi họ, cho nên mới biết một cảnh trong nhà Lê Đức Thọ: Một ông tướng chào Sáu Thọ xong, bước ra về mà cứ thế đi giật lùi, đến nửa cái sân mới dám quay lưng rồi ra cổng. Nhìn mặt, thì ra Lê Đức Anh.

Trần Đĩnh sống trong cái đèn cù đó, trong lòng không yên. Anh bắt đầu nẩy mối bất nhẫn trong lòng khi chứng kiến những tội ác trong cuộc cải cách ruộng đất. Nhưng anh vẫn tin tưởng vào đảng, tin vào những động cơ tốt của các lãnh tụ. Chuyển biến tâm lý mạnh nhất phát sinh trong năm năm du học ở Bắc Kinh, sống qua thời kỳ các phong trào bước nhảy vọt, đánh hữu phái, công xã nhân dân, vân vân, từ 1955 đến 1959. Trong thư viện Đại học Bắc Kinh, một góc bày các sách cũ tiếng ngoại quốc, anh được đọc cuốn *Từ số không đến vô định* của Arthur Koestler; câu chuyện một người bị Stalin bỏ tù. Anh cũng được đọc báo *Le Monde* trong thư viện đại học, và biết chuyện tố cáo tội ác của Stalin trong đại hội thứ 20 đảng Cộng sản Liên xô. Nhưng ảnh hưởng quan trọng nhất là do anh sống bên người Trung Hoa, anh trực tiếp gặp nhiều sinh viên cùng tuổi, được nghe, được thấy, để biết chế độ Mao Trạch Đông giả dối, tàn bạo và coi khinh mạng sống dân chúng như thế nào. Khi Mao Trạch Đông cho phép "trăm hoa đua nở" báo Nhân Dân (Bắc Kinh) cũng đăng những bài phê phán đích đáng. Những trang bào này mở mắt anh du học sinh người Việt "được thấy trí thức Trung Quốc sôi sục chống đảng." Quan sát thực tế, lại thấy "dân Trung Quốc khốn khổ vì đảng." Cho nên, "Tôi bắt đầu 'hư hỏng' (nghi ngờ đảng) vì đã nhận ra chân tướng đại bịp. Người ta lừa bịp đại trà được là nhờ khai thác những bản năng thấp kém của con người: Sợ và tham." Từ đó, Trần Đĩnh chống Mao, kinh tởm Mao, sau khi học xong về nước vẫn tiếp tục. Vì thế anh là đối tượng đấu tranh, của đám các đồng nghiệp thần phục Mao trong báo Nhân Dân, mà anh gọi là bọn *Mao nhều*." Kiểu như Hồng Hà, người từng nghẹn ngào nói như mếu: "Tôi xin cảm ơn Mao Chủ tịch vĩ đại đã mở mắt ra cho tôi thấy Liên xô, Kroutchev là phản bội, đầu hàng, xét lại."

Trần Đĩnh ghê sợ âm mưu lợi dụng của Mao Trạch Đông, nhắc lại nhiều lần câu ông ta nói: "Thiên hạ đại loạn, Trung Quốc được nhờ." Chủ trương này dẫn đến cuộc chiến tranh Việt Nam. Mao chấp nhận chiến tranh nguyên tử. Tại Bắc Kinh, Trần Đĩnh được hai người bạn Trung Hoa làm cho *Văn Nghệ Báo* tiết lộ về cuộc họp chi bộ để nghe một chỉ thị tối quan trọng. Hai anh kể, chỉ thị được ban xuống cho dân Trung Quốc thấu triệt là họ không cần phải sợ bom nguyên tử. "Vì dù Mỹ có ném xuống một nghìn quả bom nguyên tử, dẫu trái đất có bị tàn hoang đi nữa thì ít nhất cũng còn sót lại một huyện dân Trung Quốc, huyện ấy sẽ ương lại giống người trên trái đất này." Thiên hạ đại loạn, Trung Quốc được nhờ. Cho nên Mao muốn phát động chiến tranh, "đánh Mỹ tới người Việt cuối cùng." Mao cũng muốn đứng đầu phong trào cộng sản thế giới, sau khi thần tượng Stalin bị đàn em lật đổ. Lê Duẩn ngả theo chủ trương Mao; từng ca ngợi Mao Trạch

Đông là "Lê Nin của thời đại ba dòng thác cách mạng châu Á, châu Phi và châu Mỹ La Tinh."

Bên trong, Lê Duẩn tạo ra vụ án "xét lại, chống đảng" đánh vào những người bị coi là thân Liên Xô. Lần đầu chỉ đánh giằn mặt bằng phê bình, kiểm thảo. Năm sau Chu Ân Lai sang Hà Nội phổ biến tin tức Mao đánh các đồng chí lãnh tụ trong đảng của ông ta rồi, Duẩn mở chiến dịch thứ hai, tống giam hết cả đám. Giống như đem họ ra làm vật "thế chấp" để đi vay súng đạn, gạo, vải, quân trang của Mao Trạch Đông. Trần Đĩnh bị nghi ngờ, hạ tầng công tác, bị bắt giam và hỏi cung. Có lúc anh hãnh diện kéo chiếc xe hai bánh "diễu hành giữa thanh thiên bạch nhật, ở trung tâm Hà Nội, tươi tỉnh đi trình đường phố, nhận minh bạch đường hoàng mình chống đảng." Lê Đức Thọ gọi Trần Dĩnh tới, ngồi kể tội đám xét lại cho nghe: "Vừa ở Paris về nghe an ninh nó nói cậu dính vào vụ chúng nó tớ tiếc lắm. Tớ đã nói là tớ mến cậu vì cậu trẻ, cậu có tài."

Đối với bên ngoài, lúc đó Nga chủ trương chung sống hòa bình với Mỹ. Lê Duẩn bám sát chủ trương của Mao, gây chiến tranh chiếm miền Nam. Theo Trần Đĩnh thì Hồ Chí Minh và Võ Nguyên Giáp không đồng ý, nhưng không chiếm được đa số nên chịu phục tùng. Cuộc Cách mạng Văn hóa điên đảo khiến cho Lê Duẩn lo Trung Quốc sẽ loạn lớn, sẽ tan vỡ. Duẩn quyết định phải đánh ngay, lo không còn chỗ dựa khi Mao đổ. Cho nên chuẩn bị cuộc tấn công Tết Mậu Thân. Sau năm 1975, Lê Duẩn theo Nga, chống Trung Cộng, thì lại hết lời mạt sát từ Mao Trạch Đông tới Đặng Tiểu Bình.

Đèn Cù đưa chúng ta vào một xã hội điên đảo, "sáng đúng, chiều sai, mai lại đúng." *Voi giấy (ối a) ngựa giấy, tít mù nó chạy vòng quanh.* Nhưng tác giả sống với người dân ngoài phố, với giới văn nghệ, báo chí nhiều hơn là với các lãnh tụ đảng.

Những đoạn phim thú vị nhất chụp cuộc sống hàng ngày; của những con người bình thường, các nhà văn, nhà báo, các cán bộ thấp, những người qua đường.

Nhà báo Minh Tường từ Hà Nội, theo đoàn quân chiến thắng vào Sài Gòn. Anh tìm được đến nhà mẹ mình, bấm chuông. Bà mẹ mở cửa ra, chấp hai tay vái lạy: "Thôi, tôi xin anh, anh đi với các đồng chí của anh đi cho mẹ con tôi yên." Có cảnh Trần Đĩnh đứng với Tô Hoài trên lề đường nhìn toán tù binh Mỹ bị đưa diễn trên đường phố Hà Nội cho dân chửi rủa, ném đá. Khi người phi công cuối cùng qua trước mặt, bỗng Tô Hoài chạy ra với tay đấm vào mặt (đấm hụt). Tô Hoài giải thích rằng mình phải bày tỏ lập trường; nếu không có đứa nào nó báo cáo mình đứng ngoài coi trong lúc "nhân dân căm thù" thì nguy.

Chúng ta thấm thía nỗi thèm khát được sống với sự thật, khi nghe lời Trần Độ tâm sự, sau cuốn *Nhật Ký Rồng Rắn*: "Này, nói thật chứ bây giờ ... hễ nghe thấy cái gì là sự thật thì trong người sướng ghê lắm ấy!" Có ai được nghe một nữ nhân viên báo Nhân Dân đã về hưu bày tỏ nỗi oán hận: "Ông cha đổ bao xương máu giành được độc lập nhưng nô lệ vẫn hoàn nô lệ!" Trần Đĩnh rất gần Lê Đạt. "Một hôm Lê Đạt bảo tôi: Nhà thơ có lẽ là người yêu nước nhất. Họ chăm lo nhất đến tiếng mẹ đẻ. Đạt nhiều lần giục tôi viết: Tiểu thuyết về mày, gia đình mày – Tôi im lặng. Biết viết là cực kỳ cô đơn. Và quả tình tôi đã thật sự cô đơn – đúng ta là bí mật – trong bao nhiêu năm với cuốn sách này."

Sống hầu hết cuộc đời trong một xã hội mà Đảng và lãnh tụ chiếm "đặc quyền viết, đặc quyền nói" chỉ dùng các nhà văn làm đầy tớ, "Ôi đã làm đầy tớ thì có đời thuở nào còn dám sáng tạo?" Bây giờ Trần Đĩnh đã viết. Lúc đầu, ông chỉ định viết để "tố cáo tội gây nội chiến Nam Bắc là sai lầm" trong khi đang viết thì đổi ra "phê phán toàn diện."

"Vâng, tôi xin đối mặt với công luận đây. Tôi ăn gian nói dối thì các ông cứ việc vạch ra." Đó là lời Trần Đĩnh, tác giả *Đèn Cù*. Xin mời quý vị bước vào, cùng sống với những *Voi giấy (ối a) ngựa giấy, vòng quanh (ối a) nó tít mù. Đèn Cù là Đèn Cù hỡi! Ới ơi ơi ời, Đèn Ơi!*

Ngô Nhân Dụng

Tháng Tám, 2014

Chương một

Tôi đến AtêKa, an tòan khu (ATK) để làm báo Sự Thật đầu 1949.

AtêKa, an tòan khu là gì? Là căn cứ địa đầu não của Đảng cộng sản Đông Dương và chính phủ Việt Nam Dân Chủ Cộng Hoà, nằm ở chân hai con đèo tên Re và So của dãy Núi Hồng chia đôi hai huyện Định Hoá tỉnh Thái Nguyên và Sơn Dương, tỉnh Tuyên Quang.

Còn Sự Thật?

Tháng 12 năm 1945, Đảng Cộng Sản Đông Dương tuyên bố tự giải tán cùng với tờ báo tiếng nói của nó, Cờ Giải Phóng. Hội nghiên cứu chủ nghĩa Mác (không cõng kèm chủ nghĩa Lê-nin) bèn ra đời cùng báo Sự Thật. Đây là một vận động trái khoáy ngược chiều cực kỳ hiếm mà lúc ấy tôi chưa biết: vừa giành chính quyền để nối nênh thì Đảng đã lập tức "thoái trào," phải rút vào bí mật, giấu tiếng, ẩn danh như chưa từng bao giờ. Con ruồi đậu xuống má rồi bay đi ta còn hay thế nhưng nghịch lý tày trời này hầu như ít ai thấy. Đẹp đẽ phô ra, xấu xa đậy lại, Đảng không hề kỷ niệm cái sự kiện tự nó đánh giá được đủ hết giá trị thật của Đảng ngày mới ra mắt dân này bao giờ. Trong khi nồng nàn tưởng nhớ những Xô viết Nghệ Tĩnh (thất bại), Nam Kỳ Khởi nghĩa (thất bại) v. v...

Tòa soạn báo Sự Thật lúc ấy vẻn vẹn ba cây bút sắt: (Hà) Xuân Trường, thư ký tòa soạn, Quang Đạm, Thép Mới (cựu binh làm từ báo Cờ Giải Phóng trước 1945). Và một cây bút lông: Phan Kế An, tức Phan Kích hay Kịch, con cả cụ Phan Kế Toại, nguyên khâm sai đại thần nay là bộ trưởng nội vụ, người ký tên đóng dấu nổi vào thẻ nhà báo của tôi. Trong thẻ này, tôi đã chữa 19 tuổi thành 23. Vì sao? Thép Mới nói cái thẻ này ngang với *coupe - fil*, "cắt chỉ," của Pháp. Được phép vượt qua bất cứ chặn giữ, kiểm soát nào. 19 tuổi thì có lẽ khó, tôi nghĩ. Và ăn gian.

Ai mách Thép Mới cái thẻ báo chí thời Pháp thuộc cắt phăng mọi rào ngăn: Trường Chinh. Trong mắt chúng tôi, Trường Chinh là cây bút luận chiến tài ba và nhà báo lỗi lạc. Tự nhiên nghĩ ngay vậy thì anh sẽ cho chúng tôi cái quyền cắt mạnh hơn cả thời Pháp mọi ràng buộc cảnh sát tại hiện trường điều tra...

Tôi đến báo đảng ngay sau khi nó vừa mở hai cuộc bút chiến lẫy lừng. Một giữa Trường Chinh và Tô Ngọc Vân về văn nghệ có phục vụ chính trị và làm tuyên truyền không. Tô Ngọc Vân phản đối. Một giữa Quang Đạm và Vũ Trọng Khánh về tòa án độc lập hay không độc lập. Vũ Trọng Khánh đòi độc lập. (Lúc ấy Quốc tế phân công Đảng cộng sản Pháp giúp đỡ Việt Cộng nên còn đậm ảnh hưởng phong cách cộng sản Pháp, tổng bí thư hạ cố bút chiến với luật sư ngoài đảng hay mấy vị cầm đầu đảng chỉ đọc tiếng Pháp, không đọc được tiếng Nga và tiếng Hoa.)

Cùng một phong trào chính trị rộng khắp đang được phản ánh lên báo: cả nước lập công chuẩn bị chúc mừng Đại nguyên soái Stalin Người Cha của các dân tộc, thượng thọ bảy chục. Kẻ vừa đến nương bên bóng tổng bí thư là tôi ngỡ như mình đang được hưởng ké một vầng hào quang rất đỗi tự hào.

Năm chục năm sau, một hôm tôi hỏi Quang Đạm ấn tượng của anh về tôi hồi tôi mới đến báo đảng. Anh đấm tôi một cái: - Nhóc!

Nhóc - chưa 19 mà -- đã không chút sợ sệt khi bữa đầu bước vào dẫy lán vắng tanh và lành lạnh đặt bị cói xuống một sàn nứa lởm xởm mốc trắng như một cái lưỡi bệnh đầy tưa, những cái tưa sẽ quấn kín lấy người mình sau một đêm nếu mình không cựa quậy. Lại hơi rờn rợn với rừng kín mít bao quanh. Với ngọn Núi Hồng mà những đêm đại hàn, sương tràn về như lũ sền sệt, cuồn cuộn chảy từ một con đập không thấy đỉnh ở tít đen ngòm trên kia. Tôi thích thấy nó là khói hương từ hậu cung thượng ngàn thả xuống. Vô thức tôi đã thánh cung hoá an toàn khu.

Thử thách đầu tiên đến vào tối tiếp xúc Trường Chinh, Tổng bí thư và Chủ nhiệm báo. Tối ấy sương Núi Hồng giấu kín mãi Trường Chinh cho tới khi anh chợt hiện ra ở trước mặt. Lên sau tôi ít bữa nhưng nhiều tuổi hơn, một cán bộ Thái Bình được hỏi trước. - Dạ, em người Thái Bình..., em lên làm văn thư...

Tôi thấp thỏm có được tổng bí thư hạ cố bắt tay hỏi không. Nhưng vướng víu nhất lúc ấy lại là tôi sẽ xưng hô bằng gì. Một cảm giác bứt rứt gần như xui tôi lỉnh.

Trường Chinh tươi cười quay sang tôi:

- Vậy anh tre trẻ này là lính mới báo ta chứ?

- Vâng, tôi lên làm phóng viên báo Sự Thật (đúng như nghị quyết điều động của Trưởng ban đảng vụ Lê Văn Lương đánh máy trên giấy bản mỏng tanh nhưng dai. Năm 1951, "đảng vụ" (gọi theo cộng sản Pháp chưa cướp chính quyền) mới đổi thành "tổ chức" (gọi theo Liên Xô đã có chính quyền và thành trung ương của phong trào cộng sản quốc tế.)

Một ánh ngạc nhiên và thú vị trong mắt Trường Chinh. Bởi vẻ cưa đứt đục khoát và cái chữ "tôi" anh ít nghe thấy ở những cái miệng còn hơi sữa chăng?

Thử thách đầu này vượt tốt. Thử thách thứ hai hơi bị yếu. Sắp kỷ niệm ngày sinh Hồ Chí Minh, báo có bài xã luận "Nhân ngày sinh nhật của Hồ Chủ Tịch -- Phải tăng cường đoàn kết hơn nữa" của Trưởng ban tuyên truyền trung ương Lê Quang Đạo viết. Tôi mang bài báo sang trường Nguyễn Ái Quốc cho Trường Chinh đang lên lớp ở đó duyệt. Anh bảo tôi mệt, anh đọc tôi nghe. Tôi đọc. Được chừng mười dòng, anh bảo tôi đọc lại từ đầu. Từ *surtitre* (tựa phụ). Anh có biết là gì không Tôi đáp là biết. Rồi đọc đầu đề phụ Nhân ngày sinh nhật Hồ Chủ tịch...

Trường Chinh giơ tay bảo ngừng. Rút chiếc Parker 51 ra, anh đưa tôi bảo chữa đi." Thấy cần chữa đâu cứ chữa."

Tôi ngồi đực nhìn mãi công trình nghệ thuật là cái nắp bút mạ vàng 18 ca ra. Quá sức tưởng tượng. Viết bằng bút Tổng bí thư! Rồi Tổng bí thư bảo chữa bài Trưởng ban tuyên truyền trung ương viết! Mặc dù trưởng ban ghé ngủ đêm ở báo thường đòi nằm chung với tôi rồi sờ sờ, lần lần. Tôi huých gỡ ra thì cười: "Thông cảm, bọn tớ ở tù nó thành ra mất nết như thế rồi!"

Tất nhiên tôi không chiếu cố tù cách mạng khoản này được.

- Làm báo phải mạnh dạn phát hiện vấn đề, đề xuất ý kiến - Trường Chinh nói. Anh thấy gì ở câu này không?

Tôi vẫn im lặng thì nói: - Sinh nhật là gì?

- Sinh nhật là ngày sinh.

Và thế là thông nguồn, tôi nói tiếp luôn: - Chữa lại thành nhân sinh nhật.

- Đúng! Có thể thay vào đó nào nhân dịp mừng ngày sinh, nhân lễ sinh nhật, nhân kỷ niệm sinh nhật...

Trường Chinh cầm bút giập đi chữ "nhật" thừa rồi kéo từ đó ra ngoài lề một đường thẳng mà anh cho tận cùng bằng một con ốc sên, nói: - Chữ tắt này là chữ d của chữ *deleitur*, tiếng La Tinh có nghĩa là xoá.

Cái gì còn lại của bài học Tổng bí thư trực tiếp dạy tôi buổi ngu ngơ nhập môn cái chiều đầu hạ ngai ngái mùi rừng mới bắt nắng ấy? Tinh thần không sùng bái, tinh thần được nhìn, phê phán, xây dựng y như Tổng bí thư. Dưới ánh sáng của dấu hiệu *deleitur*. Phủ định, xóa bỏ. Mà nay trẻ con chúng dùng không biết bao nhiêu lần trên máy tính.

Thử thách thứ ba là bài báo đầu tiên. Lúc ấy vừa có cuộc bầu cử hội đồng nhân dân xã xong. Trường Chinh nói báo phải có bài "tươi mát," tức là có chất văn học, thuật lại sự kiện này. Thép Mới, cây bút ký sự văn học đi Khu 3, tôi bị nhót ra thế mạng.

Không biết bầu cử cụ thể nào, tôi bịa. Nhưng bài báo đặc biệt sinh động, chân thực. Có cả cô gái Tày reo *a lúi!* trên đầu đẳng nhà sàn. Với tôi lúc ấy a lúi (ở kìa) là thán ngữ đáng yêu nhất. Ai nói a lúi đều là con gái mặt hoa da ngọc.

Sau đó, Trường Chinh bảo cần một bài về tình quân dân. Lại tôi. Tôi dựng ra một vùng chiêm trũng giáp vùng địch bị lụt, mùa màng ngập trắng, lúa sắp mọc mầm. Thì bộ đội về. Kỳ tích xuất hiện. Trắng đồng, sạch đồn..

Họp điểm báo hàng tuần, Trường Chinh khen tôi viết lôi cuốn. Nhưng tôi dùng sai chữ: phổng phao lại viết thành phổng phang.

Tôi cãi: - Địa phương ấy nói thế.

- Viện đến tiếng địa phương thì hết bàn rồi... - Trường Chinh nói.

Chắc anh đã thấy cái sừng dê cỏn trên trán tôi.

Tôi liền rất xấu hổ. Nhận ra sai nhưng không có gan nhận.

Từ Khu ba, mẹ tôi gửi một thư lên. Không tem, nằm trong bị cói giao liên đêm đêm vượt đường 5, đường 6 khát máu.

Mẹ rất yêu cái tên Trần Đĩnh cộc. Con được vinh dự ở bên các vì sao sáng, con phải chịu khó, ngoan, vâng lời. Mẹ cấm hút thuốc lá. Buồn mồm vào rừng bứt lá mà nhấm, nghe không? Kèm một tấm ảnh đề ở lưng: "Xa xôi trăm dặm mẹ gửi lòng yêu thương của mẹ và các em vào bức ảnh này. Ban tặng Trần Đĩnh."

Tôi nặng lời dặn đầu. Nhẹ lời sau. Thuốc lá mán dầy cộp và nhơm nhớp nhựa tôi quấn hai ba lá thành một điếu xì gà gộc dài hai chục phân tây còn nguyên các cánh hoa cỏ, những cánh hoa li ti trắng như những mã số khói loằng ngoằng một loài chim mật ghi tri thức tông truyền mà tôi nuốt trộm. Còn những "vì sao sáng" thành hết Nam Tào, Bắc Đẩu và tôi thì sẵn sàng hy sinh mình cho các ánh sáng thiêng liêng đó. Đôi khi dựng ra những kịch bản ảo rất hiểm nghèo để tập xả thân..

Một nếp quen gần thành kỷ luật của thời họat động chui lủi là mỗi người một bí danh. Cái bí danh hết sức hấp dẫn, ai cũng loay hoay cả tháng kén tìm cho mình một cái: nó cho anh một vận hội mới, nó cho ta sang trang, đổi đời thay phận cơ mà.

Chả hiểu sao tôi dứt khóat không bí bầu gì cho mình cái danh nào cả. Tuy đôi khi cảm thấy bên sườn trống chếnh thật!

Dạo đó ở Atêka, an toàn khu không nói tới giai cấp với chủ nghĩa xã hội." Giấc ngủ mười năm" của Cụ Hồ mượn tên Trần Lực chỉ viết đến kháng chiến thắng lợi và đất nước hạnh phúc chung chung. Ai rồ mà lại nói chủ nghĩa xã hội, cải cách ruộng đất, thủ tiêu giai cấp? Để cho dân bỏ vào tề hết à? Về danh nghĩa Đảng đã giải tán, hoạt động trong bóng tối che chắn của chính quyền do đảng nắm chặt. Nội san của đảng cũng chỉ nói đến "tổ chức" hay "đoàn thể" và người ta đã đăng lên đó một chuyện vui: khi tuyên thệ trước ảnh Mác, Ăng - ghen, Lê-nin, Xít, "hội viên" bần cố nông vừa thôi chui "cổng mù" và mới được "đoàn thể" kết nạp đã "bẩm thưa mấy ông Tây rậm râu!"

Có thể nói lúc đó, Atêka chưa gò ép dữ. Mà còn cho tôi hưởng một không khí dân chủ, thoải mái nhất định.

Dạy triết cho anh em quanh văn phòng trung ương, gồm cả báo đảng, đến quy luật lượng đổi chất đổi, Trường Chinh giải thích bằng cái thực tiễn dễ bập nhất vào đầu, cái thực tiễn đang quá ư khan hiếm và là mơ ước rộn rạo của hầu hết. Tức là giao hợp. Những cái nhún nhảy vào ra (nhiều anh em ở đây chưa có vợ nhưng có thể tưởng tượng ra, cái này không phải học mà). Trường Chinh rào trước, ấy là số lượng, số lượng nhiều đến mức nào thì người khoái rủn tỉ lên và lúc ấy là chất đổi. Mọi người cười rầm. Ngỡ chữ "rủn tỉ" chỉ kẻ phàm mới nói. Riêng cái cười Trường Chinh lúc ấy còn ngụ thêm ý: này, đừng tưởng tôi kém cạnh đâu đấy nhé. Chả lẽ tôi lại kê khai ra?

Đám cưới Võ, người cần vụ Trường Chinh, tôi dự đến trót cho tới khi Trường Chinh bảo hai vợ chồng mới cưới về. "Này, tôi bảo về nhưng mà giữ sức khỏe đấy nhá!" Cười thú vị xong quay lại bảo tôi, khách còn lại cuối cùng ở "phòng khách" nhà anh: "Thì cũng dặn sách vở giáo điều thế thôi chứ tôi ấy à, mai bà Minh đây (chỉ vào vợ) để tối nay tôi vẫn *jusqu' au bout*, - đến cùng" (giơ ngón tay trỏ lên bấm vào gốc làm chừng.)

Trường Chinh kể một chuyện khiến tôi cảm thêm anh. Pháp đánh vào căn cứ địa chân Núi Hồng, giữa lúc Trường Chinh ở Bắc Cạn bị Pháp nhảy dù và anh đã bị kẹt trong một hầm "tăng sê" có mái ở giữa thị xã đầy lính Pháp. Lính đã đứng ở miệng hầm gọi xuống: "Ra đi, các quan trông thấy cả rồi..." Trường Chinh bảo hai mẹ con một bà cùng nấp ở dưới hầm: "Bà ra là chúng hiếp cả hai mẹ con rồi giết..." Anh đã cho hết giấy tờ trong người nhai nát rồi nuốt, chuẩn bị hô hai khẩu hiệu: Việt Nam độc lập muôn năm! Đảng cộng sản Đông Dương muôn năm. (Lúc ấy chưa phú quý nên chưa có lệ lễ nghĩa hô Hồ Chủ Tịch muôn năm!) Đợi đêm tối Trường Chinh xuyên rừng mò về chân Núi Hồng thì Trung ương đã dạt cả sang Bắc Sơn - Đình Cả. Pháp theo sát nút. Linh hồn của kháng chiến thoát trong đường tơ kẽ tóc. Nhưng con chó béc - giê thuộc Tiểu đoàn 51 tiền thân Trung đoàn Thủ đô, con nuôi báo Sự Thật tặng Cụ Hồ đã bị hổ vồ.

Trong khi trên đường sang Bắc Sơn, nơi đã được Văn Cao cho sắc chàm pha màu gió, buồn tình, bọn Phan Kế An bắn súng cao su phá tổ ong rừng và cả đoàn của Thường vụ Trung ương chạy Tây liền bị ong rừng đuổi đánh. Lê Văn Lương - trưởng ban đảng vụ kiêm công việc như thường trực Ban bí thư bây giờ - chui đầu vào một bao tải thoát nạn phần nào. Hoàng Quốc Việt bị nặng nhất. Ông cứ vừa thúc ngựa tế vừa tế đứa nào mất dạy, vô kỷ luật... và ong theo luồng gió hút cứ nhè ông. (Sử sách xưa chép chuyện quân khởi nghĩa Lam Sơn chạy trốn phải rúc vào bụi rậm, quân Minh lao dáo theo chứ nay sử cách mạng cấm ghi mặt trái của chiến thắng...)

Qua trận ong, Thường vụ Trung ương đảng vừa sang tới Bắc Sơn thì Pháp nhảy dù tại trận và đổ quân từ Lạng Sơn xuống. Thường vụ lại vội lui giật trở về chân Núi Hồng.

Thời gian này, Cụ Hồ gọn nhẹ ra đi cấp tốc, bỏ rơi đại tá hàng binh Đức, Nguyễn Dân được lệnh hộ tống Cụ. Tiểu đoàn trưởng Vũ Lăng ở dưới quyền chỉ huy của viên đại tá nước ngoài này. Thời ấy ý thức "vô sản một nhà" còn mạnh nên hàng binh được phong đại tá và giao trọng trách phò Chủ tịch nước chạy giặc.

Thoát hiểm ở Bắc Cạn về, vừa hay gặp lại Trung ương dạt sang Bắc Sơn quay lui, Trường Chinh ngồi ngay ở bên đường (đầy vết giày đinh Pháp) suy nghĩ. Địch vây lùng như nhìn thấy mọi ngả tung toé chạy giặc của đầu não kháng chiến. Tình hình quá nước sôi lửa bỏng. Nhưng đám Thép Mới, Phạm Văn Khoa, Triện Triệu... vẫn cứ đùa tán ầm ầm. Trường Chinh nghiêm giọng gọi Thép Mới đến: - Anh Hồng, thích vui vẻ trẻ trung thì anh có thể về Hà Nội!

Thép Mới nghiêm mặt đáp: - Thưa anh, tôi nghĩ làm cách mạng thì dù tình huống nào ta cũng phải lạc quan vui vẻ chứ anh?

Trường Chinh lặng một lát rồi nói: - Anh nói đúng nhưng tôi đang cần yên tĩnh, các anh giúp tôi ra xa ngoài kia tán có được không?

Tổng bí thư bớt không gian tư duy chính trị để chia cho cấp dưới không gian du hí. Lúc ấy chế độ trứng nước, người hiếm của kiệm, ngày mai vẫn là ẩn số lớn, lợi ích vật chất không hơn thua nhau mấy, lương lậu chưa có, cơm ăn áo mặc cơ bản bình đẳng, đảng chưa thể ngoài điều lệ lại giấm ớt phụ gia 19 điều cấm với đảng viên. (Và qua việc đảng viên vui nhận 19 khoản cấm đoán vô lý, đủ thấy lợi đã đến với đảng viên lớn tới mức nào.)

Tấm áo sang nhất lúc đó ở căn cứ địa là hai chiếc blu - dông Mỹ bằng gabácđin, chiến lợi phẩm Trung đoàn Thủ đô biếu Cụ Hồ và Trường Chinh. Cụ còn có khoản rượu thuốc do Lang Bách, cũng lão thành cách mạng, bạn thân của Kỳ Vân, dưới trướng Nguyễn Lương Bằng pha chế. Lang Bách mang rượu đến tiến Cụ thường hay qua tòa soạn báo Sự Thật tán gẫu. Có khi còn hỏi: "Có cậu nào muốn thử không, tớ sớt cho một tí? Một chén thôi là có thể bỏ cơm cả ngày!" Không anh nào dám sớt lấy một ít rượu thiêng.

Cho đến đầu năm 1949 Atêka vẫn chưa có bệnh viện. Trường Chinh đi công việc qua Đại Từ thường mua thuốc chống sốt rét *quinacrin* dân tản cư bán lẻ trên mẹt ở bên đường rồi về trao cho văn phòng trung ương phát cho người ốm.

Phải nói đến một thiết chế rất đặc biệt: "Nhà hạnh phúc," một hai gian nhà dành riêng cho người ở cơ quan tiếp vợ hay chồng ở nơi khác đến.

Nhà hạnh phúc ra đời có lẽ là nhờ Trường Chinh. Một hôm anh lắc đầu nói với chúng tôi: Ai lại anh Dương Đức Hiền, Tổng thư ký đảng Dân Chủ đến thăm vợ ở Phụ Vận (đảng đòan Hội phụ nữ) mà phải đưa nhau ra rừng, một cụ phụ lão bắt gặp cứ kêu khắp bản lên là ôi thương tụi cán bộ quá, đè nhau ở lưng đồi thế kia. Nghe đâu anh Hiền lại còn ngóc đầu "chào cụ!" nữa chứ, cho đúng kỷ luật dân vận đi thưa gặp chào! Vì thế "Nhà hạnh phúc" bèn xuất hiện.

Một dạo chúng tôi ở Đồi A1, chung với ban kiểm tra của Trần Đăng Ninh và ban kinh tài của Nguyễn Lương Bằng. Tắm giếng, giỡn nhau cách tôi năm mét, Ninh hay bóp vú Sao Đỏ rồi kêu: "Béo nhỉ! Lấy vợ không? Thôi, lấy đi, nằm với vợ mùa đông thì ấm, mùa hè thì mát."

Một sáng mưa, trên đỉnh đồi nhìn xuống bếp dưới chân đồi, chúng tôi thấy Dương Đức Hiền đang ngồi xổm sưởi bèn vội xuống mời lên nhưng Hiền từ chối. Hôm ấy có việc thỉnh thị Trường Chinh, anh ghé bếp báo đảng lánh mưa. Tổng bí thư Đảng Cộng Sản trao việc cho Tổng thư ký Đảng Dân Chủ còn lương thì tài vụ của Nguyễn Lương Bằng cấp. Cấp cả văn phòng phẩm - bao nhiêu giấy, mấy ngòi bút sắt, bút chì... Chả ai thấy Đảng Dân Chủ là chuyện cây kiểng sất cả.

Thép Mới nổi tiếng ở Atêka về phương châm anh tự đặt ra để răn mình: "mù, què, câm, điếc." Cường lại kỷ luật đang bắt đầu đi vào nề nếp sau khi cuốn "Bàn về tu dưỡng của người cộng sản" của Lưu Thiếu Kỳ được dịch và học tập rộng rãi. Quyển tu dưỡng đảng viên này dạy đảng viên tuyệt đối trung thành với đảng cùng gìn giữ kỷ luật, tóm lại hãy quên cá nhân đi. Tôi nhớ nhất chuyện một số người hỏi Lê-nin vào Đảng Xã Hội Dân Chủ Nga của Plékhanov rồi phá nó để lập Đảng Cộng sản Bon - sơ - vích thì có là chống đảng không, Lưu Thiếu Kỳ giải thích: không, bởi đó là Lê-nin còn anh thì chống đảng vì không là Lê-nin!

Một sáng sớm, Thép Mới và tôi, đứa chai rượu, đứa chai tương (tuột mất nút lá chuối, tôi phải bịt bằng ngón tay cái) đi đến một quán thịt chó trên đường sang Bộ tổng tư lệnh. Chợt có tiếng vó ngựa trước mặt. Thép Mới đánh nhoáng đã rúc vào bụi mua ven đường đầy sương long lanh. Một người cưỡi ngựa đi tới, mắt đen quăng quắc nhìn tôi đứng đực ngó lại ông vì tôi mải để ý đến bộ ria mép chải chuốt đen ánh, hệt một vật trang sức trên mặt. Ngựa khuất, Thép Mới ở trong bụi mua chui ra: - Xừ Hoàng Quốc Việt... Tổ sư chụp mũ. Hắc lắm. Tao gọi cái điếu cày là ba - đô - ca mà xừ đến đâu cũng đem ra nhiếc: Giai cấp công nhân đổ máu với nước mắt ra mới chế được thứ vũ khí lợi hại thế mà có người ví là cái điếu cày!

Lúc ấy tôi mới thấy ở đầu bản phía trước trắng muốt nguy nga một cây mai đang rộ hoa. Màu mai trắng ngỡ như đang bọc kín lấy cái bản này vào trong một vùng khí riêng thuần khiết. Chợt nghĩ dân bản này chắc phải là nghệ sĩ hết. Mới biết dựng lên bản kỳ, cây cờ của bản, quá đẹp này.

* * *

Một dạo Phan Kế An ngày ngày đến vẽ Cụ Hồ. Một chiều về sớm hơn, An nói: "À, cái P.M. (Phương Mai) tự nhiên mang ba lô, chăn chiếu đến chỗ Ông Cụ, tớ được xua về sớm." Vài tháng sau, An lại về muộn. Hỏi vì sao thì An nói không thấy P.M. (Phương Mai) đến nữa. "Chắc máy Cụ yếu!", giải đáp thuần túy sinh học. Không tính đến sở thích, gu của cụ.

Hồi đó, nhiều cộng tác viên tên tuổi như Nguyễn Khánh Toàn, Trần Văn Giàu, Xuân Thủy, chủ nhiệm báo Cứu Quốc. v. v. hay lui tới Sự Thật. Cái tiền sảnh kề bên Tổng bí thư này là nơi các vị được nói năng thoải mái nhất, không sợ lộ bí mật, bô báo. Có mấy vị thường kể chuyện học ở Liên Xô.

Một hôm đi tắt về báo, qua sau dẫy chuồng xí của Văn phòng Tổng bí thư, tôi nghe thấy tiếng Lê Đạt, thư ký văn hóa văn nghệ của Trường Chinh láu táu nói rất to ở trong đó. Lát sau, tôi hỏi Đạt: - "Cao đàm khoát luận gì trong chuồng xí thế mày?" Đạt cười: - "À, ngồi cạnh ông Thận, ông ấy hỏi ý kiến về bài Trần Văn Giàu viết về nhất nguyên, nhị nguyên trong triết học ở trên báo chúng mày..."

Nên chú thích: chuồng xí là một dẫy ba ngăn có liếp nứa che chắn từ vai xuống cho nên nếu ai đó cần "lên gân" thì thường phải quay mặt đi cho người ngồi bên không thấy mình đang quá vất vả vận dụng nội lực. Ít nhất đó cũng là chỗ không dung túng cho người ta che giấu hẳn thái độ.

Đầu 1949, Trường Chinh tuyển thư ký phụ trách văn hóa văn nghệ. Lê Đạt học ở trường luật được đưa về.

Vừa tới trướng phủ, vừa nhất kiến tổng bí thư, Đạt đã liền trái ý. Để thử sức thư ký mới, Trường Chinh đưa cho Lê Đạt quyển *Le culte de l' homme* của Jacques Ducour, cộng sản Pháp: - Ông này bàn về thờ phụng con người, anh đọc xong nói lại nhận xét của anh với tôi.

Hai hôm sau Đạt nói: - Thưa anh, tôi thấy không nên dùng chữ thờ phụng con người.

- Vì sao?

- Tôi cũng chưa nói được rõ nhưng có lẽ nên nói tu dưỡng, vun xới, vun trồng gì đó.

Đang cần thờ phụng con người, Trường Chinh nạp ngay kẻ lần đầu ngỏ lời đã nói trái. Qua mười năm, có kim chỉ nam, ông đánh tơi tả kẻ muốn vun trồng con người, dám nói đến nhân văn.

Lâu về sau, một lần nhắc lại chuyện này, Đạt nói: - Lúc mình chả có gì giúp nước mấy thì các ông ấy dùng. Lúc mình có nhiều cái để giúp thì các ông ấy nện.

Trở lại chuyện mấy vị lý luận sừng sỏ Trần Văn Giàu, Nguyễn Khánh Toàn... của đảng hay tạt Sự Thật tán. Cán bộ nói chung thường độc thân, vấn đề sinh lý nổi lên ám ảnh

Một bữa một vị (cho miễn nói tên) nói chuyện khi học ở Liên Xô cua gái Liên Xô thế nào. Này, tóc màu gì thì lông ở chỗ ấy cũng mầu ấy, thế chứ, có đứa như nghịch đem cả một cái mai cua bể luộc đỏ au úp vào... Rồi lại nói Ông Bác chỉ tìm nạ dòng. "Sao lại thế?" Thấy bác dại, chúng tôi kêu lên. Thì được giải thích: "Thế là Bác khôn, nạ dòng thì đỡ rầy rà hậu sự..."

Nhiều vị thèm lấy vợ bé. Nêu cả danh tính các đối tượng trong mơ ra.

Rồi kể tiếu lâm. Những chuyện làm giậm giật hết chân tay đã thành một mục giải trí công cộng. Hội nghị hễ nghỉ giải lao lại tán chuyện tiếu lâm. Ngay tại hội trường.

Họp Quốc hội, đại biểu mắc màn ngủ liền nhau trên sạp nứa dài chừng mươi mười lăm mét, khuya Nguyễn Hữu Đang vào lầm màn linh mục T, thân sĩ kháng chiến nổi tiếng. Nguyễn Hữu Đang kêu lên: "Ối giời, thảo nào mời ra làm cố vấn tối cao. Cao quá kìa!" Linh mục cười: "Mấy hôm họp Quốc hội được 'văn hóa cao' có cá thịt vào bụng nó mới vô kỷ luật thế."

"Văn hóa cao" nghĩa là ăn có thịt cá. Đến mức khốn nạn nào đó, cờ soái văn hóa nhảy sang cắm vào miếng thịt.

Tố Hữu một trưa dậy ra suối giặt quần đùi. Ca cẩm với Kim Lân: - Xuân Diệu nó mó máy mà tuột bu nó mất xích, mệt quá! Mà hai hôm nay lại cơm ăn toàn với măng.

Hai chuyện trên đây nằm trong danh mục tiếu lâm có thật. Còn một chuyện không rõ thực hư.

Năm 1950, quân chí nguyện Trung Quốc kháng Mỹ viện Triều (Triều Tiên) với tổng tư lệnh là Nguyên soái Bành Đức Hoài, tên tuổi mấy vị nguyên soái Bát Nhất bỗng nổi như cồn trong an toàn khu. Ca ngợi nức lòng, nhắc đến còn nhiều hơn Mao và Lưu Thiếu Kỳ. Chúng tôi nghe được một chuyện về Chu Đức: cái của ông dài quá xá, trên đường vạn lý trường chinh khi đại tiện, ngài cứ phải lấy tay bưng lên không thì dính bê dính bết các thứ bẩn thỉu. Đúng không? Ai biết! Mà ai ở ta có thể biết? Loại suy dần thì còn hai vị có hoạt động lâu và sâu sát với bạn là Nguyễn Sơn và Bác. Chả hiểu sao đều thiên về khả năng Bác là người phổ biến sự tích kia và thế rồi tin xái cổ...

Đến đây đã có thể rút ra kết luận rằng càng gần sự thật thì càng nhiều dân chủ và ngược lại - càng nhiều dân chủ càng gần sự thật - được chưa? Chưa đánh thông biên giới phía bắc, các cố vấn Trung Cộng chưa sang, còn phong cách dân chủ của cộng sản Pháp...

Chương hai

Khi người ta còn sống thật, tôi còn được hưởng một không khí dân chủ nhất định. (Báo *l'Humanité* (Nhân Đạo) cộng sản Pháp là tài liệu tham khảo đều đặn của lãnh đạo đảng và Pháp cộng chưa nắm quyền nên còn chịu khó ve vãn dân chúng.) Một thí dụ: Trường Chinh đang đọc *La Libération* (Giải phóng) báo Pháp. Đi qua, tôi ghé nhòm thì Trường Chinh nói: - Chốc anh bảo anh Trí đưa cho mượn. Có bài này hay, nên xem...

Một tối trình bày xong ma - két số báo mới, tôi mang cho Trường Chinh duyệt. Xem một lượt, Trường Chinh chợt cau mày gắt: - Anh học cách làm của báo tư sản lúc nào đây? Tên Sự Thật xưa nay đã có chỗ của nó ở trên đầu cùng trang nhất. Cớ gì anh lại cho trán tụt xuống cằm còn cằm thì nhảy lên trán? Không cần câu khách bằng kiểu tư sản uốn éo này... Cho tôi cái bút!

Thư ký Trí đang cười cười ở đằng sau Trường Chinh thoắt đã biến mất. Tôi chạy đi tìm bút. Trường Chinh nói: - Anh đến làm việc với tôi mà không có bút bên người sao? Yên chí anh đã làm là đúng ư?

Đó là lần tôi bị cọ dữ. Nhớ nữa cũng là vì tối ấy Văn phòng Tổng bí thư Trung ương bắt đầu có điện máy nổ. Nhìn cái bóng đèn 30 bu - gi chụp bằng bìa cứng hình cái phễu cắt loe ra thành răng cưa ở đầu cùng chiếu sáng được khoảng hai mét xung quanh, tôi cứ đinh ninh nó được mua ở An Po, bến tàu điện đầu đường Nguyễn Thái Học, chốn nô đùa của lũ trẻ con học sinh chúng tôi chờ xe điện đến trường chạy bom Mỹ vào Ba La Bông Đỏ ngày xưa.

1951, đi thực tế một năm ở huyện Lâm Thao, tôi thư cho Trường Chinh nói ở xã Văn Lung có một cha cố "rất hay "thì anh viết thư trả lời nói tôi nên tìm hiểu xem ông ấy có thực hiện tốt giảm tô giảm tức hay không và lời nhắc nhở này đã làm cho tôi khá ngượng. Mao Chủ tịch bắt đầu "nhắc Bác vấn đề lập trường" - chúng tôi nghe xì xào - mà anh và Cụ Hồ đã vi phạm khi chủ trương đoàn kết cả với địa chủ để đánh Pháp đuổi Nhật...

Một hôm Nguyễn Lương Bằng phàn nàn Tuấn, thư ký kinh tài của Trường Chinh đến hội nghị kinh tài Nguyễn Lương Bằng chủ trì đã lên nói "Tổng bí thư bận không đến được, tôi xin thay mặt có mấy ý kiến với hội nghị như sau..." Lát sau Trường Chinh cười bảo chúng tôi: - Thanh niên thì hay tếu ấy mà...

Có thể nói Trường Chinh là thần tượng của tôi. Song một người - nghe đâu có họ với Trường Chinh - cũng ảnh hưởng rất mạnh đến tôi. Ấy là Kỳ Vân, tức Đông Thọt, hay Nhân Chính, bút danh trên Sự Thật, người không biết một húy kỵ nào. Mày tao tớ hắn với hầu hết mọi người. Vô cùng thoải mái, hồn nhiên.

Nhà giàu, Kỳ Vân chuyên bị Nguyễn Lương Bằng bảo mua súng. Mua được năm khẩu súng trường rồi Kỳ Vân từ chối. ("Cứ nã khống tiền tớ!") Bằng bèn đưa tiền để Kỳ Vân mua năm khẩu pặc họọc. Lính Tưởng (Giới Thạch) bán súng mời anh nhậu say rồi tráo súng giả. Bằng đòi kỷ luật, anh bảo anh đền tiền. Bằng bảo không lấy tiền, mà đòi kỷ luật nên đầu kháng chiến chống Pháp, Kỳ Vân đi trông một nông trường bò của Nguyễn Lương Bằng ở Đô Lương. Nhân viên làm chết mất cả mấy trăm con, Sao Đỏ (bí danh của Nguyễn Lương Bằng) lại phạt, điều anh về sửa mo - rát ở nhà in báo đảng, tài sản Nguyễn Lương Bằng quản. Trường Chinh qua thăm nhà in lập Ủy ban xí nghiệp, *comité d' entreprise*, theo kinh nghiệm cộng sản Pháp - tôi phải viết tin này - gặp anh, đã kéo anh về tòa soạn viết lý luận.

Một xẩm tối, tôi rủ Kỳ Vân sang Ban tuyên truyền trung ương liên hoan. Gần tới đầu bản, anh hỏi thằng nào trưởng ban. Tôi nói Lê Quang Đạo. Anh nhíu mày, lẩm bẩm, "Đạo nào nhỉ? Có thằng nào tên là Lê Quang Đạo đâu chứ?" Tới nơi, tôi bị đám trẻ kéo đi hỏi có tiết mục gì góp vui không thì thấy tiếng Kỳ Vân gọi rất to: - Trần Đĩnh..., Trần Đĩnh..., này.

Trở lại. Thấy Lê Quang Đạo đang rúc đầu vào bụng Kỳ Vân, hai tay ôm quàng người Kỳ Vân và cả hai cười ha hả. Kỳ Vân vỗ vai Đạo bảo tôi: - Tưởng thằng nào..., thằng Nguyện này tớ kết nạp vào đảng.

Hình như kết nạp đầu tiên Thân Mỡ, bí thư đầu tiên của Đình Bảng khi Kỳ Vân bí thư Bắc Ninh, Bắc Giang rồi Thân Mỡ kết nạp Đạo và một lứa trẻ tuổi sau đó lập nên chi bộ đầu tiên ở Đình Bảng. Tự tử chết khi tổng kết tư tưởng ở lớp học Mác - Lê Bắc Kinh, Thân bị khai trừ, không còn là người lập chi bộ đầu tiên ở Đình Bảng nữa. Người gieo hạt Kỳ Vân, sau này mắc vụ "xét lại" cũng thế.

Nguyên Hồng, Kim Lân, Như Phong, Nguyễn Địch Dũng đều rất phục Kỳ Vân. Rải truyền đơn giữa phiên chợ Dầu, Phù Lưu. Thong thả đi, thong thả ném... Một lần Kỳ Vân vào Phù

Lưu trở ra, bị một cảnh sát nghi có thuốc phiện lậu, nó túm lấy cặp anh đòi khám. Trong cặp có súng, Kỳ Vân vội móc súng ra quẳng đi nhưng không được. Quan phủ Từ Sơn biết là cộng sản lớn bèn đích thân lấy xe hơi giải anh về Hà Nội, Giữa chừng, đến quãng gần Chùa Dận có đầm sâu bên đường, Kỳ Vân ngoặc hai tay bị còng vào bánh lái giật. Xe lao xuống đầm. Có cơ thoát nhưng không may, Kỳ Vân bị cánh cửa xe đập vỡ xương hông, không chạy được. Kỳ Vân có tên Đông Thọt từ đấy. Mật thám tra hỏi chiến khu ở đâu, anh đáp ở Lục Nam. Giải đi đến chiến khu. Tìm cả ngày không ra, liền đánh lộn mề gà lăn lóc. Đi tù Sơn La, cố nhiên sau những trận đòn xăng tan ghê hồn.

Có thể nói Kỳ Vân là người đầu tiên giải kịch tính, giải huyền thoại cho các hoạt động cách mạng. Những tối Kỳ Vân kể chuyện hoạt động hải ngoại cùng Phạm Văn Đồng, Hoàng Quốc Việt, Vũ Hồng Khanh, Nguyễn Hải Thần..., chúng tôi cười tưởng đổ nhà sàn. Không thần bí hóa, không anh hùng hóa, không bi tráng hóa, anh cho chuyện của anh diễn ra như ngẫu nhiên và buồn cười. Chả nhân vật nào là thần tượng được qua mắt anh.

Tù ở Sơn La quá đông, Pháp giãn một số trong có Kỳ Vân về căng Bá Vân, Thái Nguyên. Đến đây, phớt lờ chi bộ, anh vượt ngục về Hải Phòng, sống ở Lạch Tray - mẹ anh có hàng dẫy nhà ở Hải Phòng và nhiều ruộng ở Kiến An - dặn mẹ ai hỏi thì bảo anh vẫn bị tù." Vì sao?" Mẹ hỏi." Vì không thì người ta giết con." , "Ai giết?." "Các đồng chí của con... Con tự ý trốn tù mà..." (Tôi hỏi ngay: - Biết thế sao còn trốn? Kỳ Vân cười: - Thế triệt để tôn trọng pháp luật Tây mới là cách mạng à? Có thể trốn thì cứ trốn chứ. Cách mạng cần người hay cần tù?)

Được ít lâu, bà mẹ tìm nói có người tên là Tự nhiều lần đến khẩn khoản xin gặp anh Đông, có chuyện rất cần. Nhận ra là Hoàng Quốc Việt, Kỳ Vân bèn gặp. Theo lệnh Trung ương, Việt tìm Kỳ Vân để bảo Kỳ Vân biết cùng sang Hoa Nam tham gia đại hội thành lập Việt Nam độc lập đồng minh hội do Quốc Dân Đảng Tưởng (Giới Thach) triệu tập cuối năm 1942. Họ muốn thống nhất các tổ chức chính trị Việt Nam ở Hoa Nam lại để đánh Nhật ở trong nước và cung cấp tình báo cho họ. Tàu Tưởng bắt tù Cụ Hồ chỉ cốt để báo cho biết nó chả ngọng Cụ là cộng sản, cụ muốn họat động thì hãy chịu cương tỏa của nó... Nhờ tập thơ giãi bầy tâm sự trong tù với Tàu Tưởng tôi đây yêu nước chứ không cộng sản rồi nhờ có thêm người - như Hồ Học Lãm nói với Trương Phát Khuê, Cụ đã được ra tù và cùng với Nguyễn Hải Thần lãnh đạo Việt Nam Cách Mạng Đồng Minh Hội. Hoàng Quốc Việt và Kỳ Vân sang Hoa Nam Trung Quốc vì thế. Sau đó Kỳ Vân ở lại Hoa Nam. Đến Đại hội Tân Trào tháng 8 năm 1945, anh về họp với tư cách đại biểu cách mạng hải ngoại. Hay lỡm chuyện cách mạng - thường nhiều ngẫu nhiên ăn may và đã ăn may mà nên chuyện lớn kiểu như Trạng Lợn thì dễ buồn cười - Kỳ Vân cứ đảng viên quèn hoài.

Một chuyện nghe anh kể mà tôi rất phân vân. Lúc đó ở Sơn La giam mấy chục lính khố đỏ ủng hộ Trần Trung Lập theo Nhật nổ súng chống lại Pháp khi Nhật tiến công vào Lạng Sơn cuối 1940. Thua, Pháp đành ngừng việc Đồng Minh chuyển vũ khí, trang bị cho Tưởng qua đường Hải Phòng - Vân Nam cũng như để Nhật đóng vài trăm quân trên mạn bắc sông Hồng và ở cảng Hải Phòng. Đổi lại, Nhật trả tù binh gồm cả những lính khố đỏ này cho Pháp. Ở nhà tù Sơn La, họ đặt kế hoạch vượt ngục để sang Trung Quốc. Nắm được tin này, chi ủy cộng sản liền chủ trương báo cho Pháp biết, phá không cho các tổ chức quốc gia "phản động" có thêm lực lượng, nhất là binh lính nhà nghề. Là chi ủy viên, Lê Liêm báo Kỳ Vân về quyết định này. Ai ngờ Kỳ Vân chất vấn luôn bí thư Lê Thanh Nghị. Trong tù, kỷ luật sắt, phổ biến vô nguyên tắc, biết vô nguyên tắc nghị quyết tối mật của chi ủy mà lại còn chất vấn và bất bình phản đối như thế này nữa thì cầm bằng toi. Kỳ Vân thế là lại thêm vết. Đám lính khố đỏ sau đó bị Pháp chuyển đi nhà tù khác... Vì sao thì bố ai biết, Kỳ Vân bảo tôi. Chắc họ bị lộ.

Tôi phục Kỳ Vân ngay thẳng nhưng không tán thành việc anh bênh lính khố đỏ!

- Nhưng sao phải phá họ? - Anh cười hỏi vặn lại.

- Phản động mà!

- Phản động mà chống Pháp! Đã mắc lừa Nhật cú vừa rồi thì lẽ nào vượt ngục ra họ lại tự đem họ nộp cho Nhật nữa? Vậy vượt ngục là để họ chống Pháp và Nhật. Còn với ta thì lấy gì bảo họ chống ta? Hay là vì đảng phải dẹp các đảng phái quốc gia để giành lấy độc quyền lãnh đạo? Trước khi hợp nhất, ba tổ chức cộng sản chẳng chửi nhau là phản động và đều muốn xơi tái nhau cả đấy thôi.

Nghe có lý nhưng tôi vẫn không thông lắm. Vẫn thấy để độc quyền lãnh đạo thì đảng cần phải làm suy yếu tất cả các đảng phái khác. Y như trong cuộc đua xe đạp vậy. Đối thủ ngã, anh có xuống đỡ dậy không?

Kỳ Vân cười: - Ừ, có khi còn xuống đạp mấy cái cho gẫy xe nó nữa ấy chứ. Làm gì có tinh thần thượng võ *sportif* trong chính trị, mày.

Bữa đầu gặp Kỳ Vân, tôi lập tức mến. Chiều hôm ấy, mang bài vở đến nhà in làm số báo tới, tôi sắp lội con suối chạy quanh chân đồi lên nhà in thì ở bờ trước mặt một người cao cao gọi: - Trần Đĩnh?

Môi đỏ, răng trắng, mắt long lanh, người ấy cười rất tươi nói tiếp: Thư sinh vào đây thì chỉ là dân tòa soạn. Cậu viết được đấy. Ở nhà in mà bình văn toà soạn "kẻ cả" thế này? Tôi hơi ngạc nhiên thì anh nói tiếp: - Văn cậu trẻ. Nhờ cái thần. Còn cậu viết trôi, viết hoạt thì là nhờ cái khí. Thần ở con mắt nhìn. Khí là ở luồng câu cú chuyển vần hay quan hệ sự việc móc xấu vào nhau.

Phải nói tôi ngẩn tò te ra. Nhưng ai lại đi hỏi cho lòi cái dốt.

Ngay chiều hôm sau tắm suối, anh đã cho tôi hiểu hơn "thần" là thế nào. Giữa dòng suối ở quãng phình rộng ra nổi lên một doi đất đầy lau mọc cao um tùm. Rất nhiều chim bạc má lao vút vào trong đó rồi lại bay ra.

- Cậu có thấy bạc má khi bay ra hình như má có bạc lên hơn không? Biết đâu bãi lau này là mỹ viện của bạc má để vào xoa lại phấn cho má bạc thêm? Tối qua cậu cứ giục tớ cọ đi những vết mực in trộn nhọ chảo chúng bôi vào điếu cày mà tớ dính phải. Cọ làm gì? Cái ánh bạc ở má con chim vừa nhờ vào mỹ viện mà đậm thêm lên kia có khi cũng bị các giống chim khác coi là một vết nhọ. Lính Xê - nê - ga - le *(xứ Sénégal, Bắc Phi, thuộc Pháp - BT)* rạch ba vạch sẹo lên má mà ta thấy sợ thì ở họ là để làm đẹp. Với họ sẹo là yếu tố điểm trang! Đỏ môi, quầng mắt ở phụ nữ bây giờ cũng là một thứ sẹo, sẹo làm đẹp mà thôi.

Thình lình bức màn xưa nay che mắt tôi với thế giới vô ngôn đầy nghĩa vụ rơi xuống. Sau này đọc các tổ sư bồ đề cấu trúc luận, tôi thường nhớ lại cái mỹ viện của chim bạc má là cái bãi lau giữa suối kia. Má bạc hay sẹo? Hay nhọ? Nhọ hay điểm trang? Đẹp và xấu? Ẩn ở sau tất cả các nghi vấn đó phải chăng là dục vọng? Dục vọng nảy ra vào thời điểm nào, nó nấp ở đâu và biến tướng ra sao trong ta.

Kỳ Vân hay đọc sách Tàu. Trên bàn nứa của anh một cuốn sách chữ Hán mỏng. Tôi hỏi, anh nói: - À, Mao nói về quan hệ chính trị và văn nghệ.

- Hay không? - tôi hỏi.

- Cha này siết văn nghệ chặt như Lê-nin. Nhưng văn cha hay. Thì Tàu nó có truyền thống văn chương nghị luận từ Xuân Thu Chiến quốc, Lã Bất Vi còn gì. Đâu có như ta? Ta không có văn xuôi. Toàn chỉ là đàn kêu tích tịch tình tang, ai mang công chúa dưới hang mà về; đàn kêu tích tịch tang tề, công chúa đã về rồi lại hoá câm..., cứ ê a vần vò cốt sao sướng lỗ nhĩ và dễ thuộc. Cái cần nói ra bèn hóa thành thứ yếu, cái giúp người ta nhớ thì thành ra quan trọng... Không có văn tự, phải truyền khẩu nên nghịch đảo như thế...

Chỗ khác người ở Kỳ Vân có sức hút tôi. Tôi thích cái thao tác độc đáo tôi lờ mờ nhận thấy trong đầu anh.

Lúc bấy giờ ở an toàn khu, Lý Ban, phụ trách Hoa kiều vụ, giống như một nhà truyền giáo. Cảm nhận do bản năng, tôi không thích ông. Có lẽ vì cái không khí bí ẩn của lò luyện đan tư tưởng Mao Trạch Đông tạo dựng lên quanh nhà truyền giáo không có chút thế tục nào. Cố nhiên tôi phải hỏi cảm tưởng Kỳ Vân. Kỳ Vân nói anh không rõ lắm. Lý Ban hoạt động ở Quảng Đông, vợ Tàu và nói tiếng Việt thua Tàu phá sa Bờ Hồ. Nghe đâu, anh nói, đã quen biết tướng Nguyễn Sơn lâu nhưng Nguyễn Sơn ghét họ Lý lắm.

Tôi còn muốn hỏi anh chuyện Lý Ban cho Mã Phi "thịt" cô Trinh, nhân viên của Hoa Kiều vụ, nổi tiếng đẹp và giỏi tiếng Anh, xưa làm việc tại đại sứ quán của Tưởng ở Hà Nội. Vì đồn rằng Trinh là mật vụ của Tưởng. Nghe nói khi Mã Phi dưới trướng Lý Ban sắp đâm thì Trinh trật vú ra "hiến "nhưng không mua được Mã Phi. Trong khi Đ. V., cán bộ Hoa Kiều vụ, sau thành nhà văn thì yêu Trinh đã khóc thảm thiết dịp đó.

Thế là Lý Ban còn là một chánh án có bộ máy và quyền thủ tiêu người. Rồi ông là người Việt Nam đầu tiên sang Bắc Kinh chuẩn bị cho việc Cụ Hồ lần đầu tiên với tư cách Chủ tịch nước sang Bắc Kinh. Chúng tôi đều coi ông là người gần gũi Bắc Kinh nhất trong hàng ngũ cán bộ cao cấp Việt Nam, là nhân mối được Bắc Kinh tín nhiệm. Nhưng diện mạo nhà truyền giáo bí ẩn, cao siêu của ông vẫn cứ làm tôi không thích ông. Toan hỏi Kỳ Vân chuyện" thịt "Trinh nhưng tôi lại thôi. Hình như an toàn khu cần một bầy những linh cẩu, kền kền lặng lẽ dọn sạch những vết tích khả dĩ làm ô uế bầu khí quyển cần được giữ lắng trong của nó. Im không bới chuyện, tôi đã ở trong hàng ngũ linh cẩu, kền kền.

Có điều lúc đó tôi không biết máu "đặc vụ" đã chảy ở trong chính hàng phụ mẫu của tôi. Và nhiều phần có vẻ dính đến Lý Ban!

Lúc ấy đâu ngờ mấy chục năm sau, Lý Ban lại mắc tội "thân Trung Quốc!"

* * *

Nửa thế kỷ sau, năm 2000, trong dịp mừng Lưu Động tám mươi tuổi, Hồng Sĩ bạn Kỳ Vân, cũng tù xét lại bảo tôi: - Kỳ Vân nó yêu mày. Mày viết Bất Khuất có chi tiết Thuận đứng đèn mấy nghìn oát mà vẫn chịu được, tớ bảo Kỳ Vân là thằng Đĩnh nói phét. Bênh cậu, Kỳ Vân nói rằng Thuận, tức Tư Móm làm nghề thổi thông phong cho nên chịu nóng giỏi.

Kỳ Vân, cảm ơn anh. Tôi nói nhiều đến anh vì anh Mậu Ngọ, tôi Canh Ngọ, tôi cứ ngờ ngợ ở tôi có đôi chút gì na ná ở anh. Đại khái quàng tay còng vào bánh lái cho xe nhào xuống đầm, bất chấp thành bại. Nhưng có lẽ cả là vì không còn gì nữa của anh trên cõi đời này. Các con anh, ba đứa theo nhau chết hết. Thằng Tân, con trai út của anh, kỹ sư xe hơi ở Vũng Tàu tự tử. Hồi nào mẹ nó chết đuối ở Hồng Châu, gần quê Đỗ Mười, nó còn bé, hai bố con anh côi cút; chị gái bé, cái Châu, sơ tán theo đại học Bách khoa; và Thuận, em gái Thanh niên xung phong hy sinh năm 1966 ở đường mòn, tôi thường đến ngủ với anh - không màn ở ngay đầu cầu thang trời - để xem đêm hôm có gì thì đỡ đần hai bố con. Nay anh hết nhẵn. Còn độc bản lý lịch đóng dấu của Ban tổ chức trung ương. Nó nhợt nhạt quá so với con người anh, dù trong đó ghi anh bắt đầu hoạt động từ 1936, Mặt trận Bình dân bên Pháp, dù người kết nạp anh tháng 6 - 1940 là Hoàng Văn Thụ, bí thư xứ ủy. Nó chẳng còn ý nghĩa gì nhưng cầm đến nó tôi vẫn rưng rưng. Như được gần gũi có xúc giác với anh. Chẳng hiểu sao Kiến Giang lại đưa nó cho tôi và tôi thì cứ nghĩ là anh muốn thế! Giữ nó, có lúc tôi ngỡ mình là cái mỹ viện bãi lau giữa suối có thể chăm sóc cho vết nhọ nồi quanh mép hay nét son trang điểm trên quãng đời ngắn ngủi của anh. Những vết gông cùm, những mất mát quá phũ của anh là sẹo hay là trang điểm?

Những dòng viết hơi nhiều về anh ở đây chính là công việc của cái bãi lau mỹ viện săn sóc trông nom cho ước nguyện tự do của anh.

Nhưng hơn hết, tôi muốn cho anh hiện lên như tiêu biểu cho một lớp người không hiếm trong đảng cộng sản. Ông nội tri phủ, ông ngoại tri huyện, bố mẹ chủ nhà đất và ruộng nhưng anh khao khát tự do. Đọc thấy con đường mang biển dẫn tới tự do thế là hăm hở đi vào. Rồi nhận thấy tự do này là nhằm cho loài người do đó nó phải giam tự do của cá nhân anh vào trong cái lồng tập thể đúc bằng kỷ luật thép mang tên chế độ tập trung dân chủ. Thế là cả cuộc đời liền bị giằng xé giữa hai thứ tự do đối chọi nhau vô cùng nước lửa... Để không chóng thì chầy tất nhiên đi tới chống đảng, cái tổ chức độc quyền tất cả: bao cấp toàn bộ độc lập, tự do, chính nghĩa, đạo đức, nhân dân, đất nước, chân lý, quy luật rồi miếng ăn, chỗ ở, hôn nhân, ma chay, quyền sống, phận chết đã được đảng thiết kế cho mỗi hạng người, mỗi con người.

Chương ba

Tháng 10 - 1949, nước Cộng Hòa Nhân Dân Trung Hoa ra đời. Hơn hai tháng sau Cụ Hồ bí mật len qua vùng địch ở Phục Hòa, Cao Bằng đi Trung Quốc qua Thủy Khẩu. Trần Đăng Ninh, Vũ Đình Huỳnh và Phạm Văn Khoa phiên dịch tiếng Trung Quốc theo cụ. Lý Ban vốn tỉnh ủy viên Quảng Đông đi tiền trạm.

Lúc ấy dưới trướng Lý Ban nắm Hoa kiều vụ có Tắc Vầy, Trương Đức Duy, cán sự vô danh nhưng sau này làm đại sứ Trung Quốc tại Việt Nam, lời lời vào tai Hà Nội đều nặng cân lạng vô cùng. Người đứng trên bè nứa bao giờ nom vẫn kém uy hơn người đứng trên tàu lớn.

Bác xuất ngoại, trong ATêKa chúng tôi rất mực vui. Đang vô thừa nhận mà lại sắp vớ được họ hàng toàn oách ra dáng hết. Đâu có biết đại thí sinh Hồ Chí Minh sắp dự cuộc khẩu thí mà nếu trúng tuyển thì đất nước sẽ đoạn tuyệt hẳn với thế giới.

Chừng một tháng sau, Cụ về. An toàn khu mừng mở tom - bô - la, xổ số. Tôi trúng một bàn chải răng. Dòng chữ *Three Stars - Made in Shanghai* (Làm tại Thượng Hải) óng ánh kim nhũ như soi thấu suốt lên nữa cái cán mầu san hô mà tôi cứ thấy như hành lang thu nhỏ dẫn vào một xứ sở thần tiên vậy.

Thép Mới rủ tôi gặp Phạm Văn Khoa moi chuyện. Khoa đã được dặn cấm không hé răng. Cuối cùng trong hàng thịt chó trên đường sang Bộ tổng tư lệnh, anh chỉ lộ ra một chuyện.

- Chúng mày xì ra thì chết tao... Ừ, tao làm phiên dịch nhưng nhiều lúc Ông Cụ cũng chẳng cần tao... Ông Cụ sang kiểm thảo với Mao Trạch Đông, Lưu Thiếu Kỳ, Chu Ân Lai. Họ không hiểu ta. Họp trong này, bên ngoài tao nhớ là có cái bể bơi nước nóng bốc khói, (lúc ấy ai biết Mao có cái thú giầm mình trong bể bơi). Tao nhìn mấy ông Mao, Lưu, Chu thấy trợn bỏ mẹ. Nhất là Mao trắng hồng, cao lớn, trán nhẵn bóng gần như im lặng suốt buổi, hai bàn tay khoanh lại đút vào hai ống tay áo bông. Ông Cụ nhà mình nói... Thỉnh thoảng Mao lại dặng hắng ừ hừ hữ một cái rất to, kinh bỏ con bà, chẳng hiểu là tán thành hay phản đối. Ông Cụ kiểm thảo xong, Lưu Thiếu Kỳ nhận xét, góp ý kiến. Thôi, đủ rồi, thôi...

- Thôi thế nào được, - hai chúng tôi cứ hai bên trái phải thi nhau huých đẩy Khoa. Chỉ khai một chuyện nữa thôi thì tha, - chúng tôi nói.

- Nói rồi chúng mày lại cứ Khoa Tếu lộ cho chúng mày... Thôi, nói cái này thôi... Khi đoàn đến Bằng Tường, Tầu bốc phất luôn mỗi mình ông Bác lên xe đưa đi trước. Mất tướng, bọn tao đi sau lo quá...

- Làm cứ như thổ phỉ thế vậy ư? Không coi quân tướng người ta ra gì, không thèm đếm xỉa đến đám hộ tống bảo vệ Cụ, coi như muỗi mắt à - chúng tôi cáu.

Gần năm sau thì biết Chu Đức, Liêu Thừa Chí, Nhiếp Vinh Trăn đã xuống tận Bằng Tường "bắt cóc" cụ Hồ đi... Nghe mấy cái tên huyền thoại, chẳng hạn Chu Đức, sướng quá.

Chúng tôi cứ dai nhăng nhẳng ép Khoa phải nói gặp Mao đã làm những gì. Khoa xì tiếp ra một bí mật nữa: sau khi Ông Cụ kiểm thảo, trình bày các cái ta chủ trương và làm, Lưu Thiếu Kỳ nhận xét...

- Sao lại kiểm thảo?

- Là một chi bộ của Quốc tế mà, không nhớ ư? Phải xin Quốc tế cho nhận xét chứ.

- Thôi được, nhận xét sao? - Thép Mới và tôi dồn.

Khoa nghiêm mặt, hơi sửng: - Tao chỉ nói một cái nữa thôi, nếu không tao báo cáo xừ Lê Văn Lương là chúng mày bắt tao vi phạm kỷ luật bí mật của Bác.

Chúng tôi đành gật đầu. Khoa nói, Lưu Thiếu Kỳ nhận xét chính sách tiêu thổ kháng chiến toàn bàn của Việt Nam là không cần thiết và lãng phí. Vì những nơi có tính chiến lược thì dù là vùng hoang vắng, địch cũng xây cất để đồn trú còn nơi không có tính chiến lược thì nhà cửa nguyên vẹn địch cũng không ở...

Tôi hơi ức. Bác báo cáo coi như kiểm điểm, thôi được, nhưng sao không phải Mao nhận xét Bác mà lại Lưu? Rồi Trì Cửu Chiến của Mao viết ca ngợi tiêu thổ mà tại sao Lưu lại nhận xét ta như thế. Tôi bảo Thép Mới, Thép Mới ờ hờ một lúc nói:

- Họ cũng phải nói thế chứ chả lẽ cứ học họ là giỏi như họ rồi bình đẳng với họ được sao? Họ muốn vạch một *démarcation*, tuyến phân rõ thày với trò ra mà mày. Họ muốn nói là ta học họ nhưng tự học cho nên đã bị giáo điều. Muốn gì họ cũng phải nắm được đằng chuôi chứ. Mèo còn không dạy hổ leo cây cơ mà.

- Thày cái gì, chuôi cái gì? - tôi phản ứng.

- Không thì sao lại sang ngồi kiểm điểm với họ? Có kiểm điểm với dân, với tao, với mày không? Nhưng vẫn hơn xưa chứ mày. Quang Trung đánh bại nó mà phải xin nó phong cho An Nam Quốc Vương. Nay bình đẳng quá rồi chứ! Ta Dân Chủ Cộng Hoà, họ Cộng Hoà Nhân Dân, khác nhau đấy.

Khoa cho biết sau đó Mao đi Liên Xô ký kết hiệp ước với Liên Xô đồng thời nhân dịp nói trước với Stalin việc Hồ Chí Minh muốn được gặp.

Sau này tài liệu chính thức của ta nói khi Cụ Hồ qua Bắc Kinh thì Mao đã đi Liên Xô rồi. Vì sao không biết nhưng theo tôi Khoa nói đúng vì về nước mới mươi ngày anh đã kể với chúng tôi và vì không ai có thể bịa ra chi tiết Mao "ngồi đút tay vào ống tay áo bông mà dặng hắng ừ hừ hử hữ nghe kinh bỏ con bà" sống động như thế được. Sau này kể cho tôi viết hồi ký, Vũ Đình Huỳnh cũng bảo có gặp Cụ Mao nhưng khi vào họp thì Huỳnh phải ở ngoài, buồng Huỳnh ngồi trông ra một bể bơi nước nóng có bốc khói. Lúc ấy Mao sắp sang gặp Stalin và trong nghị sự chắc sẽ trao đổi ý kiến về công nhận Việt Nam Dân Chủ Cộng Hòa do đó Mao phải nghe Cụ Hồ trình bày trước.

Bây giờ, sau khi đã nếm đủ thứ trò quỷ của cộng sản với nhau, mới hiểu Mao đi riêng là để vạch ranh giới. Hai nước lớn chúng tôi bàn chuyện chúng tôi với nhau là chính đã, sau đó nhân thể tôi sẽ thăm dò lo lót cho chuyện anh xin công nhận cho anh vào phe. Chung quy cốt phân rõ tôi trên anh dưới, anh nhờ tôi giúp, kết quả sao chờ tôi gặp Stalin đã! Còn Stalin biết Hồ Chí Minh đã ở Bắc Kinh nhưng nhận hay tiếp tục từ chối Hồ Chí Minh thì Stalin phải bàn với Mao. Phải chăng Mao chính là nhân tố quyết định làm cho Stalin thay đổi thái độ phủ nhận Hồ Chí Minh?

Sau đó nghe truyền đạt Stalin đã phân công Trung Quốc "phụ trách" Việt Nam, tôi cụt hứng dữ." Phụ trách" thì phải là Liên Xô chứ sao lại Trung Quốc? Tôi khó chịu nhưng đây là chuyện ở trên tầng chót vót đầy linh thiêng thần bí của Đệ Tam Quốc Tế cho nên không vui rồi cũng cho qua. Lúc ấy chúng tôi sao hiểu nổi đây là món quà Stalin hối lộ Mao. Vả chăng bỏ thì thương mà vương thì chưa hết ghét, nên ông mượn bàn tay Mao nắm giúp!

Nhưng hệ lụy đã nằm lại sâu bền trong vô thức đảng viên cộng sản Việt Nam: ví trí đàn em, bên dưới, yên phận biết ơn đã thành nền móng cho một tư thế ứng xử với Trung Quốc. Xuân Trường cho biết Bác nhà mình chủ động khẳng định với Bác Mao quan hệ môi răng giữa Việt Nam và Trung Quốc.

Tự ái dân tộc thế là xẹp. Vai vế, tôn ti này Bác Hồ đặt ra. Yêu Bác Hồ chả lẽ lại đi tự ái xằng với Anh Hai. Nên biết chính Bác tự nguyện nhận mình chỉ nêu ra được có tác phong, còn tư tưởng, lý luận thì để cho Mao Chủ tịch. Được lãnh tụ ráo riết giáo dục, (điều lệ thêm câu "lấy tư tưởng Mao Trạch Đông làm kim chỉ nam," điện đảng gửi Đảng Cộng sản Trung Quốc viết Đảng Lao động Việt Nam nguyện học tập Đảng Cộng Sản Trung Quốc, học tập tư tưởng Mao Trạch Đông, tư tưởng lãnh đạo nhân dân Trung Quốc và các dân tộc Á Đông v. v. Từ 1951, tuần nào báo Nhân Dân cũng có vài mẩu của CB (tức Cụ Hồ) phổ biến kinh nghiệm mọi mặt của Trung Quốc... dần dà đảng viên cộng sản Việt Nam lại tìm ra chỗ để tự hào: được làm em của hai nước vĩ đại, Liên Xô anh cả, Trung Quốc anh hai. Cũng ngầm hiểu mình là anh ba trong cả phe. Có cha nào dám vũ trang đánh đế quốc như hai ông anh và Việt Nam đâu? Bảo mạng, không dám hy sinh mà. Toàn do Nga giải phóng cho!

Một năm sau, mở đại hội 2, Hồ Chủ Tịch nói: "Chính vì Đảng Lao động Việt Nam là đảng của giai cấp công nhân và nhân dân lao động, cho nên nó phải là đảng của dân tộc Việt Nam." Không thích chui lủi, chúng tôi rất sướng được ra ánh sáng và thế là quên mất câu Cụ nói ngày cho đảng rút lui vào bóng tối: Nếu cần có đảng phái thì sẽ là ĐẢNG DÂN TỘC VIỆT NAM...

Việc đảng ra công khai cũng gây một số thắc mắc. Bọn tôi kêu cái tên Đảng Lao Động Việt Nam yếu quá thì được đả thông ngay: - Ông Cụ đã thỉnh thị Stalin và Stalin bảo lấy tên này, như Mông Cổ lấy tên là Đảng Nhân Dân Cách Mạng. Thế ra lúc Cộng sản Đông Dương, lúc Lao động Việt Nam đều do Stalin quyết định cả... Thấm đẫm tinh thần quốc tế nên nghe đả thông như thế lại sung sướng được lãnh tụ tối cao quan tâm đến cho từng li từng tí. Không biết nếu quan tâm thì lãnh tụ tối cao đã ôm lấy chứ đâu để Trung Quốc phụ trách. (Nói thêm về đả thông, tức đánh thông tư tưởng cho khỏi thắc mắc, dao động, bế tắc, chữ đầu miệng của cán bộ đảng viên Trung cộng mới ồ ạt nhập vào từ hội Việt cộng.) Bây giờ mới thấy Ông Cụ nhiều phần mượn Stalin ra để đỡ phải giải thích dài dòng.

Chúng tôi còn hậm hực quanh chữ Nhân Dân, tên mới của báo đảng. Sao không giữ Sự Thật? như *Pravda* của Liên Xô, "Sự Thật mới cộng sản, Nhân Dân là kém nước!" Không nhớ ai đó nói: - Nay Liên Xô giao Việt Nam cho Trung Quốc phụ trách thì Việt Nam phải tỏ ra là vui vẻ chấp nhận chứ. Lấy tên báo đảng Trung Quốc là để nói tôi sẵn sàng đi với đồng chí đây. Chả lẽ ăn không của Trung Quốc à?

Cuối cùng Đại sứ La Quý Ba đã trình quốc thư mà mãi vẫn không thấy đại sứ Liên Xô đến, chúng tôi hơi lạ.

Thép Mới bạo mồm giải thích: - Thông cảm mày, cha Liên Xô ở châu Âu sống sướng quen rồi, sang ta ở rừng hắn cũng ngại...

Lúc ấy chưa nhận hết hàm nghĩa của từ phụ trách. Đúng, thế nào là phụ trách? Là phải ốp sát, kèm chặt ở bên! Đồng chí La có tư cách song trùng: vừa đại sứ cách trở vừa thường xuyên đụng đầu bàn bạc ở cương vị "phụ trách."

Có một vị đại biểu của Quốc tế được chúng tôi cảm thấy gần gũi hơn. Đó là Léo Figuère, ủy viên trung ương Đảng cộng sản Pháp. Là cái bóng trung thành của Liên Xô nên cộng sản Pháp cũng đã từng lờ Việt Nam. Nay Stalin công nhận Việt Nam, cộng sản Pháp bèn cử Léo Figuère sang tìm hiểu ngọn nguồn - có là cộng sản thật không hay giả mạo? - và đặt trở lại mối quan hệ đồng chí.

Yêu cộng sản Pháp, Cụ Hồ gửi Léo mang một sợi dây chuyền vàng về tặng con gái tổng bí thư Maurice Thorez. Ai ngờ, dây chuyền bỗng không cánh mà bay. Tin tối mật nhưng cũng đã lọt tai mấy đứa ở báo đảng sống kề bên tổng bí thư.

Lê Phát, đại đội trưởng chỉ huy số lính đi theo bảo vệ Cụ qua vùng Pháp đóng để lên biên giới sang Trung Quốc cho tôi xem những bức ảnh anh chụp Cụ trong chuyến anh có vinh dự hộ tống ấy. Đặc biệt hai ba tấm hình Cụ ngủ trưa đã làm tôi se lòng. Cụ nằm ngửa, chân co chân duỗi nét mặt mệt mỏi. Không, có cả lo lắng, nom bỗng như là một ai đó khác, trần trụi, cô độc. Tôi sao biết nổi tâm trạng hết sức căng thẳng của Cụ lúc đó. Nói sao cho các ông anh đa nghi Tào Tháo tin mình là cộng sản thật? Giải thích sao cho trôi đoạn tình báo Mỹ vào căn cứ địa đầu não? Rồi vì sao lại đem đảng ra mà giải tán?...

Tập an - bom này sau Lê Phát tặng Bảo Tàng Cách Mạng. Hộ tống Bác len qua vùng địch sang đất Trung Quốc, cuối đời Lê Phát một mình trốn sang Thụy Sĩ và chết ở trời Tây.

Nhân chuyện an - bom, tôi mượn một tấm ảnh để nói lên thực tại an toàn khu trước khi Cụ Hồ sang Trung Quốc cầu viện.

Tấm ảnh này tôi xin một cô bạn để cho gia đình Lê Đạt nhân giỗ đầu của anh. Cầm nó xem, tôi cứ lạ sao Đạt, trẻ nhất, lại là người mở đầu bức ảnh ở bên trái. Và ngay cạnh anh là Cụ Hồ, hai thày trò duy nhất ngồi xổm bên nhau, cạnh năm sáu thư ký của Trường Chinh đứng sau Tổng bí thư tư lự. Bức ảnh đập ngay vào mắt người xem bởi vẻ hoang vu, tiều tụy: một lán nứa nhỏ ba vách nứa tuềnh toàng không nội thất, sau đó một vạt cây cối bị đốn trơ gốc và miếng đất mới khai phá chưa kịp xây cất nhà lán. Nhưng nổi lên hơn cả là hình ảnh Cụ Hồ và Lê Đạt. Ai xui mà chỉ có hai người ngồi xổm? Cụ Hồ - chắc đến chỗ Trường Chinh có việc - hốc hác đăm chiêu, Lê Đạt mặt còn hơi sữa nhưng nom thẫn thờ. Tôi không thể không nghĩ đến hai cha con một nông dân già bán gà ế chợ chiều ủ ê bên nhau mà đường về thì xa và nhà thì nhẵn gạo... Đặc biệt không một chút ranh giới phân chia đẳng cấp giữa người và người. Không một bóng dáng quyền lực. Tất cả là một khung cảnh buồn, hiu hắt, suy tàn... Mấy thành viên cuối cùng của một bộ tộc sống trên một dẻo rừng biệt lập được National Geography chụp được. Bức ảnh với hết không khí hiện thực ủ ê của nó cho thấy Cụ Hồ không thể không băng qua vùng biên giới bị quân Pháp chiếm đóng để tìm Mao Trạch Đông.

* * *

Để liền một dải với Trung Quốc, với phe, nói khác đi, để làm được tiền đồn của phe, để thóat cảnh một mình "chiến đấu giữa vòng vây" (chữ của Võ Nguyên Giáp) ta mở Chiến dịch Biên Giới giải phóng Cao Bắc Lạng.

Tháng 8 - 1950 tôi lên Cao Bằng. Một nhóm lên đường với nhau từ Gốc Thông cửa ngõ Bộ Tổng: Dương Bích Liên, Vũ Cao, Hoàng Nghiêm điện ảnh, Thân Nhất Đài phát thanh và tôi. Bộ đội sang Quảng Tây học tác chiến từ mấy tháng trước trở về rầm rập đêm ngày. Cố vấn Trung Quốc cùng với những con ngựa cao to kiểu Xích Thố chở ngất ngưởng chăn đệm, thau chậu. Cố vấn xuống tới tiểu đoàn, trung đội. Ở tiểu đoàn 251 của Nguyễn Hữu An mà tôi xuống đó, có *Lìu dính trảng*, Lưu dinh trưởng, da mịn như da đàn bà lấm tấm tàn nhang màu mã não. Có hôm Nguyễn Hữu An buột mồm bảo tôi tên gì mà nghe lại như Húng Lìu dính chảo thế nhỉ? Thường đùa bảo cố vấn nói một hai ba bốn tiếng Việt để ôm bụng cười vì cố vấn cứ *một hai ma mốn*... Cái nọc dân tộc kỵ nhau vẫn cứ ló ra. Giữ kín đáo nhưng thỉnh thoảng đồng chí cố vấn Húng Lìu dính chảo vẫn để lộ cho biết quân Tưởng tác chiến rất giỏi. Có ý so với nó, quân Pháp kém xa.

Tôi ngày ngày dự các buổi trung đội trưởng Trung Quốc dạy bộ đội ta đánh bộc phá, đâm lê." chú ý ngoáy cổ tay, vặn thế này, xốc lên," anh phiên dịch nói to như gắt.

Đoàn báo chí, văn nghệ dự buổi Võ Nguyên Giáp phổ biến trên sa bàn kế hoạch đánh thị xã Cao Bằng.

Tôi còn bức ảnh chụp bữa ấy, trong đó tôi ngả người vào Nam Cao ngồi bậc cuối cầu thang nhà sàn. Bên kia thang là Dương Bích Liên.

Đưa ma Thâm Tâm... Một xóm nhỏ, một suối nhỏ nhảy chồm chồm trên nền đá dựng đứng, đổ nước ầm ầm ngay ở đầu nhà như có tiếng sóng đưa Thâm Tâm qua sông, tôi nghĩ khi len qua hẻm đá, sau cỗ áo...

Sau đó cả lũ ôm bè nứa lần lượt qua một cái đầm rộng ven vách đá, đẹp như tranh thủy mặc.

Tôi và Nguyễn Địch Dũng đến trung đoàn 174 của Chu Huy Mân và Đặng Văn Việt.

Tuần sau đánh Đông Khê, không đánh Cao Bằng như kế hoạch ban đầu mà Võ Nguyên Giáp đã giới thiệu sa bàn với đám nhà báo, văn nghệ sĩ. Cố vấn Trung Quốc là đồng chí Trần Canh nói đánh vào cổ con rắn thì nó sẽ oằn người lại và ta có cơ diệt viện...

Xin trở lại chuyện chiến dịch lớn đầu tiên nhưng ở đây tôi chỉ kể lại vài ấn tượng in sâu trong tôi, kẻ lần đầu thử lửa lớn. Đánh Đông Khê, tôi đi với tiểu đoàn 251 chủ công Nguyễn Hữu An của trung đoàn 174. Tiến, người Tày là chính trị viên.

Xẩm tối hôm nổ súng, Nguyễn Đắc nhiếp ảnh, Dương Bích Hồng, sĩ quan địch vận, em trai Dương Bích Liên và tôi leo vào một hang đá trên đỉnh núi (nghe nói ban ngày Cụ Hồ đã vào đây quan sát trận địa) nhìn khắp một vùng núi non vắng lặng. Bên dưới kia một dẻo thung lũng hẹp rất êm ả, hết sức êm ả (thấy cả vài bụi cây còm cõi vàng vọt mà tôi chợt có ý muốn đến đó cùng xây nhà bên suối) chạy từ phải sang trái, đầu bên phải đã chìm vào bóng chiều xẩm lại. Trước mặt một hòn núi đá ngỏng lên bơ vơ ở giữa lũng. Khỏi nó, qua trái, lũng bắt đầu nở ra và xa xa dềnh lên âm u một núi mặt bàn cao, dài, phẳng, ma quái: Đông Khê đồn. Tiểu đoàn chủ công của Nguyễn Hữu An, D5, mà tôi theo đã nửa tháng, đêm nay sẽ húc vào đó.

Trời bỗng tối đi, tất cả như thụt lún xuống. Từ bìa rừng bên phải, mấy con cá lưng đỏ đồng đọc quẫy đuôi bơi ra ở giữa lòng lũng. Lại thấy đó là những bắp chuối rủ nhau dung dăng là là mặt đất và chúng đến đâu, đấy liền ưng ửng hoa đào. Nhưng chúng đã tan vào đâu mất rất nhanh. Mà hòn núi côi cút trước mắt, đồn tiền tiêu Cạm Phầy, mô hình phóng to của cái chầy thời đá cũ thì bỗng giẫy lên, rung rinh. A, hòn núi cổ quái kia là đồn Cạm Phầy và đàn cá, đàn bắp chuối này là đạn 75 li đến nã vào nó, khai hỏa cho toàn trận đánh. Cạm Phầy chợt như bị một bùi nhùi rơm khổng lồ quất vào, lửa văng tung toé. Cùng lúc súng nổ ran tứ phía.

Nhưng hết một đêm không xong, Nguyễn Hữu An không vào nổi đồn!

Trưa đến quân y tiền phương của trung đoàn. Nghe báo cáo thành tích La Văn Cầu chặt cụt tay khi lên đánh bộc phá bị đạn đui - xết (*đạn 12 ly 7, âm tiếng Pháp* - BT). Đưa tin luôn.

Đêm hôm sau tôi nằm với bốn khẩu sơn pháo bắn thẳng của tiểu đoàn trưởng Thành. Thành đưa tôi một điện thoại nghe ban chỉ huy trận đánh chỉ đạo. Cho bắn bao nhiêu viên 75 và còn hô bắn phát thứ mấy thứ mấy. Thành bảo tôi cố vấn Trung Quốc nói mỗi viên đạn pháo giá hai lạng vàng. Nghe suốt đêm Lê Liêm chính ủy mặt trận biên giới giục lính 251 "anh dũng tiến lên, hy sinh cũng lên, không thể để đến sáng nữa..."

Sáng tinh mơ sau đêm thứ hai diệt được Đông Khê, tiếng súng im hẳn. Tôi đeo ba lô lên vai toan dời đó lên đồn thì chợt hai phát đại bác trong đồn bắn ra rít lên gần như ở ngay bên mang tai. Tôi tụt vội xuống cái hốc đất ở trước khẩu pháo tôi vẫn núp cả đêm qua. Lầm chết người! Cái hốc ở sau khẩu pháo. Cái hốc đằng trước nó là mép núi buông thẳng đứng xuống con suối ở dưới đó ba chục mét. Tôi gọi to "cứu! Kéo tôi lên với!"

Sau khi được kéo lên, tôi rời trận địa 75 li của Thành lên ngay đồn. Vừa tới khúc quành lượn rất đẹp lên đồn - con đường rải nhựa nhẵn thín - tôi phải quay về: bộ đội cấm. Pháp có thể nhảy dù xuống chiếm lại Đông Khê như tháng 5 trước đó.

Tối lên đồn. Tan hoang. Lửa khói. Một lính da đen cụt chân thấy tôi, giương hai con mắt trắng rã vì sợ, lê đít giật lùi tránh. Tôi vội phối hợp với anh ta, rẽ ngay ngả khác. Không muốn mình làm anh ta sợ thêm. Đến một góc đồn. Có lẽ là cái mạn bắc mà đêm qua chính ủy mặt trận Lê Liêm cứ suốt đêm điện thoại vỗ về, thúc giục "a lô D 3, a lô D 3, cố diệt ổ đui - xết mạn bắc đồn, a lô D 3, a lô D 3, các đồng chí cố lên..." Dốc dựng đứng. Xung quanh tối om và mây mù bồng bềnh. Một tấm vải bạt căng lên như một cánh buồm phồng gió giữa biển và góc đồn vắng tanh thì như mũi một con tàu trôi trên sương mù. Cạnh cánh buồm, một đống lửa khá đượm và một lính Pháp nằm bên. Một mình. Mắt nhắm nghiền. Miệng thầm thì không dứt gọi *Maman*, Mẹ..., *Maman*...

Điểm nhịp cho tiếng nhẩm ôn câu đầu đời, cánh buồm ưỡn cong lên thúc trống. Phần phật... Thình thình... *Maman*... Phần phật... Thình thình.. *Maman*...

Trong mênh mang mờ mịt, cuộc gọi đáp giữa anh lính Pháp chạc tuổi tôi, hai chục tròn xoe và tiếng sóng gió một chuyến hồi hương ảo khiến tôi không thể rời chân. Càng không dám đến đặt bàn tay giả mẹ lên trán người sắp chết. Sợ phá vị trí thiêng liêng dành riêng cho người mẹ, sợ phá vỡ giấc mơ cuối cùng có lẽ là đẹp nhất của anh lính. Tiếng trống cúng tế hộ tống cuộc lên đường "thình thình, phần phật" đầy ắp không gian, đưa hai âm *maman* uy nghi thiên di.

Mấy hôm sau chạy trên đoạn Khau Luông, Nà Kéo, Cốc Xá đường số 4, nơi quân lính ta và quân Charton, Lepage quần thảo giáp lá cà, tôi phải dốc lên mặt lọ Coty nước hoa chiến lợi phẩm nhặt trong hầm viên đại uý chỉ huy đồn Đông Khê -

nó nằm bên một quả bưởi đã bóc hết cùi chưa tẽ múi, quả bưởi cứ khiến tôi nghĩ đến bóng một người đàn bà trong căn hầm cố thủ hẹp vanh đầy gạch vữa này. Xác lính Pháp nằm dài suốt hai vệ đường bốc mùi thối rữa. Cỏ lau mầu cốm non rạp xuống làm thảm đỡ mịn nhẵn đến không thể ngờ. Trên đó, trên tấm thảm ngỡ được là ủi đặc biệt công phu đó, những lồng ngực trống rỗng như đắp bằng bùn trộn trấu có những búi ruồi say sưa đánh vòng vo ve tíu tít ở bên trong. Một trái nghịch ám ảnh mãi tôi: cái khung bên ngòai xù xì ghê rợn sao lại dung được một vận động hớn hở, trơn mượt thế kia? Có phải chỗ miệng khung mở ra cho thấy không gian bên trong nửa sáng nửa tối kia chính là cái vùng người ta vẫn quàng thắt lưng vào? Có những lần cởi nó ra để rồi sau đó nhớ mãi người đàn bà lặng lẽ chờ (sau này tôi ngạc nhiên bảo Nguyễn Tư Nghiêm sao lúc ấy lại nghĩ lạ như thế? Nghiêm nói: - Trước cái mệnh sắp thành hư vô, cậu nghĩ tới cái hành vi tạo nên sự sống.) Ngước mắt lên những lưng dốc ở trước mặt: mặt đường đang váng lên một chất ngũ sắc óng ánh mỡ. Ôi, biến hóa của vật chất và phần còn lại của một đời người! Tôi bịt mũi cắm đầu chạy. Chợt nghĩ tới những bà mẹ của các người lính chết này. Nếu ở đây lúc này, chắc các mẹ sẽ sờ lần tìm kiếm chi li từng dấu vết các mẹ rất thông thuộc trên người những đứa con... Và tôi không chạy nữa. Tự nhiên thấy yên tâm cho những đứa con đang tự thể hiện ra ở những dạng thối rữa khác nhau lạ lùng nhưng chắc chắn mẹ họ lại nhận ra được...

Nghe tin ta và cố vấn mâu thuẫn nhau. Cố vấn cho rằng ba ngày đánh Cốc Xá là nướng quân nhưng Giáp quyết diệt quân Charton đóng trên núi... Tự nhiên thấy khó chịu với các cố vấn. Như bị xúc phạm.

Trong tổng kết chiến dịch đã có các cuộc tranh luận khá gay gắt về phối hợp giữa binh sĩ Việt Nam và cố vấn.

Nhưng sau khi kết thúc thắng lợi chiến dịch biên giới, ngày 14 - 10 - 1950, Hồ Chí Minh gửi thư cho Mao Trạch Đông, Trung ương Đảng Cộng Sản Trung Quốc: Tóm lại, tôi cho rằng thắng lợi này là thắng lợi của đường lối Mao Trạch Đông cách mạng, quốc tế chủ nghĩa. Tôi không nói lời khách sáo: "Cảm ơn các đồng chí," mà nói các đồng chí Việt Nam và nhân dân chúng tôi sẽ nỗ lực hơn nữa giành lấy thắng lợi cuối cùng lớn hơn, lấy thành công để đền đáp sự kỳ vọng tha thiết và giúp đỡ to lớn của Đảng Cộng sản Trung Quốc, Đảng Cộng sản Liên Xô anh em.

Chả ai thấy chữ đền đáp kỳ vọng nghe nó quá bề dưới...

Không phải ngẫu nhiên mà đến Đại hội 2 (1951), điều lệ đảng đã ghi "tư tưởng Mao Trạch Đông là kim chỉ nam" của đảng.

Báo Sự Thật đăng bài "Khi chúng ta đánh" của tôi viết về trận nhổ đồn Đông Khê. Hai tháng sau, xong chiến dịch, một tối về đến Chợ Chu, vào quán nghỉ, tôi gặp Từ Bích Hoàng, Sĩ Ngọc ở báo Vệ Quốc Quân. Hai anh cho hay báo các anh đã đổi tên thành Quân Đội Nhân Dân và ra số thứ nhất, ở số báo ra mắt này, các anh đã xin phép đăng ở trang nhất bài "Khi chúng ta đánh."

Và ở đây xin kể thêm lần hành quân qua Đại Bục, Đại Bác, đèo Khau Vác vào đánh Nghĩa Lộ. Tôi đi cùng Tô Hoài. Trung đoàn 88.

Trời mưa dữ dội. Quân lính dừng lại ở bên một con suối rộng chừng hai mươi mét. Nước lũ cường dựng ngược lên một con dốc đứng gào thét. Anh trung đội trưởng hất đầu. Một lính trẻ măng mặt bầu bĩnh, má lũm đồng tiền đi lên. Tối qua anh ngủ gần chỗ tôi. Tiếng lính hành quân lần lượt truyền nhau: "Lệnh không ngâm Tây Tiến của Quang Dũng ủy mị." Truyền miết nó gần như hóa ra Không... Tây Tiến... anh dũng... Lệnh vừa báo nghỉ thì mấy lính trẻ ồn ào tranh nhau ngủ bên anh lính má lũm đồng tiền." Nằm với nó ấm lắm!" Bây giờ anh đứng ở đây. Anh nhẹ nhàng trườn vào dòng nước. Tôi thầm khen anh giỏi: biết đánh lén con nước dữ. Nhưng anh trúng nghi binh. Nó đã vồ nghiến lấy anh. Cuộn dây thừng trong tay anh tuột ra văng trên mặt nước như một lằn roi sáng quắc. Và chỉ một dìm xuống rồi một nhồi thúc lên là anh lính liền mất tăm. Khi anh dội ngược trở lên lần cuối, hai mắt anh mở đã dại đờ. Cái chết chớp nhoáng nhưng những nghi thức đi kèm nó lại từ tốn rất mực. Cặp mắt dại kia như mơ màng khép lại, tóc trên trán anh thong thả tách ra từng sợi lượn lờ rồi ngoan ngoãn theo nước mơn trớn phân chia để lần lượt rẽ trái rẽ phải hai bên, quá đều, quá phân miêng, khơi ra một đường ngôi quá thẳng, quá sạch, quá trắng ở chính ngay giữa đỉnh đầu anh. Tôi khẽ nấc và cắn chặt môi. Tôi thấy lại anh ba bốn tuổi đang ngửa mặt lên cho bàn tay mẹ định hình đường ngôi đầu tiên trong đời để anh giữ lấy mãi, đường ngôi mà nay con lũ trung thành đang tỉ mẩn xếp lại cho đúng nguyên mẫu ban đầu.

Tôi nhìn xuống nắm cơm mới bửa trong lòng bàn tay tôi: nó đã thành hai mảnh cùi rỗng bị mưa khóet tan nát hết...

Sau đó bám dây qua, tôi trước, Tô Hoài sau. Người, ba lô, ruột tượng (mười ký gạo), tất cả nằm thẳng băng trên sóng cuồn cuộn. Hai đùi rung lên bần bật muốn rời bung ra. Sợi chão lớn chúng tôi ôm bấu lấy nó dạt cong ra như một cánh cung căng hết độ chỉ dọa đứt. Và chúng tôi là những đầu mẩu thừa của những cái nút buộc lật phật trên cánh cung...

Tối hôm ấy, Tô Hoài và tôi ngủ ở sườn núi dốc 30 độ. Đầu gối ba lô, mỗi đứa chèn chân vào một gốc cây cho khỏi tụt... Trước đó chúng tôi qua một bản Mèo trên đỉnh núi. Ba nhà, mấy người đàn bà mặt phù, vàng ủng nhìn chúng tôi như nhìn người nước ngòai.

Tối hôm sau, đêm hành quân cuối cùng vào vây Nghĩa Lộ, chúng tôi bạt mạng chạy theo người trước mặt qua cây cầu dài mười mét, rộng bằng ba bàn chân tối mờ mờ. Suối réo như sôi bên dưới vực. Vừa chạy vừa nghĩ:

Rơi, rơi này... Cái gì đưa chân đi? Không phải mắt! Một vong linh yêu thương nào đó.

* * *

Tôi ra trận lần đầu vào hồi tháng 8 - 1948. Kỷ niệm lần thứ ba Cách Mạng Tháng Tám, tỉnh mở "cuộc tổng công kích Đường 5." Tôi đi cùng ban chỉ huy một tiểu đoàn hành quân đêm qua vùng chiêm trũng giữa Cẩm Giàng - Gia Lộc để đánh bốt Mao Điền gần Đường 5. Mao Điền này có Văn Miếu đồ sộ không kém mấy Văn Miếu Hà Nội. Giữa chừng lọt vào trúng đồng lụt. Lội lên một xóm nhỏ hẻo lánh vắng tanh có một túp lều tí tẹo xiêu vẹo. Bảy tám chúng tôi vạch liếp vào. Hai người đàn bà, một già chắc là bà, một trẻ chắc là mẹ, và một đứa bé mấy tháng trong tay người mẹ mặt mũi đen nhẻm những vết tro than. Hai người sụp lạy như tế sao: "Bẩm lạy các quan, bẩm lạy các quan sinh phúc..." Tất cả trở ra. Mình tôi nán lại, nắm tay bà già: - Ta, ta đây mà... ta..." Thật lòng muốn lạy trả lại hai người đàn bà khiếp đảm."

Khỏi cái lều thì sục vào một bãi hoang đầy thị chín rụng nát dưới chân. Khu Văn Miếu Mao Điền ư! Mùi thơm ngào ngạt, bát ngát kỳ lạ. Cả cái bãi tối như đang được cất bổng lên tới một nơi thanh khiết không hăm hở, không sợ hãi, không người lạy người. Cả đời tôi sau này, ước mong hoà bình luôn hiện ra trong không gian thâm u tràn trề mùi thị lâng lâng đền miếu này...

Sau đó bị phục kích. Quay đầu chạy lui, nước ngang bụng. Những quả hoả châu dập dềnh tròng ghẹo trên đầu.

Trận đánh đầu thị xã Hải Dương có Trần Châu, anh tôi. Những quả mìn nằm trong giọ lợn hai lính khiêng một quả, chẳng rõ thế nào giữa chừng phát nổ. Lộ hết. Thế là rút, không đánh kỷ niệm cách mạng nữa. Nhưng bản tin ty thông tin hôm sau mang măng sét đỏ: Tổng công kích Đường 5 thắng lớn!

Chiến tranh để lại ở tôi ba ấn tượng sâu sắc: buồn, sợ và thương - thương dân, thương đồng đội, thương cả đối phương. Nhưng tất cả đều phải giấu kín. Như giấu nghi ngờ trong đầu: nhiều chiến công là phịa. Và đầu tiên giấu sự thật, cố nhiên.

Cuối cùng một phen hút chết. Sau khi tiêu diệt binh đoàn Charton và Lepage trên Đường số 4 và quân Pháp rút bỏ Thất Khê, ta tổ chức một tối đại lễ mừng chiến thắng ở ngay trung tâm thị xã Cao Bằng. Nghe nói Bác Hồ sẽ đến. Nhưng rồi tan. Bom Pháp.

Tôi bị trận bom lớn đầu tiên xẩm chiều hôm đó. Ngỡ chữ Thọ vẫn ở trên trán đã văng đi đâu mất. Nằm ngửa nhìn Đa - cô - ta, loại DC3, từng đợt ba chiếc từ từ dịch đến trên nền trời đang tái dần. Đất vặn mình, hơi bom - hay cả mảnh bom - phần phật... Rồi chợt thấy nền trời như một tấm khăn giường rất căng rất phẳng và các chiếc Đa - cô - ta quay về xuôi đang trôi lướt trên đó. Đèn đuôi chúng nhấp nháy êm ả như vài ánh bếp đêm hôm rất gợi nhớ nhà. Biết nguy hiểm đã qua nhưng lại buồn.

* * *

Trước cảnh chiến địa tan hoang, ngổn ngang xác người tôi cứ luôn thấy buồn. Cố nhiên không dám thổ lộ. Tôi chú ý thấy thương binh địch và ta giống nhau lạ lùng ở con mắt sợ sệt. Mặc dù ở quân y tiền phương, thương binh ta được cứu chữa tốt hơn... Thì ra cái sợ là dấu hiệu tuyệt đối bình đẳng của con người ở trước cái chết

Tôi không thể quên lần ở đồn Mộc Châu vừa im tiếng súng cuối 1952, tôi hỏi Vũ Lăng: - Lúc đánh có sợ không?

- Sợ chứ!

- Sợ thật?

- Thật..., vãi đái ra mà. Nhưng chỉ lúc chờ đánh, lúc vây đồn thôi. Còn nổ súng rồi thì hết sợ. Diệt đồn xong, đứng dưới cờ chiến thắng phấp phới, quần đã khô từ bao giờ.

- May, tôi nghĩ thật nhưng nói bằng cái giọng đùa, nếu cái sợ nó không thể hiện bằng nước mà lại bằng sẹo trên mặt nhỉ?

Vũ Lăng nhồi thuốc vào tẩu ngước lông mày rậm nhìn tôi.

- Thì trên mặt ai cũng dày cộp lên di tích sợ... Khi ấy khéo con người sẽ thôi đánh giết nhau.

Vũ Lăng dư dứ cái đầu tẩu vào tôi... Thuốc trong tẩu là Abdhulla.

Thế là có hôm tôi chợt thấy giá như cái sợ không chỉ để lại di tích trên mặt người bằng những cái sẹo mà cả những thành tích giết địch cũng được lưu lại bằng sẹo trên mặt? Chúng ta sẽ có những anh hùng mà mặt mũi giống hệt người bị hủi cùn hủi cụt. Lúc ấy Nhà nước khéo phải có một hình thức nào đó để giúp phân biệt sẹo anh hùng với sẹo hèn...

Nhưng lại tự dẹp ngay cái ý nghĩ tầm bậy đó. Tôi vẫn chưa nhận ra bản chất bạo lực, nhất là bạo lực vũ trang hay "chính quyền ra từ nòng súng" của cộng sản, hay rõ nữa: với mục tiêu đào mồ chôn tư bản, cộng sản không thể hòa bình với tư bản. Phải đến cuối 2010, đọc Matterhorn, tiểu thuyết ra mắt giữa 2010 viết về một đại đội lính thủy đánh bộ Mỹ chiến đấu ở Khe Sanh, A Lưới, Cam Lộ tôi mới hiểu hơn. Tác giả, Karl Marlantes, tốt nghiệp đại học Yale - như vợ chồng Bill Clinton, W. Bush, Kissinger - 21 tuổi đã là lính ở Khe Sanh và tiểu thuyết này của ông đã được đánh giá rất cao - tác phẩm Mỹ viết về chiến tranh Việt Nam hay nhất và có lẽ khó có sách nào vượt hơn. Bởi tinh thần nhân văn tràn trề làm chỗ đứng cho tác giả nhìn nhận nhân vật trong tác phẩm. Tôi đã rất cảm động đọc đề tặng của ông: Tiểu thuyết này tặng cho các con tôi, chúng lớn lên với cái hay và cái dở của việc có một người bố là cựu chiến binh Thủy quân lục chiến. Nên biết ông nhận hơn mười loại huân huy chương khác nhau trên chiến trường Việt Nam.

Anh lính có chính ủy giáo dục chỉ thấy thiên đường là dành cho mình, người chính nghĩa; còn địa ngục thì cho thằng phản động, cái đứa mà mình đã lập công giết chết.

Thâm tâm kị chiến tranh, nên tôi nói hơi kỹ cảnh đau lòng của chết chóc. Chính tâm lý ngán chiến tranh đã dẫn tôi tới nỗi tội đồ.

* * *

Từ Trung Quốc vào ta cùng với vũ khí với những tam tam chế, tứ khoái nhất mạn, nhất điểm lưỡng diện, tiêm đao tung thâm chia cắt..., còn cố vấn, còn chỉnh huấn, có thể nói một nề nếp sinh họat mới, một ý tứ mới phải tuân thủ, coi trọng

Tôi đã dự lớp chỉnh huấn đầu tiên chủ yếu dành cho đảng viên văn nghệ, báo chí ở ATêKa. Lớp cán bộ sang tận Hoa Nam học cách thức về chỉ đạo. Tôi cùng chi bộ - tức một nhà sàn - với Xuân Diệu, Nguyễn Tư Nghiêm, Phan Kế An, Lê Đạt... năm cái mồm lý sự cùng một số anh chị em khác.

"Mời các đồng chí trọng thính lên trên cùng." Nam, trong học ủy, trịnh trọng mở lớp. Cả lớp - kể cả thâm nho Ngô Tất Tố - ngớ ra.

- Trọng thính là các đồng chí nặng tai ạ! Mọi người ồ lên. Tôi vẽ trên báo tường: một người vẹo mặt đi, tai xệ xuống vai vì một quả tạ có chữ "trọng lượng thính."

Bắt đầu thí điểm cho nên học nặng về tranh cãi chữ nghĩa. Chi bộ tôi bỏ cả ba buổi thảo luận say sưa thế nào là tôn chỉ. Xuân Diệu cãi hăng nhất. Nhưng hết phần lý luận chuyển sang phần kiểm thảo thì đều cảm thấy ơn ớn. Mang máng một cái gì của sám hối tôn giáo, lờ mờ một cái gì xúc phạm nhân cách, cân cấn một cái gì muốn cưỡng lại nhưng không dám. Trung Quốc làm thế từ Diên An cơ mà! Mỗi người đều phải khai hết sai lầm, khuyết điểm ra với đảng dù nghiêm trọng đến đâu. Lòng thành khẩn tự phanh phui bản thân là thước đo lòng trung thành với đảng. Xin nói thêm là khai cả tội ác của bố mẹ, vợ con, bạn bè nếu họ có. Một tên chỉ điểm vô hình được cài vào trong từng người. Và khi tên chỉ điểm ấy đã an vị trong anh thì từ đấy cái bóng lù lù của nó - một thằng cò sợ hay một thằng Javert của đảng - bèn trùm lên khắp người anh.

Có thể nói lớp chỉnh huấn tháng 3 năm 1951 ấy là mở đầu cho các cuộc chỉnh huấn đều kỳ của cán bộ đảng viên. Trước mỗi vận động lớn hay trong các cuộc học tập lý luận thường xuyên đều có chỉnh huấn. Chìa khoá vạn năng thúc đẩy tiến bộ tư tưởng! Dĩ nhiên lúc ấy tôi chưa thể nhận thấy đó là cuộc xâm thực ô nhiễm nhân cách. Những người chống Mao ở Trung Quốc chưa cầm quyền, chưa vạch ra mục đích chỉnh huấn nham hiểm của Mao, dùng chỉnh huấn khống chế mỗi tôi con của đảng bằng cách nắm lấy cung của mỗi tôi con - một biến thể của hồ sơ mật thám. Gogol viết một đại điền chủ thu mua các linh hồn chết. Ở đây thì lưu trữ rác rưởi của mỗi linh hồn rồi biến chúng thành một quả mìn đe nổ.

Song lần truy nã tư tưởng đầu tiên chưa gay gắt. Nói chung không có gì ghê gớm. Trừ Ngô Tất Tố bị lưu lại kiểm thảo thêm mấy ngày vì Tố muốn bỏ về sớm. Và Tố đã lỡ khai rằng hồi ở báo Cứu Quốc, trong một lần rượu Tết quá chén, Tố có nói một câu bậy bạ nghiêm trọng như sau: Tôi là con chó, con chó thời Tây rồi thời cộng sản. Chó thời Tây còn ủng oẳng sủa dăm ba tiếng chứ chó thời cộng sản thì cúp đuôi nằm im re...

Như Phong, người từng dự bữa rượu kia bảo tôi: - Bữa ấy tớ có mặt, tớ cùng ở Cứu Quốc với Tố mà, Tố cứ đấm ngực kêu ô ô lên như mày kể thật nhưng..., Như Phong ôm miệng cười nhìn quanh, đếch biết là hắn say thật hay là vờ để chửi, mày ạ. Theo tớ thì vờ. Dạo ấy đảng còn lỏng tay nên chúng nó mượn rượu nói xỏ, nay xem có thằng nào say nói láo nữa đâu!

Khó quên hình ảnh Ngô Tất Tố tóc dài nhưng thưa, hoa râm, lòng khòng đứng cúi đầu ăn cơm, một dáng co cụm như đeo biển miễn giao lưu, ở cái bàn tre đan xiêu vẹo vắng tanh dành cho học viên đau dạ dầy ăn nếp. Thỉnh thoảng Lê Đạt đến ngoác mồm ra tán ở bên...

Nhân đây nói liền sang Tố và công tác tư tưởng thời đó ở trong giới văn nghệ sĩ An toàn khu.

Hai năm trước Ngô Tất Tố dịch "Trời Hửng" của Trung Quốc. Tố sống ở một gian nhà nứa ngay cạnh gian của Nguyễn Tuân nhưng hai vị trưởng lão này kỵ vía, không nói năng với nhau. Mạc Phi bảo tôi, sớm nào Phi cũng đun nước sôi cho Tố pha trà. Anh vừa được cất nhắc vào ban lãnh đạo mới của đoàn kịch Chiến Thắng gồm có Song Kim, Hoàng Tích Linh và anh. Hai nhà lãnh đạo tài ba cũ Thế Lữ và Võ Đức Diên, nhà kiến trúc sư kiêm kịch tác gia và anh ruột của Trần Quang Huy đã bị Tố Hữu phế bỏ. Tố Hữu chỉ thị cho Tích Linh và Mạc Phi, hai đảng viên: - Đảng đưa hai anh vào đây để làm gì? Để lọc hết máu tiểu tư sản cho đoàn kịch. Lọc rồi thì chuyền máu gì cho anh chị em? Máu công nông binh! Nói cụ thể là phải quần chúng hóa, tập thể hóa, quân sự hóa đoàn kịch... Tập thể hóa là thế nào? Nói cho dễ hiểu là không cần sân khấu, bục diễn, hậu trường, cánh gà, son phấn chi cả. Diễn lửa *trà... à... trại...* giữa trời, lưa.. *trà... à... trại* là đi thẳng từ quần chúng đến quần chúng. Tư tưởng tập thể còn là gì nữa? Là việc sao chi cần một người hát *giọi*? Đúng, ta cần là quần chúng đều biết hát, đều tự hát để tự nghe, tự nâng cao tình cảm cách mạng lên. Làm sao phải xòn phe cho rối mắt quần chúng? Bên Trung Quốc vì quần chúng, người ta thay *đồ, rê* bằng 1, 2, 3, quần chúng nhìn vào hát ngay được.

Theo Mạc Phi thì cụ đồ Tố và Tuân xung khắc nhau. Tố cho là Tuân kênh kiệu vờ để hách lác thật. Điệu bộ sang cả chuyện" lột xác "cho khác người. Tố mách Phi lật cái ảnh con trai Tuân, đại đội trưởng Trần Xuân Trường mà Tuân để ở trên bàn nứa của Tuân ra mà xem mặt sau. Phi xem. Thấy Tuân đề ở sau bức ảnh dòng chữ: *"Je suis le fils de mon fils."* (Tôi là con của con tôi). Tố hỏi Phi: - Xem rồi chứ? Tại sao cứt nhà tôm lại lộn lên làm đầu như thế? Vì công nông binh từ nay là đấng phụ mẫu sinh thành ra bọn trí thức vốn không bằng cả cục cứt.

Một sáng Trường Chinh họp kiểm điểm báo với chúng tôi ở dưới ngôi nhà sàn tòa soạn. (Đêm đêm, đó là bãi thả dê của cụ chủ nhà người Tày. Sớm nào chúng tôi cũng nằm sấp trên sàn thò đầu nhìn cụ chủ mở cửa thả dê ra rừng. Bốn năm chục con dê toàn cái chen nhau lao ra. Nhưng tới cửa con nào con nấy đều bị con dê đực chặn lại phủ nhay nháy mấy cái, việc mà chúng tôi đùa là "điểm đít" thay cho điểm tâm.)

Đang họp, Trường Chinh bỗng chỉ xuống chân đồi, ngay trước mặt: - Các anh xem kìa.

Trên bờ tràn ruộng hẹp đầy nước loang loáng giữa những búi lúa mới vổng đuôi gà, ba người rồng rắn đi tới. Ba cái mũ vải (sau gọi là tai bèo nhưng dạo ấy ở An toàn khu gọi là mũ Tô Ngọc Vân), ba túi dết vải toòng teng cùng đeo về bên trái hông, ba cây gậy chống và ba cái tẩu phì phèo. Tất cả những đạo cụ sân khấu đi kèm nhà văn nhà thơ ấy đã được chia đều ra ở đầu, tay, miệng của Tố Hữu dẫn đạo, Nguyễn Tuân khúc giữa và Nguyễn Đình Thi khúc đuôi.

- Các anh xem, bắt chước nhau cho khác người nhưng lại phải giống hệt nhau, văn nghệ sĩ là phải như thế ư? Anh Nguyễn Tuân mặt to ngậm píp còn khả dĩ chứ anh Tố Hữu mặt choắt thì píp nó che kín mất hết...

Trong mắt Trường Chinh, Tố Hữu không chỉ bé mặt mà còn bé chức. Nhưng đến Đại hội 2, ba năm sau, anh đưa Tố Hữu vào sổ Thiên tào - dự khuyết trung ương. Cùng Lê Liêm, Xuân Thủy...

Trường Chinh lúc ấy rất quan tâm đến văn hóa văn nghệ. Lê Đạt được kén làm thư ký mảng này. Một dạo Ban Văn Hóa của Trần Huy Liệu kiện Ban Văn Nghệ của Tố Hữu buôn lậu lấy tiền lập quỹ đen tiêu xài vung vãi. Trường Chinh cử Lê Đạt đến nghe hai bên. Đạt tới và trước hai bên nguyên bị sát khí đằng đẵng, toét mồm tự giới thiệu: "Dạ, thưa tôi đến thế này chẳng qua cũng là anh lính lệ nhà quan." Trần Huy Liệu cười. Tố Hữu xầm mặt lại.

Ít ra lúc ấy trên rừng, chủ nghĩa Mác - xít chưa thành chủ nghĩa Mác - mít, chủ nghĩa nồi cơm (*tiếng Pháp: marmite - BT*)... Chưa có câu "ngậm miệng ăn tiền," "đi bằng đầu gối," "mác xít có số." cái gì làm cho chủ nghĩa Mác - xít biến âm thành chủ nghĩa nồi cơm? Đảng đã dẫn tất cả đi vào con ngõ cụt, bước theo một ngọn đuốc kị lửa trí tuệ mà các "đồng chí" thèm thuồng đất đai lãnh thổ của mình giương lên...

Chương bốn

Sau chiến dịch Tây Bắc, giải phóng Nghĩa Lộ, một phần tỉnh Sơn La, thôi bao vây Nà Sản. Tôi và Tô Hoài đã dự cuộc họp Võ Nguyên Giáp kết thúc chiến dịch: không đủ sức công kiên vào tập đoàn cứ điểm đầu tiên mà Pháp gọi là "con dím" này. Tôi thôi tùy quân ký giả, ngồi nhà phụ trách tổ cải cách ruộng đất của báo.

Tôi náo nức, xúc động. Cả nước đang tích cực chuẩn bị cuộc cải cách ruộng đất long trời lở đất giải phóng anh em giai cấp. Cụ Hồ có bài báo tiếng Pháp đăng đầy hai trang tờ "Vì một nền hoà bình lâu dài,vì một nền dân chủ mới," cơ quan ngôn luận của Kominform, sau khi Stalin và Mao lên cho cụ một bài gân lập trường vô sản. Lúc ấy chưa đọc hồi ký Khroutchev, tôi chưa biết: gặp Hồ Chí Minh, Stalin đã chỉ hai cái ghế nói: ghế này của nông dân, ghế này của địa chủ, anh ngồi vào ghế nào? Câu hỏi không giấu vẻ miệt thị và thế là ra đời bài báo Cụ Hồ tự phê bình đã chậm tiến hành cải cách ruộng đất. Tôi (Cụ nói) không nhớ rằng ở Việt Nam, tổ quốc còn gọi là đất nước - đất và nước cho nông dân. Bài báo có nghĩa cụ đã thế chấp bản lĩnh riêng để đổi lấy phe. Cụ rất hiểu: muốn làm cách mạng thì phải được phe cho nắm quyền!

Như trước kia được Quốc tế cho phép lập đảng. Và dòng sông vào biển từ nay hoá mặn.

Chuẩn bị cải cách ruộng đất, từ giữa tháng 7 đến cuối tháng 9 - 1953, Trung ương mở một lớp chỉnh huấn cho trí thức trong và ngoài đảng làm việc ở chính phủ và các đoàn thể trung ương. Nhiều tên tuổi như Bùi Bằng Đoàn, Nguyễn Mạnh Tường, Nguyễn Văn Huyên, Thế Lữ... đã dự học. Mục đích sâu xa là xây dựng lập trường giai cấp, đề cao công nhân, bần cố nông, hạ uy thế chính trị và tư tưởng của trí thức và các giai tầng không lao động chân tay khác. Sau đó, bắt đầu triệt để chỉnh đốn tổ chức, theo phương châm mạnh mẽ đề bạt công nông, gạt bỏ các thành phần "không trong sạch." Nhưng nói chung không mấy ai nhìn trước thấy triển vọng tối tăm, mà nếu có nhìn ra thì cũng thấy đó là điều hợp lý...

Mấy tòa nhà lán tre nứa cao rộng vây quanh hai mặt một hội trường lớn. Riêng ở một tòa ở xế trước hội trường là ba hay bốn chi bộ (gồm cả đảng viên lẫn không đảng phái). Chi bộ đầu lán có Nguyễn Cao Luyện, Tạ Mỹ Duật. Liền với nó, trên cùng một sạp giường nứa dài cả hai ba chục mét, một chi bộ nữa và đặc biệt lại có Nguyễn Tư Nghiêm và tôi. Ở sạp đối diện, cách một lối đi là hai chi bộ nữa. Một có Đặng Đình Hưng và một có Vũ Chính, Tổng cục trưởng Tổng cục 2 sau này.

Tố Hữu là bí thư học ủy. Cụ Hồ cách nhật, có khi liền ngày, đến xem điện ảnh, liên hoan với học viên. Cụ có mấy câu nổi tiếng trong hội trường: "Bác Hồ muốn nằm" khi mọi người hô "Hồ Chủ tịch muôn năm." Rồi tay chỉ vào đầu: "Từ đây thì Bác già, nhưng từ đây (tay chỉ vào bụng) thì Bác trẻ." Một hôm Bác nói: "Các chú các cô không sợ người ta kêu mình kém tri thức, ít lý luận. Họ kêu thì bảo họ rằng tôi lú nhưng chú tôi khôn. Chú tôi là Stalin, Mao Trạch Đông..."

Lê Duẩn thường có mặt. Giảng bài chính: Lập trường giai cấp nông dân và cách mạng dân tộc, dân chủ. Duẩn nhấn mạnh trong bước cách mạng này, người cộng sản phải có lập trường giai cấp nông dân để hiểu được nguyện vọng nông dân mà kiên quyết lãnh đạo họ cải cách ruộng đất, lấy lại quyền lợi, làm một cuộc đổi đời.

Tôi ngợ: theo Mác, Lê-nin thì người cộng sản không thể có lập trường nào khác ngoài lập trường giai cấp công nhân. Có điều ý kiến của Lê Duẩn chỉ nói ở trong cái lớp mấy trăm con người này. Vả chăng không ai dám phê phán hay chất vấn sất.

Phải nhận Duẩn nhiều ý độc đáo. Như ta mất nước cho Pháp là vì lúc đó đang là thời đại chủ nghĩa tư bản nó chiến thắng áp đảo phong kiến. Đổ hết tội cho nhà Nguyễn là không thấy xung đột của hai phương thức sản xuất, một đi lên, một tàn lụi.

Duẩn mới ở trong Nam ra với biệt hiệu đơ - xăng bu - gi, hai trăm nến (*tiếng Pháp deux cents bougies* - BT) chỉ sau có Cụ Hồ xanh - xăng bu - gi, năm trăm nến.

Chúng tôi hay xúm quanh Lê Duẩn để hỏi. Phải nhận ông có những cách giải thích độc đáo mà nay nghĩ lại thì thấy thường là ngụy biện. Chẳng hạn trả lời tại sao chỉ có Đảng cộng sản Trung Quốc và Việt Nam chỉnh huấn còn các đảng Âu Mỹ thì không, Duẩn nói, vì ta và Trung Quốc ít công nhân cho nên phải bỏ công ra tỉa gọt từng đảng viên cho đa số có được lập trường giai cấp vô sản.

Một tối kẻng thình lình gọi toàn thể lên hội trường. Tề tựu lâu rồi mà trên sân khấu vẫn vắng tanh. Mọi người bắt đầu nhớn nhác thắc mắc. Thì Tố Hữu ủ rũ đi vào. Theo sau là cụ Hồ và nhiều người khác. Ông Cụ ngồi xuống ở trên cùng hàng đầu. Tôi bỏ chỗ leo lên ngồi ngay đằng sau lưng Cụ. Tố Hữu bước lên sân khấu, cầm đè lên hai tay bưng một vật gì ấp vào ngực, vẻ như cố giấu cái việc anh đang quay lưng lại lúi húi làm trên đó. Rồi cúi đầu đứng lặng một lúc khá lâu nữa. Khi mọi người bên dưới to tiếng hỏi nhau, Tố Hữu mới từ từ quay lại, nước mắt chan hòa trên mặt từ lúc nào. Trên phông mầu đỏ hiện lên chân dung đại nguyên soái Stalin. Bộ quân phục trắng lốp làm nổi bật hơn lên dải băng đen viền quanh rồi thắt nơ túm lại ở bên dưới.

Tôi thấy bàng hoàng hơn là đau buồn. Đúng hơn nữa, tôi vẫn bị khó chịu vì cái kiểu "đánh đố loài người" của Tố Hữu. Ông ấy hình như tranh hơn thiên hạ cả ở chỗ được biết sớm hơn hung tin, do đó được ưu tiên đau xót trước và nhân thể lại tranh thủ dịp thị phạm cho lớp trí thức ngồi đây thái độ cách mạng đối với cái chết của lãnh tụ...

Trước mặt tôi, Cụ Hồ nức nở. Không ngừng đưa khăn tay mầu trắng lên lau nước mắt và nước mắt thì cứ chảy trên hai má Cụ đỏ bóng vì khóc, vì xúc động. Xong truy điệu, Cụ lập cập đứng lên về gian phòng dành riêng cho Cụ ở đằng sau hội trường, trong dẫy văn phòng học ủy nhìn xuống nhà ăn tập thể. Quên hộp thuốc lá Trung Hoa Bài hình tròn ở trên ghế bên cạnh. Tôi cầm lấy nó đi men hiên đất cao hẹp rẽ vào phòng Cụ." Dạ, thưa Bác, Bác để quên ạ!"

Cụ ngửng lên nhìn và tôi bỗng thấy mình lạc lõng quá, vô duyên quá, tọc mạch quá. Mặt Cụ xưng lên, đầm đìa nước mắt, hai mắt húp lại, những nét tôi chợt thấy chỉ cốt để cho mình Cụ được biết, một cái gì hết sức bí mật, riêng tư. Cụ ngơ ngẩn nhìn tôi, nhìn hộp thuốc lá như không hiểu tôi vào làm gì, cái hộp kia là gì và của ai... Tôi vội quay rất nhanh ra ngoài.

Hội trường tắt đèn. Chân dung Stalin chìm trong bóng tối. Tôi bật nấc lên.

Lúc này nỗi thương đau của Bác Hồ có lẽ mới thấm vào tôi.

Ít lâu sau bài thơ khóc Stalin đăng lên báo, tôi nhận thấy mình đã thành kiến với Tố Hữu. Nhà thơ đã đau đớn thật." Thương cha, thương mẹ, thương chồng, Thương mình có một còn thương ông thương mười." (Thơ Tố Hữu)

* * *

Một tối họp chi bộ nghe và nhận xét các bản tự kiểm thảo của nhau. Sau mỗi bài học cơ bản lại có một cuộc tự kiểm thảo và cuối lớp sẽ có bản tổng kết tư tưởng, gọi ra tên hệ tư tưởng của mỗi người. Tố Hữu xuống dự chi bộ chúng tôi tối đó. Tôi có phần đao to búa lớn phê phán người vừa trình bày xong bản kiểm thảo. Tố Hữu bỗng giơ tay ngăn tôi lại. Rồi từ tốn, nhỏ nhẹ nói "Đồng chí vừa phê phán ai, đồng chí biết không? Phê phán đồng chí của đồng chí đấy, đồng chí phải biết điều ấy! Đồng chí của đồng chí là gì? Là hòn ngọc..., tôi nói lại, là hòn ngọc, hòn vàng của đảng, là người mà chúng ta phải yêu mến nâng niu..."

Tôi phát hiện một chân lý cảm động. Tôi là hòn ngọc hòn vàng của đảng! Nhưng cùng lúc tôi ự ái vì bị "uốn nắn thái độ." cùng lúc nhận thấy trong con mắt Tố Hữu nhìn người vừa bị chỉnh đốn kia một ánh trắng xỉn, lạnh lẽo, một cái gì khinh khỉnh.

Định nghĩa đảng viên là ngọc là vàng của đảng cho nên vào tổng kiểm thảo Tố Hữu yêu cầu học viên rất ngặt. Hễ là con em hay liên quan với địa chủ, học viên đều phải thành khẩn tự khai báo với đảng mọi sai lầm tội lỗi của bản thân, chẳng hạn đồng tình, về hùa với gia đình, thậm chí cùng với gia đình trực tiếp đàn áp, bóc lột nông dân... Thứ hai, phải vạch ra mọi thủ đoạn đàn áp, bóc lột nông dân cùng tội ác của bố mẹ, gia đình, họ hàng địa chủ, cường hào gian ác. Thứ ba trên cơ sở thành khẩn khai báo kia mà tuyên bố là căm thù bố mẹ, tỏ ra đã dứt khoát lập trường vô sản, đoạn tuyệt với kẻ thù giai cấp. Không đạt yêu cầu căm thù bố mẹ, đoạn tuyệt với bố mẹ thì bản tổng kiểm thảo bị "phá sản," học viên đó phải ngồi học lại cho tới khi nào lập trường vô sản, lập trường nông dân thắng, anh ta công khai tuyên bố căm thù bố mẹ, đoạn tuyệt với bố mẹ mình.

Tố Hữu làm đúng lời Bác Hồ thôi. Sắp vào tổng kết tư tưởng, Bác Hồ đến nói chuyện - thực chất "động viên" học viên dứt khoát với tư tưởng sai và lầm lạc, tội lỗi của cá nhân. Như thấy làm việc cho thực dân Pháp là nhục nhưng vẫn chưa triệt để, phải tiến lên một bước nữa là thấy tội của mình... Bữa ấy Bác lôi cả nhục và tội của cụ Bùi Bằng Đoàn ra. Tôi nhớ chi tiết này vì tôi đã ái ngại cho cụ thượng thư cũ. Nhất là khi Bác Hồ nói "Xin lỗi cụ Bùi" thì cụ Bùi rất ôn tồn đáp lại: "Không dám, xin cụ cứ nói." Tôi có phần thiện cảm với chữ "Không dám" mà từ khi lên ATK trên rừng bây giờ mới lại nghe đến. Cũng thương cụ Bùi chỉ được gọi là Cụ!

Lúc ấy tôi chưa biết Mao bày mẹo chỉnh huấn bắt khai tội cốt để hạ nhục bề dưới để dễ thu phục sai khiến - tao bắt mày khai cái thối tha nhất của mày ra mà mày nghe tao là mày hàng tao, tao nắm được ruột gan mày thì mày còn hòng thoát đi đâu.

Ở chi bộ chúng tôi, Nguyễn Tư Nghiêm là học viên duy nhất rơi vào cảnh gay go phải làm hai bước nhận nhục và có tội. Mẹ anh năm ấy đã già, có hơn hai mẫu ruộng cho cấy tô, một mình nuôi người em của Nghiêm bị điên. Nguyễn Tư Nghiêm nhất định không khai "tội ác" của mẹ. Chi bộ thuyết phục, răn đe, anh vẫn khăng khăng nói không thể căm thù mẹ, không thể coi mẹ là kẻ thù giai cấp, là có tội ác, không thể đoạn tuyệt mẹ mà trái lại anh biết ơn mẹ đã nuôi nấng anh thành người, cho anh được học mỹ thuật.

Tóm lại, đảng coi anh là ngọc là vàng để anh nghe đảng nhưng anh lại coi mẹ anh, kẻ thù giai cấp, hơn cả ngọc cả vàng. Và Nghiêm đã đơn thương độc mã nhỏ nhẹ, ấp úng chặn đứng một mầm văn hóa ác bắt đầu ló mòi mà người ta toan vun trồng nhân giống trên đất nước.

Cuối lớp học, xong phần tổng kết tư tưởng từng người, học ủy chọn đưa ra toàn thể hội trường ba báo cáo điển hình.

Một của Thế Lữ. Anh đã phạm sai lầm tham gia Việt Nam Quốc Dân Đảng, Tự Lực Văn Đoàn, lại làm thơ kêu gọi nhân dân ta, nhất là thanh niên, đi vào con đường thoát ly chính trị, lờ đi tiếng kêu cứu của đất nước nô lệ tủi nhục. Rồi đời sống sa đọa, đĩ điếm, thuốc phiện...

Một của Tô Ngọc Vân. Anh là tiêu biểu rõ nét nhất của tư tưởng văn nghệ thoát ly chính trị mà tiêu biểu nhất là cuộc tranh luận kéo dài của anh với Trường Chinh năm 1948 ở trên báo Sự Thật về "nghệ thuật là tuyên truyền hay không là tuyên truyền?" Anh thẳng cánh bác bỏ nghệ thuật phải tuyên truyền.

Và một của Th. Lên tự nhận mắc chứng hủ hoá trai gái gần như bệnh lý mà có lẽ do, anh công khai thú nhận, "cái của tôi nó to quá!" Truy nguồn gốc tư tưởng đến thế, nhân tiện phô diễn tính dục bằng lời - *verbal exhibitionism* thay cho hàng thật. Một dạo dài, tôi sinh hoạt chi bộ ghép với vợ chồng Th.

Đầu những năm 90, giỗ 49 ngày Trịnh Kính thổi *clarinet* ở cạnh nhà tôi, Song Kim, dì họ của anh đến. Chị buồn rầu nói:

- Báo cáo điển hình của anh Thế Lữ ở cái lớp ấy tôi vẫn còn giữ... Xấu hổ anh ạ...

- Chính bọn chúng tôi mới xấu hổ, - tôi khẽ nói. Đã xúm lại nghe... Nhưng có lẽ xấu hổ hơn cả là người đã đặt ra cái trò cho nhòm hội đồng vào đời tư người khác qua lỗ khoá.

Tôi đã giữ lại không nói tiếp: Chẳng lẽ hễ nhân danh cách mạng là có quyền đánh trống ghi tên cho đến nhòm lỗ khoá vào đời người khác hay sao chị ơi.

Thời đánh Nhân Văn, Song Kim đã từng phải che chắn cho Thế Lữ. Người ta đòi anh viết kiểm thảo cái tội không nhận rõ sai lầm của bọn phản động Nhân Văn. Nguyễn Khải được phân công đến động viên Thế Lữ viết. Chả biết thật hay giả, Thế Lữ liền nhờ Khải viết hộ bản tự kiểm điểm lệch lạc của mình. Kể lại cho tôi chuyện này, Khải còn đỏ mặt ngượng.

Làm nhục và sợ là yêu cầu sâu kín của "tự kiểm thảo." Nhiều người đã tự sát. Bảo là vì nhục cả thì không chắc. Có thể là một cách phản kháng chăng? Người đầu tiên tự sát trong chỉnh huấn là Thân Mỡ, người đảng viên do Kỳ Vân kết nạp đầu tiên ở Đình Bảng, lúc học ở trường Mác - Lê Bắc Kinh rồi treo cổ chết khi tổng kết tư tưởng

Ở lớp chỉnh huấn Lưu Động, Chính Yên báo Cứu Quốc dự, có Thướng, biên tập viên cùng báo với hai anh. Thướng treo cổ bên ngòi Thia, sông Đáy. Hai anh đã phải lặn lội tìm xác kẻ "phản bội," lời của bí thư học ủy Nguyễn Chương. Học viên phải họp mít tinh ở hội trường rầm rầm hô đả đảo tội ác của tên Thướng mưu phá hoại chỉnh huấn, một phương thức quan trọng của xây dựng đảng. Chính Yên bảo tôi là trước đó Thướng ngồi trong hội trường một mình rất lâu. Bước ra thấy Chính Yên, Thướng quay đầu lại sau chửi: - Mẹ chúng nó cao cao tại thượng. Trên cao chỉ có ảnh Mác, Ăng - ghen, Lê-nin, Stalin, Mao Trạch Đông và Hồ Chí Minh. Chính Yên nói anh không nghĩ Thướng chửi mấy cụ đó.

Động cơ nào khiến một số anh em tự thủ tiêu. Nhục rồi tự xoá bỏ? Hay mượn diệt bản thân mà hy vọng diệt chính cái kẻ đã đưa mình tới nông nỗi tuyệt vọng này?

Tự sát biết đâu chẳng phải là muốn lẩn trốn một cách sống kinh hoàng? Đời thuở nào ngồi trước chi bộ lại lôi việc bố đi nhà thổ, mẹ ngủ với đầy tớ ra trình báo?

À, lại còn tế nhị cho phép là nếu việc xấu xa quá thì sẽ được báo cáo riêng với học ủy. Tại lớp học tôi theo có người đau đớn khai ra việc mình ngủ cả với mẹ vợ và em gái vợ, có khi một đêm riêng rẽ với cả ba người. Khai rõ đủ thủ đoạn dụ dỗ, lừa bịp và cách tiến hành "tội ác" để lôi được tận gốc rễ của tư tưởng địa chủ nó ích kỷ, đểu giả, tàn bạo đến thế nào. Chăm chú ghi từng câu hỏi của tập thể để trình bày cụ thể động cơ, địa điểm, thủ đoạn phạm tội. Có đồng chí khai mắc sai lầm thủ dâm. Năm chục tuổi mà còn mắc cái đó thì tư tưởng chiếm hữu và hưởng thụ của địa chủ ở đồng chí lớn quá thật. Nào đồng chí nói cho biết khi phạm tội đó đồng chí nghĩ chiếm hữu ai? - "Báo cáo (người trong chi bộ tôi và Nghiêm vừa tự thú bỗng nghẹn ngào) ... báo cáo, tôi... Báo cáo...," cả chi bộ lắng nghe. Báo cáo tôi nghĩ đến cô con gái nhà chủ ở địa phương. "Thành phần gia đình?" "Có lẽ phú nông..." "Đấy, ngưu tầm ngưu mã tầm mã, tư tưởng bóc lột gặp nhau đấy."

Cứ thế nghiêm chỉnh xây dựng tư tưởng vô sản cho nhau. Đấu tranh tư tưởng là phải truy lùng triệt để như thế!

Nhưng có những người khóc vờ cho qua cầu. Thí dụ Dương Bích Liên. Anh bảo tớ có cách. Tớ nghĩ đến thuở bé tớ lấy lửa đốt các tổ kiến cho cháy xèo xèo thế rồi tớ chảy nước mắt thật. Sau này đi cải cách Liên luôn thủ một hộp sữa bên mình, đêm mút trộm. Tự bào chữa: cái này mình có mời thì nông dân cũng lắc.

Xin trở lại chuyện Nguyễn Tư Nghiêm.

Thương anh, kẻ bị Tố Hữu "uốn nắn thái độ" không yêu thương đồng chí là tôi đã xui bậy anh khai bừa đi là căm thù cho xong chuyện. Bảo anh là nói vâng, tôi căm thù trống không như kiểu Galilée nhận quả đất đứng nhưng miệng lẩm bẩm cho một mình mình nghe là nó vẫn quay ấy!

Nhưng Nghiêm cứ đau khổ lí nhí bảo tôi: - Không..., không căm thù mẹ được.

Nghiêm cũng không căm thù được cả các địa chủ khác.

Một xẩm tối, chờ lên hội trường nghe giải đáp, Nghiêm bảo tôi: - Tớ biết thế nhưng tớ không theo nổi. Tớ đọc Marx - Engels thấy nói Cách mạng Xã hội Chủ nghĩa là sự đoạn tuyệt triệt để nhất với chế độ tư hữu; như thế tất nhiên nó phải đoạn tuyệt triệt để nhất với các tư tưởng truyền thống *"Table rase"* cơ mà, xóa sạch... Tớ biết thế nhưng tớ không theo thế được...

Lúc ấy cố nhiên Nghiêm chưa nghe Cụ Hồ nói đại ý giữa nhà to là nước với nhà nhỏ là gia đình riêng thì cái to là nặng, cái nhỏ là nhẹ, vậy nên người cách mạng chọn gia đình to. Nhưng có nghe thì Nghiêm cũng không theo. Marx còn chả làm gì nổi được Nghiêm mà.

... Lần tham gia cải cách ruộng đất ở Đức Lân, gần kè Úc Sơn, Thái Nguyên, sau một cuộc phát động quần chúng đấu tố địa chủ, Nghiêm mất tích. Tiêu tan đi như một cái bóng. Đội đã nghĩ tới phản động thủ tiêu. Ai hay quá kinh hãi về sự độc ác của con người với con người, anh bỏ trốn đội. Lủi ra ẩn ở giữa đồng lúa đang cữ trổ đòng. Bạch Mao nữ trốn địa chủ còn có rừng sâu, Nghiêm trốn đội cải cách chỉ còn có cánh đồng và những đòng lúa non cho anh bứt nhá thay cơm nhiều ngày. Phát hiện ra anh, người ta chỉ có thể kết luận là anh điên.

Và Nghiêm đã vào nhà thương điên Bạch Mai. Chung phòng với một anh lính điên. Kim Lân lúc đó là chi ủy viên phải đến thăm Nghiêm ("chả hiểu sao lại cho mình chui vào cơ quan lãnh đạo như vậy chứ?," - Kim Lân lè lưỡi bảo tôi) Cậu lính khen Nghiêm tốt lắm nhưng hễ lên cơn anh ta lại cứ nhè đầu Nghiêm mà nện. Tài, - Kim Lân nói, đau thế, ngày hai ba trận đòn điên thế mà nhất định không chịu ra nhá. Sau nhiều lần vào, tớ cứ dỗ cu cậu. Nào về với anh em đi, Nghiêm... Về..., về vẽ với anh em cho vui nhỉ...

Về một thời gian được đặt hàng minh họa Truyện Kiều. Trường Chinh cho xổ toẹt. Phê rằng truyện Kiều là của Trung Quốc mà lại vẽ ăn mặc kiểu Việt Nam? Thật ra ông ấy không xài được những nét vẽ run rẩy mà mọi người kinh hãi lên vì đẹp và gọi là phong cách "thời kỳ điên."

Sau đó, Trường Chinh muốn an ủi Nghiêm, ba lần mời Nghiêm đến gặp. Nghiêm từ chối. Rúc vào đồng im lặng. Nay những bức vẽ Kiều được săn lùng ngang đồ sứ Minh - Thanh...

Bây giờ, thế kỷ 21, Nghiêm vẫn hoàn toàn rúc vào tranh và im lặng. Tây Tàu đến tìm gặp người đàn bà sống chung với anh nói anh đi vẽ xa. Bao giờ về? Không biết... Mà có khi chết giữa đường, ông ấy dặn trước như thế.

Khoảng 2009, 2010, một tối ở nhà Trần Lưu Hậu tôi gọi cho Nghiêm. Vợ anh, người đàn bà hay từ chối khách nói ông ấy ốm. Tôi nói xin bà nói giúp với ông ấy tôi là thế này. Ba phút sau Nghiêm ra.

"Ốm thật... Ừ, đến chơi nhé... Nhớ đến nha. Có tránh nhưng tránh ai thôi" Vẫn thoáng cái giọng Nghệ từ tốn, thấp trầm. Tôi hài lòng. Có thế chứ. Rủ tôi bỏ cộng sản từ rất sớm cơ mà.

Tết Quý Dậu, 1957. Giữa thoái trào dữ dội của phong trào cộng sản trên toàn thế giới...

Chương năm

Mỗi số báo tôi được hai trang để tuyên truyền cải cách ruộng đất. Chủ yếu phổ biến kinh nghiệm các đoàn đang giảm tô giảm tức ở Thanh - Nghệ. Và kinh nghiệm cải cách ruộng đất ở Trung Quốc. Tài liệu ở nội san các đoàn giảm tô, bản dịch được Hoàng Ước, thư ký của Hoàng Quốc Việt, người chỉ đạo cải cách ruộng đất lúc đó gửi cho. Tóm lại các kinh nghiệm khêu gợi căm thù và tiến hành bạo lực (trong đó có cả chuyện Pavlik Morozov, cậu bé tố cáo bố phú nông ở Liên Xô.)

Cải cách ruộng đất chính thức nổ pháo hiệu đầu tiên ở xã Dân Chủ, Đồng Bẩm, Thái Nguyên, trên quốc lộ 1 lên Lạng Sơn. Đối tượng: Nguyễn Thị Năm, tức Cát Hanh Long, nhân sĩ tên tuổi trong Trung ương Hội Liên Hiệp Phụ Nữ cũng như Trung ương Mặt trận Liên Việt, người thường cùng họp long trọng với Hồ Chí Minh, Tôn Đức Thắng, Hoàng Quốc Việt. Nay bà trở thành địa chủ phản động, cường hào gian ác lợi dụng tiếng thân sĩ để phá hoại cách mạng và kháng chiến, có nhiều nợ máu với bần cố nông. Quản lý đồn điền Nguyễn Lân, nguyên vô địch võ sĩ quyền Anh trước kia nổi tiếng khắp Đông Dương cũng là đối tượng đấu tố và xử bắn. Đặc biệt Công, con trai bà Nguyễn Thị Năm, Việt Minh bí mật, nay là

83

chính ủy trung đoàn pháo 105 li đang học ở Côn Minh, Trung Quốc cũng bị gọi về, treo giò.

Một tình tiết thú vị: khi tướng Pháp Cogny lập tập đoàn cứ điểm đầu tiên ở Nà Sản mà ta không công phá được vì thiếu đại pháo bắn cầu vồng, đơn vị pháo 105 ly của Công đã chuẩn bị về nước tham gia chiến dịch thì Cogny rút, pháo ta bèn nán lại học tiếp. Ai ngờ việc đó đã khiến tướng Navarre kết luận Việt Minh không có đại pháo do đó hăng hái nhảy lên Điện Biên Phủ và Piroth đại tá pháo binh Pháp ở Điện Biên Phủ đã giật lựu đạn tự sát ngay khi pháo Việt Minh lên tiếng.

Để có phát pháo mở đầu cuộc cải cách ruộng đất, Trường Chinh chỉ thị báo Nhân Dân tường thuật vụ đấu Nguyễn Thị Năm - Cát Hanh Long. Tôi nhận nhiệm vụ. Trường Chinh nói phân công tôi vì cần một bài báo viết nổi bật lên khung cảnh sôi sục, sinh động của cuộc đấu tố để ca ngợi sức mạnh của bần cố nông được phát động, còn tội ác thì tôi cứ theo tài liệu, cáo trạng của đội. Tôi nói tôi không dự đấu tố thì anh bảo tôi khai thác Văn, người cấp dưỡng theo anh tới tận Đồng Bẩm và đã chứng kiến các buổi đấu tố. Sở dĩ báo chí không dự đấu là vì giữ bí mật, ngại Đồng Bẩm cách Hà Nội có vài chục cây số đường chim bay, Pháp có thể nhảy dù xuống đó. Cụ Hồ bịt râu đến dự một buổi và Trường Chinh thì đeo kính râm suốt.

Thế là tôi viết bài khai hỏa cải cách ruộng đất theo sự pha phách thêm nếm khó lòng tránh khỏi của người cấp dưỡng đáng yêu của tổng bí thư.

Sống trên rừng buồn, Văn nuôi một bộ râu dài rất đẹp. Cả vùng có lẽ chỉ có hai bộ râu tiên cốt là của Cụ Hồ và của Văn. Nhưng Trường Chinh đã bắt anh cắt." Anh để râu, dân cứ lầm anh là Bác, mà chào anh Bác ạ, thì anh lại cười."

Văn mất râu nhưng còn đôi mắt cũng quăng quắc song mục đồng trùng. Dân lại kháo nhau: "Ông Ké dạo này giấu râu, ta chào thì quay đi." Tôi bảo Văn khéo phải đeo kính thầy bói chứ không khó lòng giữ nguyên được mắt. Xuống chợ Nỉ mà mua kính đi.

Vài anh em ở đại đội bảo vệ ATK bảo tôi nhiều đàn bà con gái địa phương thích Văn lắm nhưng anh ta không dám. Dám để có mà chết. Hôm sau họ sẽ kháo ầm là họ được Bác Hồ thương ngay.

Bài báo này tôi ký một tên ú ớ không còn nhớ và sau đó cũng không mó đến nó bao giờ. Chẳng hiểu vì sao.

Có lẽ để phối hợp với bài báo của tôi, CB (Bác Hồ) gửi đến bài "Địa chủ ác ghê." Thánh hiền dạy rằng: "Vi phú bất nhân." Ai cũng biết rằng địa chủ thì ác: như bóc lột nhân dân, tô cao lãi nặng, chây lười thuế khóa - thế thôi. Nào ngờ có bọn địa chủ giết người không nháy mắt. Đây là một thí dụ:

Mụ địa chủ Cát - Hanh - Long cùng hai đứa con và mấy tên lâu la đã kể các tội cụ thể và con số cụ thể.

(Trong hồi ký nói về mười nỗi buồn của Bác Hồ, viết Bác không tán thành đấu Nguyễn Thị Năm nhưng phải nghe cố vấn Trung Quốc, Hoàng Tùng vô tình hay cố tình quên bài báo Bác gây căm thù cao độ này. Đâm ra lại đổ cho Bác cái lỗi không kiên định - nghe cả điều sai vốn trái với ý mình.)

Dăm bữa sau bài "phóng sự nghe kể lại," tôi xuống Đồng Bẩm. Tình cờ Tiêu Lang, báo Cứu Quốc, trong đội cải cách về đây còn ở lại lo hậu sự. Tôi hỏi chuyện bắn, anh lè lưỡi lắc đầu mãi rồi mới kể lại.

"Sợ lắm, tội lắm, đừng có nói với ai, chết tớ. Khi du kích đến đưa bà ta đi, bà ta đã cảm thấy có gì nên cứ lạy van" các anh làm gì thì bảo em trước để em còn tụng kinh." Du kích quát: "đưa đi chỗ giam khác thôi, im!." Bà ta vừa quay người thì mấy loạt tiểu liên nổ ngay sát lưng. Mình được đội phân công ra Chùa Hang mua áo quan, chỉ thị chỉ mua áo tồi nhất. Và không được lộ là mua chôn địa chủ. Sợ như thế sẽ đề cao uy thế uy lực địa chủ mà. Khổ tớ, đi mua cứ bị nhà hàng thắc mắc chưa thấy ai đi mua áo cho người nhà mà cứ đòi cái rẻ tiền nhất. Mua áo quan được thì không cho bà ta vào lọt. Du kích mấy người bèn đặt bà ta nằm trên miệng cỗ áo rồi nhảy lên vừa giẫm vừa hô: "Chết còn ngoan cố này, ngoan cố nổi với các ông nông dân không này?" Nghe xương kêu răng rắc mà tớ không dám chạy, sợ bị quy là thương địa chủ. Cuối cùng bà ta cũng vào lọt, nằm vẹo vọ như con rối gẫy vậy..."

Rồi tôi được nghe truyền đạt rằng các nước anh em ở Đông Âu, không phải Bác Hồ, tỏ ý không tán thành cải cách ruộng đất mà còn bắn đầu tiên một phụ nữ.

Chính ủy Công (được vinh dự CB nhắc đến trong bài báo trên kia) bị điệu từ Vân Nam về và ngồi cùng mẹ chịu đấu tố nhưng nghe nói không được dự buổi chôn cất mẹ. Nhưng đầu những năm 90, anh đã cải táng được cho mẹ rồi sau đó anh chết, lúc chỉ còn là một người bạc nhược, sợ sệt, lú lẫn.

Khoảng 1980, 81, Minh Việt bị cổ chướng nằm bệnh viện, tôi ngày ngày đến trông nhà cho anh chị và nhân tiện hiệu đính "Gia đình Ti – bô" cho Nhà xuất bản Văn học. Một sáng nọ, một người trung niên đến. Rụt rè sợ sệt hỏi chị Minh Quang (vợ Minh Việt). Tôi nói chị ấy đi làm. Thì anh nói tên anh là Công như thế như thế muốn đến xin chị Minh Quang chứng nhận cho những ngày đầu kháng chiến anh có chiến đấu ở Khu Thành Công. Ái ngại bảo anh chỗ tìm chị Minh Quang xong, tôi thăm hỏi. Anh nói quên hết cả rồi.

- Còn nhớ tiếng Trung Quốc không? *Kai pao*, khai pháo, *da tung xi xiang*, đả thông tư tưởng, nhớ chứ?"

Lắc.

- Có 105 thì còn chỉ huy được không?

- Quên hết rồi. - Lắc, cười hiền lành.

Những chữ "quên mất rồi" ở anh nghe thê lương, kỳ lạ như từ nguyên thủy hoang vắng.

Thì chợt nói: - Cũng còn nhớ được một ít. Mặt Công hơi rạng sáng lên. Anh nói: "Cái ngày 20 tháng 8 năm 1945, báo Đông Pháp nhà tôi mua tháng gửi lên thì lại đổi thành Đông Phát, cả trang nhất đưa tin Tổng khởi nghĩa thắng lợi. Tôi vội chạy đưa cho Hoàng Thế Thiện để hắn chuyển ngay tới hai ông Trường Chinh, Võ Nguyên Giáp đang chỉ huy đánh trại lính Nhật ở thị xã Thái Nguyên. Hai ông lúc ấy ở đồn điền ông Nghiêm Xuân Yêm ở Cù Vân. Nhờ tờ báo này Trung ương mới biết Hà Nội đã tổng khởi nghĩa..."

- Công lớn quá..., tôi nói. (Nhưng bụng nghĩ Hoàng Thế Thiện sau hứng tội về vụ án một bộ phận cấp ủy cộng sản Cam - pu - chia trong có Pen Sovan chống cộng sản Việt Nam mà thoáng buồn.) Ngoài báo anh gửi đọc lại có xứ ủy cuốc bộ lên cấp báo Nhật đe cho quân tiến đánh, ông Trường Chinh bèn lệnh ngừng lại và về Hà Nội xem xét. Không thì còn thúc quân đánh rồi Nhật nó đàn áp ra sao không biết.

Nhưng Công đã lại lắc đầu "quên, quên..." Lú lẫn đã thành một boong ke trú náu ở trong não từ khi anh thanh minh mình tham gia cách mạng là do yêu nước thật lòng nhưng người ta cứ nhất định bảo anh "chui vào để phá hoại cách mạng." Nhìn anh lò dò xuống lại cầu thang ra về, tôi không khỏi thương xót cho một cơ ngơi lớn sụp đổ dễ như bỡn.

Ngày Công sung sướng đưa số báo có tin Tổng khởi nghĩa cho Trung ương, anh đâu có ngờ rồi nó sẽ đưa tan nát thảm khốc đến với gia đình anh.

Bà Năm không thể biết anh con là cựu chính ủy pháo rồi mắc chứng quên. Nhưng dân Đồng Bẩm thì không quên. Ở xã này có một quả đồi được dân tự động đặt cho nó tên một nạn nhân lớn: đồi Nguyễn Thị Năm. Đồi A1 Điện Biên Phủ thì Nhà nước đặt. So tên hai quả đồi thấy xem ra dân chuộng công minh hơn tự ca ngợi công tích.

Sau Nguyễn Thị Năm một tháng đến lượt xử Cử Cáp. Phát khai hoả thứ hai. Lần này tôi đến dự buổi thi hành án: bắn. Mít tinh tuyên án vào buổi tối. Bãi đất thuộc xã Phú Xuân, vùng chè Tân Cương. Vài trăm con người ngồi vây kín lấy một khoảnh đất trống. Khai mạc rất thình lình.

Cũng thình lình chánh án Lê Giản xuất hiện.

Lại cũng rất thình lình mấy người lính giải hai đối tượng đi ra. Cử Cáp, hơn bảy mươi tuổi, nguyên huấn đạo, ủy viên Mặt trận Liên Việt, cũng địa chủ kháng chiến, thân sĩ như Nguyễn Thị Năm, tức là thuộc diện bị chính sách cải cách ruộng đất chiếu cố. Ấn tượng mạnh nhất ở ông già là chỏm râu bạc trắng. Cạnh cụ, bí thư chi bộ nhưng nay đã thành "Quốc dân đảng" thông đồng với Cử Cáp phá hoại kháng chiến. Thấp nhỏ, chạc bốn chục tuổi, anh có cái dáng quen thuộc của cán bộ xã ta thường hay lui tới nhà cùng cơm nước, ngủ đêm... Không như Cử Cáp nom lớ ngớ - diễn viên chưa quen vai - anh có bộ dạng phức tạp: vừa sợ vừa khấp khởi. Đến phút cuối cùng thế nào đảng cũng hiểu bụng dạ trung thành của anh mà tha anh. Hai bị cói lép kẹp dưới nách, hai bị cáo đứng rúm ró. Duy một vật sống động, phiêu diêu tự tại: chòm râu cụ Cử Cáp. Nó cứ thanh nhàn vờn múa trong cái không gian và không khí rùng rợn, căng thẳng như đông cứng lại này. Tôi thấy nó như đang muốn thị phạm một cách giao tiếp dễ nghe, dễ hiểu, dễ tin cậy, không phải cái lời lẽ từ nay khó lọt tai nhau.

Chánh án Lê Giản tuyên bố Chủ tịch nước bác đơn xin ân xá. Lim, lệt sệt đôi ủng ra hô: Giải chúng đi!

Vọt ra năm sáu người lính đẩy hai người tù quay lui. Tôi thấy thô bạo quá. Nhưng kìa, họ vừa mới quay người, tốp lính đã Quỳ rộp một cái xuống, đưa tiểu liên lên bóp cò. Lửa nhằng nhằng. Hai cái thân đổ vật. Chị cốt cán trẻ đứng bên tôi ôm chặt lấy tôi líu lưỡi lại: "Anh có dầu... dầu Con Hổ, cho em...?"

Đúng là phải dạy và nạp căm thù vào. Không thì khó có thể tự nhiên đùng đùng bạo lực.

Hai xác người nằm thẳng mềm mại. Bộ quần áo Cử Cáp xòa trắng tôn thêm mầu ánh bạc của chòm râu lên - cái vùng trắng duy nhất tinh khiết ở đây. Lịch phịch đôi ủng nặng, Lim đến bên từng người bắn vào thái dương phát súng "ân huệ."

Thương, sợ và cả bất bình lẫn lộn trong tôi. Một sức mạnh nào đó không biết đã kéo tôi là đứa vốn nhát máu đến đứng trước cụ Cử Cáp.

Vô thức muốn nói với cụ một lời phân vua: "Thưa cụ, tôi không muốn thế này cho cụ..." Hay đúng hơn, chính chòm râu ông nội chợt hiện lên gọi tôi đến với nó?

Cái bị cói vẫn trung thành lép kẹp dưới nách gầy. Cạnh nó, một quả chuông to tướng, đỏ sậm, mầu ấm Mạnh Thần, quả tim bật ra như một chồi thịt nhầy nhụa, thon thót trên ngực người chết: cái chồi thịt, cái nụ sống ấy đang lén leo ra tìm gấp một nẻo trú ẩn riêng, xa khuất hẳn cái nơi đáng sợ này.

Sáng sau, cùng một cán bộ đội - nhất đội nhì trời -, tôi vào nhà Cử Cáp. Một dãy nhà trình cổ, sơ sài trên một thềm đá ong quá cao, ngang eo tôi, nứt toác, sứt sẹo. Một mảnh sân đất đỏ quá rộng tưởng đi mãi không hết. Một bà già ngồi xổm trên thềm hai tay quàng ôm một đứa bé. Nhác thấy chúng tôi, bà cụ vội buông hai tay đứng lên để chắp lại vái. Con mắt cháu bé lập tức trợn lên kinh hoàng. Nó kêu "E!" Một tiếng rồi chạy. Rồi ngã ịch một cái từ trên thềm cao xuống sân.

Hai chúng tôi liền trở ra. Như đứa bé muốn chạy trốn khỏi đó. Tôi đi mà vẫn thấy như nguyên hai con mắt cháu bé trợn lên khiếp đảm nhìn chúng tôi rồi gieo mình từ trên thềm cao xuống mà tôi thấy rõ ở đó một hành vi quyên sinh, một cử chỉ cự tuyệt nhìn mặt bầy dã thú! Tôi đã muốn đi đến bế cháu. Nhưng bài học lập trường giai cấp, bài học căm thù và trên hết tất cả là sự sợ đã xui tôi bỏ trốn. Tôi nhận ra từ nay có một viên tư lệnh chỉ đạo toàn bộ ứng xử của tôi: nó là cái sợ. Trước hết sợ mất lập trường là sai với đảng. Ôi, sai với đảng là sai tất cả!

Lại ký một cái tên nhăng nhít... Lạ! Vinh dự thế mà sao không lấy tên thật? Điều này lúc đó quả là khó hiểu nhưng đến nay tôi đã có thể giải thích: trong mỗi chúng ta đều có mầm tử tế chống lại cái xấu. Vấn đề là ta nuôi nó, nghe nó hay là giết nó đi thôi.

Cần nói thêm một điều: hơn mười năm sau, Lim treo cổ tự sát tại chính nhà mình.

Tôi đôi lần đọc lại danh sách người bị tuyên án tử hình do các đoàn ủy thí điểm giảm tô trong Thanh - Nghệ gửi lên Cụ Hồ để duyệt ân xá. Mỗi bản gồm tên bảy tám con người khốn khổ. Bên lề, phần lớn Cụ viết "có đáng là cường hào gian ác hay không?" (hay có đúng hay không tôi không chắc vì chữ a của Cụ cũng mở gần như chữ u). Các dấu hỏi ở cuối câu đều đánh rất to còn chữ viết thì run rẩy và bé. Như một giằng co, một phân vân. Cái dấu hỏi nổi bật hẳn lên như một tín hiệu phủ nhận dễ biểu thị đa nghĩa hơn ngôn ngữ.

Tiêu diệt giai cấp, bạo lực đồng thời hủy diệt cốt lõi nhân văn ở trong lòng những người đem chia con người ra làm ta, bạn và thù...

Xấu hổ về phản ứng tồi tàn của mình, tôi kính nể những bạn bè đã vượt được cái sợ trong cải cách ruộng đất.

Trước hết là Trần Châu. Mẹ vợ anh bị bao vây ở một túp lều chân đồi trong đồn điền chè Mỏ Bạch. Châu về thăm. Hôm trước, cô em vợ học ở Tàu về, thấy cái lều thì ghé hỏi: - Bà Lan ở đây nay ở đâu ạ? Mẹ đáp: "Dạ, không có bà Lan ạ, chỉ có con địa chủ Lan thôi." Cô con gái ù té chạy ra đường lên xe ngồi khóc một mình.

Rồi Đinh Văn Đảng. Hay tin mẹ nguy khốn, như con ăn mày la liếm ở chợ, Đảng bèn về cứu mẹ, nhờ người đưa mẹ ra chỗ hẹn rồi đạp xe chở mẹ lên Vinh, sáng sau đáp xe hàng ra Hà Nội. Anh nói suốt chuyến về cứu mẹ, lúc nào tim anh cũng thình thình đập, có lúc ngỡ vỡ ra đến nơi. Sau này Đảng bị xuất huyết não, tôi cứ nghĩ cái gốc sâu xa là phải tính từ ngày anh về cứu "con mẹ ăn mày" từng thăm nuôi đứa con tù vì hoạt động cách mạng. Đảng kể xem phim đấu địa chủ, người xem ném ầm ầm các thứ lên màn ảnh. Thấy dép bị giật, anh cúi xuống. Bạn đồng sự ngồi cạnh anh đang hét căm thù và túm lấy dép anh để ném, dép ở chân hắn còn nguyên! "các cái vờ vịt này các ông ấy thấy cả nhưng không mắng mỏ," Đảng nói, vì biết có cái bột giả ấy mới gột nên chất hồ a dua mà ta hay mỹ tự là phong trào và khí thế cách mạng. Thì ra chúng ta chuyên sính dùng hàng dởm.

Trần Lưu Hậu, họa sĩ, có một kinh lịch ghê sợ. Đi vẽ, nhân thể làm "công tác quần chúng," anh cùng Lưu Công Nhân, cũng họa sĩ, đến nhà một thân sĩ do Mặt trận huyện giới thiệu. Hai họa sĩ được chiêu đãi quá chu đáo, đến mức Hậu áy náy, khó ngủ. Hậu hay Nhân đã vẽ vị thân sĩ. Éo le, nửa năm sau, tham gia cải cách ruộng đất, Hậu lại đến xã này và vị thân sĩ kia đã trở thành đầu sỏ bị đấu tố. Ông bị bắn. Hậu phải giấu bao chuyện, nhất là các thắc mắc của mình quanh vị thân sĩ mà theo Hậu là rất tốt, rất yêu nước... Buồn, ân hận, phân vân, Hậu rời trường đấu và bắn về đội một mình... Thì gặp một tốp năm sáu người vội vã, lén lút như phi pháp đi ngược lại: người nhà vị thân sĩ lên lấy xác ông. Hậu bảo mình vội cúi đầu, không dám nhìn họ! Họ còn nhớ quá đi chứ! Mới hôm nào, bố họ, ông họ, vị thân sĩ mà nay là địa chủ ác ôn nằm chết gục kia từng cơm rượu thịnh soạn tiếp hai vị họa sĩ. Thú thật lúc ấy mình mang rõ tâm trạng một kẻ lừa gạt... Thỉnh thoảng lại chợt giơ tay lên sờ sờ mặt, ngầm xem liệu đã có nảy ra một bộ mặt khác với cái bộ mặt năm ngoái từng tay bắt mặt mừng với chính vị thân sĩ kia không.

Chương sáu

Cùng thời gian bao vây Điện Biên Phủ, Trung ương mở lớp tổng kết cải cách ruộng đất ở sáu xã thí điểm tại huyện Đại Từ sát nách An toàn khu, do Hoàng Quốc Việt chỉ đạo. Sau tổng kết sẽ triển khai chính thức đợt 1 cải cách ruộng đất. Tôi đã dự.

Từ Điện Biên Phủ, Thép Mới viết cho tôi: "Mày ở đầu trận tuyến chống phong kiến, tao ở đầu trận tuyến chống đế quốc, cố lên hả!" Hảo hớn, phơi phới.

Địa điểm lớp tổng kết hình như ở xã Bình Thuận vừa cải cách xong. Những lán nứa ôm dọc các sườn núi chằng chịt lối mòn. Khu lán nhà ăn đồ sộ ở chính trung tâm. Tất cả các lán, cả hội trường đều không vách, trừ tòa nhà của học ủy với một đống lửa luôn bập bùng ở giữa. Hôm đến lấy giấy tờ để trở về báo đi học nước ngoài, chờ mãi không có ai, tôi lăn ra giường ngủ mất. Tỉnh giấc mà phải nằm im: câu chuyện khám phá đàn bà của từng vị ủy viên đang hồi mặn mòi nhất. Nghe ké ngoài rìa mà chân tay cũng rậm rựt lên.

Học viên là cán bộ, cốt cán tứ xứ đến lớp cũng ra sức nam nữ khám phá nhau. Gần như cuồng loạn. Cao trào phóng tay phát động bần cố đã tạo dịp cho con dục quậy. Bí thư đoàn ủy

Hoàng Quốc Việt phải bỏ hẳn một buổi gọi tất cả lên hội trường rủa: "Ở đây có những con đĩ..., con đĩ... Ai đời đến độ ở lán nữ với nhau mà hễ tối có ai đi đâu về là cả lán lại nhòm đũng quần xem có gì? Đảng viên như thế à? Cốt cán như thế à?"

Nguyên Hồng, Kim Lân và tôi thường ngồi ngoài sân, giáp hông hội trường. Kim Lân lè lưỡi: Dạ, đấy là em còn bận đấu tranh với căm thù đấy ạ!

- Nông dân, nhất là nữ rất phong tình, nay được giải phóng thì khó tránh cái chuyện lang chạ. Nhưng sao không chửi cả những thằng đĩ? - Nguyên Hồng nói.

Chia đội và rồi cứ đội hình biên chế như thế xuất phát đi công phá giai cấp địa chủ. Nhưng trước hết phải chỉnh huấn, trình bày kiểm tra lý lịch trong đội đã. Tôi cùng đội với Thanh, vợ Tố Hữu, Ninh và Tâm, hai cán bộ phụ nữ vóc dáng to lớn huyện Lâm Thao.

Lại nhớ đến lớp chỉnh huấn trí thức xây dựng lập trường cải cách ruộng đất năm ngoái, Thanh phàn nàn với mấy chúng tôi rằng trong nhà ăn lớp học từ nay anh và chị phải ăn riêng. Vì? - Tôi lạ quá. "Anh ấy ăn chế độ tiểu táo, bếp bé, tôi đại táo." Rồi chị giải thích, tiểu táo là cơm có ba món đặc và một canh. Tôi nhớ nhiều phần là Vũ Đình Khoa, nguyên tri huyện sau đó khẽ thì thào bảo tôi: - Chế độ tế nhị này rắc rối đây. Ăn thế rồi, ngủ sao? Về khoản này tiểu đại chắc ngược lại, vợ giường tiểu, chồng giường đại, có hẹn cho vợ ngủ ở giường đại được bao lâu không? Mà ai bảo vệ diện tích giường to nhỏ tiêu chuẩn, ai giục ai về giường ấy? Ừ, mà còn khoản thống khoái của mỗi bên trong cuộc nữa, có chia tiểu đại không?

Lúc ấy chúng tôi mới chỉ pha trò cười thứ chế độ lố bịch này chứ chưa biết qua phát động cải cách ruộng đất ở Việt Nam (Hoàng Tùng hồi ký rằng Mao đã "gọi" Hồ chủ tịch sang bảo phải làm cải cách ruộng đất), Trung Quốc đã rắp đưa Đảng cộng sản Việt Nam vào quỹ đạo của Trung Cộng như bóng với hình. Chẳng hạn chế độ phân biệt đối xử chi li đến gần như tàn nhẫn về hưởng thụ vật chất nói trên. Hay quan trọng hơn nữa, những thay đổi nhân sự dựa trên giai cấp xuất thân. Chẳng thế mà ở Điện Biên Phủ, Giáp dặn khẽ Lê Trọng Nghĩa, Hoàng Đạo Thúy cần nói năng cẩn thận về lý lịch, các cố vấn đang xem xét, kể cả tôi (Võ Nguyên Giáp). Đánh mọi kẻ thù, Giáp chỉ thua kẻ thù giai cấp đang được cố vấn Trung Quốc trình làng mà nguy nhất là nó có thể nằm ngay ở trong người Giáp. Tháng 2 - 1954 nổ súng ở Điện Biên thì tháng 11 - 1953, Hoàng Văn Thái xuống làm phó tổng tham mưu trưởng, Văn Tiến Dũng lên thay. Dũng thợ may gần công nhân hơn Thái. Hay sau này Đỗ Mười thợ sơn, thợ hoạn lợn thì ưu tú hơn đứa được học cao.

Rồi sau này đi đến phương châm nhân sự kinh hoàng của Song Hào, Nguyễn Ngọc Mậu: đề bạt bần cố nông một năm một cấp là chậm, đề bạt tiểu tư sản mười năm một cấp là nhanh.

Tất nhiên lúc ấy càng không biết đảng thay đổi nhân sự theo sự chỉ trỏ khôn khéo của cố vấn Trung Cộng cũng có nghĩa là đảng phủ nhận những thành tích đảng đã thu được trong quá khứ. Đúng thế, không thì thay người làm gì cho rách chuyện? Chỗ thâm hiểm ở đó. Quá khứ của anh chưa có tôi "phụ trách" nên không ra sao, nay có tôi, anh phải thay đổi theo ý tôi. Thực chất đó là gì? Là diễn biến hung bạo, không hòa bình, của nước ngoài nắm vững Mác - Lê hơn Việt Cộng

* * *

Đội trưởng của tôi người Diễn Châu hễ nói là tôi ù ù cạc cạc. Không quen tiếng. Khi đội trưởng tố khổ, mọi người đều khóc, mình tôi ngơ ngác. Cổn, đội phó, bé gầy, mặt rỗ, láu lỉnh, mắt liếc loang loáng. Đã làm bồi săm, "bị chúng bóc lột, khinh, nhục lắm, đi mua thuốc phiện này, gọi gái này, bắt cho nhòm lỗ khoá này, khổ cực lắm."

Nguyên bồi săm chuyên cho nhòm khách chơi gái qua lỗ khóa lấy tiền, thực chất là lưu manh thì nay thành đại cốt cán của đảng (vì bồi là hạng tôi tớ bị bóc lột, thành phần *cơ sở* của đảng). Cổn đã bắt tôi ngừng báo cáo lý lịch. Nghe tôi nói bố viên chức, không nhà đất, anh giơ ngay tay lên: - Đến bần cố nông còn có mảnh đất cắm dùi mà viên chức trong bộ máy đế quốc dựng ra để đàn áp nhân dân như bố đồng chí mà lại không? Thôi, đồng chí cố đào sâu đi, hãy gắng một lần thành khẩn với đảng, với giai cấp nông dân. Thanh minh không lại. Cứ một lời: "Ở đây là vấn đề thái độ, lập trường. Đồng chí không tin là đồng chí khai ra tài sản gia đình nhờ bóc lột mà có thì nông dân sẽ khoan hồng cho đồng chí sao? Thế là chưa tin cách mạng, chưa tin nông dân."

Ức muốn khóc. Đã toan khai văng tê đi.

Thì tối kẻng triệu tập tất cả lên hội trường. Hoàng Quốc Việt mặt đỏ rực - vừa uống rượu vang Pháp chiến lợi phẩm liên hoan ăn mừng cùng cố vấn cao cấp cải cách ruộng đất xong - báo tin Điện Biên Phủ đại thắng.

Và sáng sau, Lê Điền đến gọi tôi về. Tôi được cử "đi học ở nước bạn."

Tôi mừng vui, buồn chán lẫn lộn. Phi cải cách ruộng đất bất thành chiến sĩ cách mạng chân chính. Riêng tôi lại thêm đang ấp ủ tích lũy vốn sống chuyến đấu tranh này để viết một cái gì cũng phải như "Mặt trời trên sông Tang Kiền" của Đinh Linh hay "Đất vỡ hoang" của Cholokhov.

Và còn cả một điều thầm kín này nữa. Cái điều không dám nghĩ hẳn đến nó nhưng nó cứ làm cho ngẩn ngơ. "Bâng khuâng như mất lạng vàng trên tay," đúng như câu quan họ Tạ Mỹ Duật vừa dạy năm ngoái.

Đó là nỗi nhớ một cô gái. Một luyến tiếc nhiều phần hão huyền: ở nhà không đi học có khi...? Mặc dù cô gái ở nơi kín cổng cao tường bậc nhất, cầm chắc tôi khó lọt qua nổi.

Trong lớp chỉnh huấn này, tôi đã gặp, đã quen, đã bén hơi bén tiếng một cô gái. Đúng hơn là đã gặp lại. Dù cho lần gặp ban đầu chỉ là một thoáng chốc trên đường.

Năm ngoái, trên đỉnh Đèo Re tôi gặp một cô gái khá đẹp từ Tân Trào sang mà sau đó về cơ quan tôi đã phải sang ngay Văn phòng trung ương hỏi dò Vũ Đường, sau này là chủ tịch Hà Đông, để được biết tên cô là X., con nuôi của Bác, bố mẹ trên Cao Bằng, cơ sở của cách mạng. Thế rồi tôi đã có mấy bài báo nhỏ ký tên cô cặp với họ Hoàng tôi đặt ra - hoàng phái, đẹp và sang thế cơ mà. Cái nhìn của tôi trên lưng đèo năm ngoái nặng như một cái neo chăng mà cô gái nhớ khiến chúng tôi đến lớp này liền dễ thân nhau, dù hai người hai chi bộ. Đến bữa ăn, mặc dù cả nghìn con người chen chúc khắp xung quanh, thế nào hai đứa cũng dềnh dàng để cho cùng dạt vào một bàn, hoặc bên cạnh, hoặc đối diện. Để lại cùng xuống suối rửa bát đũa và để lại nấn ná hai đứa ở bên suối cho tới khi đám lau bên kia suối đã sầm tối và sau lưng đèn trong các lán cao thấp dọc sườn núi đã bắt đầu sáng lên, tất cả chợt nom như đêm hội Chùa Hương, điều khiến tôi thấy có thêm cả chiều kích thiêng liêng trong quan hệ hai đứa.

Cho tới một hôm, sau khi khai mạc lớp chừng hơn một tháng, Cụ Hồ đến. Nói chuyện với học viên chật ních nhà ăn. Tôi đứng đối diện Cụ, cách một bàn ăn bằng nứa rất dài. Lẽ thường thế nào cũng phải chạy đến đứng bên Cụ thế nhưng hôm nay tôi... kính nhi viễn chi. Bởi lẽ tôi muốn ngắm nhìn cô con nuôi của Bác đang đứng cạnh Bác. Lần đầu trong đời tôi nhìn Bác ít mà bận nhìn người bên Bác nhiều.

Và thú thật, có thể tôi đã lầm, tôi thấy cô gái cũng chỉ cười nhìn tôi. Nụ cười bỗng thân thiết hơn, táo bạo hơn. Con mắt bỗng rực rỡ, tưng bừng như đang tán thưởng sắc đẹp của chính bản thân. Và trên tất cả, cái nhìn đang ướm hỏi tôi: - Em giới thiệu anh với Bác nhé... nhé...

Tôi quả đang vút lên chín tầng mây.

Hết hỏi thăm học viên, Bác quay sang cô gái: - Cô bé này về chứ biết gì mà đi?

Tôi như ngã sụp. Thoáng oán Ông Cụ.

Mới hôm qua ở suối lên, dốc trơn, tôi giơ tay ra đỡ X. Bàn tay con gái tôi lần đầu nắm lâu trong đời. Và cảm giác rạo rực theo tôi mãi. Cho tới khi X. ở bên cạnh cụ cười như bảo em mách nhé, tôi đã ngỡ mách chuyện hai đứa nắm tay nhau mà vừa mong X. mách vừa sợ. Và mới chiều nào bên suối, tôi bảo cô gái: "Sau khi gặp X. ở đỉnh Đèo Re từ năm ngoái, mình có ký tên là Hoàng X. lên báo..." thì X. đỏ bừng mặt. Có lẽ chưa ai ở chỗ Bác nói với cô gái như thế. Tay X. chợt lóng ngóng không đút nổi chiếc thìa vào trong chiếc túi dài, hẹp chừng ba ngón tay màu tím than có đưởng thêu tím hoa mua trên miệng túi. Chiếc thìa rơi xuống cỏ.

Tôi cúi nhặt (nghĩ: giống một chìa khoá bạc? Mở gì?) và ngước lên, mắt hỏi: Cho nhá? Cô gái cúi đầu và sau đó cái thìa tôi cất ba lô, không dùng.

Về báo, tôi bảo tổng biên tập Vũ Tuân là không muốn đi học. Anh nói anh Trường Chinh đã nói cử anh đi. Tôi tạt qua bên Trường Chinh, hy vọng có thể trình bày nguyện vọng nhưng tới cây vả rừng đầu nhà sàn bà Cái, người địa phương thì Trường Chinh và người bảo vệ dắt ngựa tới đó. Anh tươi cười nói ngay: - Tôi đồng ý anh đi học. Cần đào tạo chính quy. Vừa im súng liền ra ngoài học ngay, phấn khởi chứ?

Cây vả này tôi hay leo lên hái quả ăn. Đôi lần Trường Chinh đi dưới, tôi gọi xuống: "Ngọt lắm, anh Năm, anh có ăn tôi hái?" Trường Chinh lại ngửa cổ lên cười: - Khéo gẫy cành mà ngã đấy nhá, cẩn thận.

* * *

- Lạ, tự nhiên thấy phải nhót ngay về, tao vội sang đi nhờ xe Mô - lô - tô - va bên cha Đinh Đức Thiện hậu cần, - Thép Mới bảo tôi.

Lạ thật, ngày mai tôi lên đường.

Chúng tôi thức trắng một đêm mưa trắng xoá rừng để chuyện trò. Thép Mới động viên tôi: - Học lâu lắm là một năm chứ quái gì, đi đi rồi về tìm con bé này hay lắm.

"Con bé hay lắm" này là Hồng Linh, mười sáu tuổi, diễn viên văn công Tổng cục Chính trị, phục vụ ở Điện Biên Phủ. Ra tận đầu giao thông hào hát tiễn lính lên đường xuất kích. Tao thấy mày với cái Át Cơ ấy được đấy. À, lính Điện Biên xếp loại các cô văn công thành Át Cơ, Át Tép, Át Pích. v. v. Sang năm về tìm nó nghe mày.

Sáng sau tạt nhà in chào anh em xong qua suối ra quốc lộ 3. Lũ về nhưng mải chuyện cứ thế lội. Bỗng chân hẫng trống không và nước réo ầm ầm ngang ngực. Trên vai tôi, một tay Thép Mới quàng chặt. Cầm bằng chết, tôi đã bảo Thép Mới:

"Đừng quàng vai, đừng..." thì ở trên bờ trước mặt một chú chăn trâu nheo nhéo: "Rẽ sang phải,... rẽ phải..."

Hai đứa chống chọi lại dòng lũ cuốn siết nhích dần lên được bãi cát cao. Trâu xổng từ bìa rừng chạy ra đến đây, chú bé đuổi theo thì vừa kịp sắm vai hiệp sĩ. Đúng là trời sai ra cứu.

Đến địa điểm chỉnh huấn chuẩn bị tư tưởng và rà soát lý lịch cho chuyến du học thì xảy một việc chỉ có thể đổ cho duyên số.

Kéo nhau tới lớp, toán văn công quân đội mang ùa đến hào quang địa đạo. Và trên hết tất cả là cái nét mới, cái nét bây giờ gọi là *top model*: các cô gái này được trang bị hai loại chất liệu đặc biệt - thanh sắc - trong bộ quân phục mầu cỏ úa, áo thắt eo cùng chiếc mũ cối nom rất tân kỳ. Một cô nổi bật. Hai mắt to, xa nhau, ngây thơ mà hiện đại. Kín đáo hỏi dò thì ngã ngửa: chính Át Cơ Hồng Linh!

Thư ngay cho Thép Mới báo tin kỳ ngộ. Thép Mới trả lời: Em nghe nói đám đi học nước ngoài kỷ luật cấm luyến ái ghê lắm, anh léng téng mà nó xua về thì chuế quá đấy...

Đầu bảng cấm đúng là cấm luyến ái trong thời gian đi học. Chỉnh huấn đặc sệt tinh thần chỉnh đốn tổ chức trong cải cách ruộng đất. Lập trường giai cấp đang là nền móng cho công tác nhân sự. Một cuộc "thay máu" lặng lẽ diễn ra.

Cho nên không lạ việc Lê Văn Rạng, bí thư học ủy lên cảnh cáo trước toàn hội trường: cán bộ, đảng viên nên nhớ mình là những cái cột sơn son bên ngoài chứ bên trong thì mục rữa hết cả rồi. Lại nghiền lập trường giai cấp và thái độ học tập ở nước ngoài. Lại kê khai lý lịch. Rồi tất cả chờ kết quả đi học hay không.

Thình lình học ủy nhờ tôi động viên Chính Yên phóng viên báo Cứu Quốc vui lòng về. Bố anh xưa là quan huyện, anh cả của anh đang làm ở tòa án "địch" tại Hà Nội. Tôi rất thương anh bạn nhưng biết làm sao. Chính Yên ra suối làm con gà đánh chén với tôi rồi tôi tiễn anh ra tận quốc lộ số 2. Về đến lán thì lại thấy V. T. D ở Thông tấn xã đã ba lô lên vai: - Về, không đủ tiêu chuẩn. (Có cái mồm nào đó báo là anh nhận hai lạng vàng mẹ anh ở Hà Nội gửi ra. Có vàng là giai cấp bóc lột rồi!)

Các chú học sinh phổ thông nen nét chờ như rắn mồng năm. Riêng tôi ngày mai lên đường vẫn chưa thấy tên trong danh sách. Thì đùng một cái, học ủy yêu cầu khai lại lý lịch. Biết lôi thôi ở cái khoản bố làm việc cho Pháp ở trong Hà Nội.

Tôi vẫn đi là nhờ uy lực báo đảng.

Và cá nhân tôi cũng có uy lực nào đó nên báo đảng mới bênh!

Đi bộ ban ngày lên biên giới. Hòa bình rồi. Một đêm trăng mờ qua ải Nam quan. Lên xe cam nhông quân đội ngồi phệt xuống sàn như phu Tây bắt đi khuân vác trong các trận càn. Trước khi đi, làm cuộc tổng lọc: vất bỏ hết tất cả những gì là của Việt Nam, trước hết thư tín, sổ tay, nhật ký, ảnh và đồ dùng, quần áo, không được để lộ có lưu học sinh sang bạn.

Tôi hủy gần hết. Bùi ngùi đặt cái thìa của X. lên đỉnh dẫy cây lạc tiên ngập bụi trắng xóa bên đường, cái cây mà sau đó, buổi chiều đi trong thị trấn Na Sầm thưa thớt, hình như Hồng Linh chỉ vào đó nói quả cây này tên là *pá phèn kuổ*.

Hồng Linh là người Trung Hoa, Thép Mới chưa nói. Hay chưa biết.

Chương bảy

Bốn ngày đêm ngược Trung Hoa. Lụt Hồ Nam, Vũ Hán, phải đi ngả Hàng Châu, Giang Tô, Giang Tây. Những dòng sông trong xanh mà nhìn vào bờ vẫn ngỡ thấy các hòn đá Tây Thi giặt lụa. Đỗ ở Hàng Châu, tôi cứ muốn biết thời xưa chỗ đầu tàu phì phò lấy nước này có là một tửu lâu không và Tô Đông Pha có la cà tới đó? Phà chở một lúc mấy toa xe lửa vượt Dương Tử mênh mông sóng lớn cho tôi thấy cái hơi thở sâu trầm của công nghiệp. Khói nhà máy Thượng Hải từ xa đã biến thành phố này ra thành một dẫy cô đảo chập chờn.

Đến Bắc Kinh đại học hình như đúng đêm 19 tháng 8. Chân chợt rón rén khi vào khu Lục Viện, túc xá trước kia của Yên Kinh đại học, Yenching - Harvard, một nhánh của Harvard. Vàng son, chạm trổ, mùi vị vương phủ.

Tất cả lưu học sinh học tiếng Trung Quốc một năm ở Bắc Kinh đại học rồi sẽ chia đi các trường chuyên nghiệp hay đại học khác. Đám báo chí lẽ ra sang Tiệp học theo giúp đỡ của OIJ (Hội nhà báo quốc tế, do Liên Xô đỡ đầu), nhưng Phạm Văn Đồng ở Genève về qua Bắc Kinh đã chỉ thị các ngành văn hoá báo chí, sử, nghệ thuật đều học tại Trung Quốc vì Trung Quốc gần với Việt Nam hơn. Nhờ thủ tướng trọng chữ Đồng mà tôi và Linh thành tương thân chứ nếu thủ tướng tên Dị thì có lẽ đã sang một nẻo khác.

Vài ngày sau lưu học sinh Việt Nam được hiệu trưởng Mã Dần Sơ chiêu đãi. Ông là nhà kinh tế học lỗi lạc, đào tạo ở Mỹ. Thấp béo, hiền hậu. Lưu học sinh Việt Nam biểu diễn ca nhạc "Chàng buông vạt áo em ra là em ra..." Linh hát quá hay nhưng tôi không buông. Tôi kéo Linh ra đứng dưới cây lê thấp ngoài sân trước cửa nhà ăn. Tuổi trẻ lãng mạn thích trăng sao, nhìn mắt Linh lúc ấy tôi ngỡ như mình đang vút lên ngang những vì sao trên Vạn lý Trường thành rồi tôi chạm tới mặt trăng thật: hôn cái đầu tiên. Vào má. Thấy Mã hiệu trưởng cười ở bên trong. Đinh ninh ông thấy chúng tôi" trốn "và ông phê chuẩn.

Nhưng nội bộ quyết dẹp. Ngay lập tức vi phạm kỷ luật luyến ái thế này chúng tôi đã láo xược thách thức toàn thể. Cả năm học ấy, chúng tôi là đối tượng giáo dục, phê phán, ngăn chặn và ép cắt đứt. Đến nay tôi cũng không hiểu tại sao tôi, nhất là Linh non nớt như thế, lại có gan ghẹo ngay vào giới luật thiêng liêng hàng đầu của đảng.

Xong hè 1955, Linh sang Bắc Kinh vũ đạo học hiệu. Tận đằng Đào Nhiên Đình, cách nhau non mười lăm hai chục cây số. Linh cắt bỏ bộ tóc dài mượt mười sáu tuổi đời mà các nữ sinh Triều Tiên hễ gặp lại vuốt ve khen đẹp. Tối thứ Bảy, nghe nữ sinh Trung Quốc ríu rít gọi nhau "jin cheng" - vào thành phố, rồi tiếng xe búyt rồ máy rời trạm, như một kỷ niệm bong đi, tôi buồn ghê gớm.

Trong cuộc họp lưu học sinh Việt Nam ở toàn Trung Quốc, đại sứ Hoàng Văn Hoan lớn tiếng chửi vụ hai chúng tôi." Mới sang đã tung hê ngay kỷ luật của Đảng, chân ướt chân ráo luyến ái ba lăng nhăng ngay. Người chứ đâu phải trâu với ngựa mà cứ gặp nhau là nhảy."

Trớ trêu! Tôi làm thư ký ghi biên bản, ngồi ngay cạnh đại sứ. Tôi đã phải ngăn mình đứng lên nói: - Thưa, chính là tôi.

Cái ngăn tôi liều chính là Linh. Nữ sinh ngồi ở hàng đầu. Ngay trước mặt tôi, Linh ngồi đó chịu trận, đầu cúi xuống, hai tay chắp lại. Một a hoàn đang bị các lệnh bà quở nạt. Thương Linh xấu hổ tôi đã im. Viết trẹo vào biên bản thành "đâu phải trâu với ngọ mà cứ hễ gặp nhau là ngủ?" Thấy chữ "nhảy" đểu quá.

Lúc này Hoan đề cao kỷ luật đảng, ai ngờ rồi ông lại phạm kỷ luật trốn sang Bắc Kinh tối tối lên đài đọc hồi ký "Giọt nước trong biển cả" chửi Lê Duẩn thậm tệ.

Sắp khai giảng niên học mới, trường mời tôi để một buổi tối nói kinh nghiệm học tiếng Trung Quốc cho mấy trăm anh chị em lưu học sinh Việt Nam mới đến Bắc Kinh đại học.

Vào đầu tôi nói hãy coi ngôn ngữ lạ mà ta học như mỹ nhân. Để có thể đến với nó với tất cả cảm xúc và trí tuệ. Để có thể "Đôi ta như đá với dao, năng liếc năng sắc năng chào năng quen." Then chốt ở chỗ năng. (Đến đây tôi buột thở dài, thầm nghĩ, nay còn năng làm sao? Hai chi bộ theo lệnh sứ quán đều vây ráp...) Sau đó mách anh chị em các mánh để nhớ. (Lại thở dài. Sao ta không biết mánh quên?) Để nhớ có một cách như mâu thuẫn: thêm họ hàng râu ria vào cho cái ta cần nhớ. Thuở bé học đến sông Loire (Pháp) có bốn nhánh là Vienne, Creuse, Indre, Cher thì tôi lại nói thành Viện Cớ Anh Xe. Một nhát nhớ ngay. Không phải lẩm bẩm ôn hoài ở trong đầu.

Ba mươi hai năm sau, ở Sài Gòn, đến nhà Thiết Vũ ở Hàm Nghi, dắt xe mò lần trong cái ngõ ống mất điện tối mù, tôi khẽ kêu "Đi thế nào đây?" thì trong cùng ngõ cất lên tiếng người lạ: - Chào anh Trần Đĩnh!

Ngỡ công an, tôi thầm nghĩ: - Theo cả đến đây, Hai Khuynh dặn cẩn thận đúng quá?

Tiếng nói lại tiếp luôn: - Lên tầng trên tôi chờ anh, xem anh có nhớ ra tôi không?

Không phải công an. Anh bạn này nghe kinh nghiệm học tập tối hôm đó, cùng với những Ngô Y Linh, Huy Du, Nguyễn Đình Nghi... Chúng tôi chưa hề chuyện trò bao giờ nhưng anh đã nạp tôi vào bộ nhớ âm thanh kỳ diệu của anh. Anh bạn đích thị tri âm này tên Bùi Phú Dụng, nay đã bảy mấy và ở ga Bình Triệu. Thỉnh thoảng vẫn gọi tôi qua điện thoại. Anh đáng vào Guinness.

Lên đại học, tôi viết bút ký toàn bằng tiếng Trung Quốc. Có lẽ cũng duy nhất? Như đã duy nhất luyến ái bất chấp kỷ luật tu hành.

* * *

Thình lình Thép Mới đứng bên bàn ăn của tôi ở Bắc Kinh đại học. Anh theo Cụ Hồ đi cảm ơn mười hai nước xã hội chủ nghĩa giúp ta thắng Pháp. Ngay tại nhà ăn, anh bảo tôi: Về Việt Nam tao sẽ phải tranh thủ ăn chứ chủ nghĩa xã hội ăn như thế này thì kém bữa bánh cuốn thịt quay cà cuống của tao mỗi sáng.

Chúng tôi đã đi chơi với nhau mấy bữa. Tôi hỏi anh một vấn đề mọi người đang bận tâm: tại sao ta và Diệm đang tranh nhau Hoàng Sa cả ở trên báo mà đùng một cái ta lại công nhận và hoan nghênh Trung Quốc thu hồi Hoàng Sa?

- Mày ấu trĩ bỏ mẹ! Theo hiệp định Genève thì chỗ ấy dưới vĩ tuyến 17 phải là của Diệm. Để cho ông anh Trung Quốc chứ không để Mỹ nó vào nó xây căn cứ hải quân sát nách à?

Thế là tôi nghĩ ngay - y như Đảng lúc bấy giờ -- mai kia ta cần, bạn lại trả cho ta, đi đâu mà mất, miễn là về phe ta.

Hôm ấy tôi nhận xét với Thép Mới một điều mà tôi cho là một nhược điểm lớn của Việt Nam: chúng ta thiếu một cuộc cách mạng tư sản dân chủ. Trung Quốc nó có từ 1911. Con gái Trung Hoa đã mặc váy ngắn đi đường đồng ca đòi nam nữ bình quyền từ đấy. Ít ra chủ nghĩa tư bản cũng đã lãnh đạo đất nước này được vài chục năm, Lỗ Tấn chửi chế độ nó ác thế mà nó để nguyên vẹn mạng ông cùng cái bút.

Có lẽ muốn tôi đỡ buồn vì bị cấm yêu, Thép Mới một sáng ngồi ở công viên Trung Sơn đã lộ ra với tôi: - Này, mày nghe bình tĩnh nhá, hình như bố Hồng Linh, ta thịt, nghe đâu hình như (ông ta) là đặc vụ.

Một luồng băng lạnh buốt chạy ngầm suốt dọc người tôi. Thép Mới lắm tin lắm, hắn đã nói ra thì nhiều phần là sự thật. Nhưng không biết một cái gì đó trong tôi lập tức khiến tôi ngờ vực. Tôi hỏi: - Cậu nghe ai? - Thì cũng là xì xào thế... Khoa Tếu nó có biết ông ấy.

Rất nhanh, đảng viên Trần Đĩnh tự hỏi: có tiếp tục không?

Nhưng một Trần Đĩnh khác, một Trần Đĩnh chỉ thấy yếu điệu thục nữ cũng lại lập tức tự quyết định: thôi, cứ chờ bao giờ có tin chính thức đã. Tiếp theo là một loạt biện hộ hùng hồn: chả lẽ tầm thường đến thế ư? Chưa chi đã dao động. Không, tôi càng phải ở bên Linh để cùng ngụp lặn trong cảnh ghê sợ này, nếu nó có là thật đi nữa.

Sau lần gặp Thép Mới ít lâu, tôi đã hỏi Lê Phú Hào, phóng viên Thông tấn xã tại Trung Quốc, về tin chính phủ ta công nhận vùng hải phận của Trung Quốc, tức là công nhận Hoàng Sa. Lê Phú Hào nói vì Liên Hợp Quốc nó ra cái luật biển với cái công ước gì tôi không nhớ, chỉ biết liên quan đến chủ quyền biển, các nước sẽ ký vào để khẳng định chủ quyền biển đảo của mình nhưng Trung Quốc và ta không ở trong Liên Hợp Quốc nên Trung Quốc tuyên bố một mình và ta ủng hộ. Do đó Nguyễn Khang đại sứ có trình công hàm cho Bộ ngoại giao Trung Quốc và ông Đồng cũng có công hàm gửi Chu Ân Lai công nhận tuyên bố của Trung Quốc về hải phận của Trung Quốc. Tớ nghĩ, Hào nói, nếu chỗ ấy mà của Sài Gòn thì Mỹ thừa sức mở căn cứ hải quân thật đấy. Nghe Hào tôi càng yên tâm. Vốn quen kiểu nghĩ của Trung ương và Bác Hồ đã làm thì phải đúng.

Lúc ấy tôi chưa chống đảng lật đổ và Lê Phú Hào, tình báo đội lốt nhà báo, chưa "phản bội" nhảy sang địch.

Niên học 1955 - 56 trôi đi bức bối (với tôi vì bị cấm yêu). Cho tới giữa năm 1956 thì diễn ra một chuyện động trời khiến cho tất cả gần như bị đảo lộn: Đại hội 20 Đảng cộng sản Liên Xô, báo cáo mật của Khroutchev về Stalin. Tôi đã ngày ngày đến thư viện của Đại học Bắc Kinh mở báo Pháp *Le Monde*. Không có. Chắc nhà trường đã cấm bày các số báo đó. Nhưng tôi vớ được một tờ đăng tin tổng bí thư Đảng cộng sản Anh Harry Pollitt sau khi đọc báo cáo này đã bị mù suốt nửa tháng. Hình như bị là do cái sự thật kinh khủng này.

Một trận bão lớn ập đến. Đại hội 20 đã cho một cái nhìn phê phán không thể dung thứ cộng sản kiểu Stalin. Trong xung đột Xô - Trung, Đảng vẫn diễn giải là Liên Xô phản phúc, công kích trước nên Trung Quốc phải công kích lại. Nên biết một khía cạnh khác.

Mao Trạch Đông từ lâu không cam làm anh hai trong phe. Thơ từ của Mao đã nói rõ khẩu khí. Vung tay lên chia thiên hạ ra làm mấy cơ mà.

Stalin chết, đấy là cơ hội cho Mao đặt lại tư cách đầu tàu. Mao lợi dụng hậu quả phá phách ghê gớm của Đại hội 20 để công khai đả kích Liên Xô. Mao biết phần lớn lãnh đạo các nước xã hội chủ nghĩa rất ngại chống sùng bái cá nhân. Cầm quyền không cần tự do bầu cử mà không sùng bái cá nhân thì có bằng trò đùa!

Đại hội 20 họp, đoàn Đảng cộng sản Trung Quốc đến, Chu Đức cầm đầu nhưng Đặng Tiểu Bình quản tất. Đài phát thanh Liên Xô phỏng vấn Chu Đức. Trong bài trả lời, Chu Đức dùng công thức chính thức vốn có về việc giúp đỡ của Liên Xô gồm bốn vế "to lớn, toàn diện, có hệ thống và vô tư" thì duyệt nó lần cuối, Đặng Tiểu Bình xén chữ "to lớn" đi mà thay bằng" hai nước giúp đỡ lẫn nhau." Lần đầu xuất hiện cái thế ngang thưng này.

Ngọn cờ lý tưởng thiêng liêng nhưng tay con người phất nó lại bẩn. Dưới gầm bàn hội nghị, anh cả anh hai dọt vỡ ống đồng nhau và ngầm nhắm đàn em lôi kéo.

Khroutchev đưa ra ba luận điểm mới toanh trong Đại hội 20: chung sống hòa bình, khả năng quá độ hòa bình lên chủ nghĩa xã hội và khả năng ngăn ngừa chiến tranh. Cái gai nhọn chính là ở chống sùng bái cá nhân nhưng bàn cãi chỗ này thì chả hóa ra tiểu nhân tham vọng quá hay sao? Liền phất cờ bảo vệ Stalin! Mày chống, tao bênh: Là tao chống mày. Thế là Nhân Dân nhật báo cắt nghiến đi luôn luận điểm "khả năng quá độ hoà bình lên chủ nghĩa xã hội." Khác nào thiếp mời dự cưới chỉ để tên chú rể không có tên cô dâu. Cắt nó đi vì nó chính là "chủ nghĩa xét lại" phản đối bạo lực cách mạng, đầu hàng đế quốc. Từ nay phải hâm sôi nồng độ máu hiến dâng cho cách mạng thành chuẩn mực phân biệt cách mạng với cải lương. Quả nhiên cách hâm sôi máu đã kéo được khối người sính sùng bái cá nhân đi theo.

Mao chống Khroutchev nhưng Đại hội 8 Đảng cộng sản Trung Quốc (1956) lại xóa "tư tưởng Mao Trạch Đông" nêu trong Điều lệ. Rất ức, khai mạc, Mao nói vài câu rồi tếch. Phe bắt đầu rạn, nội bộ mỗi đảng bắt đầu nứt.

* * *

Một đoàn cán bộ báo Nhân Dân gồm Kỳ Vân, Xuân Trường, và Hồng Hà (mới ở Cứu Quốc sang Nhân Dân) qua Bắc Kinh để đi Liên Xô học. (Trên rừng, Thép Mới nói anh đã đưa người em của anh lên Hà Nội làm báo như thế nào: Con ông cụ - tức Hồng Hà - buôn trầu cau hung quá, cứ ôm cả giỏ tổ bố thế này ngồi nóc toa đều đặn từ Thanh Hoá ra, tao thấy thảm cho con ông cụ, mới đưa con ông cụ ra làm báo Việt Cách của tao ở phố Charon. Mày biết đấy, từ đó con ông cụ quay ra quản tư tưởng tao, sư nó, ốp ghê lắm.)

Lần đi học này có cả Hoàng Minh Chính, Minh Việt, phó bí thư thành ủy Hà Nội.

Tôi ra khách sạn Hòa Bình ở phòng Kỳ Vân chơi với anh em suốt chiều cho tới tận tám chín giờ sáng hôm sau tiễn ra sân ga. Các thứ chuyện nhưng nổi nhất là sửa sai cải cách ruộng đất và *Vanh chem (vingtième, tiếng Pháp: hạng, thứ 20 - BT)* - Đại hội 20.

Kỳ Vân nói Trung Quốc nhất định phải chống *Vanh chem*. Gì chứ hoàng đế là không chịu cho ai chống sùng bái hoàng đế. Tôi nói có khả năng chịu, bằng chứng là Đại hội 8 đã xúp "tư tưởng Mao" đi. Kỳ Vân nói Mao chống thì ta cũng chống. Trung Quốc làm gì thì Việt Nam làm thế. Mao chịu sao được dân chủ hoá.

Cả tôi và Kỳ Vân đều sai đều đúng. Kỳ Vân đánh giá quá cao yếu tố tiêu cực của Mao, tôi quá cao yếu tố tích cực của Đảng cộng sản Trung quốc.

Bộ phận tích cực này mười năm sau thua Mao thảm hại. Thành toàn những "xét lại, đi đường tư bản, phái hữu, phản bội" vào tù, bị đấu tố và chết. Mao chết, họ lại nổi lên và thay đổi Trung Quốc.

Còn ta theo Mao, thì Kỳ Vân đúng! Tôi chỉ thấy Hồ Chí Minh, không thấy Lê Duẩn lúc ấy đã coi Mao là "Lê-nin của thời đại ba làn sóng cách mạng." Tôi lúc ấy chưa thể hình dung ra chuyện Cụ Hồ rồi cũng bị ngồi chơi xơi nước. Tôi tin tay lái con thuyền Việt Nam không bao giờ tuột khỏi tay Cụ.

Về cải cách ruộng đất, Kỳ Vân kể một chuyện làm tôi bàng hoàng. Đúng hơn, kinh hoàng. Chu Văn Biên, bí thư đoàn ủy cải cách ruộng đất Nghệ - Tĩnh, bắc ghế ngồi trên thềm cao chỉ tay vào mặt mẹ đẻ chắp tay đứng ở dưới sân dằn giọng: - Tao với mi không mẹ không con mà chỉ là kẻ thù giai cấp của nhau. Tao có phận sự tiêu diệt mi mà mi thì nhất định sẽ chống lại... Bà mẹ cắn lưỡi không chết. Ít lâu sau, nhảy giếng tự tử thành... Chu Văn Biên ký lệnh xử tử bất kỳ ở đâu. Chính hắn sai trói gô bố đẻ của Phan Đăng Lưu là Phan Đăng Tài, lùa ông cụ vào đòn ống khiêng lên trại tù rồi sau cụ chết mất xác. Khi bị khiêng đi, cụ cứ chửi chúng mày khốn nạn, thằng Lưu kia, mày theo cộng sản để cho đàn em cộng sản của mày đối xử với tao thế này à? Du kích khiêng ông cụ lại đánh đá ông cụ... À, trong Nghệ có câu ca "Phá đảng lừng danh quân Đặng Thí, giết người khét tiếng gã Chu Biên."

- Biên nay làm gì?

Đề bạt thứ trưởng nông nghiệp. Dù sao cũng giàu nhiệt tình cách mạng.

- Thế Bác sao?

- Bác thì vãi nước mắt. Nước mắt Bác làm mát đi các nỗi đau lòng. - Kỳ Vân nói.

Sáng sau tôi tiễn anh em ra ga. Hoàng Minh Chính là người cuối cùng nắm lấy tay cửa lên xuống nhoài mãi ra lớn tiếng bảo tôi:

- Cấm yêu là thế quái nào? Đấu tranh đi, đòi dân chủ.

Chính là người dẫn đội cải cách về đồn điền cụ Đào Đình Quang, địa chủ kháng chiến, yêu nước, thân sĩ, bố vợ Nguyễn Khánh Toàn và Đinh Đức Thiện. Đại đoàn 312 của Trần Độ, Lê Trọng Tấn thường xuyên đóng trên đất của cụ, ăn cơm miễn phí của cụ. Vị thân sĩ treo cổ chết.

Đào Đình Đức, giáo sư bác sĩ, con trai cụ ngậm ngùi bảo tôi: - Ông cụ sợ bạo lực mà.

- Không phải, - tôi nói, Ông cụ trốn chạy cái đáng ghê sợ hơn nữa. Đó là sự tráo trở lật mặt.

Cái tráo trở còn khiến người ta không bao giờ thấy tội lỗi. Hoàng Minh Chính không tráo trở nên sau đó đã bỏ cả đời đòi dân chủ. Có giẫm chân vào bùn mới biết từ đấy tránh bùn.

Đào Đình Đức cho tôi xem tấm ảnh lớn chụp cụ Đào Đình Quang đứng với Trần Độ, Lê Trọng Tấn và mấy sĩ quan của ban chỉ huy sư đoàn 312.

- Ông cụ đãi cơm gà cho sư đoàn này nhiều lắm đây, - tôi nói.

- Thế mới nên tội mua chuộc cách mạng, trốn đấu tranh giai cấp.

- Vậy thì cương lĩnh đoàn kết địa chủ, tư sản của Việt Minh năm 1941 là mua chuộc tư sản, địa chủ, - tôi nói mua chuộc cách mạng thì chết, mua chuộc phản động thì sống và có thành tích rồi lên cao.

Chương tám

Mồng tám Tết Bính Dậu 1957, mấy anh và tôi về nước họp Đại hội Văn nghệ. Đến biên giới chợt thấy rặng núi quan san thấp nhỏ, còi cọc. Đoàn tàu của ta như đoàn tàu sân chơi vườn trẻ. Cái gì cũng cần bé, sơ sác. Người dưng dưng một cảm giác vui buồn lẫn lộn. Quá mạn Sỏi, Mẹt thì thêm lo âu vơ vẩn. Một người trong đoàn phiên dịch đi cùng xe chợt đến ngồi bên thăm hỏi. Hỏi đến Hồng Linh. Tôi nói biết. Anh ta liền trở nên bí ẩn pha tí hí hửng: - Bố là đặc vụ bị ta giết, anh biết không? Lim, ty công an bổ búa vào đầu đấy...

Nhát búa của anh này làm cho tôi ghê một thì cũng làm cho tôi ghét anh ta hai. Cái miệng con người ta sao có thể bố cáo vung lên những nỗi đau của người khác dễ và vui như thế. Tôi bắt đầu coi cái chết của bố Linh cũng là thảm kịch của mình. Khả năng Đảng bắt tôi cắt quan hệ với Linh thỉnh thoảng lại nổi lên.

Đến Hà Nội, về nhà Trần Châu, vẫn làm ở Việt Nam thông tấn xã. Một buồng ba chục mét vuông phanh đôi, nửa bên phải của Vũ Khiêu, nửa bên trái của vợ chồng Trần Châu. Cách nhau một ván gỗ dán cao chừng hai mét. Lúc cơ sở vật chất chưa báo trước hai người sẽ là hai ngả trái nghịch: Châu chống đảng, lật đổ; Vũ Khiêu ca ngợi đảng, bảo vệ chế độ.

Trong nhà Châu, một bộ ván ngựa cũ kê trên hai niễng gỗ gầy mảnh tạo thành vật đựng duy nhất trong nội thất: đựng người ngủ, đựng mâm đũa khi ăn, đựng khách khứa, đựng quần áo chăn màn, sách báo khi không dùng đến. v. v, tóm lại rất vạn năng. Tối tối, đứa bé lớn lên ba phụng phịu vần gối xuống "kềnh cang nào kềnh cang" ngang dưới chân giường - chiều dọc giường dành cho bố mẹ và đứa em bé mới đẻ. Với nó, ngủ một mình buồn như lính thú lưu đồn.

Người quen ở rừng gặp lại đầu tiên là Nguyễn Huy Tưởng. Đầu bờ hồ, trước nhà Tây Cóc *Descours và Cabaud* cũ. Mũ phớt. Mắt cụp xuống rầu rĩ, Tưởng bắt tay tôi, nói mỗi câu: - "Buồn!"

Trong hội trường Nhà hát lớn, một tiếng gọi rất vui ở sau lưng: - Đĩnh!

A, Nguyễn Tư Nghiêm, tôi đang rất mong anh. Nghiêm ngồi một mình trong một "chuồng gà" tôi tối bên trái, gần cửa ra vào chỗ ngang hông nhà hát. Vẫn cái cảm giác âm ẩm trên mặt các pho tượng đất miếu hoang. Tôi vừa vào ngồi xuống, Nghiêm đã nói ngay: - Mình ra đảng rồi.

- Ố, tôi kêu lên.

- Phong trào cộng sản tan rồi. Con mắt nhỏ đăm đăm hiền lành, Nghiêm nói, nhỏ nhẹ, từ tốn, như ngày nào anh cự tuyệt căm thù mẹ ở trước chi bộ. Miệng khe khẽ cười như có vẻ chóp chép nhấm nháp một điều gì thú vị.

Tôi buồn lắm nhưng không hỏi, không nói. Tôi đã có kinh nghiệm. Mới ngày nào chi bộ ép anh làm bậy, anh không theo và cuối cùng thì đảng đã phải sửa sai. Có điều chẳng chịu xin lỗi hành động đã xui anh giẫm đạp lên mẹ.

Tôi bỗng nghĩ tới con người thường khuyên Nghiêm làm cái này cái nọ. Những lúc được khuyên can như thế, anh nhăn nhó, giơ ngón tay ngắn lên dũi dũi chọc chọc vào thái dương nói: - Nó *bão* thế, nó *ỡ* đây.

Chỉ lần không căm thù mẹ là con người thứ hai ấy không ra mắt. Chắc lần ra đảng cũng thế.

Năm 1970, một tối ăn uống ở nhà Văn Khuyến, gần Chùa Tàu Ngô Sĩ Liên có Nguyễn Tư Nghiêm, Văn Cao, tôi và đứa con gái tôi lên bốn. Bốn người nằm thành bốn con trạch quây con gái tôi và mâm rượu vào giữa. Nghiêm cười bảo tôi:

- Đĩnh à, chế độ này là *capitalisme d 'Etat* - chủ nghĩa tư bản Nhà nước, một số người thao túng lũng đoạn toàn bộ tài sản đất nước, cộng sản trá hình thôi, đừng tin họ.

Cùng lúc Văn Cao rầu rĩ bảo tôi: - Trần Đĩnh à, tao thương mày, lẽ ra tuổi mày thì đâu đã bạc tóc.

Nghiêm lại giật lấy tay tôi." Chủ nghĩa tư bản quốc gia, của thiểu số mượn danh công hữu mà chiếm hữu quyền lực..."

Nghiêm khe khẽ bóp tay tôi. Bàn tay anh đặc biệt mềm, mát, con mắt lại như cười, như chóp chép nhấm nháp một cái gì hết sức thú vị. Tôi chợt nhận ra hôm ngồi trong chuồng gà Nhà hát lớn anh đã có ý xâu chuỗi tôi khi nói: "Mình ra đảng rồi. Phong trào cộng sản đã tan rã." Anh muốn tôi đồng hành.

Nhưng tôi không theo anh tuy mến anh.

Ở đại hội văn nghệ, tôi mong gặp một người nữa là Lê Đạt. Thì bỗng một hôm Đạt đến sau lưng, đập vai.

Vẫn cái cười hềnh hệch. À, họp chửi nhau không văn hoá lắm nên chẳng muốn đến. Nghe nói gần Tết vừa rồi cậu bị Tố Hữu triệu đến nhà ông ấy viết kiểm thảo, - tôi hỏi?

- Viết xong rồi, khai trừ đảng rồi...

- Nghe nói cậu ăn no ngủ kỹ chẳng hối hận gì cả?

- Thúy vợ tớ cứ nói ông làm ơn trần trọc đi lấy một tí cho người ta đỡ phê phán là coi thường người ta có ý xây dựng có được không? Lên trên này mày.

Chúng tôi lên Nhà Gương vắng tanh. Tôi nói: - Cho tớ hỏi câu nữa: - Báo chí nói các cậu phục vụ tư sản, quân sư cho tư sản và ăn uống như tư sản?

Lê Đạt khuỵu một đầu gối xuống, khuỳnh hai chân sang hai bên, hai tay thục sâu vào túi quần khẽ kéo nó lên mời tôi kiểm kê những cái tư sản đắp điếm lên người anh. Tôi liền đỏ mặt. Trong khi tôi *com - lê* may bằng tít - xuy Ăng lê ở cửa hiệu sang đường Vương Phủ Tĩnh (đại sứ quán cho tiền) thì áo bông Lê Đạt tòi mền đã bợt ra, và chân không bít tất xỏ dép râu.

- Nào, nghe thơ thôi nhá? - Đạt đứng đọc liền mấy bài thơ mới làm.

Rồi lấy giấy bút viết bài "Ghế đá" với dòng chữ "Tặng Trần Đĩnh và..."

Tôi mang sang Bắc Kinh. Cho anh em xem tờ truyền đơn của phản động. Sửa cái lỗi đã ngờ Đạt sống như tư sản.

Tôi không nói với Đạt chuyện tôi và Hồng Linh. Mặc dù lúc này sự kìm kẹp đã lỏng. Đại sứ quán dặn Hoàng Văn Tá, bí thư chi bộ của tôi dặn tôi giữ gìn, đi chơi với nhau vừa vừa thôi kẻo anh chị em họ lại phản ánh lên phản đối với đại sứ quán thì rách việc.

Đạt nói: - Không có ảnh hưởng của Đại hội 20 chưa chắc đã có Nhân Văn - Giai Phẩm.

... Một sáng cà phê với Phan Kế An, Mai Văn Hiến và Tạ Đình Đề trước Thủy Tạ. Đề kể chuyện anh bị đội cải cách treo giò và đi cày vì đoàn ủy nghi anh có vấn đề chính trị. Tại sao lại quan hệ với Mỹ? À, Bác Hồ giới thiệu tôi với Mỹ. Tại sao bắn giỏi? Ai dạy, Mỹ? À, tớ nói, lúc ấy ở với quân sự Mỹ, cả ngày chỉ có việc ăn và tập bắn súng, đạn ê hề mà họ thì có huấn luyện. Việc này có Bác Hồ chứng kiến, xin cứ hỏi Bác.

Đề nói Ông Cụ có một khẩu súng lục tướng Mỹ tặng. Và một ảnh chân dung viên tướng này, có chữ đề tặng cẩn thận, Đề không nhớ tên. Thật ra là sáu khẩu Colt. Giáp làm một khẩu thay cho quả lựu đạn trước kia ông vẫn vũ trang ngay cạnh nách. Có nghĩa là hễ chiến đấu vời đến nó là tự sát luôn.

Thú thật nghe Đề, tôi không tin lắm. Ngỡ là cách Việt Minh thời đó tuyên truyền cho uy tín Ông Cụ "thân với Mỹ." Sau này đọc "Historia và Tại sao Việt Nam" của Patti mới biết có chuyện ấy thật. Cụ còn khen "tướng quân đẹp như tài tử xi nê." Khẩu súng và bức ảnh đã thành vật phẩm triển lãm lưu động khiến cho Nguyễn Hải Thần, Vũ Hồng Khanh ngấm ngầm tị và nể. Lúc đó đi với Mỹ là dấu hiệu của tốt đẹp. Bố tôi làm ở *L' Action* - báo Pháp, một hôm rất vui nói máy bay Lightning P38 vẫn bay trên chiến khu Việt Minh, lính Mỹ dạy Việt Minh quân sự. Tôi sùng bái chiếc máy bay hai thân óng ánh bạc, hai mũi đỏ chói lao qua Hà Nội như một tia chớp phô ra cái đẹp soi đường kỳ diệu của khoa học kỹ thuật. Bay khỏi rồi cao sạ Nhật mới ùynh ùynh vuốt đuôi mà tôi nghe thành "ông thua... ông thua..." Thế nên với tôi, Việt Minh thế là tất cả.

Về nước, gặp bạn bè, tai nghe mắt thấy, tôi nhìn Nhân Văn Giai Phẩm khác đi. Năm ngoái, Phan Khôi, Tế Hanh sang dự lễ kỷ niệm Lỗ Tấn có gặp một số chúng tôi tại Đại học Bắc Kinh.

Phan Khôi phê phán gay gắt sai lầm của Đảng. Như bản thân bị xúc phạm, tôi đã quạc lại.

Và gửi bài thơ đăng trên báo Nhân Dân "Ánh sáng không đi đường gẫy, vinh quang xưa bắt ta đi con đường ngay thẳng."

* * *

Trở lại Bắc Kinh tôi đi chơi liền liền với Linh. Mấy lần toan hỏi đến cái chết của ông bố nhưng thương, lại thôi. Nhưng lạ là ngày tôi càng tin rằng ông cụ bị giết oan.

Tôi theo được cô gái trầm luân từ tám chín tuổi thơ là nhờ cái gì? Tạng tôi? Duyên nợ? Một nhân tố quan trọng giúp tôi lúc đó vượt qua chán nản là Đại hội 20. Làn gió dân chủ thổi tới những chân trời phóng khoáng, giải phóng những ước mơ. Mọi kiểu xiềng xích, cùm kẹp, cấm đoán, tù túng bỗng đều hóa vô duyên, vô lối tất cả.

* * *

Đại sứ quán mời tôi nói chuyện "trong nước" cho một số lưu học sinh ở Bắc Kinh.

Tôi đã nói đến một biên giới nghèo, bé, buồn, tiêu điều. Nói đến đoàn tàu bé bỏng len giữa những núi non bé bỏng, những sỏi đá gầy và những lau, những sim mua gầy. Đến con chó gầy sưởi nắng trước một quán nước bỗng gồng mình ra sức gãi, như cáu kỉnh với thời gian đọng lại ở chính nó, ở chính chân bà cụ hàng nước này. Đến đứa bé lên ba tối tối đi trấn ải chốn chân giường, với nó chân giường đã thành "Tây xuất Dương quan vô cố nhân."

Nghe xong, Trần Hoạt, học đạo diễn quàng vai tôi nói: - Tao nghe mày mà xúc động, rớm nước mắt ra, thương đất nước quá.

Đời sống chúng tôi ở Bắc Kinh rất eo hẹp. Năm 1955, Cụ Hồ gặp các cháu hỏi: lương các cháu là rút ở tiền nước bạn viện trợ cho cả nước, vậy các cháu muốn đất nước được nhiều hay ít?

- Bớt lương ạ. - Các cháu hô đánh rầm. Cụ quay sang Hoàng Văn Hoan: - Làm theo các cháu nhá!

Cắt mạnh quá. Thiếu ăn, tập nặng, Hồng Linh mờ cả mắt, nhìn chính con bài Át Cơ mà không nhận ra. Nhà trường phải cho thuốc uống. Từ đấy, nhà trường giúp chui lưu học sinh múa Việt Nam bằng cách mỗi ngày cấp cho mỗi người một chai sữa nhỏ không lấy tiền. Còn tôi, khi về nước không có một thứ gì đựng đồ đạc, trường phải xoay cho tôi một thùng gỗ thông vừa đập hòm lởm chởm những xước là xước.

Năm 1955, tôi đã muốn thôi học về. Đã bị cấm thì thà xa hẳn. Nhân Hoàng Tùng dắt một đoàn chủ báo ta sang thăm Liên Xô về qua, tôi ra gặp chơi và tiện thể nói muốn về nước, Hoàng Tùng bằng lòng. Về khi nào, về ra sao tôi tự quyết định. Thế nào rồi gặp Đại hôi 20 và những biến động trong xã hội Trung Quốc, tôi ở lại.

Hôm tôi gặp đoàn báo, Như Phong gọi tôi ra một chỗ than thở: - Tớ bị Hoàng Tùng với đoàn riềng một mẻ đau quá... Tổng biên tập báo *Pravda* tiếp đoàn. Tớ thèm thuốc lào từ lâu nhưng không có điều bèn hút một điếu thuốc lá họ mời khách. Thế là Hoàng Tùng bảo chi bộ họp phê phán. Vô lễ với cấp trên là đồng chí tổng biên tập Liên Xô. Ai lại đồng chí ấy đang chỉ thị với đoàn ta mà lại phì phà phì phèo điếu thuốc ở mồm, làm như đồng cấp vậy...

Năm 1957, hơn năm chục đảng cộng sản họp ở Liên Xô. Mao đến và làm một thao tác *connotation* - hội ý rất tài tình. "Phe xã hội chủ nghĩa phải có một cái đầu." và tiếp luôn: "Gió

Đông thổi bạt gió Tây." Tôi đã đùa, hoàn toàn đùa kiểu chơi chữ, dĩ nhiên với thái độ không được cung kính Mao lắm: - Nói phải có đầu xong thì đối luôn, đầu ấy tên là đông... xui bảo thiên hạ coi Mao Trạch Đông là đầu tàu rồi còn gì.

Tôi không biết gần cuối thập niên 50, trong Đảng cộng sản Trung Quốc bắt đầu tuyên truyền "thuyết trung tâm cách mạng, chuyển dịch." Tức là gần như quy luật, chủ nghĩa Mác chuyển dần sang phía Đông. Thế kỷ 19 chủ nghĩa Mác ra đời ở Đức, nửa đầu thế kỷ 20 chuyển dịch sang Nga, sau khi Stalin qua đời thì sẽ chuyển dịch sang Trung Quốc. Lãnh đạo giương cao ngọn cờ Mácxít - Leninnít, phê phán chủ nghĩa xét lại Khrushev là đồng chí Mao Trạch Đông sẽ hoàn thành sự chuyển dịch này. 1963, Lê Duẩn chính thức thành văn chuyển Mao lên thành Lê-nin.

Nhưng dẫu gì thì xã hội Trung Quốc cũng đang trải rất nhiều chấn động. Ai ngờ nổi đảng bỏ tư tưởng Mao trong Điều lệ, tức là một bộ phận đã thấy cần chống sùng bái Mao, cần mở xã hội thoáng hơn.

Chẳng hạn một hôm Chu Ân Lai, Lý Phú Xuân đến Bắc Kinh đại học nói chuyện với cả nghìn sinh viên. Bọn tôi nghe. Các mẩu câu hỏi, thắc mắc của sinh viên tới tấp truyền tay nhau đưa lên trên bàn Chu Ân Lai. Đến một mẩu, ông đọc to: Trung Quốc nghèo, dân Trung Quốc đói, sao cứ phải giúp Việt Nam?

Tôi thật tình xấu hổ. Sinh viên Trung quốc đòi chấm dứt viện trợ cho Việt Nam trước đông đủ các nước, nhất là trước sinh viên Hồi Giáo sáng sáng bốn năm giờ ra hành lang tụng kinh giập đầu thình thình xuống đất không ai ngủ nổi. Mà sao Chu Ân Lai không ỉm đi? Tôi hơi ức.

Chu Ân Lai giải đáp ngắn gọn, thẳng thắn. Viện trợ cho Việt Nam là nghĩa vụ quốc tế nhưng có lợi cho Trung Quốc: nên đẩy chiến tranh và đế quốc ra xa Trung Quốc hay để cho chúng nó áp sát bên cạnh?

Vụt hiện ra hình ảnh ngày niên thiếu: các dịp lễ lớn, cửa hàng lớn thường thuê du côn bảo vệ chống dám du côn khác... nhưng lại vội gạt đi ngay, mặc dù trong lòng rất ớn, xấu hổ.

Cái ngượng này lớn hơn cái ngượng năm 1953 tôi đã trải trong cuộc họp kiểm điểm giữa quân chí nguyện ta và Pathét Lào do Phumi Vongvichít cầm đầu. Bạn phê bình ta "khinh bạn," "bắt nạt," "nước lớn." v. v... (một tiểu đoàn trưởng của ta cưỡi ngựa đi, gần năm cây số nhớ ra đã bỏ quên điếu cầy - kỷ niệm của bạn bè trong nước - thế là bắt anh cần vụ Lào chạy về chỗ vừa bỏ đi để lấy bằng được điếu cầy đem lại) nhưng đến vấn đề này thì tôi ngượng nhất: bạn đề nghị được nhận viện trợ thẳng từ Trung Quốc, Việt Nam cũng như Lào thôi mà, đứng ở giữa làm người phân phát làm gì cho phiền phức cả ra.

Rõ ràng là Lào sợ ta ăn hớt. Có khi còn muốn bung khỏi khối Việt - Miên - Lào để chơi hẳn với Trung Quốc.

Cụ Hồ giải thích: Liên Xô, Trung Quốc đã quyết định như thế thì Lào và Việt Nam cứ như thế.

Tôi lại nghĩ Lào quan hệ thẳng với Trung Quốc đã sao. Chưa biết ta cũng cần phên giậu che chắn, cần đất của người để làm đường, mở căn cứ đóng quân. Vả chăng có làm cầu thì ta mới vào cầu...

Bây giờ nghe sinh viên Trung Quốc đòi mặc kệ Việt Nam, tôi thật muốn chui xuống đất. Lưu học sinh các nước đầy ra kia...

Một hôm tôi bắt gặp cô con gái nguyên soái Hạ Long, Hạ Tử Trinh gì đó, nhỏ nhắn, xinh đẹp, đứng bên đường trong campus, gần túc xá cô nói hơi gắt giọng: - Song nên chung sống hoà bình, không nên chiến tranh. *Bu shi wei le dang bing er jen men chu sheng.* Người ta không phải sinh ra để làm lính. Cô đã vượt sông Áp Lục - ít nhất con cái các ông to Trung Quốc đều nếm bom đạn thật ở chiến trường. Bố cô đã bị lôi ra gọi là "tên thổ phỉ hai tay hai con dao bầu" rồi bức chết trong Cách mạng Văn hóa. Chồng cô, giáo viên sử, bỏ cô vì bố cô là xét lại phản động đi đường lối tư bản (tức kinh tế thị trường). Bây giờ cô chuyên sưu tầm tài liệu về những người bị đàn áp tàn khốc và chết tủi nhục trong cái phong trào điên loạn do lãnh tụ gây nên.

* * *

Cuộc sống đòi Đảng phải có biến pháp. Đảng bèn ra nghị quyết chỉnh đảng.

Đăng trân trọng trên các báo. Chỉnh đảng lần này là một cuộc "thiêu cháy đảng." Thiêu cháy cho đảng được tái sinh như con phượng hoàng trên đống tro tàn trong huyền thoại. Đảng kêu gọi toàn đảng toàn dân hãy thẳng thắn vạch trần mọi sai lầm, khuyết điểm của đảng ra. Thiêu đảng là yêu đảng. Càng yêu càng thiêu.

Đề ra "năm cái khí" phải xóa: quan khí (quan liêu, khinh dân), mặc khí (bàng quan, mặc kệ mẹ nó), mộ khí (uể oải chợ chiều) và hai khí nữa tôi không nhớ.

Đảng lập tức phát động ở khắp hang cùng ngõ hẻm một cao trào dân chủ nói thẳng, nói thật. Lập diễn đàn cho ai ai cũng lên nói được. Nói chưa thoả thì viết báo chữ to dán đầy các bức tường. Hết chỗ dán - dán chồng, dán đè lên nhau dầy tới cả đốt tay - thì dán xuống đất...

Bắc Kinh đại học lại đi đầu trong cao trào thiêu đốt đảng. Một sinh viên vật lý chứng minh bằng phương trình x, y, z sự phá sản không thể cứu chữa của chủ nghĩa Mác - Lê...

Nhân Dân nhật báo "không" kém ai. Dành hẳn trang nhất cho các ý kiến đòi đa đảng, chia quyền lãnh đạo đất nước như ý kiến của La Long Cơ, Trương Bá Quân, người đứng đầu một đảng dân chủ. Bảo giai cấp công nhân có sứ mạng lãnh đạo là vô căn cứ, giai cấp tư sản cũng phải được lãnh đạo... Một bài báo nói trắng ra ngày xưa Quốc Dân Đảng bỏ tù, xử bắn Cộng Sản Đảng là đúng vì luật pháp đề ra là phải trừng trị những người phá rối trật tự xã hội. Đáng chú ý bài "Tôi căm thù, tôi lên án" của nhà viết kịch Ngô Hàm đả Chương Bá Quân, La Long Cơ, ông này trí thức ở Mỹ về từng nói chúng ta đại tri thức đã bị đám ít trí thức lãnh đạo. Tám năm sau, hiểu chân tướng đảng, Ngô Hàm viết kịch bênh Bành Đức Hoài, chống Mao và bị thủ tiêu vì tội ở trong nhóm phản cách mạng "Thôn ba nhà" gồm Đặng Thác, Liêu Mạt Sa, nhà thơ và ông.

Báo đảng đăng một bài của Trần Kỳ Thông, cục trưởng tuyên huấn Giải phóng quân, tác giả của vở kịch "Thiên sơn vạn thủy" đang nổi tiếng phản đối các ý kiến đòi đa đảng, chia quyền lãnh đạo. Thì hôm sau báo đăng ngay một bài bác lại. Đồng thời thông báo nghị quyết phê bình Trần Kỳ Thông đã dội nước lạnh vào hùng khí quần chúng đấu tranh thiêu đảng. Ông đã bị giáng cấp xuống còn thiếu tướng. Ai dám nghĩ ông là chân gỗ?

Cả tháng sôi sục thiêu đảng như vậy. Xem vẻ ngọn lửa này không bao giờ nguội được nữa. Một báo chữ to ở Bắc Kinh đại học viết: Chỉ cần Lão Vương hạ đài là Trung Quốc lại thanh thiên bạch nhật. Thanh thiên bạch nhật còn hàm ý chỉ lá cờ của Trung Hoa Dân Quốc.

Tôi thật sự sống những ngày hội tưng bừng dân chủ.

Không ngờ là một canh bạc bịp quy mô quốc gia. Cú lừa lịch sử... Nhưng cú lừa đập vào mặt tôi và giúp tôi dần tỉnh lại.

Chương chín

Một sáng Nhân Dân nhật báo ra xã luận: Đến lúc rồi! *shi shi hou le!*

Lúc gì?

Lúc trấn áp, nghiền nát, đập tan bọn "hữu phái" đang điên cuồng chống phá Đảng cộng sản, mưu mô đưa Trung Quốc quay ngược trở lại con đường tư bản phản động.

Dài hơn gấp ba, xã luận hôm sau mới nói rõ hết đầu đuôi. Phái hữu đã lợi dụng thiện chí chỉnh đảng, trăm hoa đua nở, trăm nhà đua tiếng của đảng để lật đổ đảng. Chúng là lũ rắn độc, cỏ dại. Chúng nói đảng bày mưu lừa người.

Đúng! Mưu thật. Nhưng không phải âm mưu mà là dương mưu vì mưu này bảo vệ chủ nghĩa xã hội. Không có mưu sao nhử được rắn độc, cỏ dại chui ra, ngóc lên mà tiêu diệt chúng chứ?

Đảng để tỷ lệ 5% đảng viên là phái hữu. Họ là những người lãnh đạo đã chấp hành nghị quyết chỉnh đảng mà cho mở báo chữ to, diễn đàn dân chủ để "thiêu đảng."

Họ là những người đã bắt đầu do dự thì giật mình thấy Trần Kỳ Thông bị kỷ luật giáng cấp vì dội nước lạnh vào tinh

125

thần đấu tranh của quần chúng cho nên lại vội ra sức lãnh đạo quần chúng đẩy mạnh thiêu đảng lên một nấc nữa.

Hàng triệu người đã bị chết, tù, lầm than trong cuộc đàn áp. Biết bao gia đình tan nát.

Sóng thần nổi lên dữ dội trong giới văn học nghệ thuật. Điêu linh những Ngãi Thanh, nhà thơ theo trường phái Apollinaire với tập thơ "Đuốc" cùng thời "Nữ thần" của Quách Mạt Nhược, Đinh Linh, Phùng Tuyết Phong, Ngô Tổ Quang...

Một chuyện làm xúc động và kính phục: Tân Phụng Hà, nghệ sĩ lớn Bình kịch, ngang tầm với những Mai Lan Phương bậc nhất Kinh kịch và Hồng Tuyến N, bậc nhất viết kịch tuyên bố từ bỏ hết các danh hiệu đảng đã khoác lên bà như đại biểu Quốc hội..., từ bỏ hết để cam chịu cùng tội hữu phái với chồng bà, nhà lý luận sân khấu lớn Ngô Tổ Quang. (Nhưng một tài liệu sau này tôi đọc lại nói Trương Khiếm, người đóng Hồ Điệp phu nhân trong vở ca kịch cùng tên lừng tiếng là vợ Ngô Tổ Quang.)

Mao vạch mặt tổ chức "chống đảng Chương Bá Quân - La Long Cơ." chương Bá Quân, bộ trưởng Giao thông, chủ tịch Đảng Dân chủ Công Nông; La Long Cơ, bộ trưởng Lâm nghiệp, Phó chủ tịch Đồng Minh Dân Chủ, lãnh tụ tinh thần của trí thức ở Âu Mỹ về nước. La Long Cơ có một câu làm Mao tức tối: "Tiểu trí thức của chủ nghĩa Mác - Lê lãnh đạo đại trí thức của tiểu tư sản. Thằng mù dắt thằng sáng đi."

Phải nói tôi thích ông trí thức này không bằng các đảng viên cộng sản thiêu đảng. Vẫn ngờ động cơ các ông.

Mã Dần Sơ, nhà kinh tế học tên tuổi và hiệu trưởng của chúng tôi cũng bị lôi ra là "rắn độc." Ông đã phê phán lời kêu gọi của Mao cho rằng Trung Quốc càng đẻ nhiều càng tốt vì người là tư bản qúy báu nhất, vì Trung Quốc phải tiến lên bằng các đại công trường thủ công nên càng ăm ắp người càng tốt. (Những năm70, Lê Duẩn đề ra đại công trường thủ công và hợp nhất tỉnh, huyện cho đông sức chân tay là dựa vào ý Mao.) Ông già Mã Dần Sơ bị đưa đi cải tạo ở đâu tôi không rõ.

Qua mấy tháng vờ dân chủ để khều rắn kể trên, tôi dần thấy thì ra mình cũng "rắn độc." Chỉ là không bị nhử và không có chỗ chui ra thôi. Phải chờ sau khi về nước nó mới lộ mặt.

* * *

Một chuyện xảy ra với tôi trong lúc báo chữ to đang rầm rộ. Câu chuyện tôi giấu mãi.

Bữa ấy tôi đang đọc báo chữ to gần *Da Xan Ting*, - đại thiện đình (Nhà ăn lớn). Một sinh viên Trung Quốc đến bên tôi. Trắng, đẹp, kính trắng, mắt hiền.

- Xin lỗi, anh là lưu học sinh Việt Nam?

- Vâng, còn anh *ala* Thượng Hải? (*ala* tiếng Thượng Hải là chúng ta, chúng tôi.)

- Tôi là... (anh nói tên nhưng tôi không nhớ), muốn nói chuyện một ít với anh, có được không?

Anh nhờ tôi chuyển cho sứ quán Việt Nam một thư đề nghị Bắc Việt Nam hãy tôn trọng hiệp định Genève, đình chỉ đưa quân và vũ khí vào trong Nam cũng như rút lực lượng đã phi pháp cài lại từ 1954.

- Làm gì có chuyện ấy nhỉ?

Hoàn toàn bị xúc phạm, tôi vừa ngớ ra ngạc nhiên vừa khó chịu. Anh đốt đảng anh thôi chứ lại định đốt cả đảng tôi nữa ư?

- Có, đài nước ngoài thường xuyên lên án, tố cáo Bắc Việt Nam.

- Sao anh tin những thứ ấy?

- Đọc các đại tự báo đây anh có tin không?

Tôi quay đi và nói: - Tôi không chuyển thư anh được vì bận và vì ý kiến của anh thiếu cơ sở.

Nhưng từ hôm ấy, tôi bỗng cứ lởn vởn nghĩ ta có vi phạm hiệp định Genève thật không? Chả lẽ ta chính nghĩa lại bội ước? Chả lẽ bản chất ta hòa bình lại thích chiến tranh?

Lúc ấy thật tình tôi không biết đảng có phương án kế hoạch cài cán bộ và quân lính ở lại miền Nam cũng như tiến hành nghiên cứu ngay từ đầu hình thế bờ biển để sau này lập "đội thuyền không số" có cơ sở ở huyện Thủy Nguyên. v. v.

Lúc ấy đâu đã đến ngày, thí dụ 24 tháng 5 năm 1962 để tôi họp trưởng phó ban của báo Nhân Dân mà ghi vào sổ tay sự việc dưới đây: Chính phủ Diệm gửi công hàm đi 72 nước đề nghị lên tiếng phản đối Việt Cộng ngày một mở rộng hoạt động lật đổ (lúc đó Cà Mau đã thành vùng giải phóng) thì Anh quốc và Sihanouk hưởng ứng sớm nhất. Anh quốc quy trách nhiệm cho Hà Nội vi phạm hiệp định Genève, Sihanouk thì yêu cầu mở hội nghị quốc tế giải quyết vấn đề miền Nam để đất nước ông được yên. Nhưng Liên Xô, ủy viên thường trực Hội đồng Bảo an Liên Hợp Quốc và nước ký vào hiệp định Genève, lại đổ hết trách nhiệm cho Ngô Đình Diệm, quyết giữ hình thái hai bên Quốc - Cộng "trùm chăn đánh nhau" chết thôi bên trong lãnh thổ miền Nam theo đúng ý đồ miền Bắc.

Canada và Ấn Độ trong Ủy ban Kiểm soát Quốc tế đã ra nghị quyết riêng lên án Hà Nội vi phạm hiệp định Genève. Thế là báo Nhân Dân nổ xã luận đả kích dữ dội họ. Phản ứng lại, Canada dọa rút khỏi Ủy ban vì ta bảo họ "đứng đằng sau

Mỹ" vu cáo miền Bắc. Ấn Độ thì bị xã luận bôi cho một câu lăng mạ: "không xứng đáng là chủ tịch Ủy ban quốc tế.." . Sau đó, hưởng ứng xã luận, dân nhiều nơi mít tinh đả đảo Canada, Ấn Độ.

Lê Duẩn phải dặn dò nên chú ý lời lẽ đả kích Anh và Ấn Độ. Cung bậc theo ông đại khái là chính phủ thì ôn hoà, báo đảng có thể cao giọng đôi chút còn ngoài ra, các báo khác tha hồ được nặng lời với hai ủy viên quốc tế "bênh Mỹ - Diệm." Liều lượng phân bố đòn ngôn luận này đã vào cẩm nang.

Nhân nhắc đến Lê Duẩn thời gian này, xin kể tiếp một việc cũng vào sổ tay tôi lúc ấy. Ban văn hoá của báo cho biết anh Lê Duẩn quan tâm đến đời sống dân lắm. Anh đã hỏi kỹ anh Phạm Ngọc Thạch rằng một bát cơm ăn với rau muống luộc có khác một bát cơm ăn với rau muống xào không. Khi nhờ phân tích khoa học cao siêu, (tôi ngứa tay thêm mấy chữ này vào đây) biết là có khác nhau..." cơ bản" thì anh Duẩn đã chỉ thị hãy cố sao cho "về cơ bản" dân ta được ăn nhiều rau muống xào mà" cơ bản" bớt luộc đi. Nói "về cơ bản" vì phấn đấu cho có thêm mấy triệu thìa mỡ mỗi ngày "về cơ bản" không dễ!... Tôi nghĩ ngay việc gì phải Phạm Ngọc Thạch nghiên cứu, cứ bày lên bàn ông Duẩn hai dúm cơm, một rang mỡ, một không là kiến nó cho ý kiến nó ngay không phải chờ Phạm Ngọc Thạch chỉ thị cho ngành y tế.

Nhưng xin trở lại chuyện diễn ra ở Bắc Kinh.

* * *

Tuần sau tình cờ tôi gặp anh "Thượng Hải" ở gần Đại lễ đường. Anh đi với một cô gái trăm phần trăm *Shang hai gu niang*, Thượng Hải cô nương. Cô gái nhìn tôi như có ý hỏi anh bạn đi bên: - Cha từ chối đưa thư đấy phải không?

Không nghe thấy nhưng tôi cáu - đinh ninh cô gái nói *nei jia huo*, thằng cha kia. Cùng lúc thấy cô gái rất đẹp. Picasso có lẽ lấy mẫu kiểu tóc đuôi ngựa ở cô gái thanh tú này.

Chẳng hiểu sao tôi rẽ ngoắt luôn. Tức. Không, có cả ghen vớ ghen vẩn.

Khi chống phái hữu, nhiều giáo sư, sinh viên bị đưa đi, tôi có ý tìm anh "Thượng Hải." Không thấy nữa. Nghĩ cô gái Thượng Hải nếu không xuống nông thôn lao động cải tạo - để bị người ta cưỡng hiếp, chửa hoang và treo cổ chết - thì chắc phải bỏ học và bỏ cái đuôi ngựa "văn hoá đồi trụy phương Tây," tôi bỗng bồn chồn cùng ân hận lạ lùng.

Tôi chưa hiểu với tôi những ông thày sống động đầu tiên chỉ ra con đường và cách thức đấu tranh cho dân chủ chính là làn sóng "phái hữu" trong đó có anh sinh viên cùng cô bạn gái xinh đẹp của anh. Sau này trong gian nan phải chịu đựng tôi mới nhận ra hình ảnh của họ càng đậm nét trong tôi. Nhưng tại sao anh sinh viên đeo kính trắng lại chọn tôi để nhờ chuyển thư phản đối ta "phạm pháp" đưa súng ống, binh lính vào Nam? Anh đọc thấy gì ở trên mặt tôi. Một hừng sáng nào đó ư? Một kiểu Nàng Kiều với Đạm Tiên ngày Thanh Minh.

Tôi còn một bạn học, người Nam Kinh. Lúc "phái hữu" lên tiếng, anh từng bảo tôi: - Chắc cậu cũng biết truyện "cô gái quàng khăn đỏ?" Chúng ta đấy. Cũng quàng khăn đỏ cả mà. Hỏi bà ơi, tại sao tai bà to thế? Bà nói: - Để bà nghe thấu bọn phản động chúng nó thì thào. Thế sao mắt bà sáng thế? À, sáng mới thấy được chỗ chúng nó ẩn nấp. Còn răng? Sao răng bà to thế? Răng bà to để ăn thịt những đứa khoẻ thắc mắc về bà... như cháu. Ăn luôn.

Tôi hỏi anh: - Người Trung Quốc nghĩ như cậu có nhiều không?

- *Zen ma shuo ya*? Nói sao nhỉ? Một nửa đi. Nhưng nửa kia có loa ở mồm và có súng trên tay.

Chương mười

Hè 1958, tôi đi thực tập ở Thẩm Dương hay Phụng Thiên, Moukhden, kinh đô gốc của tộc Mãn và cũng là kinh đô vua bù nhìn Phổ Nghi thời Nhật. Cơ địa công nghiệp nặng từ thời Nhật, nó đang được Liên Xô giúp xây dựng nhiều nhà máy rất hiện đại. Tôi đến phỏng vấn nhiều nhà máy (cơ khí, điện cơ, gang thép, săm lốp xe tải..., nhà máy chế tạo thiết bị điện, dây điện thật sự nằm trên một nhà máy đồ sộ thứ hai nữa ở ngầm dưới đất phục dịch nó...

Hôm đầu tôi xuống nhà máy, một chị biên tập viên của Thẩm Dương nhật báo dẫn đi. Chị rất u uẩn, tuy cố giữ vẻ bình thường trước mặt người nước ngoài là tôi. Tôi dần hiểu. Chồng chị, một trưởng ban của báo đã bị bắt đi cải tạo. Anh "dung túng cho phái hữu chống đảng." "Tôi nghiêm chỉnh tổ chức và động viên quần chúng thiêu đảng là làm theo nghị quyết đảng," - anh nói." Thế đảng bảo anh lật đổ đảng anh cũng lật sao?," - đảng kết luận. Và anh đi đâu vợ anh lúc ấy vẫn chưa biết

Tất cả các trưởng ban của báo này và nhiều cây bút khác đã bị như chồng chị. Những con tốt đảng thí trong ván cờ tìm cỏ độc, rắn độc...

Không hiểu sao tôi cứ thấy như có lỗi với chị biên tập viên dẫn đường. Tôi biết bi kịch của chị mà không dám một lời an ủi. Tôi đã buộc chị phải chui ra khỏi con kén nó che chở nỗi côi cút kinh hoàng của chị để nói lên những lời nhạt nhẽo với *guo ji you ren*, - quốc tế hữu nhân, bạn bè thế giới... Bạn bè thế giới thì mang lại được gì cho chị? Đám đã đến đây thực tập thì chắc cũng một giọ thừa sức bày mưu tống giam đồng chí. Nhưng chồng chị và chị cũng cộng sản mà? Nghĩ lắm nhức đầu, tôi chọn mũ ni che tai, coi như không có chị... Rất lạ là sau sự kiện vạch tội bạo chúa Stalin rồi nay bạo chúa Mao kinh hoàng đến thế mà tôi vẫn một niềm tin chủ nghĩa!

Thì cũng không hiểu sao ở Thẩm Dương - phải chăng vì ở ngang vĩ tuyến với Triều Tiên? - mà tôi thường hay lên đứng trên sân thượng tức tầng thứ mười hai của Thẩm Dương nhật báo nhìn trời, hình dung vẩn vơ tới chiến tranh Triều Tiên và Kim Ki Hoan, sĩ quan Triều Tiên, bạn cùng lớp. Kim Ki Hoan cục cằn nhưng rất ngay thẳng. Có hai điều ở anh mà mãi tôi không sao hiểu. Một là khi nghe tôi nói - đúng với ý đảng - Pháp đánh trước nên Việt Nam mới phải kháng chiến, anh liền cáu, sao để chúng nó đánh trước? *Tha ma tì*, - mẹ nó, bên tao, thình lình ba sư đoàn tràn xuống, phải giành chủ động chứ, chúng ta là cách mạng mà, chẳng mấy chốc chỉ còn lại có mỏm Pu San... *Tha ma tì*, - mẹ nó, Mỹ nhảy vào... không thì nẫng ngon miền Nam rồi... Chúng nó vào, chúng tao phải rút, lệnh là hủy hết mọi thứ để cho không còn dấu vết lính Bắc, đứa nào cũng chỉ còn có cái *xan jiao ku*, - khổ ba cạnh (tức slip)..., *tha ma tì*, mẹ nó, Saber Thần Kiếm nó bay dưới cả dây điện cao thế để bắn... Liên Hợp Quốc chúng nó vào... Nhưng cũng hả, đánh những bảy tám nước...

- Quân chí nguyện Trung Quốc thế nào, tôi hỏi?

- Sang nhiều thì lại khoẻ ngủ bậy với gái Triều Tiên. Gặp người Triều Tiên mày đừng nói tới Quân chí nguyện...

Mãi sau tôi mới biết Bắc Triều Tiên không nhắc tới Chí nguyện quân. Sợ làm nhụt tinh thần *Juchi*, - Chủ thể, nghĩa như tự lực ở ta. Tất nhiên Kim Ki Hoan và tôi đều không biết Stalin đã bật đèn xanh cho Bắc Triều đánh. Tăng tiền viện trợ lên, cử cố vấn sang đông gấp bội - tính cứ 45 lính Bắc Triều là có một cố vấn Liên Xô. Tướng Liên Xô Vassiliev đã đặt kế hoạch chiếm gọn Nam Hàn trong vòng một tuần, từ 22 đến 27 tháng 6 - 1950.

Lên lớp Hán ngữ hiện đại, nghe giảng tiếng Trung Quốc hay, đẹp, ảnh hưởng tới nhiều ngôn ngữ, thí dụ (ảnh hưởng) Việt Nam 70 %, Triều Tiên, Nhật Bản 75 %, Hoan ngồi cạnh tôi cứ khua cá giầy loẹt quẹt, mắt lừ lừ liếc nhìn tôi (tranh thủ đồng minh) còn mồm thì lạu bậu: - *Tha ma tì*, lúc thi tao sẽ nói không hay, không đẹp, không ảnh hưởng tới tiếng Triều Tiên gì hết..., quẹt quẹt quẹt... *tha ma tì*!

Tôi đã có lúc ngờ lòng yêu nước của mình yếu hơn Kim Ki Hoan. Nghe nói 70% tiếng Việt là thuổng của tiếng Hán tôi lại thấy ông cha mình nhịu mồm cho thành ra hàng lô giỏi quá.

Điều thứ hai thuộc về sinh học. Kim Ki Hoan một hôm bảo tôi: Bên tao có tục ngữ cứ nom miệng người đàn bà là biết cái bên dưới của người ấy ra sao. Tôi ngẩn tò te thì Kim nói tiếp: Hai cái ấy rất giống nhau, *tha ma tì*, đúng lắm đấy (!!!)

Càng ngẩn ra, tôi nói: - Tao thể nghiệm làm sao được chứ?

Ki Hoan lườm tôi: - Cái ấy phải tự mày lo! Định nhờ tao giúp nữa à?

- Ở đâu?

- *Zhe ge jia huo*, - cái thằng này. Không đây thì đâu?

Ít ra cũng thấy người Triều Tiên thẳng thắn, chả vờ vịt. Và dâm hơn Việt Nam.

Xong thực tập trở về Bắc Kinh.

Trong nước đang đánh Nhân Văn - Giai Phẩm vòng hai. Năm ngoái dẹp hai tờ báo của nhóm này ngỡ đã xong nhưng nghe nói Chu Ân Lai có sang phổ biến kinh nghiệm chống phái hữu nên ta lôi ra đánh lại. Mang ra tòa. Dính cả đến "gián điệp." Sau này Lê Đạt bảo tôi Đảng cộng sản Pháp có nói với ta gián điệp này là cảm tình của đảng.

Lộ dần ra hình thái hai biên đội Trung - Việt chắp cánh bay cùng nhau trong vòm trời chuyên chính. Hai biên đội bám nhau như bóng với hình. 1957, Bắc Kinh chống phái hữu, Hà Nội chống Nhân Văn - Giai Phẩm. 10 năm sau, 1967, Bắc Kinh Cách mạng Văn hoá, tiêu diệt bọn xét lại đi đường tư bản, tống giam Chủ tịch nước và Tổng bí thư hay Khơ - rút - xốp thứ nhất và thứ hai của Trung Quốc, Hà Nội chửi xét lại Liên Xô, bỏ tù xét lại nội địa. Chưa đến mức tống giam hại chết nhan nhản như nước anh em nhưng cũng làm lao đao liểng xiểng khối người.

Tả khuynh duy ý chí là bệnh gốc của cộng sản, đặc biệt cộng sản kiểu Mao. Cải cách ruộng đất là lần tả khuynh duy ý chí ở quy mô kinh hoàng ở Việt Nam thế nhưng hình như chúng ta không rút bài học. Nếu rút thì sau những Chống phái hữu, Tiến vọt, Gang thép, mâu thuẫn Trung - Xô..., đến 1963, 64, Lê Duẩn đã không viết "Mấy vấn đề quốc tế và Đảng ta," coi Mao - chứ không phải Hồ Chí Minh - là Lê-nin của thời kỳ ba dòng thác cách mạng Á - Phi - La toàn thế giới tiến thẳng lên chủ nghĩa xã hội...

Một biểu hiện điển hình của duy ý chí tư tưởng nước lớn là "Con đường Trung Quốc" mà báo Trung Quốc bắt đầu nói tới. Nó ra đời ở Hội nghị trung ương họp tại Bắc Đới Hà, sau khi Mao thị sát chớp nhoáng những công xã nhân dân mới mọc, những lò cao gang thép mới dựng, những "sáng kiến vĩ đại" của dân mà đảng thấy là quá thiên tài nên đã tổng kết lại thành đường lối. Từ quần chúng ra lại trở về quần chúng là thế. Đề cao "con đường Trung Quốc" là cố đả phá con đường Xô viết.

Thời gian này Khroutchev bất thần đến Bắc Kinh. Mao hí hửng nói trước với Lý Chí Toại, bác sĩ riêng của Mao: - Tôi sẽ cắm vào mông cha này một cái kim thật là dài. Lý kể như thế trong hồi ký "Đời tư Chủ tịch" ông viết cuối những năm1980 vén lên biết bao bí mật xấu xa của lãnh tụ.

Cây kim thật dài cắm ngay lập tức khi Khroutchev đến. Trái nghi thức thông thường, Mao đón ông ta ở bể bơi có mái của Mao trong Trung Nam Hải. Sai lấy xịp (quần tắm) cho Khroutchev rồi cả hai bồng bềnh dưới nước chuyện trò đại sự. Khác hẳn Khroutchev đón tiếp Mao linh đình trọng thể ra sao năm 1957. Lần này Khroutchev sang vì ngại Mao đánh Đài Loan sẽ nổ chiến tranh với Mỹ. Biết thóp, Mao cân não lại.

Trước một đồng minh háo đánh Mỹ như Mao, Liên Xô bèn cố thuyết phục bằng vi thiềng lợi ích vật chất. Đề nghị: l) Lập một đài phát sóng cực mạnh hai nước cùng dùng nhưng đặt ở trên đất Trung Quốc; 2) Lập một hạm đội hỗn hợp Xô - Trung cùng bảo vệ vùng biển hai nước; 3) Trung Quốc khoan giải phóng Đài Loan.

Mao nhận hai khoản trên nhưng không chịu hoà bình với Đài Loan: - Các đồng chí chớ can thiệp vào sứ mệnh thiêng liêng của nhân dân Trung Quốc.

Mao biết chạy đua vũ trang quá bở hơi tai, Khroutchev muốn kéo Trung Quốc vào cuộc hòa hoãn với Mỹ. Nhưng Mao lại có chủ định của Mao. Không thể hai phe mà phải tam quốc hiện đại. Trong khi chưa thành tam quốc mới được thì mở ra ba thế giới - các nước không liên kết. Ta không cầm cân nảy mực cho các ngươi thì thôi chứ lại?

Khroutchev cũng khuyên chớ nên làm công xã nhân dân nhưng Mao bảo đó là con đường tiến lên chủ nghĩa cộng sản đặc thù của Trung Quốc. Ý nói con đường các cậu sai rồi không lên được chốn đó đâu. Một dạo ở ta, chiếu tinh thần Mao, Lê Duẩn nói nếu Việt Nam có sức sản xuất như Liên Xô thì đã cộng sản đứt đuôi từ lâu. Ở Liên Xô, chế độ lương cách xa nhau quá đã ngăn cản tiến lên cộng sản. Duẩn khoe ở Việt Nam lương tổng bí thư với lương cơ bản hơn nhau có mấy chục đồng! Có sức sản xuất như Liên Xô, Việt Nam đã cộng sản từ tám hoánh!

Nay mới thú thật. Lúc ấy tôi đã ngầm cho một câu: "Tổ sư bốc phét!"

Thất bại, Khroutchev về nước sớm trước mấy ngày.

Hội nghị trung ương Bắc Đới Hà liền họp. Ra đời Tổng lộ tuyến mà ta mượn chỉ một mẩu là "nhiều, nhanh, tốt, rẻ" và thực tế hóa ra "hiếm, chậm, tồi, đắt."

Ba ngọn cờ hồng là: đại nhảy vọt, gang thép nhân dân và công xã nhân dân. Mao có ý bao cấp cả cho toàn dân, xóa bỏ chế độ lương bổng - trong quân đội xoá bỏ lon gù, nhất loạt một mẩu phù hiệu đỏ - đúng như chế độ cộng sản các tận sở năng các tận sở nhu, cái mà Khroutchev gọi là "chủ nghĩa cộng sản mặc quần đùi."

Công xã nhân dân công hữu hóa búa xua hết mọi tư liệu sản xuất và tư liệu sinh hoạt, nồi niêu, xoong chảo, thau chậu, phích nước nóng... Ra đồng làm, tới bữa tối thì đến nhà ăn tập thể lĩnh phần cơm và phần nước nóng ngâm chân rồi toàn gia ăn uống, bế bồng, ôm ấp, mai lại ra đồng từ sớm. Trẻ con vào nhà trẻ, người già vào nhà dưỡng lão. Có công xã lập trại con gái riêng, con trai riêng, vợ chồng tháng tháng gặp nhau ăn nằm theo lịch công xã đặt, tùy theo độ tuổi mà dầy thưa khác nhau. Báo đăng câu Mao ca ngợi: cái ưu Việt của công xã là nắm được hoàn toàn dân chúng trong tay.

Ông đã nuôi ý định công xã hoá cả thành thị. Để nắm cho không sót thằng dân nào.

Tôi đã thăm mấy nhà dưỡng lão trong đó một nơi làm cho tôi buồn hơn cả là của công xã nhân dân tại nhà máy thủy điện Mai Sơn, tỉnh An Huy. Một lán nứa dài trong một rừng nứa rậm, một dẫy sạp nứa dài và cao lênh khênh, ọp ẹp làm giường (có lẽ sạp cao thế này là để các cụ không thể tụt xuống trốn đi). Khoảng ba chục cụ ngồi ngơ ngẩn nhìn khách tham quan đến chiêm ngưỡng "hạnh phúc" của các cụ. Tất cả đều ủ dột, đều con mắt vô hồn dửng dưng và đều co chân cao đến ngực và đặc biệt đều tăm tắp mấy chục cẳng chân phù to tướng, căng bóng, những mặt hàng chỉnh bày trong triển lãm. Tôi bỗng thấy chúng là những cái bình đựng thư cầu cứu mà trong bão tố, thủy thủ đem vất cầu âu vào sóng... Già quá, không lê nổi đến nhà ăn, mà có đến nổi nhà ăn thì hết sức chen hàng, nhiều cụ đành chết đói.

Phải có bằng chứng về tính ưu việt của công xã chứ! Bằng chứng dễ thuyết phục và dễ kiếm nhất là năng suất lương thực. Lập tức báo chí đăng không kịp "sản lượng vệ tinh" - ở nghĩa lên cao vút - ầm ầm vượt nhau. Bắp cải nặng một tạ ba, muốn xài thì phải lấy cưa mà kéo cưa lừa xẻ chứ dao nào chặt cho lại? Lợn một con đứng chật cả thùng xe cam nhông cỡ nhỡ. Một mẫu ruộng (bằng một phần ba mẫu Việt Nam) 500 tấn khoai. Lúa mì 60 tấn... Một nhát các thứ cây trồng biến ra thành toàn là Phù Đổng Thiên Vương hết. Một hôm báo đăng ảnh một tràn ruộng lúa chín với những đứa trẻ nô nhảy ở bên trên. Và Mao Chủ tịch liền nổ lệnh: Ta cho các người từ nay ăn hẳn năm bữa một ngày!

Phóng viên Việt Nam thông tấn xã kiêm tình báo Lê Phú Hào đi tham quan đồng lúa kiêm "sân chơi trẻ con" về đến ngay trường bảo tôi đó là trò bịp. Anh theo nhà báo nước ngoài tụt xuống thì ngỡ anh là đồng bào, người ta giữ anh lại sợ đông quá sập liếp độn ở bên dưới: cắt lúa chín ở nơi khác về cắm chi chít lên trên.

Tôi nói chuyện này với anh bạn "bà sói răng to." Anh nói anh biết. Dân Trung Quốc bây giờ có hai điều dặn nhau. Một là sau Tam phản, Ngũ phản thì sợ tiền. Tiền là nguồn của tội ác. Nghèo đói mới sạch sẽ, vẻ vang. Thà ăn cỏ xã hội chủ nghĩa chứ không thèm ăn cơm gạo tư bản. Nay sau chống phái hữu, người Trung Quốc sợ thêm sự thật. Sự thật là nguồn gốc của bất hạnh, chết chóc. Đã muôn người đều sợ sự thật thì cũng lại muôn người thi nhau nói phét. Có người nói ở Trung Quốc bây giờ chỉ phản cách mạng mới còn cái đức nói sự thật, nghe sự thật. Còn toàn là hoan nghênh vờ, tin tưởng vờ, hăng hái vờ. Toàn dân nói phét, chui niu, thổi trâu, mà biết tỏng nhau là nó đang nói phét, vui phét hệt như mình...

Tôi lạnh người. Anh nói tiếp:

- Mình có một ông chú họ làm đội trưởng ở công xã. Trên bắt ông khai vống lên lấy sản lượng vệ tinh. Ông không nghe, sợ khai man nộp hết thì đói. Thế là bị đánh gẫy hai hàm răng. Cứ nhè mồm đánh bắt nhận "vệ tinh." cuối cùng đầy mồm máu khai man. Nhờ đó được chữa không tiền cái tay bị đánh què nhưng răng thì đắt quá thành ra từ nay ông chú chỉ nuốt không nhai. Sự thật phải nuốt, nhai gẫy răng ngay. Cứ thả cửa nói phét rồi bạo lực giáng xuống cho thật khoẻ vào là cái giả toàn thắng.

Tôi bắt đầu "hư hỏng" vì đã nhận ra chân tướng đại bịp. Người ta lừa bịp đại trà được là nhờ khai thác những bản năng thấp hèn trong con người: sợ và tham lam. Sợ thì thỏa được lòng tham. Tham danh, tham lợi, tham tước. Mà sợ rồi thì dối trá nào cũng thành sự thật, bồ hòn nào cũng ngọt, đồ tể nào cũng Đức Phật Như Lai.

Nên nói tiếp đến phong trào nhân dân luyện gang thép. Công đầu là Tăng Hy Thánh, ủy viên trung ương, bí thư tỉnh An Huy. (Ông đã tiếp đoàn báo Việt Nam chúng tôi ở Hợp Phì, nơi Hàn Tín điểm quân và tôi đã đến đó.) Ông cho dựng dọc đường xe lửa Mao sẽ đi qua các lò cao luyện thép. Lò rừng rực lửa như hội hoa đăng, dân gang thép múa ương ca tưng bừng bên cạnh. Lãnh tụ hả cái bụng quá. Bèn đề ra mục tiêu gang thép vượt Anh, vượt Đức, vượt Nhật rồi Mỹ cuối cùng.

Từ Thủy Tỉnh - Hà Bắc, một huyện có 31 vạn dân đã đề ra mục tiêu "tiến lên chủ nghĩa cộng sản trong ba năm," vụ hè vừa thu hoạch được 45. 000 tấn lương thực, đã đề ra mục tiêu sản xuất 1,1 triệu tấn ngay trong vụ thu tiếp theo (tăng gấp hơn 24 lần, bình quân đầu người 1,8 tấn). Phải ra sức thu gom sắt phế liệu, có thể tháo dỡ các đường sắt tạm thời không có giá trị kinh tế như đường sắt Ninh Ba, đường sắt Giao Đông.

Tôi không tham gia tuy sinh viên phải nghỉ học làm gang thép đầy trong campus. Tôi mơ hồ thấy chẳng khác nào lột áo quần ra xé tơi rồi đem bật lại thành bông, xe lại thành sợi để dệt nên thứ vải chất lượng khốn nạn hơn nhiều. Không hiểu sao nhìn các quả đấm cửa bằng sứ trắng có lõi sắt người ta quẳng vào chảo quấy, đảo, tôi cứ nghĩ đó là những con ngươi mắt mỗi hộ dân gửi đến để trừng trừng nhìn mà đặt ra câu hỏi đơn sơ: các người làm trò gì đây?

Màn bịp gang thép rồi cũng xếp xó. Nhưng để cho Mao chủ tịch Người vui lòng vẫn phải giữ lại 60 triệu lao động túc trực bên cạnh các lò cao hao tài hại của...

Lại trở về Hội nghị trung ương Bắc Đới Hà. Ngoài Tổng lộ tuyến, hội nghị còn cho ra một cách khiêu chiến mới đối với Mỹ cốt phá hoà hoãn của Liên Xô với Mỹ. Hội nghị bế mạc được một tuần, lục địa bắn luôn đại bác vào hai hòn đảo Kim Môn, Mã Tổ của Đài Loan nằm ở gần bờ biển Phúc Kiến. Kim Môn chỉ xa chừng hai cây số, trong ngày đầu nhận 89. 000 quả pháo. Ngày hôm sau thêm lên 40. 000 quả nữa. Căng thẳng cực độ. Chiến tranh như sắp nổ ra từng ngày.

Mỹ cho hai tàu sân bay tới, cộng vào bốn chiếc đã có sẵn. Và trên một chiếc có đậu một máy bay ném bom A3D. Khi cần, boong tàu sẽ mở ra và một thang máy liền dâng một quả bom nguyên tử để gắn vào bụng chiếc A3D kia cho nó bay đi quảng xuống Bắc Kinh hay Thượng Hải, Nam Kinh, Hàng Châu, Quảng Châu gì gì đó. Phóng viên báo *Time* lộ ra như thế. Liên Xô liền phải đánh tiếng nếu Mỹ dùng nguyên tử với Trung Quốc thì Liên Xô buộc cho lục địa Mỹ xơi nguyên tử. Phần nào đã thoả mãn về cục diện gay gắt do mình gây ra, Mao bèn đổi sang một kiểu bắn mới: nếu Mỹ không can thiệp thì chỉ bắn hai hòn đảo kia vào ngày lẻ.

Thế giới tưởng Mao phất cờ giải phóng Đài Loan đến nơi nhưng ông bảo Lý Chí Toại, bác sĩ riêng: - Ai đánh làm gì? Còn Đài Loan đó thì còn đoàn kết nội bộ chứ giải phóng nó rồi thì kiếm đâu ra cái gậy nào để múa lên cho yên nội bộ được đây? (trong hồi ký "Đời tư Chủ tịch," *The President' s Private Life* của Lý Chi Toại.)

Thế nhưng nhiều người lại đinh ninh ông rừng rực lửa căm thù đế quốc, lửa giải phóng dân tộc, lửa chi viện của đại hậu phương rồi đội ông lên và đến xin ông một chút tâm hồn... Rồi theo cờ ông chỉ mà xông lên đánh.

* * *

Một sáng, An Cương, phó tổng biên tập Nhân Dân nhật báo đến nói chuyện với lớp báo chí. - À, xin hỏi, tôi vừa đi Ba Lan về. Nay nơi nào xét lại nhất các đồng chí?

Sửng sốt hết. Vừa bỏ mũ xét lại cho Nam Tư trở về với phe xong thì sao nay lại xét lại?

- Ba Lan, nước tôi vừa mới đến đó.

Kể ra một lô những tệ nạn xã hội, ăn chơi, nhảy đầm, thoát y vũ, thoát ly chính trị, sùng bái phương Tây... Cảnh giác các đồng chí, mất cách mạng, mất đảng vì cái xét lại này. Hở tay hở đùi là nguy cho chế độ rồi đó...

Với tiêu chuẩn chia ra trại đàn ông với trại đàn bà thì ăn nằm xả láng với nhau đúng là phản cách mạng thật.

Tôi không ngờ đời tôi bắt đầu bị yểm chính là từ hôm nghe thấy hai chữ xét lại ấy.

Hai bóng ma Mỹ, Đài Loan chưa đủ cho Mao bắt được ai cũng phải nem nép ở dưới cái gậy ông vung lên. Ông phải thêm cho một bóng ma "xét lại" nội bộ đảng và phong trào cộng sản. Bên ngoài, ông nhắm Khroutchev còn ở trong nước ông nhòm đến Chủ tịch nước Lưu Thiếu Kỳ và Tổng bí thư Đặng Tiểu Bình từng cho hê "tư tưởng Mao Trạch Đông." Hai vị chống Mao quá hiền lành liền bị Mao gọi luôn cho là Khroutchev Trung Quốc thứ nhất là Lưu Thiếu Kỳ và Đặng Tiểu Bình là Khrouchev thứ hai.

Biết Liên Xô đang oải trong chạy đua vũ trang với Mỹ, dân đầy bất mãn, thất vọng, Mao bèn kêu gọi phá chớp nhoáng trật tự thế giới bằng một cuộc "cải cách ruộng đất trên toàn hành tinh." Địa chủ, cường hào ác bá là đế quốc Mỹ cùng phương Tây, bần cố nông là các nước nhược tiểu có vấn đề với Mỹ, chẳng hạn Việt Nam. Hay mưu lật đổ của Đảng cộng sản ở Indonesia rồi bị Sukarno trấn áp thảm sầu.

Mao đầu tiên hỏi thăm láng giềng Ấn Độ. Trả miếng vụ Ấn cho Dalai Latma tị nạn và che đi yêu cầu độc lập gay gắt của Tây Tạng. Buộc Liên Xô hoặc theo Trung Quốc thì mất liên minh Xô - Ấn, hoặc bênh Ấn thì lòi mặt "xét lại." Đến 1963, 64 thì Liên Xô bênh Ấn Độ, Hà Nội chửi Ấn Độ và Nerhu có dã tâm chiếm đất Trung Quốc.

Hà Nội hình như hay phù suy, chống thịnh... Đặng chống Mao bằng mèo trắng mèo đen, Mao chống Đặng bằng hồng chuyên thì Hà Nội lại phát động cả nước hồng chuyên. Thủ tướng Đồng đăng một bài rất dài ca ngợi hồng chuyên trên Nhân Dân. Sau này Dương Thượng Côn "chống diễn biến hòa bình" để ngáng Giang Trạch Dân lên tổng bí thư thì ta cho dịch quyển "chống diễn biến hoà bình" - Chủ mưu là đế quốc Mỹ, và phát làm cẩm nang cho tất cả đại biểu dự Đại hội đảng 7.

Chương mười một

Tháng 5 năm 1959, đoàn báo Việt Nam sang thăm Trung Quốc, tôi gia nhập đoàn.

Một sáng vào Trung Nam Hải. Trung Quốc "giải phóng" Tây Tạng. Dalai Latma ngồi bò *yak* trốn sang Ấn Độ, cổ tay đeo chiếc Rolex do Tổng thống Roosevelt tặng, thời cờ năm sao chưa cắm trên đất Lhassa. Phong nhã, đẹp, Chu Ân Lai lên án và giải thích chính nghĩa của Trung Quốc. Đều khách nước ngoài, phần lớn là các "nhà cách mạng" thường trú Bắc Kinh. Mãi sau tôi mới hiểu lớp thực khách Xuân Thu Chiến Quốc đời mới này sẵn sàng hô vang khẩu hiệu đại loạn của Bắc Kinh. Ở các hội nghị Á Phi chống xét lại, ở Hà Nội, các chân gỗ không chẳng không rễ chuyên đánh trống trận bằng mồm xúi thiên hạ loạn li tơi bời này thuần chỉ có tác dụng thổi ống đu đủ và rồi đều bị quẳng vào sọt rác hết.

Thình lình Mao hiện ra. Cao lớn, trắng hồng, từ tốn. Đi như khẽ xê dịch, kiểu như biết mình càng chậm thì người ta càng được ngắm nghía và người ta càng thích. Thong thả ngả người ra ghế, một chỏm tóc sau gáy liền vổng ngay đuôi gà, nếp tóc nhờn bết của những người ít tắm gội và nằm là chính. Hai bàn tay đặt trên thành ghế thật đẹp. Tôi nghĩ ngay tới các tối chủ nhật, Trung Nam Hải thường đón các cháu nữ sinh Trường Múa đến khiêu vũ cùng chủ tịch. Hồng Linh nói các bạn đi về bảo Chủ tịch thích ôm eo chứ không đỡ lưng.

Mao nói. Ngồi nói. Nói ngọng vì giọng Hồ Nam. N thành L, R thành L. Thí dụ Hội phụ *lữ* Việt *lam lỗi lận*, - Hội phụ nữ Việt Nam nổi giận. Và s thành x.

Hôm ấy Mao mở miệng chửi *xà - lù* (tiếng Pháp: salaud, salopard: đồ đểu - BT) thủ tướng Ấn Độ. Dám cho Dalai Latma đến sống nhờ trên đất Ấn Độ mà không bắt giao nộp Bắc Kinh.

- *Nie he lu, ta xi xen mo len? Ta xi ban len ban gui dì, ban liu mang ban len xi tì...* (Đúng ra phải là *Nie he lu, ta shi shen mo ren? Ta shi ban ren ban gui dì, ta shi ban liu mang ban ren shi di...* Nehru là người thế nào? Hắn là nửa người nửa quỷ, nửa nhân sĩ nửa lưu manh.)

Trước đó không lâu Bắc Kinh ca ngợi vị nhân sĩ này là đồng tác giả với Indonesia của năm nguyên tắc chung sống hòa bình. Khi xấp mặt thì bạn lớn đều hóa ra súc vật hay côn đồ.

Định cắm cho cái kim vào đít Khrouctchev và nay ôn tồn, thư thả rủa Nehru thế mà vẫn kêu gọi toàn thế giới đoàn kết lại. Tôi bắt đầu ngán ông. Đơn giản từ khi tôi bập vào bài tố cáo tội ác Stalin, từ lúc Mao công khai nói ra mẹo ác nhử rắn của ông... Không đến gần ông để chụp ảnh. Chả biết Việt Nam bé tẹo thì ông coi ra cái gì, tự nhiên vận vào đất nước mà thấy sờ sợ. Bỗng nhớ Cụ Hồ đã nói ai sai thì sai chứ Mao Chủ tịch và Stalin thì không thể nào sai được.

Sau đó chúng tôi xuống miền Nam. Thăm nhà Tôn Trung Sơn và Lỗ Tấn ở Thượng Hải, thăm mộ Tôn Trung Sơn ở Nam Kinh. Ông lập nên Trung Hoa Dân Quốc với tấm hộ chiếu công dân Hoa Kỳ ở trong túi - ngày nay người ta sẽ la làng lên là ông "diễn biến hòa bình," "tay sai đế quốc Mỹ."

Rời Thiệu Hưng quê Lỗ Tấn, chiếc Mercedes thẳng chiếu núi Cối Kê mờ xa phóng đi. Trên xe Thép Mới bảo tôi: - Tao thích thơ mày, tao lăng - xê lên báo nhưng Ông Kềnh gọi bảo thơ Trần Đĩnh là kiểu Trần Dần, không được, tao đành thích thơ mày ở trong bụng vậy. Khen vệ tinh nhân tạo đầu tiên mà mày viết "Con người ném gương lên treo giữa các vì sao, ngửng đầu soi thấy mình đẹp quá" thì Kềnh không xài được. Con người chung chung là đếch được, chiến thắng vô sản lớn thế mà lại cho con người trừu tượng vào... (Kềnh là Tố Hữu.)

Phản ứng tức thì của tôi là tôi đếch cần Kềnh. Ơ kìa, ngày nào tai tôi nghe Kềnh bị Trường Chinh nhận xét mặt như hai ngón tay chéo lại học đòi ngậm píp như Nguyễn Tuân...

Báo Nhân Dân vừa đăng một bài thơ của tôi viết về những cao ốc mới mọc. "Xây những ban công giữa trời và những vườn hoa trong óc..." Dưới chân cao ốc mới, một bà đẩy xe nôi. "Anh cúi thơm má chú, rồi hôn vào gót chân, mai kia qua gót chú, anh hôn các tinh cầu..." và Kềnh lắc.

Người chỉ dịu đi khi thăm vùng chè Long Tỉnh. Những nương chè hai bên con suối Hổ Chạy - từng hõm sâu dưới dòng nước, dấu vết chân con hổ chạy để lại. Trên đỉnh đồi um tùm cây, một quán trà thô sơ kiểu cổ. Người phục vụ múc lên một bát sứ nước suối Hổ Chạy chìa ra trước mặt chúng tôi. Như có một sức thần bí ở lòng bát, tự nhiên mặt nước phồng nổi lên thành một mặt kính sáng quắc che đèn pha xe hơi. Người phục vụ đặt lên trên chỗ nước doi cao nhất một đồng hào thiếc. Nó nổi và lênh đênh ngao du. Mặt nước có thêm cái nhũ hoa bỗng biến thành một bầu vú lung linh...

Mấy hôm sau, viếng mộ Phạm Hồng Thái ở Hoàng Hoa Cương, một phó tổng biên tập báo ta hỏi bạn nhà báo Trung Quốc ở cạnh: "Chắc đồng chí liệt sĩ đây cũng quê ở Hồ Nam?"

Kiểu ở ta thì Nguyễn Thái Học quê Nam Đàn.

* * *

Chia tay với đoàn báo về nước ở Nam Ninh, tôi ngược Bắc Kinh cũng với chánh văn phòng Nhân Dân nhật báo.

Mấy hôm sau đến Văn Nghệ báo, cơ quan của Văn Liên (Hội liên hiệp văn học nghệ thuật) cũng quanh quẩn Nhân Dân nhật báo ở Vương Phủ Tỉnh thực tập.

Tôi muốn đi sâu tìm hiểu văn học Trung Quốc và nhất là qua nó nhìn rõ hơn động thái chính trị của đảng. Tại sao đảng lại hay cho sóng gió nổi lên trước ở trong văn nghệ?

Tại đây tôi đã được thấy mặt các đại bút đại danh Trung Quốc như Ba Kim, Lão Xá, Mao Thuẫn, Tào Ngu, Hạ Diễn. Báo đều kỳ mời các vị đến chỉ giáo tình hình và kế hoạch bài vở. Mỗi khi Lão Xá nói tôi lại ngỡ ông đang trình tấu mẫu chuẩn tiếng Bắc Kinh ông cất gửi tại Viện đo lường quốc gia. Nhìn ông và Ba Kim, tôi cố mường tượng ra dấu vết nước Anh, nước Pháp hồi các ông bên đó, dạy học bên đó. Không thấy. Lão Xá nom quá sơ sài. (Thì cũng không một dấu vết nào cho thấy những ngày tháng đen tối khốn đốn mai hậu của các ông. Ai ngờ nổi sau này Lão Xá bị Hồng Vệ Binh đánh chết quẳng xác ra ven một cái hồ ông hằng yêu mến. Ông nằm bên hồ, phủ một tấm chăn. Người ta mời vợ ông ra. Bà toan vén chăn nhìn mặt chồng lần cuối thì người ta đẩy bà ra: - "Xem có phải đúng là giầy chồng bà không? - Đúng! Thế hả, được rồi." Nhìn chồng lần cuối không được, chôn cất chồng không xong. Ai ngờ được trong mười năm giam cầm, hành hạ, Ba Kim sẽ nhảy tưng tưng, giơ tay hét "Đả đảo Ba Kim "để rồi sau này, hồi tưởng lại, ông phải kêu lên rằng ông có ăn cháo lú đâu mà có thể há mồm hô đả đảo ngay chính mình, có thể cam tâm để cho kẻ khác tước đoạt mất quyền làm người của mình mà không hề có chút mảy may nào phản ứng...

Diệp Quần, một nữ biên tập viên coi mảng điện ảnh, hay tha tôi đến đại sứ quán Liên Xô xem phim chiếu nội bộ và chả thứ gì lưu lại ấn tượng mạnh bằng bà biên tập viên văn nghệ hết sức Tây phương. Tân kỳ, trẻ, xinh xắn và rất diễn viên, rất diện. Toàn giầy da kiểu *escarpin* đế mỏng mầu sô cô la, đỏ, nâu, trắng... Sau này nghe vợ Lâm Bưu là Diệp Quần, tôi giật mình: ngay ngày ấy tôi đã ngờ chị là vợ một cốp to lắm. Cung cách sang trọng, điệu đà một cách hào sảng và tự tin như vậy ở Bắc Kinh là phải có một bối cảnh chính trị lớn như thế nào.

Tôi có hai anh bạn thân là biên tập viên của báo.

Một hôm hai anh nói mai chi bộ các anh nghe Chu Dương, Bộ trưởng tuyên truyền trung ương đảng truyền đạt một chỉ thị quan trọng của Chủ tịch. Tôi đề nghị cho tôi nghe boóng. Các anh nói sẽ xin ý kiến đảng ủy tờ báo. Chiều các anh bảo tôi trên Bộ tuyên truyền trung ương đảng nói không nên vì tôi là đảng viên nước ngoài. Nhưng hứa sẽ cho tôi biết tinh thần chỉ thị.

Hai hôm sau, giờ cơm trưa, hai anh và tôi ra phố. Hai anh lộ ra cho hay cái chỉ thị có thể gọi là chỉ thị "bom nguyên tử ném thì ném, không sợ!" Chủ tịch nói chúng nó cứ dọa bom nguyên tử. Hòng buộc chân trói tay chúng ta lại mà. Việc gì phải sợ? Vì Mỹ dẫu cho có ném xuống một nghìn quả bom nguyên tử, dẫu trái đất có bị tan hoang đi nữa thì ít nhất cũng còn sót lại một huyện dân Trung Quốc, huyện dân ấy sẽ đi ương lại giống người trên quả đất này...

Tôi rợn người. Sợ cái tính toán chi li này hơn cả sợ bom nguyên tử. Cũng thoáng một chút ghen tị: thế ra Trung Quốc sẽ được đi cấy tái giá lại giống người trên quả đất. Trong khi những Lào, An - ba - ni thì trống huếch trống hoác còn Việt Nam may lắm trời cho sót lại vài ba anh đực rựa vô dụng vì teo hết nhẵn hai hột tinh hoàn.

Chỗ nghe, nghe sang tai, ở gần cửa hàng quốc tế, kiểu cửa hàng cạnh Phú Gia, Hồ Gươm Hà Nội. Chỗ này đường bảy tám chục mét rộng, thoáng đãng, gần Vương Phủ Tỉnh mà tôi thấy ngạt thở. Ở cửa hàng này tôi hay bị người coi cổng đẩy ra, nghi tôi đồng bào cải trang giả làm nước ngoài vào mua lậu gấm với nhung đem ra bán lại. Một lần tôi bảo anh ta: "Người Trung quốc chúng ta không có thói xấu nhận vơ là người nước ngoài đâu đấy nhớ!" Anh ta ngẩn ra nhìn tôi. Tôi vào lượn một vòng quay ra nói: *Kan, mei mai shen mo!* Trông đấy, không mua cái gì cả. (Kỳ thật không có tiền.)

Hôm nay nhìn nó tôi nghĩ mai kia toàn thế giới đều Triệu, Lý, Trương, Vương cả với nhau thì hết sợ lầm đồng bào với dị bào.

Chuyện "chỉ thị quan trọng" này về nước tôi có nói với Nguyễn Tuân. Tuân bảo các nhà văn ta cũng được nghe Hoài Thanh truyền đạt là cho dẫu Mỹ có ném đến một nghìn quả bom nguyên tử xuống cũng không sợ. Tuân bèn giơ tay hỏi thưa anh con số một nghìn là anh phát triển lên hay vốn sẵn như thế ạ? thì Hoài Thanh đỏ mặt nói tôi nghe truyền đạt của trung ương, có ghi sổ cả đây. Rồi Tuân bình:

- Này cái hệ thống loa dọc nhà này xem ra thông suốt đáo để. Xa có đến năm nghìn, đến thế không? Ừ, xa có đến năm nghìn cây lô mếch mà họ truyền đạt cấm có sai lấy cho nhau một con dê - rô...

Hai anh bạn ở Văn Nghệ báo đã gíup tôi gặp Lâm Mặc Hàm, phó bí thư đảng đoàn Hội liên hiệp văn học nghệ thuật Trung Quốc; Hạ Kính Chi, phó tổng biên tập Văn Nghệ báo và Trương Quang Niên, cây bút lý luận quan trọng của báo, thường ký tên Mã Tiền Tốt. Ông đã cùng quân Tưởng vào Việt Nam ngả Lào Cai năm 1945, "cờ đỏ đầy Hà Nội lúc bấy giờ, đẹp lắm," ông bảo tôi.

Các ông có lòng mời tôi dạo Di Hoà Viên. Trưa lên quả núi có Phật Hương Các, vào một khách sạn ngồi ăn ngoài trời ngắm cảnh hồ nước, núi rừng...

Lúc bấy giờ công xã nhân dân đã mạt kỳ. Nhưng "phong trào thơ xã viên" vẫn được nuôi. Mỗi lao động mỗi sáng ra đồng đều phải nộp đủ chỉ tiêu bao nhiêu bài thơ (tuỳ đảng ủy mỗi công xã đặt). Không nộp đủ thì về, ngày ấy không công điểm. Các báo ra xã luận ca ngợi thiên tài thơ ca của nông dân. Thi nhau đăng thơ xã viên mà đặc điểm là rất giống nhau. Ta là Ngọc Hoàng, Ta là Đại địa, Ta làm nên tất cả... Ta là Lão Thiên, ta là Long Vương, ta đào núi, ta lấp biển. Ta là Đại hải, ta là Thái dương, ta không sợ thánh thần cùng ma quỷ... Nếu là nhà thơ nhóc con thì Ta là Na Tra...

Tức là một tập hợp bách khoa toàn thư văn vần dành riêng cho một từ TA để cho toàn dân định nghĩa. Ta là tinh tú, ta là sao chổi, ta là nguyên tử, ta là sấm, ta là sét... Tựu chung vơ lấy mọi sức mạnh tự nhiên, siêu nhiên. Có một nét không ai dám ví tới. Đó là không bao giờ nhận mình là đảng, là Chủ tịch, là ta bảo đảng tiến, ta vẫy đảng đi. v. v. Còn được một chữ sợ làm trần cho mọi vi vu bay bổng. Nhận mình là thiên địa rồi tự hào vì sức mạnh đó, ấy là lãng mạn cách mạng. Còn sau đó ta theo ngọn cờ đào, ta theo Chủ tịch, ta san núi, ta dịch sông, ta là người lính tốt của Mao Chủ tịch thì đó là chủ nghĩa hiện thực cách mạng. Mao để ra phương pháp sáng tác chủ nghĩa hiện thực cách mạng kết hợp với chủ nghĩa lãng mạn cách mạng là nhằm phang chết tươi chủ nghĩa hiện thực xã hội chủ nghĩa Stalin bắt Gorki soạn thảo.

Chúng tôi hôm ấy đả phá sai lầm trong văn học nhưng không ai dám nói đến chữ tả khuynh. Chữ ấy vẫn còn hào quang chói lòa và thiêng liêng của nó. Đặng Tiểu Bình chưa ra mắt để tổng kết cách mạng Trung quốc chủ yếu là tả khuynh và thật ra chính tả khuynh có hại hơn hữu. Lâm Mặc Hàm bạo nhất thì hôm ấy nói: - *Proletkul*, trò văn hoá vô sản nực cười đã chết giấp ở Liên Xô từ những năm 20 thế mà người ta lại đào mồ cho trỗi dậy ghê gớm như thế này ở Trung Quốc thì đáng sợ thật...

Hôm ấy chúng tôi đúng là cùng một lứa chân trời phủ nhận. Đến Cách mạng văn hoá cả ba ông đều điêu đứng. Tôi sớm hơn.

Nhưng rồi cả ba lại tái xuất giang hồ khi Đặng hạ Mao xuống. Hạ Kính Chi lên thay Vương Mông làm bộ trưởng văn hóa sau vụ 4 tháng 6 năm 1989 tàn sát sinh viên ở Thiên An Môn. Vương Mông phái tự do của Triệu Tử Dương, Hạ Kính Chi phái bảo thủ của Dương Thượng Côn. Tới khi Dương Thượng Côn xuống thì Hạ Kính Chi lại thôi bộ trưởng. Dương phản đối Đặng Tiểu Bình, phản đối Đặng đưa Giang Trạch Dân là dân sự lên chứ không phải nhà binh.

Nên nói một ít đến Vương Mông. Năm 1957, ông viết truyện "có một người trẻ tuổi đến vụ tổ chức." Bị phê phán tơi bời. Bôi nhọ, đả kích công tác tổ chức của đảng. Đang ầm ầm thì Mao phán là tôi đã đọc, quyển sách tốt đấy, in ra có sao. In nhưng người liền biệt tích. Miền tây xa thẳm hàng chục năm trời chăn cừu cuốc đất cho tới khi Đặng Tiểu Bình trỗi dậy hú hồn cho sống lại tất cả xét lại, hữu, đi đường tư bản tái xuất giang hồ. Hồ Diệu Bang thảo kế hoạch nhân sự mới: Vương Mông làm bộ trưởng văn hoá...

Những Hồ Phong, Lâm Ngữ Đường, Hồ Thích, Lý Tông Ngô, Du Bình Bá... phản động đều được sạch sẽ trở lại. Hồ Phong làm cố vấn cho Bộ văn hoá, nghe đâu tiền lương truy lĩnh và bồi thường danh dự nhiều quá xá. Thấy đảng sòng phẳng, ăn tiêu ra người lớn, Hoa kiều mạnh bạo rót tiền và chất xám về.

* * *

Di Hòa Viên về, tôi viết thư cho Trường Chinh. Nhận xét đảng ta hay bắt chước Trung Quốc mà Trung Quốc thì rất tả khuynh.

Trường Chinh trả lời. Tự tay anh viết chữ Trung Quốc (rất đẹp) trên phong bì. Cảm ơn tôi. Đề nghị tôi nghiên cứu thêm mấy vấn đề như văn nghệ sĩ đi vào thực tế, chủ nghĩa hiện thực cách mạng kết hợp chủ nghĩa lãng mạn cách mạng. Nói đã chuyển thư tôi sang Tố Hữu để anh ấy nghiên cứu. Cuối thư viết tôi phê bình đảng ta "tắp lắp của Trung Quốc nhiều là rất đúng." Nguyên nhân vì sùng bái nước ngoài, vì trình độ lý luận thấp và vì kém tổng kết kinh nghiệm.

Tôi không nghiên cứu hai vấn đề anh đề nghị. Thấy vô bổ.

Lúc đó tôi chưa biết Trường Chinh đã bàn giao quyền tổng bí thư cho Lê Duẩn. Nghĩa là anh có thể nghĩ tôi phê ta tắp lắp Trung Quốc quá xá là nói móc anh - như nhiều thân tín cũ của anh đã quay dáo - nhưng anh tin tôi lòng thành yêu mến anh và hơn nữa biết tôi không phải thứ người cạnh khoé.

Tháng 8, nhận bằng tốt nghiệp, chuẩn bị về nước. Quá bịn rịn. Không chỉ với Linh còn ở lại thêm vài tháng mà bịn rịn với cảnh với người Trung Quốc.

Chi bộ họp phiên cuối cùng rồi giải tán. Nhận xét tôi phải hết sức cảnh giác tư tưởng lập trường, về nước tôi rất dễ phục vụ giai cấp tư sản như "bọn" Nhân Văn - Giai Phẩm. Rất tức nhưng cố nín.

Nhà trường biết tôi không có thứ đựng đồ đạc, chăn màn, sách vở đã mua cho một thùng gỗ thông vừa đập hòm xong. Ra ga tiễn tôi có Hồng Linh, hai bạn biên tập viên và một chị ở văn phòng Văn Nghệ báo. Chụp ảnh ở sân trường.

Các anh chị, tôi không thể nào quên. Giả như những năm sau đó các anh chị có hô lạc điệu đi nữa, tôi cũng chẳng giảm tình. Nói thế thôi chứ chắc chắn các anh chị đều không thoát cảnh nạn nhân. Từ ngày chúng ta quen biết nhau và thường loanh quanh vùng Vương Phủ Tỉnh mỗi trưa, tôi đã biết các anh đứng ở đâu trong bảy "phản" mà cách mạng văn hóa phải tiểu trừ rồi.

Trên tàu gặp vợ chồng Hồ Bản Anh, phân xã trưởng Tân Hoa Xã Hà Nội. Nửa tháng sau, Hoàng Tùng chiêu đãi họ, tôi dự. Bản Anh ồ to một tiếng và như tụt mất cả kính trắng kêu lên: - Thế ra là người Việt Nam? Tôi cứ tưởng người Trung Quốc! Chui cha, tiếng Trung Quốc nói đẹp quá, *shuo di ken piao liang*. Lại tưởng người Trung Quốc chứ...

Piao liang là đẹp.

Có thể tôi đẹp tiếng nói. Nhưng đẹp lời thì không.

Hai năm sau, tôi lao đao: ngọng lời Mao Chủ tịch. Người đã thành đại giáo chủ, đầu tàu - gió - đông. Con chiên xóm đạo lẻ thường sùng đạo hơn con chiên thành thị thì phải.

Chương mười hai

Du học năm năm được những gì?

Được gần gũi và biết và mến phục một dân tộc vĩ đại, một văn hoá vĩ đại.

Được nói một ngôn ngữ nhiều người nói nhất hành tinh.

Được một người vợ tôi hết sức yêu rồi tôi làm khổ. Một lần thấy bố mẹ bất hoà, con gái sáu tuổi oà khóc. Tôi bế cháu ra búi tre sau túp lều tranh lụp sụp làm nhà mà nói: - "Nhà ta có gì không tốt, không hay xảy ra là do lỗi bố. Khi con chưa biết nói, bố đã nhận lỗi với mẹ, tự mình chủ động nhận lỗi với mẹ. Nay con biết khóc chuyện nhà thì bố chủ động nhận lỗi với con" con gái vừa thút thít nấc vừa gật. Tôi mừng vì như thế là nó có cái lượng khoan dung của mẹ. Người từ phút đầu tiên hát "chàng buông vạt áo em ra" thì cuối cùng cam đèo bòng với tôi mọi tội mọi nợ, mặc dù bản thân cũng đầy oan trái, thương đau, vạt áo đầy nước mắt.

Và được là đồng chí đương thời lặng thinh mà đầy thiện cảm, đầy xôn xao cuồng nộ của "phái hữu" Trung Quốc, những người lận đận tù đày hàng chục năm ròng mới mở ra được cánh cửa của Trung Quốc, mới thôi kết thù mà làm bạn tươi tỉnh với thế giới. Nhờ họ, khát vọng tự do, dân chủ thêm bền vững trong tôi. Đạo quân mênh mang những nạn nhân vĩ đại ấy dạy tôi trước tiên không được bội bạc nỗi trầm luân của con người. Bức trường lũy đồng loại trần ai nêu lên cho tôi tấm gương dám nhận về mình khổ ải.

Được đi từ Bắc chí Nam cái đất nước ở đó con gái như ngọc như hoa trong những Đại Quan Viên, những Mái Tây Sương rất sớm biết xăm xăm đi lên đòi dân chủ. Đất nước biết nhờ hạt gạo làm long thuyền chở cả một bài phú đi ngao du bát ngát. Đất nước cần tự diễn đạt đã mượn mu rùa làm bia phát nghĩa. Cần ra khỏi ranh giới bản thân đã chế la bàn. Cần giữ bền ranh giới đã tạo máy báo địa chấn. Cần tính tần số vui buồn của nhân sinh đã mượn cát đo thời gian. Đất nước có Hồng Lâu Mộng, Kim Bình Mai, Nhục Bồ Đoàn..., tiểu thuyết đầu bảng tính dục của loài người. Nhà sách Jean Pauvert, Paris dịch in đúng 500 cuốn. Đánh số từ 1 đến 500. Các chữ "âm hộ" không dịch. Để nguyên Hán tự in đen. Đen ánh. Các chữ "dương vật" để nguyên Hán tự in đỏ. Đỏ son. Rải rác trong từng trang chữ la tinh đơn tuyến, chúng lập thể nổi lên như núi như gò, đẹp vượt hết mọi hoa văn, họa tiết. Những huyệt tử sinh, những mắt triện anh ánh âm dương ngũ hành, những con mắt nhấp nháy xui đồng lõa...

Nhưng cuối cùng phải nói sau năm năm du học tôi bắt đầu thấy được một điều khôn lớn nhất: hãy cảnh giác với thần tượng và bỏ thần tượng! Do đó hãy tin trước hết ở lương tri, bản chất mình, gắng là chính mình, chớ nghe sai phái. Do đó dám phê phán, dám lên tiếng và dám chịu đựng... Cái đó nhờ phong trào phái hữu - mà tôi say sưa, sung sướng chứng kiến - phủ nhận chủ nghĩa xã hội, độc quyền lãnh đạo, những mỹ tự có tính bùa phép khiến một lớp người ít ỏi bỗng trở thành thần thánh. Phong trào chống sùng bái cá nhân ở Liên Xô tôi tiếp nhận tại Bắc Kinh. Rồi kế theo là phong trào đòi dân chủ của phái hữu Trung Quốc. Trong ngoài giáp công, có thể nói.

Cảm ơn... Cảm ơn...

Nhưng kìa

Cổ lai thánh hiền giai tịch mịch
Bạch vân thiên tải không du du...

Một hay hai bài đấy nhỉ? Hỏi làm gì? Đều tịch mịch và bạch vân mây trắng vi vu trong trống không cả mà thôi...

Chương mười ba

Thép Mới đón ở ga. Xích lô chở cái thùng gỗ thông đựng sách Tàu ngất ngưởng và tôi. Thép Mới đạp xe bên cạnh. Lên gác gặp ngay tổng biên tập. Câu đầu tiên Hoàng Tùng hỏi là: - Mao xếnh xáng thu về được hết âm binh chưa? Có trắng tay chuyến này không?

Ở trong nước Mao Trạch Đông đang là "chàng cả lố." chế diễu ông ta là bằng chứng của người Mác - xít, Lê - ni - nít. Tôi thì không chế, nhưng sau vụ chống phái hữu, tôi chẳng còn mặn mà với ông.

Ngày hôm sau Nguyễn Thành Lê, phó tổng biên tập báo tin Trường Chinh mời tôi.

Tôi rất xúc động. Năm năm rồi. Lần cuối gặp anh bên cây vả rừng dáng rất Tahiti của Gaughin, một ống bương dẫn nước róc rách, mùi lá cơm nếp và Tâm, cô gái địa phương đẹp cả một vùng biết tiếng đứng nghển chân trên đẳng cười với tôi, bất chấp tổng bí thư đang phủ dụ đi học.

Tôi nói mấy lần anh qua Bắc Kinh tôi không đến chào vì ngại phiền anh. Anh bảo từ nay cứ đến gặp, anh cũng muốn chuyện trò với tôi. Cứ đến và báo tên ở cửa là được, trừ phi anh đi vắng.

Nhưng anh liền hạ ngay giọng, chằm chằm nhìn tôi, hỏi khẽ: - Anh có biết vì sao đồng chí Bành Đức Hoài bị kỷ luật?

Không ngờ đến câu hỏi này, tôi hơi lúng túng: - Thưa anh cũng là nghe bạn bè Trung Quốc thôi, nhưng trong họ cũng có người là đảng viên hay gia đình là cán bộ cao cấp... Theo họ thì vì Bành Đức Hoài viết thư phê phán Cụ Mao quen nghênh ngang thói thái thượng hoàng chỉ biết phán người nay cuồng tiến tiểu tư sản làm tan hoang tất cả lên rồi thì phải ngồi nghe người ta phán lại. Vụ Bành Đức Hoài cho thấy mâu thuẫn to trong lãnh đạo cao nhất. Nổ ra từ Hội nghị Lư Sơn. Nhật thực từ nay thường trực...

- Khoan..., cái gì nhật thực... À, tôi hiểu. Mao Trạch Đông thôi chủ tịch nước. Dân chúng nghĩ sao?

- Nói chung bàng hoàng. Ngồi nghe loa thông báo đầy ở bên đường trong sân trường, sinh viên nom âm thầm lắm. Sau vụ chống phái hữu mọi người rất kín đáo, không ai dại bày tỏ thật mình ra.

Trường Chinh cũng biết Hội nghị Lư Sơn. Nhưng lúc ấy anh không thể biết chỉ hai ba năm sau, tại cũng một hội nghị Lư Sơn, Mao sẽ nói tới "cuộc đập tan những đòn tiến công của chủ nghĩa xét lại." Lúc ấy nào ai rõ Mao ám chỉ đến những cải cách (đòn tiến công) của Lưu Thiếu Kỳ (hay là Khroutchev Trung Quốc 1), Đặng Tiểu Bình (hay là Khroutchev Trung Quốc 2). Hướng diệt kẻ thù mới này - chủ nghĩa xét lại - rồi làm chổng vó cả Lưu Thiếu Kỳ, Đặng Tiểu Bình. Rồi Trường Chinh. Rồi một thế hệ nạn nhân trong đó có tôi. Mao cựa mình để đổi thế ngồi thoải mái đều bắt chết theo cả đống.

Sáng ấy tôi hỏi thăm Đặng Việt Nga, cô con gái cưng của anh." À, học ở Liên Xô. Có bạn trai rồi nhưng tôi không thích cậu này, người khu 5."

- Người khu 5? Tôi khẽ hỏi lại.

- Không, cậu này gạo cụ mà tôi thì không thích gạo cụ.

Một phát hiện bất ngờ mà lý thú nên tôi mới kể ở đây.

Sau này có khi nghĩ lại chuyện này, tôi lại thầm hỏi: - Thế mà sao Trường Chinh lại gạo cụ với Lê-nin, Stalin như thế?

Cơ quan báo nay đã thay đổi cơ bản. Về nhân sự và về cả nhân cách. Từ trên rừng đi thẳng ngay ra nước ngoài học năm năm, tôi đã bỏ qua một giai đoạn quan trọng hình thành và phát triển tâm tính thơ lại: tất cả sao cho thủ trưởng vui lòng để được đề bạt, tăng lương. Ở Atêka, không có chế độ lương, đi học thì hưởng trợ cấp học trò. Những ngoắt ngoéo mới nảy sinh ở đằng sau các dịp đề bạt, tăng lương tôi thật sự ngu ngơ. Trở lại cơ quan vô tư như thuở ở rừng, tôi không ngờ tới lòng đố kị và các ngón đòn hiểm đang chờ. Người ta cho rằng Hoàng Tùng, Thép Mới ưu ái tôi chẳng qua vì tình cảm "cánh hẩu" căn cứ địa với nhau mà thôi. Họ xét nét tôi mà tôi không hay. Cũng đâu có hay một thường vụ tỉnh ủy nay là trưởng ban ở báo mỗi lần sắp gặp Hoàng Tùng lại ghé mắt nhòm lỗ khoá xem trước vẻ mặt tổng biên tập. Vui vẻ thì gõ cửa, lầm lì thì đi giật lùi xuống cầu thang, chờ lát nữa lại hồi hộp lên trở lại. Cho nên họp ké ban biên tập góp ý cải tiến báo, hết ghế, tôi ngồi lên tay ghế bành của tổng biên tập thì liền thành cái gai cắm vào mắt nhiều người. Tôi khó tránh khỏi dèm pha, điều mà sắp tam thập nhi lập tôi vẫn chưa được nếm mùi vị.

Đi một người tôi nhớ: Kỳ Vân. Sang tạp chí Học Tập.

Tháng 10, Hồng Linh về nước.

Tháng 1 năm 1960, sáng ngày 29 lấy làm 30 Tết Canh Tý, chúng tôi cưới nhau. Thép Mới, Phạm Lợi, vụ trưởng tổ chức làm chứng chờ ở quán ông lão bán bánh mì hằng sáng cho quan viên nhà báo và các cô làm đầu hai hiệu Tân Trang, Miwaco. Tám giờ, bốn người sang Ủy ban Hành chính Khu Hoàn Kiếm xế tờ báo ký tên. Ba phút xong đám cưới.

Được tin tôi sắp lấy vợ, Hoàng Tùng bảo tôi cần xe hơi (chiếc Pobieda duy nhất ở báo của tổng biên tập) hay hội trường thì cơ quan cho mượn. Tôi nói chỉ ra ủy ban.

- Vậy thì cơ quan in biếu thiếp mời hay báo hỉ, cái này cần đấy, Hoàng Tùng nói.

- Cảm ơn anh, tôi không báo ai cả, - tôi nói.

Một thoáng rất nhanh tôi thấy trong mắt Hoàng Tùng xổ tuột ra hết chiều dài một cỗ thước dây. Xem vẻ chưa đủ cho anh đo độ quái đản.

Mẹ Linh và Trần Châu, anh cả "quyền huynh thế phụ" đều không biết Linh và tôi cưới nhau lúc nào.

Chẳng cái gì thuận chèo mát mái mãi.

Một sáng tôi ở chỗ Tố Hữu về tới vườn hoa Hàng Đậu thì thấy Phạm Văn Khoa đạp xe đi đến bên." Thép Mới nó bảo mày lấy vợ bí mật..." , - Khoa nói. Này, từ nay mày phải gọi tao là bố! Vợ mày là con gái thằng Cúc bạn chúng tao ở Hải Phòng ngày xưa đấy. Tao với nó cùng dạy học, tao tiếng Pháp, nó tiếng Tàu. Lê Giản, tao và nó dạy học ở Hải Phòng mà. Mày có biết chuyện chúng nó mười ba thằng bị giết oan hồi cuối 1947, đầu 48 không? Mỗi đứa một cũi chó nhốt trong. Thằng Nguyễn Công Thành, bí thư Tuyên Quang hồi ấy bảo tao là thấy chúng nó ở trong cũi nhìn ra mà nó muốn khóc. Toan liều mở cũi đánh tháo cho chúng nó mà không dám. Cùng tù Sơn La với nhau mà. Nhất là thằng Ưng Khầy Mùi. Lý Ban tố cáo chúng nó là đặc vụ của Tưởng vì muốn gạt chúng nó để nổi lên thành tổng đại bài của Trung Quốc ở ta.

Tới nhà thờ Tây Đen, Hàng Gà, anh nói tiếp: - Lý Ban như thế nào tao đâu lạ. Tao giúp cho nó sống và bố vợ mày có công rất to trong việc ấy. Lý Ban lúc ấy trốn khủng bố ở Quảng Đông, chạy sang ta. Tìm đến trụ sở báo Cờ Giải Phóng ở Hàng Bồ mà tao là chủ nhiệm. Ông Trường Chinh bắt chủ nhiệm báo tiếp dân hằng ngày như kiểu báo Pháp nhưng ông ấy ngồi tiếp thì lo Tàu Tưởng nó "cõng" đi, vì thế cho nên tao mới phải làm hình nhân thế mạng. Một sáng một cha xưng tên Lý Ban gặp tao xin liên hệ với Đảng cộng sản Đông Dương. Tao báo cáo. Ông Trường Chinh dặn cảnh giác. Đặc vụ Tưởng có thể vờ để chui vào nội bộ ta. Cho nên tao lờ đi. Thì hắn lại đến. Mời tao đến khách sạn Đồng Lợi lấy một tờ giấy trắng cất kỹ trong va - ly mây ra nói *"tây chẳng chỉ* của tôi, *tòông chí tem* nó về *tưa* cho tổ *chắc* thì *tòông* chí sẽ *pết."* Tao đem về đưa cho chính bố vợ mày lúc ấy phụ trách kỹ thuật của tổ đặc nhiệm tại nha công an của Lê Giản. Bố vợ mày xem nói đây là tỉnh ủy viên Quảng Đông, tên Lý Ban... Như thế tao hỏi mày, có phải là tao, bố vợ mày cứu thằng Lý Ban không? Nhưng rồi Lý Ban nó báo cáo đám Ưng Khầy Mùi là đặc vụ Tưởng. Ta thịt nghiến luôn cả lũ. Lý Ban có giấy của cộng sản Trung Quốc, bọn Mùi thì chỉ có giấy An Nam, thua nhau chỗ ấy, cái chỗ sùng ngoại, mày hiểu không. Tao đề nghị mày cứ hỏi trung ương thế này là ra hết sự thật, đúng, hỏi nếu bố vợ mày là đặc vụ Tưởng thật thì sao xem giấy Lý Ban nó dại gì mà không đổ vấy cho Lý Ban là đặc vụ để ta thịt ngóm? Nay vu đặc vụ cho bọn Mùi thì lẽ ra phải biểu dương" đặc vụ "đã có công giúp đảng vớ được Lý Ban để đưa vào Trung ương đảng chứ? Bây giờ mày làm đơn kiện đi. Tao cùng ký, với tư cách bạn bè chúng nó và nhân chứng.

Nghiện đọc trinh thám Mỹ, Anh, Pháp, tôi ở ra. Đúng, trong một vụ án chỉ cần một chi tiết lô - gích như của Khoa là phá được bao bí ẩn. Nhưng làm gì có chuyện phá án với đảng.

Khoa rất chân tình và bất bình. Phần đông nạn nhân trong vụ này là bạn thân của anh. Tôi rất cảm động. Nhưng tôi lờ mờ thấy việc kiện sẽ rất khó. Khoa là nhân chứng nhưng thiếu trọng lượng: anh có tên Khoa Tếu do chính Cụ Hồ đặt. Anh đẳng thẳng có thể lên rất cao nhưng như Kỳ Vân, anh thích tự do. Hai nữa, Lý Ban sắp vào trung ương. Bắc Kinh cần thêm tiếng nói. Thứ ba nữa, tôi ngại, một thứ ngại rất chung chung, mơ hồ. Như thuở bé chiều hôm nhìn đỉnh núi Yên Tử mù mịt mà thấy huyền bí và sờ sợ.

Tối hôm chúng tôi cưới nhau, Hoàng Tùng mời đến nhà anh ăn tất niên. Trong bữa ăn, Nguyễn Thành Lê báo Trường Chinh mời vợ chồng tôi sáng mồng một Tết lên nhà anh ấy.

Từ đấy theo lệ, sáng mồng một Tết tôi phải đưa Linh đến nhà Trường Chinh. Năm 1962, vui chuyện, khi Trường Chinh hỏi thăm bố mẹ Linh, tôi nói luôn, cũng là để xem thái độ Đảng: - Con của Hồng Tông Cúc, anh ạ.

Tôi không ngờ Trường Chinh biến sắc nhanh như thế. Anh tái mặt và lùi xa Linh ra. Vụ án mười mấy cán bộ người Trung Quốc vẫn còn lưu lại ấn tượng sâu sắc. Qua thái độ Trường Chinh, tôi thấy đúng là giết oan nhưng đồng thời lại thấy như vậy thì khó lòng mà minh oan nổi.

Sau đó Tết tôi không đến nữa. Tôi đã thành xét lại, sợ Mỹ, sợ chiến tranh. Trường Chinh còn nhờ Quang Đạm nhắn tôi là "không ngờ Trần Đĩnh sa đọa chính trị đến như thế." Trong khi tôi lại không ngờ anh sa đọa nhanh như vậy, đầu hàng nhanh như vậy.

* * *

Như đã nói ở trên kia, lúc mới về nước, tôi không hiểu rằng bước vào cơ quan là tôi bước vào quan lộ chông gai. Cho nên thấy người ta gọi tôi "thày Tàu" tôi cho là chuyện vui đùa, không phản ứng. Anh em không thích Mao thì mượn tôi để chế Mao và như thế là tốt chứ sao. Tôi bắt đầu ngờ ngợ và khó chịu khi thấy họ nâng cấp tôi lên thành *manh piê*, - tay chân của Hoàng Tùng. Tôi chưa biết với nhiều người ở cơ quan tôi đang là đối tượng cần hạ gục.

May sao được Mao Chủ tịch... cứu.

Người phất cờ đánh xét lại. Cái bàn cờ thế giới gồm hai phe trong đó Trung Quốc chỉ đóng vai phò tá, Mao phải phá để lập nên một bàn cờ Tam Quốc mới với thêm chân kiềng Trung Quốc. Mao kỵ Liên Xô từ lâu. Còn tôi thì kị Mao từ Chống Phái Hữu và Gang thép, Công xã Nhân dân... Và vẫn ôm nguyên vẹn trong lòng mối thiện cảm to lớn đối với những chiến sĩ - đúng hơn, những hiệp sĩ, hiệp khách - đòi dân chủ tự do mà người ta gán cho cái tội Phái Hữu rồi trấn áp, đày đọa.

Nhờ Mao phất cờ giáo chủ mới, tôi lập tức bị tước danh hiệu" thày Tàu," biến thành "thằng láo chống Cụ Mao." Đám hôm qua mỉa tôi "thày Tàu" hôm nay nhao nhao ùa theo lãnh tụ *oa - la - din* (tiếng Pháp *origine: chính gốc* - BT*), đạo chủ thiêng liêng trong c*uộc chống xét lại vô cùng hiển hách.

Tôi nói đến hai chuyện gây ấn tượng mạnh với tôi lúc đó. Vì trực tiếp đụng tôi. Và qua đó thấy người ta trở mặt nhanh thế nào.

Một hôm Hoàng Tùng đưa tôi một quyển sách chữ Hán mỏng trên Cụ Hồ gửi xuống bảo tôi theo đó viết bài. Đó là chuyện một Bạch Mao Nữ thật ở miền Nam Trung Quốc. Chuyện xoàng nhưng có hơi Cụ Hồ nên người ta thêm ghét.

Sáng hôm báo đăng bài này, tôi vừa đến cổng cơ quan thì đã thấy mấy người ăn bánh mì ở quán ông già trước cửa báo đang cười chế tôi.

Tiếng Hữu Thọ át tất cả: "Dạ, thế ra *pên Tồ ngổ* nó lại *có ké* (cái) *sớm mùa xoan*." Mọi người khoái trá cười theo. Ở trong bài tôi có viết sấm xuân.

Hữu Thọ lại nói: - Thế này là thày nhập cảng *pẹ* (mẹ) nó *ké ké* (cái) *sớm xoan pên Tồ* vào *ké nước ngổ tây*. Nông nghiệp *ké* nước *ngổ* thế này thì chết *pỏ ké con pà* nó mất, hí hí hí...

Tôi đã toan đứng lại hỏi: - Thế "Lúa chiêm nấp ở đầu bờ, Hễ nghe tiếng sấm phất cờ mà lên" thì là sấm hè hay đông? Nhưng im, chợt hiểu ra quán ăn này là nơi sáng sáng người ta mượn làm câu lạc bộ đến ngồi xúc miệng bồi dưỡng nghiệp vụ vắng mặt đồng chí để hạ thủ đồng chí. Đời quá nhiều o ép thì kiếm chỗ chửi văng mạng cho xả cơn ấn ức.

Nói vậy nhưng tôi rất lạ. Không hiểu tại sao người ta lại có thể quay ngoắt nhanh đến thế, có thể bảo vệ bạo chúa Stalin như xưa đến thế, có thể cứ nhìn Mỹ, Anh, Pháp, Nhật là những kẻ thù phải tiêu diệt bằng vũ trang đến thế. Lúc ấy chưa đọc hồi ký Lý Chí Toại, bác sĩ riêng của Mao nên tôi chưa biết Mao đã bảo Lý rằng phải nuôi kẻ thù trong cũng như ngoài, chẳng hạn ngày ngày hô giải phóng Đài Loan thì mới yên được để cầm quyền. Dân ngột ngạt thì Mao cho xả van hờn căm vào ngả khác, chẳng hạn xả vào xét lại Lưu Thiếu Kỳ, Đặng Tiểu Bình. Mà Mao lúc đó đang nuôi chí phục thù, quyết dẹp những Lưu Thiếu Kỳ, Đặng Tiểu Bình từng làm nhục ông.

Lúc ấy, 1960, Hữu Thọ mới cán sự 5 ban nông nghiệp. Trần Minh Tân, người đưa Hữu Thọ lên báo còn giấu chuyện Hữu Thọ lai Tàu. Theo Minh Tân, bố Hữu Thọ gốc Hoa nhưng láu đời, biết đảng kỵ ngoại nên anh ta giấu dòng máu. Mãi sau này, Minh Tân mới nói cho tôi hay.

Còn một người hầm hè tôi nữa mà tôi hoàn toàn bất ngờ.

Một trưa từ cơ quan về nhà tập thể ở ngõ Lý Thường Kiệt, tôi đang đi ở hông bệnh viện Việt - Đức thì thấy Hà Đăng vượt lên đi ngang. Anh đỏ gắt mặt phê bình tôi: - Anh kiêu ngạo lắm, anh không nói chuyện với tôi.

Tôi ngẩn ra thì anh đã đạp vút đi. Lần đầu cất lời nói với tôi là phê phán. Và không cho cãi.

Rồi hai ông này đều tổng biên tập, đều trưởng ban tư tưởng văn hoá trung ương, và đều cất lời là phê phán, bắt ne bắt nét phần hồn của toàn đảng toàn dân và có nhiệm vụ ngăn chặn mọi đối thoại chứ chưa nói đến cãi. Chữ "đối thụi" của Lê Đạt là tả môi trường đối thoại tê liệt của đất nước.

Khi các ông vào tuổi xưa nay hiếm thì chuyển sang làm trợ lý cho các tổng bí thư. Đám nhà báo nói các ông 75, 76 tuổi vẫn theo tổng bí thư vào Sài Gòn và dù các ông có mặt cũng không ai giới thiệu, ra ý miệt thị rõ ràng. Nhưng vẫn quyết trụ ở bên bám hơi các cụ tổng đến cùng.

Từ giữa những năm 1990, báo Nhân Dân xuất hiện một tác giả ký Nhân Đăng. Thật tình không biết là ai, nhưng kỵ với người coi mình là thừa sáng để đi soi lối cho thiên hạ, tôi đã gửi một thư cho Nhân Đăng đề nghị báo chuyển giúp. Viết rằng cái tên Nhân Đăng không hay, nó gợi đến các nô tỳ thị nữ ngày xưa đội đèn cho bọn quyền quý tiệc tùng hưởng lạc. Đèn, từ đèn trời, đèn biển đến đèn dầu, đến que tăm xiên hạt bưởi khô thay cho đèn đều hay nhưng đèn người thì xấu, tác giả nên thay đi.

Hỏi thăm anh em ở báo, mới biết đó là Hà Đăng. Lúc ấy tôi lại chợt thấy "đăng" còn là "lên cao, đăng cai." Và ghế... (Sau không thấy tên "đèn người" này nữa.)

Hữu Thọ Vina Mưu nay lấy tên Nhân Nghĩa, mỗi số Nhân Dân cuối tuần đều được dành một chỗ cùng nhuận bút chắc là cao ráo. Một lần thấy một quyển sách của anh mới xuất bản - cái gì tự nhận trí tuệ cao mắt sáng tim đo đỏ gì đó - ở hiệu sách, tôi vội quay đi. Không thấy chữ. Chỉ thấy con mắt láo liên và đôi môi mỏng dính.

Và xin vượt thời gian bốn chục năm. Cuối 2009,báo điện tử Vnn phỏng vấn nhà báo lão thành cách mạng. Nhà báo lão thành nói "Phải chống im lặng đáng sợ."

Ôi. Mở mặt nhờ bưng bít sự thật, xuyên tạc sự thật thì nay hô phá vỡ nó. Một bạn lão thành bảo tôi viết bóc cái mặt nạ hắn ra đi, tôi cười: - Bao la hề, ông dẹp sao cho hết? Vả có để hề bao la thế thì dân mới có chỗ để ghét mà đứng dậy chứ ông?

Chương mười bốn

Đầu 1960, Hoàng Tùng đưa tôi về phụ trách Ban sinh hoạt đảng cùng Trần Các. Anh muốn tôi coi mảng tuyên truyền mấy sự kiện chính trị trọng đại của năm này. Mừng Đảng 30 tuổi, mừng Cụ Hồ 70, mừng 15 năm thành lập nướcViệt Nam Dân Chủ Cộng Hòa. Ngoài ba đại khánh còn Đại hội lần thứ ba của Đảng.

Tháng 3, Tố Hữu triệu tập mấy người lập nhóm viết tiểu sử Hồ Chí Minh với danh nghĩa Ban nghiên cứu lịch sử đảng. Gồm Tố Hữu, Phạm Bình (Ban nghiên cứu lịch sử đảng), Nguyễn Huy Tưởng, Hoài Thanh và tôi. Hai nhà văn vào tận quê Cụ sưu tầm tài liệu. Phạm Bình cung cấp tài liệu. Tôi viết. Cố nhiên cũng sưu tầm cả tài liệu. Hai nhà văn trở ra với nhiều điều giật gân. Cụ sinh năm 1891! Cụ Khiêm, anh trai Cụ nói thế, có bằng chứng hẳn hoi trong gia đình và họ hàng. Báo cáo với Cụ thì Cụ nói của người ta thế nào thì cứ để thế không sửa gì hết. Hai nhà văn và tôi bảo nhau: Bác muốn dân dễ nhớ nên lấy tròn 1890. Vả chăng năm nay đất nước mở đầu xây dựng chủ nghĩa xã hội, tam hỉ đồng niên mới quan trọng, nếu chỉ còn nhị hỉ thì không quý bằng.

Vũ Kỳ cho tôi mượn "nhật ký" như anh giới thiệu khi trao tôi quyển sổ tay nho nhỏ, trong có những việc anh ghi của mấy năm 1945 - 48 gì đó. Tôi đọc và nhớ hơn cả đoạn Cụ bỏ phiếu lần Tổng tuyển cử đầu tiên bầu Quốc hội đầu tiên ở đơn vị bỏ phiếu Khai Trí Tiến Đức sáng 6 - 1 - 1946, vì tình cờ chính sáng đó, chưa được bầu cử, tôi qua đấy đúng lúc Cụ và hai ba người vừa tới đang sắp leo mấy bậc tam cấp. Nhác thấy một em bé bán báo, Cụ dừng lại hỏi, giọng tần ngần: - Em có đi học chứ? Biết chữ không? Đó là lần đầu tiên tôi giáp mặt Cụ. Bên Cụ chỉ có hai người, một chắc là Vũ Kỳ, một là bảo vệ. Không một công an viên. Và gọi chú bé kém tuổi tôi chút ít là em. Trong lần bỏ phiếu ấy - theo nhật ký Vũ Kỳ - Cụ giập tên mình đi, để Nguyễn Văn Tố.

(Lúc ấy tôi đâu ngờ chỗ tôi thấy chủ tịch Hồ Chí Minh bỏ phiếu tổng tuyển cử đầu tiên lại là ở ngay trước cửa nhà Hồng Linh, vợ tôi sau này và cách báo Nhân Dân chừng trăm mét!)

Cũng theo nhật ký Vũ Kỳ, Tết kháng chiến đầu tiên, mạn Chùa Thày, xe hơi Cụ bị hỏng, anh em phải xúm vào đẩy, Cụ tập đi xe đạp (lại cũng ở Chùa Thày)

Tôi kể với Tố Hữu việc xem nhật ký Vũ Kỳ. Mấy hôm sau Vũ Kỳ trách tôi đã làm cho anh phải nộp nó cho Tố Hữu, mặc dù anh ra sức từ chối vì trong có những đoạn anh "tán" - như anh bảo tôi - người con gái sau là vợ anh. Tố Hữu đã nhân danh Trưởng ban Tuyên huấn Trung ương bắt anh nộp (!). Thú thật tôi không thấy chỗ nào tình cảm ướt át nên mới bảo Tố Hữu.

Thời gian này vài lần Vũ Kỳ bảo tôi sẽ cộng tác với anh viết hồi ký về Bác "khi Bác hai năm mươi." Viết xong tiểu sử, tôi gửi lên Cụ một bản để duyệt. Cụ chữa từng trang. Có những đoạn viết ra ngoài lề: Xem lại? Hỏi lại?

Bản thảo này tôi giữ. Nhà cửa tồi tàn, ẩm mốc, chuột bọ, đến nay nó chỉ còn lại già một nửa trên và vẫn còn những chỗ Cụ ghi chú hay chữa giập bằng mực đỏ.

Thí dụ tôi viết Hồ Chủ tịch là "linh hồn và là người tổ chức của thắng lợi" thì cụ giập "linh hồn" đi. Hay xóa bỏ cả dòng" Hội nghị hợp nhất ba nhóm cộng sản vừa bế mạc thì đồng chí Nguyễn Ái Quốc lại đi Xiêm và Mã Lai. Rồi đồng chí lại về Hương Cảng theo dõi chỉ đạo phong trào trong nước." Tố Hữu bảo tôi: "Bác không muốn lộ ra là Bác có tham gia tổ chức phong trào cộng sản ở vùng này." Vì sao Bác không muốn lộ việc đó ra thì tôi không tiện hỏi và có hỏi chắc Tố Hữu cũng chả nói.

Tôi đã ngồi xem Tố Hữu duyệt trước bản thảo. Ở phòng ngủ trên gác. Bộ xa lông Tàu thấp lùn - có thuốc lá Trung Hoa Bài - kê sát chiếc giường Hồng Kông với những quả bóng bằng đồng vàng choé và hai hàng lan can tua tủa những mũi tên đen. Giường đặc biệt cao, ngồi bên nó mà vai tôi tựa vào sàn gường, nhiều khi tôi phải thầm hỏi Tố Hữu làm thế nào mà lên được? Trong khi Tố Hữu huýt gió vu vu vi vi theo cây bút giơ lên hạ xuống điểm nhịp đều đều trên trang giấy.

Trưa ấy, về cơ quan, tôi bảo Thép Mới: - Ông Lành tổ sư điệu. Tôi tả cách húyt gió và đánh nhịp bút suốt buổi đọc bản thảo. Ông ấy muốn tỏ ra trẻ.

Thép Mới nói: - Vâng, anh nhớ thêm cho là còn tổ sư hờn nữa cơ đấy, anh ghẹo vào xem...

Nói công bằng thì Tố Hữu mến tôi. Có lẽ ít ai được anh đưa lên làm việc với anh ở phòng ngủ. Tôi khổ nỗi lại không thích anh. Anh quá ngặt với văn nghệ, nhất là thơ. Tết ta đầu năm 61, Tố Hữu có bài thơ "Đỉnh Cao 61" đăng trên Nhân Dân số Tết. Sáng 29, anh đến tòa báo, tìm tôi và bảo tôi" lùng mấy anh em sáng tác đến tán với nhau hè." Tôi gọi một lô những Hà Xuân Trường, Như Phong, Thợ Rèn... năm sáu người ngồi đầy phòng khách lớn trên gác. Tố Hữu đọc "Đỉnh Cao 61" rồi bảo anh em nhận xét. Đều khen hay. Sáng tạo. Mới. Cuối cùng Tố Hữu quay sang tôi đang đứng dựa tường hỏi: - Trần Đĩnh? Tôi nói: - Cái đoạn kể các mặt hàng mới sản xuất nghe như quảng cáo.

Tố Hữu hơi sầm mặt. Vừa lúc anh em báo tin mời anh Tố Hữu xuống, chị Thanh đã đến đón.

Ở Đại hội văn nghệ năm 1961, có mục Bác Hồ tặng hoa những văn nghệ sĩ có thành tích. Đến lúc gọi mời một nghệ sĩ người Hoa, hội trường lắng đi mất một lúc rồi Hồ Dzếnh chạy lên. Giờ nghỉ, Tố Hữu tìm tôi lắc đầu chán ngán: - Chuẩn bị để Hồng Linh lên nhận hoa của Bác thì lại thành Hồ Dzếnh! Tôi nói có ai báo Linh biết đâu; với lại, tôi đùa, cũng là người Hoa cả mà anh. Tố Hữu nghiêm mặt: Hồng Linh kháng chiến, Hồ Dzếnh trong thành, sao lại "cũng" được? Bác mà biết thì ra làm sao?

Tiểu sử Bác phát hành đầu tháng 5. Nhuận bút 900 đồng. Một món tiền rất to. Ai có một chỉ vàng khoảng mười sáu đồng đã ghê. Tôi được nhiều nhất: 400 đồng. Phạm Bình tìm tài liệu được 300 và Tố Hữu hiệu đính, thật ra là công đọc, 200. Huy Tưởng, Hoài Thanh chả tẹo nào. Trừ công tác phí đi Nghệ An chắc là lỗ. Chiêu, thư ký Tố Hữu đứng giữa chia. Không biết có hỏi thủ trưởng tỷ lệ chia không.

Mừng tiểu sử chính thức đầu tiên của Hồ Chủ tịch ra đời, Tố Hữu khao một bữa thịt chó thịnh soạn tại nhà Tố Hữu (Lành). Ngoài nhóm (Tố Hữu, Nguyễn Huy Tưởng, Hoài Thanh, Phạm Bình và tôi) Tố Hữu còn mời Nguyễn Chí Thanh (Thao), Hoàng Tùng. Rõ rệt hai tầng khí quyển trong bàn tiệc. Một của Thao Thao, Lành Lành rất riêng và rất bồ bịch trên cao. Thao Thao, đưa Lành chai dấm... Lành, Lành, đưa Thao chai vang... Thì quê hai ông cách nhau có một con sông mà. Một của chúng tôi ý tứ, chầu rìa bên dưới. Chưa Trung ương, Hoàng Tùng chân cao chân thấp không mấy thoải mái.

Thao đã luận thuyết hào hứng về thiên tài bếp núc dân tộc - đã thịt chó thì nhất định phải thằng bún đi với thằng mắm tôm! Ngòai bún, ngòai mắm tôm, chẳng thằng nào "phối kết hợp" được với thằng thịt chó. Tính hay đùa, nghe Thanh phán hay thế, tôi nghĩ khéo Thanh vừa nghe cố vấn Trung Quốc lên lớp cho về hợp đồng tác chiến trong vận động chiến, phối kết hợp pháo, xe tăng và không quân.

Vài năm sau anh Thao sẽ đụng đến "thằng bún" trong thiên tài dân tộc nhưng xin chờ đến lúc ấy.

Tôi dừng lại ở đây một chút. Đảng đề cao vũ trang bạo lực nhưng đảng lại ngại anh tướng thống lĩnh ba quân nên đảng hay đưa anh chính trị sang kèm sát. Trần Đăng Ninh đã được cử sang kèm Giáp - Vũ Đình Hùynh nói với tôi. Ninh chắc không được việc nên Nguyễn Chí Thanh đã đến ốp Giáp. Sau chiến thắng lớn trên biên giới, tức là sau các cuộc cọ sát giữa tướng lĩnh ta và cố vấn Trung Quốc, phải chăng Bắc Kinh đã nhắm Nguyễn Chí Thanh? Thanh nghe Bắc Kinh nồng nhiệt hơn Giáp? Và ít ra lý lịch không dính đến đại học.

Sau đó, Tố Hữu đưa tôi viết hồi ký "Gặp Bác ở Pa – ri" của Bùi Lâm. Tôi đã làm việc với Bùi Lâm. Anh giản dị, mộc mạc và đặc biệt rất mê Pháp. Ồ, Pháp thì dân chủ lắm, dân chủ lắm. Anh mê Bùi Công Trừng. Chuyện thế nào cũng gài Trừng vào. Tôi nói anh Trừng đến báo Nhân Dân nói ngày xưa Bùi Lâm là thằng tù sạch nhất. Trong tù khan nước thế nào Bùi Lâm vẫn phải lấy ra được một tí cọ bộ tam sự. Bùi Lâm cười bảo Trừng là "giáo sư đỏ" ở Côn Đảo đấy, Lê Duẩn cũng phải kiềng lý luận của Trừng.

Trừng phản đối đường lối "dĩ cương vi lương," lấy tự túc lương thực làm cương lĩnh của Mao. Theo anh thì cứ căn cứ thổ nhưỡng mà trồng các cây công nghiệp xuất đi lấy tiền nhập gạo, lợi hơn nhiều chứ việc gì cứ chúi đầu làm lương thực. Trừng cũng là người phê bình Cụ Hồ thiết lập chế độ bác bác cháu cháu trong đảng.

Hồi ký cách mạng ăn khách, tôi được phân công viết (hồi ký) Phạm Hùng. Không thể thiếu nhân vật miền Nam trong khi cả nước đang vì miền Nam thi nhau "đêm không ngủ, ngày không ăn." (Khẩu hiệu nào cũng có thể coi là mẫu mực của nói trạng. Như "nghiêng đồng đổ nước ra sông" và "vắt đất ra nước, thay trời làm mưa," "ngày không giờ, tuần không thứ," "thế ta là thế đứng trên đầu thù." Tôi đùa: đứng trên đầu thù thì lệ thuộc vào thù mất rồi.

Khi chuyện với Phạm Hùng, tôi thấy anh nói tới Lê Văn Lương. Chúng tôi lại mở hồi ký Lương. Tôi cho Phạm Hùng - Lê Văn Lương vào chung một đầu đề "Trong xà lim án chém."

Trong hồi ký có chi tiết ngay buổi đầu tiên vào xà lim Phạm Hùng đã thấy mấy trang Kiều úa vàng của ai để lại không rõ. Tôi liền gắn chúng vào tay Trọng Con để viết nên câu tôi rất đắc ý: nhà thơ lớn của dân tộc vào xà lim án chém sống chung với người cộng sản trẻ tuổi những ngày cuối cùng. Vơ vào như vậy là tính đảng cao! Não trạng tính đảng vơ mọi cái hay vào cho đảng đã trở thành hạt nhân đạo đức cách mạng.

"Trong xà lim án chém" đăng được mấy ngày, trong một cuộc họp của Hội Liên hiệp Văn học Nghệ thuật, Chế Lan Viên đến sau lưng tôi, cúi xuống, ôm lấy hai vai, ghé miệng vào tai nói: - Mình rất yêu văn Trần Đĩnh, rất *musclé* (chắc nạc). Văn bây giờ bã bà bà...

Chế và tôi từ đấy khăng khít. Tôi thích anh vì anh có tài mà phải nằm sổ đen. Khi tôi phụ trách văn nghệ báo Nhân Dân, ở trên nhắc không đăng Nguyễn Tuân và Chế Lan Viên. Nhưng tôi lỡ dan díu với cả hai.

Lúc ấy Chế rất gai góc. Hay đả kích, hay chế riễu. Mà ai cũng thấy là anh nhắm vào đảng. Sau này nổi lên chủ nghĩa xét lại và đám theo nó mà Tố Hữu gọi là những phần tử với "đôi mắt đục lờ lờ nước cống" thì anh có đối tượng đả kích thay thế và tôi xa anh.

Một hôm họp tiểu ban thơ. Mấy người báo Văn là Xuân Diệu, Huy Cận, Hoàng Trung Thông, Chế Lan Viên, Nguyễn Thành Long, Huy Phương. Như Phong và tôi báo Nhân Dân họp.

Chế mượn Trung Thông để tỏ thái độ. Thơ anh Thông rất đúng nhưng không hay! Thế đấy, đúng nhưng không hay, cái đó là văn nghệ đấy. Maiacốpxki làm *Mây mặc quần*, mây nó có bòi với hĩm đâu mà phải xi líp? ấy thế nhưng lại tuyệt. Hay *Con tàu say*... Thơ anh Thông như cái thước đúp đề xi mét, không sai một li nhưng đọc không vào... À còn, Chế bỗng quay sang Như Phong. Còn anh Như Phong! Sao anh hay bắt bẻ chúng tôi thế? Theo cách mạng từng ấy năm, mặt chúng tôi ít ra cũng nở được vài bông hoa chứ, sao anh không thừa nhận mà lại cứ đi vành lỗ đít chúng tôi rồi bấm đèn pin soi xem có còn tí cứt nào không?

Im hết. Mọi người tránh Chế. Anh cay độc, đầy bất bình.

Trưa trên đường về Như Phong bảo tôi Chế nó chửi tao mà mày ngồi im không bênh tao! Đúng, tôi tán thành Chế Lan Viên chê sự nghiệt ngã vô lối của phê bình văn nghệ lúc đó.

Chục năm sau Chế trở thành cộng tác viên thượng đẳng của báo đảng, của Nhà xuất bản Văn Học do Như Phong làm giám đốc. Như Phong đã thấy hoa nở trên người Chế còn hơn cả trên bản thân. Lúc này người ta lại tránh Chế. Anh khinh mạn vì nay đầy hào quang.

Trở lại chuyện hồi ký. Một hôm Tố Hữu đưa tôi hai tập sách mật thám Paris sưu tra Nguyễn Ái Quốc. Từng ngày, (thứ mấy thứ mấy đều viết bút *ronde* - nét đậm), kể đầy đủ những việc Cụ làm dưới con mắt hai mật thám sưu tra cùng ký tên. Như "Nguyễn đi bệnh viện Cochin trích áp xe tay lúc mấy giờ, M. Người tình Pháp của Nguyễn mấy giờ đến hả Nguyễn, mấy giờ đi, Nguyễn học thôi miên buổi tối ở đâu..."

Hai tập sách rất dầy, rất to, để vừa một mặt bàn cỡ trung, tôi lấy tài liệu trong đó viết về Bác.

Tôi viết xong, Trường Chinh duyệt, không tán thành." Ai lại giới thiệu lãnh tụ bằng con mắt mật thám thế chứ," - anh hỏi tôi? Chả lẽ lại nói thưa anh con mắt này nó ghi trung thành sinh hoạt của Nguyễn Ái Quốc chứ không dám hư cấu. Tôi thấy hình như anh muốn bắt bẻ Tố Hữu.

Về nước tôi đưa Trần Châu sang báo Nhân Dân. Tôi cũng dụ Chính Yên, Nguyễn Hữu Chỉnh về báo. Sau tất cả đều dính vụ xét lại nhưng Chỉnh "cải tà quy chính" theo Sáu Thọ đi Paris.

Gần đây một hôm Trâm, vợ Nguyễn Ngọc Kha, cựu tổng biên tập Cứu Quốc bảo tôi Chính Yên hay ca cẩm là dại nghe Trần Đĩnh sang báo đảng nên khốn khổ chứ nếu cứ ở tờ lá cải Cứu Quốc thì yên." Nói đúng đấy. Tại sao báo Nhân Dân nó đánh xét lại các ông ác thế? Ở bên đó, có cổng trời. Tức là ai vào ghế tổng biên tập là thành ngay tắp lự Trung ương ủy viên! Mà muốn tới cổng trời thì phải có những bậc thang. Đấy, các ông, các xác chết chính trị chính là những bậc thang cho họ leo lên đó!"

Chương mười lăm

Đầu 1960 tôi theo Cụ ra Móng Cái. Bọn tôi - Đinh Đăng Định, nhiếp ảnh viên theo sát Cụ, hai anh bảo vệ và tôi - đi lối Mông Dương, Ba Chẽ, Tiên Yên, Đầm Hà, Hà Cối.

Cụ đi máy bay lên thẳng do phi công Liên Xô lái - vừa lái vừa vực phi công ta. Vừa trên máy bay xuống, Cụ ra thẳng nơi mít tinh. Sau mít tinh, kéo chúng tôi lượn phố. Thăm xưởng gốm, trường học, lớp vỡ lòng lít nhít. Viết lên bảng đen chữ nhân Trung Quốc rồi hỏi bằng tiếng Tàu bản địa, tức tiếng Ngái (hay Khách Gia gốc gác tỉnh An Huy mà ta gọi lan sang tất cả người Tàu là chú Khách): -*Trầy sấn mà chẻ?* Đây là chữ gì?... Đi một đoạn ngắn dọc sông Ca Long, sắp đến cầu Bắc Luân, Cụ chỉ vào một ngôi nhà phía bên kia đường nói với tôi đi bên cạnh: - Ở nhà này ngày xưa có một chị bí thư chi bộ.

Tôi ngợ ngay. Có quan hệ tình cảm gì với Bác? Thầm mong là có. Đồng thời nghĩ: Thế ra Cụ đã từng ở Móng Cái? Năm nào? Chị bí thư kia phải là của chi bộ Đảng cộng sản Trung Quốc? Vì đến 1930 mới lập Đảng cộng sản Việt Nam. Cụ qua đây bao giờ? Dạo đến Macao thống nhất Đảng? Bao nhiêu thắc mắc nhưng không dám hỏi. Một chi tiết nữa:

không như ở nơi khác, tại sao đến đây Cụ đi chơi phố nhiều thế? Xem vẻ Cụ có đặc biệt với Móng Cái hơn? Khéo đã ở đây thật?

Ông Cụ rẽ lên cầu Bắc Luân. Đến giữa cầu có một vạch sơn đỏ cắt giữa cầu. Hoàng Chính, bí thư Quảng Ninh nói: - Thưa Bác, đến đây hết địa phận nước ta. Sang bên đó phải có giấy ạ. - Bác không cần giấy, miệng nói chân xăm xăm bước sang đất Trung Quốc. Bọn tôi năm sáu người theo sau.

Lúc đó không dám vượt biên sang Trung Quốc, sau này Hoàng Chính lại bị tù vì "thân Trung Quốc."

Cụ bảo hai công an Trung Quốc ở đầu cầu bên kia gọi huyện ủy Đông Hưng ra gặp *Hú puổ puồ* (Hồ bá bá) rồi ngồi phệt xuống vệ đường lượn thoai thoải ở chân cầu. Loáng sau, một xe đầy phè huyện ủy Đông Hưng phóng như bay ra. Ông Cụ bảo tôi Bác hỏi kinh nghiệm nông nghiệp, họ nói sao, chú ghi lại cho Bác.

Trưa, Vũ Kỳ, Nguyễn Chánh, Nhữ Thế Bảo, bác sĩ riêng của Bác, Đinh Đăng Định nhiếp ảnh gia và tôi sang Đông Hưng, cái thị trấn mọi nhà im ỉm đóng. Dân đi lao động ở đồng ruộng hết. Vào vườn hoa có mỗi con gấu đói lờ đờ ngủ gật. Nguyễn Chánh kể một hôm qua một cây cầu gỗ bập bênh, Bác bị đầu ván cầu quật phải chân bong mất móng ngón cái. Bác hỏi bảo vệ đi cùng ai có thuốc lào cho một nắm, nhất định không thuốc đỏ thuốc đen gì. Miệng nói cái móng này nó chết từ 1924, nay mới chịu rời Bác đây. Ngày ấy Cụ xếp hàng cả ngày chờ vào viếng Lê-nin mà không ủng không bít tất len, chân lạnh quá xưng tấy lên và chết mất một cái móng... Một ai đó nghe xong hỏi, hơi bất bình: - "Sao? Đệ tam đâu? Bác là nhân vật quan trọng của Quốc tế mà lại thế?" Không ai, cả tôi, biết lãnh tụ ta mới đến Nga xin vào học trường dạy làm cách mạng...

Xẩm tối hôm sau Cụ về Hà Nội. Chúng tôi ra sân bay tiễn. Trong bóng tối lờ mờ xứ địa đầu, chiếc máy bay lên thẳng bé như một chiếc lồng chim quý mà các kính cửa lấp loá như nước trong cóng sứ. Sắp lên máy bay, Cụ dừng lại hỏi tôi: - Có muốn về với cô ấy không? Tối thứ bảy mà. Muốn về Bác cho bám càng này... Nào!

Cười thú vị quặp can vào nách lên máy bay, hai tai lồng bồng trắng hai cục bông to tướng...

Ít lâu sau đi Lạng Sơn.

Chúng tôi lên chiều hôm trước. Tinh mơ sau, ra sân bay đón thì được cấp báo thời tiết xấu, Bác lên đường bộ. Chúng tôi bèn quay ngay ra Đường 1. Một trung đoàn lập tức được rải ra từ Bắc Giang lên thị xã Lạng Sơn.

Khoảng tám giờ sáng, Cụ đến tỉnh ủy. Vừa đặt chân lên hiên văn phòng, Cụ hỏi luôn "có được điện báo không? Đồng bào đâu?"

- Dạ, đồng bào ở sân vận động, - bí thư tỉnh nói.

- Sao không cho đồng bào tạm giải tán? (Giọng bắt đầu gắt, mặt nhăn lại.) Đồng bào còn phải ăn phải nghỉ chứ?

- Dạ thưa Bác đã chuẩn bị đủ cả.

- Nhưng còn ỉa đái? (Giọng sẵng bẳn hẳn lên.) Thôi đi... (Bụi đỏ trên trán lăn nhanh xuống má, vào chòm râu như những sinh vật, những dã tràng đỏ sợ hãi lẩn trốn, tôi thầm nghĩ. Tay Cụ vơ lấy chiếc khăn mặt ướt Vũ Kỳ vừa nhúng vào thau nước vẫn chờ cạnh đó lau vội một vòng lên mặt rồi vội vã đi ra sân vận động.)

Trên lễ đài ván gỗ rất rộng mới dựng, đúng ba người: Cụ, Chu Văn Tấn và tôi lui lại đằng sau. Cụ đằng trước đầy kín bà con ở toàn tỉnh vượt núi non sông suối về. Tôi chợt thấy từ ngày 7 - 3 - 1946 đến nay, mười bốn năm trời, về khoảng cách không gian, tôi chỉ gần Cụ hơn có một bước hợp pháp so với cậu thiếu niên lần đầu tiên ở sau Cụ là tôi. Hôm ấy Hải Rỗ Bát Đàn và tôi leo hông Nhà hát lớn vào đứng ngay sau lưng Cụ đang ở ban công giải thích Hiệp định 6 tháng 3 với nhân dân Hà Nội mít tinh kín quảng trường bên dưới. Quân Pháp sẽ vào Hà Nội. Nhiều người thắc mắc, thậm chí phản đối Cụ ký. Thép Mới sau này bảo tôi Trần Huy Liệu lúc ấy nói với Cụ rằng sợ ăn cứt như Câu Tiễn cũng không được độc lập... Cụ giơ một tay lên hạ mạnh xuống như chém không khí nói: "Hồ Chí Minh chết thì chết chứ không bán nước!" Cánh tay kia cầm chiếc can và chiếc mũ cát kaki buông thõng bên người nom tự nhiên côi cút lạ lùng. Tôi cảm thấy có nước mắt nghẹn ngào trong tiếng nói trọ trẹ thoáng run run của Ông Cụ.

Bây giờ trên lễ đài này, tôi hết cảm giác ấy. Dân nay là con, cha già là Bác. Và tôi cảm động, cho đó là xoay vần tất nhiên theo tiến bộ của cách mạng

Giữa chừng mít tinh, trời thình lình đổ mưa sầm sập rất to. Chu Văn Tấn xòe ô ra che cho Cụ. Cụ gạt đi. Tấn lại dấn ô vào. Cụ hơi gắt: "Còn đồng bào." Tấn giậm mạnh chân, cao giọng lại: - Bác khác!

Nhưng phải giải tán.

Xuống khỏi lễ đài ra cửa sân vận động thì mưa tạnh. Xe lăn bánh liền phải dừng lại: dân nhao nhao xúm đến đen đặc quanh xe. Mấy anh bảo vệ và tôi leo lên nắp mũi xe, tựa vào kính chắn gió, lấy tay lấy chân khỏa gạt người ra rẽ lối. Tôi ngoái lại sau: Cụ chống can hơi chúi đầu về trước, con mắt lo lắng, bồn chồn. Cụ sợ đồng bào xéo lên nhau chết như dạo ở Thái Bình? Hay Cụ sợ một quả lựu đạn phát nổ? Nhìn Cụ tôi bất giác nghĩ tới khả năng ấy. Và chợt gặp lại vẻ côi cút ở cánh tay Cụ buông thõng cầm mũ và can, cái ngày mới độc lập chừng sáu tháng, dân còn được coi như bố mẹ đang xét nét đứa con lưu vong lâu quá mới trở về. Lần này là côi cút trong mắt Cụ.

Nay viết đến đây, tôi bỗng thấy Chu Văn Tấn quá tiên tri." Bác khác!" Đúng, Bác bị Đảng coi là chống Trung Quốc còn Chu Văn Tấn thì bị đảng nghi là thân Bắc Kinh.

Chuyến đi Mỹ Đức, Ứng Hòa - Hà Đông hoàn toàn "đột kích." Xe vừa ra khỏi Cổng Đỏ rẽ lên Hoàng Hoa Thám, Vũ Kỳ cười bảo: - Hôm nay cánh bảo vệ rông đi tìm Bác phải biết đây.

Cụ đi bộ rất nhanh. Phải rảo cẳng mới kịp Cụ. Đảo hết khoanh đồng này sang khoanh đồng kia. Đang cữ làm cỏ, tát nước. Những tràn ruộng đang phơi ải. Cụ tát nước với một tổ đổi công. Mới chỉ mon men làm thử vài điểm hợp tác xã. Đằng xa xanh thẳm một nền truyền kỳ dãy núi Chùa Hương.

- Mỹ Đức, Ứng Hòa là gì? - Cụ hỏi bà con rồi nói luôn. Là sống tốt, đoàn kết tốt, lao động tốt.

Xe quay đầu về. Dân tíu tít chạy theo đen ngòm chân đê, sườn đê, mặt đê, các tràn ruộng...

Chợt tôi khựng người. Trên một thửa ruộng ải, Trần Châu tay số, tay nhặt giép tụt đang ngửng lên cười. Cười với một cái gì rạng rỡ ở cao hơn nữa, ở xa hơn nữa. Tôi né vào sau Vũ Kỳ và Vũ Đường, chủ tịch Hà Đông đang mải trêu Cục trưởng bảo vệ Kháng "hai phòng" ngồi cạnh lái xe.

Cái trật tự, tôi (Trần Đĩnh) là em trên xe với lãnh tụ, còn anh (Trần Châu) dưới đất với dân thế này tôi thấy khó coi quá. Sau đó, Châu bảo mình đang ở huyện, anh em huyện ủy chạy ra mình cũng ra thì thấy Đĩnh, mình cười là muốn cho Đĩnh biết mình đã trông thấy. À, ra thế, tôi nhẹ hẳn người. Cứ thấy anh ngước lên một cái gì rất cao mà cười.

Lần đi thăm gang thép Thái Nguyên, tôi mới đối mặt Lim, người tôi luôn nghe thấy dính đến tính mạng bố của Hồng Linh. Lúc này Lim là đảng uỷ viên phụ trách bảo vệ ở khu gang thép. Trong các cuộc đón tiếp Cụ, tôi thường vào một góc kín ngồi. Nguyễn Khai, chánh văn phòng trung ương, trung ương ủy viên lặng lẽ đến đặt một vại bia trước mặt tôi. Thấy thế, Lim đến mời tôi ra ngồi chỗ quan khách. Bảy năm trước Lim bắn "phát ân huệ" cụ Cử Cáp cũng ở Thái Nguyên, đôi bốt lục phục ở chân như một lệ bộ khiến người đi nó được phép nổ súng vào ai cũng được. Hôm nay bất giác tôi tránh nhìn mặt ông. Thì nhìn phải bàn tay: cái vật thể cuối cùng mà chắc bố Linh trông thấy trong giây phút cuối cùng! Tôi vụt ngỡ như cách bao nhiêu năm mắt hai bố con đã gặp nhau ở cùng một điểm: bàn tay, nó đang long trọng mời yên vị một người và đã lạnh lùng xóa mạng một người.

Tôi lảng ra hè. Cả một vùng rộng bao la trước mặt, phu phen đào bới, gồng gánh, cuốc xúc và những cỗ xe ủi chạy nhớn nhác... Một tổ kiến bận rộn gậm nhấm cho thành khu gang thép. Chợt nhớ ai nói Trần Dần, Lê Đạt đang lao động cải tạo trên này... Thì cũng chợt thấy chẳng nên tin cái người dạo nào trên xe lửa liên vận nói "anh Lim lấy búa bổ vào đầu bố Hồng Linh." Tin thì làm gì? Và làm được cái gì? Phân vân kèm một cảm giác khó chịu. Nhưng nay cần nói thêm là các thứ lúc ấy rút lại cũng chỉ cốt để bảo vệ uy tín đảng!

Sau bữa cơm trưa, thấy Cụ quần áo cánh nâu đi vòng ra sau dẫy nhà tranh đến rặng chuối thay hàng rào, tôi đi theo. Cụ thuốc lá ngậm miệng, tay vén ống quần lên đái. Thấy tôi gần như ở ngay bên, cụ quay ngoắt lại hỏi, điếu thuốc khẽ lật bật ở môi: "Người ta đái cũng theo à?" Không ạ, cháu... "Thế đứng sát vào người ta nhòm gì?" câu tra hỏi đùa bỡn đã đóng một dấu ấn phơi phới vào quan hệ bác cháu. Lúc Cụ quay người lại để đùa với tôi, tôi theo bản năng đã có một động tác không thể tránh khỏi: liếc nhanh vào chỗ kia của Cụ. Và chỉ thấy vùng ấy hơi tôi tối - nâu nâu hay hồng hồng? Ô, cũng như mọi người?

Chiều ấy, khoảng bốn giờ về tới Chủ tịch phủ, tha thẩn ở sân chờ lấy xe đạp gửi các chú lính gác, tôi bất thần nhớ tới Xuân, cô "con gái nuôi của Bác." Hỏi mấy người đứng tuổi nom có vẻ quen từ trên rừng. A, cô Xuân ấy hả? - Lấy chồng rồi. Chồng lái xe. Nhưng chết rồi! - Ô, sao trẻ thế mà chết? - Về quê Cao Bằng bị ô tô đè... - Khổ, sao lại thế! tôi bàng hoàng kêu lên. Lúc ấy chưa biết các tình tiết đồn quanh cái chết tang thương này

Đôi mắt bừng bừng nhìn tôi hôm nào khi Xuân đứng cạnh Cụ, đôi mắt như dứ bảo tôi "em giới thiệu anh với Bác nhé?" bỗng hiện lên lại rành rành, nguyên vẹn ánh long lanh vì sung sướng, vì được khoe, vì được chòng ghẹo. Và bàn tay mềm tôi nắm dắt lên bờ suối cao trơn. Khác là đằng sau con mắt ấy hiện nay là tòa nhà Phủ Chủ tịch chứ không phải gian nhà ăn tre nứa trống tuềnh toàng...

Cái chết của cô gái ba mươi tuổi hồng nhan bạc mệnh khiến tôi thấy chả cần viết tắt tên là X. như trên kia nữa.

Tôi lấy chiếc xe Diamant Đông Đức mua bằng tất cả tiền nhuận bút tiểu sử Hồ Chí Minh. Các chú lính đem xe ra nghịch làm tuột hết bộ tăng tốc độ. Tôi phải dắt bộ đến tận vườn hoa Hàng Đậu mới có một cửa hàng chữa xe đạp. Hà Nội bắt đầu xua dẹp tiểu thương, tiểu thủ công, mầm mống của chủ nghĩa tư bản.

Phải nói chiều ấy tự nhiên buồn khó tả. Những ngẫu hợp kỳ quặc. Tối đó lúc đi qua cột đồng hồ Bờ Hồ, tôi đã chậm chân lại nghe tiếp âm Đài phát thanh Bắc Kinh.

Lúc bấy giờ ta cho hai ông anh trong phe tiếp âm, Bờ Hồ có thể nói là tổng phát hành của hai đài. Dân có thú giải trí duy nhất rẻ và mát là ra ngồi nghe hai ông anh tự khen tài giỏi rồi bắt đầu chửi nhau. Tối nay cái giọng mũi rất khê, rất trịch thượng ta đây của Đài Bắc Kinh chợt đập khác thường vào tai tôi. Nó đang đọc xã luận kỷ niệm 90 năm ngày sinh Lê-nin: Chủ nghĩa Lê-nin muôn năm của Trần Bá Đạt, phát pháo đầu tiên công khai chửi Khroutchev và Liên Xô phản bội người thày, người cha của cách mạng vô sản thế giới.

Trước động đất lớn, giống vật thường biết trước và bồn chồn lo lắng. Tôi lại bực mình. Không biết chừng cùng với bài viết lẫy lừng này, Trần Bá Đạt còn xếp cả Lưu Thiếu Kỳ, Đặng Tiểu Bình, gần hết Bộ chính trị và các nguyên soái vào sọt "xét lại" để trừ khử. Và ngay lúc ấy cũng đã xếp loại cả xét lại ở Việt Nam. Bản thân họ Trần thì không biết mười lăm năm sau ông ra tòa nghe án chết. Bài học điên đảo này hình như ít người thấy và coi trọng.

Ít hôm sau, đọc báo Pháp, thấy viết: đầu năm 1960, nhân kỷ niệm 90 năm ngày sinh Lênin, Trung Quốc mở màn phê phán toàn diện Liên Xô. Nhưng Trung Quốc rất cô lập, ở châu Âu chỉ có Anbani ủng hộ, ở châu Á chẳng có ai, Mao Trạch Đông đang nghĩ kéo Việt Nam "có mà kéo được khối." Tôi lẩm bẩm nói một mình và nghĩ đến cái lá chắn vững vàng là Cụ Hồ.

Báo *Le Monde* Pháp vẽ một tranh châm biếm cảnh Xô - Trung chửi nhau trên thế giới: Marx râu xồm phất cờ kêu gọi "vô sản toàn thế giới buông rời nhau ra!" , bên dưới vô sản chạy tung tóe đi bốn phương như kiến vỡ tổ.

Bức tranh quá hay, nó khiến tôi phải tự hỏi: "Sao họ tinh quái biết moi chỗ vô sản khinh ghét nhau thế này ra thể hiện mà Đảng thì không biết? Nên tối đến Đảng vẫn mở cho dân ngồi Bờ Hồ nghe đài hai ông anh túm lấy nhau chửi bới hết ruột hết gan vô sản!"

Rồi đọc Karl Popper bác bỏ chủ nghĩa duy vật biện chứng Mác - xít trong một hội thảo từ 1937 thì nhận ra chủ nghĩa duy vật biện chứng của Marx chính là thứ thuốc mê gây ảo tưởng chủ quan, lạc quan tếu, viễn vông nhất vì người ta ngỡ có nó thì người ta nắm được quy luật đi lên của xã hội. Ôi thôi! đã nắm được gáy tiến hóa rồi thì chả cái gì làm niềm tin lung lay được nữa. Một dạng thuốc lú sao?

Từ cuối tháng 5 đầu tháng 7, tôi phải đọc biên bản một số đại hội đảng bộ các tỉnh, rút lấy các vấn đề chính rồi tập hợp lại báo cáo với Lê Duẩn đang chuẩn bị gấp đại hội toàn quốc lần thứ ba (5 đến 10/9/1960)

Tôi còn giữ thư Võ Chí Hữu, thư ký của Lê Duẩn gửi ngày 18 - 7, nói chúng tôi hoàn thành nhanh báo cáo tình hình các đại hội tỉnh thảo luận báo cáo chính trị để cuối tuần anh Duẩn nghiên cứu.

Chiều chiều lên số 8 Hoàng Diệu làm việc cùng Hoàng Tùng, Trần Quang Huy và mấy thư ký của Duẩn. Chúng tôi ngồi đâu đấy thì Đặng Tất lại ôm hộp chè Trung Quốc như ôm một ông phỗng sứ Phúc Lộc gì đó ra rao to: - "Chè Long Tỉnh Bác Mao tặng đây!" Rồi tiếng mành trúc khẽ reo. Lê Duẩn pi - gia - ma lụa mỡ gà đi ra...

Thật sự là ngồi cả đống lại nghe Lê Duẩn nói. Ông không bận tâm tới ý người khác. Các tỉnh họp bàn gì, kiến nghị gì ông không cần biết. Chúng tôi là những mặt người giống như các vách hang đá cho ông thử nghiệm độ vang của lời ông.

Tôi đã phản ứng dại. Thấy ông nói hơi nhiều và hơi rối trong diễn đạt, tôi bèn nêu ra ý kiến của một số đại biểu ở đại hội Nghệ - Tĩnh phản đối luận điểm của Lê Duẩn cho rằng ở

Việt Nam, khác với Marx, quan hệ sản xuất tiến bộ hơn sức sản xuất.

Lê Duẩn cáu tức thì. Hai con mắt càng xáp lại gần nhau, tiếng nói càng ríu lại." Tôi đã nói nhiều lần rồi mà sao cứ cố hiểu sai ý tôi mà nói mãi...? Marx..., Marx... ở đây có ý gì?" Hai mắt tự nhiên chằm chằm, xoay xoáy lại.

Sau đó tôi học Hoàng Tùng, Trần Quang Huy, Nghĩa là chỉ nên nghe thôi. Cúi đầu xuống. Tránh nhìn cả vào mắt người diễn giải. Chính người ấy cũng không thích ai nhìn thẳng vào lại mắt mình, tôi nhận thấy. Hai vị đang chờ đại hội để có thể vào Trung ương. Tôi không có lợi ích nào nên không dễ nín lặng.

Lê Duẩn nhiều ý lạ. Một hôm ông nói "ở ta không có tinh thần lãnh tụ. Phương Tây hễ lãnh tụ tới đâu là quần chúng quây lấy, có khi công kênh lên nhưng ở ta không thế. Tôi đến Văn phòng Trung ương, mọi người lại tránh xa, như ngại đến gần thì mang tiếng cầu cạnh. Không được. Lãnh tụ và quần chúng phải có quan hệ máu thịt quấn quít..."

Tôi lập tức nhớ tới những lần dân chạy theo đen ngòm đằng sau Cụ Hồ. Rồi thầm cãi trong đầu: đâu bằng được dân ta với Cụ Hồ? Nhưng sao Duẩn lại không nhìn dân với Bác Hồ mà lại đi lấy mình ở tư cách lãnh tụ để soi xét cán bộ gần hay xa. Còn anh em Văn phòng Trung ương tránh Duẩn là vì họ còn nặng tình với Trường Chinh... Và sao Duẩn lại chỉ tính trường hợp của mình ông, người Nam bộ ra ngoài Bắc này đã mấy ai biết ông?

Một chiều Duẩn phàn nàn rằng ông đã bảo thành ủy Hà Nội làm bàn ghế, giường tủ bán chịu cho công nhân viên, trừ lương hàng tháng hay trả dần nhưng họ không nghe. Duẩn nói "Tôi hỏi thì nói không có tiền. Kìa, không có thì in ra! In ra! Không sợ lạm phát! Tư bản đế quốc in tiền mới lạm phát chứ ta, chuyên chính vô sản thì sao lại là lạm phát mà sợ?"

Tai nghe, đầu tôi cho vẽ lên ba cái dấu hỏi to thù lù...

Có lẽ từ đấy trên báo, chữ lạm phát của ta được thay bằng cụm từ "thu không đủ chi." Rồi "thất nghiệp" thay bằng "sức lao động không được huy động đúng mức," khuyết điểm thì thay bằng "chưa theo kịp yêu cầu," sai lầm thì thay bằng "chưa nắm bắt đúng quy luật..." Giữ trọn được hình ảnh sáng ngời của đảng thì từ ngữ đất nước bị nhập nhằng đi mất một số.

Về chuyên chính vô sản, Duẩn ngắn gọn vô cùng." Người ta lầm là Marx đề ra đấu tranh giai cấp. Không, nhiều người đã nói cái này trước Marx rồi. Vậy phát kiến vĩ đại của Marx là gì? Là đầu tiên nêu ra chuyên chính vô sản. Thế nào là chuyên chính vô sản?" Rồi Duẩn cười cười đưa cạnh bàn tay lên ngang cổ nói: "Là như Jacobins thời Đại Cách Mạng Pháp. Giết, thủ tiêu, bạo lực..." Hai bàn tay xoè ngửa ra hai bên. "Đấy, có thế thôi!" đơn giản, sòng phẳng, dứt khoát.

Một tháng làm việc này không để lại trong tôi một ấn tượng, một nhận thức tích cực nào về Lê Duẩn. Tôi hay vẩn vơ nghĩ trở lại tại sao Lê Duẩn lại chỉ thị báo Nhân Dân khi tuyên truyền các tổng bí thư của đảng thì cần nhớ đề cao Nguyễn Văn Cừ, người tổng bí thư xuất sắc nhất, hơn cả Trần Phú. Tự nhiên hình thành qua cách nói của Duẩn một thứ hạng Nguyễn Văn Cừ, Trần Phú. Còn Trường Chinh ở đâu thì Duẩn không nói. Tôi lờ mờ nghĩ nếu Cừ xuất sắc nhất thì hóa ra Nam Kỳ khởi nghĩa thất bại lại hay hơn Cách mạng Tháng Tám của Trường Chinh ư? Suốt thời gian làm việc với Duẩn tôi không thấy ông nhắc đến "Bác Hồ." Khi Duẩn kêu ca đảng viên ta thiếu tinh thần yêu mến lãnh tụ, ít vồ vập lãnh tụ,

Duẩn không biết Cụ Hồ được tung hô thế nào mà chỉ thấy ông ta bị lạnh nhạt mà thôi sao?

Còn tôi không ưa Duẩn lắm vì tôi còn yêu Trường Chinh. Với tôi, anh có thể làm tổng bí thư suốt đời. Tôi biết hồi 1948 Trường Chinh đã có thư nhận xét xứ uỷ Nam Kỳ và Lê Đức Thọ mang vào nhưng tôi không biết bản nhận xét đã làm cho Lê Duẩn khóc rất nhiều. Chính Mai Lộc cho tôi hay. Lê Duẩn lúc ấy đóng tại nhà vợ thứ nhất của Mai Lộc do đó Mai Lộc không lạ. Khóc ở nhà cơ sở như thế chắc là hận người nhận xét lắm. Thật ra, xét thuần theo lý tính, tôi cứ thấy ý Duẩn sường sượng.

Tháng 9, Thép Mới dự đại hội trù bị hay đại hội chính thức nhưng bí mật - mọi điều quan trọng mà chủ yếu là bầu Trung ương đều đã làm xong trong đó - tôi dự đại hội công khai mà dân gọi là "cờ đèn kèn trống."

Thép Mới báo tôi mất ba *tournois* - vòng tập bầu mới bầu xong Trung ương. Sau mỗi vòng các cốp, nhất là Sáu Thọ lại chia nhau đến các tổ giải thích, vận động và dọa với ép cho theo dự kiến của các cốp. Mãi vòng ba Hải Dương mới chịu cho Hoàng Tùng dự khuyết.

Hai đại biểu Moukhitdinov của Liên Xô và Lý Phú Xuân của Trung Quốc tranh thủ diễn đàn đại hội đảng Việt Nam để đả kích lẫn nhau. Cụ Hồ quần áo cánh lụa nâu lại cầm tay hai vị Moukhitdinov và Lý Phú Xuân lắc dung dăng hát "Kết đoàn chúng ta là thép gang." Hai vị lầm lì có vẻ không thích lối dàn xếp kiểu nhà trẻ.

Đại hội đặt nhiệm vụ trung tâm là xây dựng chủ nghĩa xã hội ở miền Bắc nên với cách mạng miền Nam là "chiếu cố." Ba năm sau, Mao phất cờ "Thiên hạ đại loạn, Trung Quốc được nhờ" thì lật nhào hết.

Một sáng Cụ gọi đám nhà báo phục vụ đại hội ra chụp ảnh. Đã đứng đâu vào đấy, Cụ chợt đi vòng ra đằng sau, tóm tay Văn Doãn, tổng biên tập báo Quân Đội Nhân Dân kéo lên: "Đã lùn lại đi nấp." Bức ảnh này mọi người ha hả cười là nhờ cái pha Văn Doãn bị Cụ lôi ra ánh sáng.

Ba năm sau, học ở Liên Xô, Văn Doãn không về nước nữa. Anh là cây lý luận chuyên viết cho Võ Nguyên Giáp, Nguyễn Chí Thanh. Bài viết "chống chủ nghĩa cá nhân" ký tên Nguyễn Chí Thanh là do Doãn hay Doãn Bụt (lành như Bụt) viết. Ở đại hội 3, tình cờ giường anh và tôi lại châu đầu vào nhau. Rồi Brejnev lên, anh nhảy lầu tự tử. Một kiểu Phan Thanh Giản không thể nhìn thấy Pháp chiếm thành.

Vừa học ở Liên Xô về Hồng Hà đến hội trường leo trèo, bày biện khánh tiết. Bảo tôi: - Trần Đĩnh cơm đại hội, mình cơm nhà vác ngà voi.

Trên rừng tôi chơi với Thép Mới, không chơi với Hồng Hà. Hà yêu Khroutchev "máu thịt" hơn tôi, tôi ghét Mao "máu thịt" hơn anh. Rồi từ bước cơm nhà leo trèo treo cờ, căng khẩu hiệu ban đầu, Hà dự liền mấy đại hội. Sau lên tới Ban bí thư.

Chương mười sáu

Trong khi tôi bận viết tiểu sử Cụ, hồi ký cách mạng và đại hội đảng thì Linh cùng Thái Ly và anh chị em múa bận tổ chức cuộc đồng diễn lớn ở sân vận động Hàng Đẫy và đặc biệt múa hai màn ba lê mũi cứng Su - ra - li - ê của Liên Xô.

Mấy lần xem Linh tập, nghe bà chuyên gia Brunak *kharasô! (tốt! tốt!* tiếng Nga - BT) luôn miệng, tôi chợt hiểu thêm Linh. Lên sân khấu, Linh ra một Linh khác. Trung tâm biến hóa vạc nên những ảo giác không khí rồi thả cho chúng bay theo đà tung dướn, quay lượn của mình. Bà chuyên gia ngày ngày mang thịt bò đến bảo nhà bếp làm cho Linh. Rồi Huy Cận thứ trưởng văn hóa phụ trách mảng văn nghệ bảo tôi: "Bà chuyên gia múa nói với mình Hồng Linh là múa chuyên nghiệp, còn người khác nói chung là nghiệp dư... Đợt này Trần Đĩnh phải kiêng khem đấy."

Thái Ly bảo tôi: - Linh có một thiên bẩm múa hết sức đặc biệt.

Sắp tổng duyệt mới biết thiếu bít tất dài. Lê Liêm mách mẹo cho Nhàn, vợ Khánh Côn, hiệu trưởng Trường Múa, xin đại sứ quán Trung Quốc. Được hai đôi. Hai hàng ngón chân Linh thường rớm máu như hồi ở Trường múa Bắc Kinh.

Đang được khen nhiệt liệt thì chuyện buồn đến. Hà, hiệu trưởng Trường Múa vừa thay Nhàn, bảo tôi: - Anh nên đến gặp anh Lê Giản. Nói đến bố Hồng Linh, anh ấy khóc mà làm tôi khóc theo. Chi bộ muốn kết nạp Linh thì vướng chuyện ông bố, bọn tôi mới gặp anh Lê Giản.

Tôi tìm Lê Giản. Anh nói có một số người đã bị chết như thế như thế nhưng đó là lỗi của anh. Anh bảo, xin oán anh chứ đừng oán đảng.

Anh viết cho một giấy chứng nhận (có chữ ký và dấu của Tòa án nhân dân tối cao chứng nhận): ông Hồng Tông Cúc trước Cách mạng Tháng Tám có dạy học với anh và sau lại cùng hoạt động. Lúc Pháp đánh lên Việt Bắc, ông Cúc bị thất lạc và nghe đâu bị du kích giết mất. Con ông Cúc nếu đủ điều kiện thì vào đảng không sao cả.

Tôi về, Lê Giản nói anh muốn gặp Hồng Linh.

Mấy hôm sau, tôi đưa Linh đến. Và chứng kiến một xúc động hiếm thấy. Vừa thấy Linh, Lê Giản lập tức run rẩy lên gọi vợ: "Bà ơi ra đây, con anh Cúc đây, bà ra đây... Đây, bà nhà tôi, tôi nói có bà ấy đây, có phải mỗi khi nhắc đến anh em tôi lại đứt ruột đứt gan ra không? Anh Cúc kết nghĩa anh em với tôi. Anh Cúc xưa hay về nhà tôi ở Đồng Tỉnh, Xuân Cầu chợ Đường Cái lắm." Phải nhìn Lê Giản tóc râu, lông mày trắng xóa như cước nghẹn ngào mới thấy hết độ chấn động ở trong anh.

Hình như cần nói hết nỗi niềm bao lâu không thổ lộ, anh lại nói: "Ngay khi biết các anh ấy chết, tôi đã khẩn báo với anh Trường Chinh. Anh Trường Chinh nghe liền giật mình bảo vậy thì phải lo công ăn việc làm cho các chị còn sống để nuôi con cái chứ không thể để sống vất vưởng." Do đó, bà Hồng (chúng tôi không ngờ Lê Giản lại vẫn nhớ tên mẹ Linh, Diệp Hồng) mới vào làm cấp dưỡng ở Ty công an Tuyên Quang và Linh mới vào được bộ đội rồi đi học ở Bắc Kinh.

Ở đây có một chuyện cần nói. Sau này Lê Giản bảo tôi Ngô Kỳ Mai hay Ưng Khầy Mùi, anh em kết nghĩa với Lê Giản chính là bạn nối khố của Hồng Tông Cúc. Đến độ hai người đổi tên cho nhau. Mùi thành Cúc và Cúc thành Mùi. Thấy Linh, Lê Giản nấc lên gọi vợ ra xem con anh Cúc (tức Ưng Khầy Mùi) là thế. Nhưng cố nhiên Lê Giản cũng thân thiết cả với ông Cúc bố Hồng Linh cho nên vẫn nhớ tên mẹ Linh và từ đấy về sau, anh luôn quan tâm đến chị em Linh.

Lúc ấy chuyện vẫn chỉ được vén ra có thế. Lỗi vẫn là ở Lê Giản, như anh nói với tôi. Đảng vẫn tồn tại êm ấm ngon lành trong nệm gấm vóc nhung lụa của bí mật thông tin - hay dối trá.

Được cái Linh không màng chuyện vào đảng. Cái đảng đã giết oan bố mình thì không vào có khi lại hay. Nhưng Linh còn vượt lên trên cả cái sự bị ra - được vào đó. Linh có một đẳng hệ giá trị khác mọi người. Tôi có thể coi mọi được thua cá nhân chỉ mây trắng ngàn năm cũng là nhờ Linh không ít. Lắm khi tôi ngỡ Linh như một con chim nhỏ bé bay trong quỹ đạo khiêm nhường riêng biệt của nó, ở đó không có hệ đo lường chính trị hóa thông dụng để tổng kết đời mỗi cá nhân mà trong đó quý nhất là đảng viên rồi danh vọng, lương bổng, huân chương.

Rồi cuối cùng bố vợ hắt bóng sang tôi, điều không thể tránh với một đảng coi trọng lý lịch hơn hết. Nhưng nhờ thế chính cũng vào lúc này, tôi mơ hồ thấy Nguyễn Ái Quốc bị lao đao với Đệ tam Quốc tế có lẽ cũng vì lý lịch con quan của Nguyễn. Phải viết một loạt bài về lịch sử đảng, tôi đã đọc những tài liệu về chuyện này. Lẽ tất nhiên đều ỉm đi, cho tất cả vào cái sọt giấy vĩ đại là sự quên, sự lờ, sự nhắm mắt lại. Gọn một chữ là sự gian dối. Để đổi lấy uy tín đảng.

Một sáng, khoảng cuối năm 1960, ở đâu về tới ngã ba Phan Đình Phùng - Lý Nam Đế, gần nhà Lý Ban, tôi thấy Vũ Kỳ đạp xe lên đi bên cạnh tôi. Anh cười và tôi chột dạ. Có chút giễu cợt? Không, có chút nào đó cái vẻ đắc thắng. Nhưng thắng tôi cái gì chứ nhỉ?

- Này, biết chưa? - Vũ Kỳ hỏi. Vẫn cười cười.

- Biết gì?

- Bố vợ, bố vợ ông ấy mà. Đặc vụ ta thịt... Nụ cười đắc thắng trên miệng Vũ Kỳ.

Không nhớ sau đó nói năng gì với nhau, chào gì nhau mà mỗi người một ngả lúc nào. Chắc phản ứng ở tôi không nền nã lắm vì một lúc sau tôi vẫn thấy mặt mình rất cau có. Vì cái ý ẩn trong con mắt và cái cười của Vũ Kỳ như nói: - Chết thật, một li nữa... Lại để cho anh đi với Ông Cụ như thế cơ chứ. Mình lại còn hẹn sẽ canh ty với anh viết về Ông Cụ khi Ông Cụ hai năm mươi... Anh không qua được mắt chúng tôi đâu.

Có thể tôi suy đoán chứ Vũ Kỳ không có ý ấy.

Mấy hôm sau, Thép Mới bảo tôi: - Trên nói từ nay bố trí một nhà báo chuyên đi với Ông Cụ và nên chọn người đẹp trai.

- Hay đẹp lý lịch? - Tôi nói.

Thoắt chốc tôi thành Thằng Gù xấu xí Nhà thờ Đức Ông Hà Nội không nơi dung thân. Cái buồn đầu tiên lại là từ nay sẽ chẳng còn được đứng sau Cụ xem Cụ đái nữa. Con tàu viễn dương óng ánh bạc đi xa và tôi bị quẳng lại trên một hòn đảo vắng mà dân số là bóng ma những nạn nhân bị đảng thịt.

Sau vài ngày tôi mới có phản ứng khó chịu. Thấy rõ có một bàn tay tọc mạch sột sọat lần giở tìm xem các trang đời của mình...

Lúc ấy vừa xây xong Lăng Hồ Chí Minh, Vũ Kỳ một sáng đến báo Nhân Dân. Vào khỏi cổng cơ quan thấy anh đang đứng chuyện trò vui vẻ với anh em Thép Mới, tôi quen như cũ, đi qua tươi cười gật đầu chào. Lạnh ngay mặt lại, Vũ Kỳ quay đi. Không chỉ bố vợ bị thịt, tôi đang là tên chống đảng, lật đổ.

Tôi thấy bình thường. Biết là ở tư cách người sống bên Bác Hồ, anh phải nêu gương học Bác mọi vẻ, chẳng hạn từ chữ viết đến tên ký đều phải học cho giống được như hệt của Bác, anh khoe tôi mà. Mà giống lạ lùng thật. Tôi đã phải bảo Vũ Kỳ: "Tôi mà bắt chước như thế này là tôi chết đấy." - "Tại sao? - Kỳ hỏi. Tôi nói," Thì còn tại sao nữa? Bắt chước giống nhằm mục đích gì? "vũ Kỳ cười khoái. Thấy mình duy nhất có quyền chính đáng bắt chước chữ viết, chữ ký của lãnh tụ.

Khoảng cuối những năm 90, một hôm đến Sơn Tùng, tôi nghe anh nói Vũ Kỳ vừa đến, lát nữa khám bệnh định kỳ xong sẽ lại ghé anh - hai anh tương ứng tương thông ở trong hào quang Bác Hồ - tôi đã nhờ Sơn Tùng sang tai cho Vũ Kỳ: Là trong Hồi ký Vũ Kỳ đăng ở Nhân Dân hôm kia, có chỗ viết Bác Hồ ăn cơm thường bảo Vũ Kỳ xuống xin chú Cẩn cho Bác thêm hai quả cà thì Trần Đĩnh nói Vũ Kỳ đề cao gương tiết kiệm như thế là có hại. Ai đời chỉ vì có hai quả cà ăn thêm mà phải huy động một dây chuyền nhân viên tất cả lương chắc phải rất to. Thì cứ để sẵn hẳn mỗi bữa cho mươi quả, Bác ăn không hết, chú Cẩn ở dưới bếp ăn càng có phước chứ sao? Mà có khi còn kiệm được mấy miếng thịt nữa.

Tôi thật lòng muốn chống lối bày biện rườm rà tốn kém và lãng nhách ra để nêu gương Bác Hồ và kêu gọi học tập tiết kiệm,chống lãng phí. Bảo lấy thêm cà, lãnh tụ đâu ngờ cái chuyện vặt ấy rồi thành một mẫu sống nguy nga! Trong khi lãng phí bao mạng người như bố vợ tôi.

Xuống thang về, tôi toan quay lại nói thêm: Ở trên rừng những năm 1949, Lang Bách thường kỳ chế rượu thuốc cho Bác uống. Một lần chúng tôi hỏi anh: "Bao nhiêu tiền bốn chai này?" Anh nói: "Bằng sinh hoạt phí mấy thằng chúng ta ngồi đây. Thuốc bắc quý thì đắt mà lại phải mua trong Hà Nội. Có khi người mang ra bị Tây phục kích chết ở Đường số 5 nữa ấy chứ!"

Chương mười bảy

Sau Đại hội đảng 1960, tôi về ban văn nghệ của báo, Như Phong chánh, tôi phó. Lúc ấy nguyên tắc nhân sự là lão thành cách mạng chánh, trẻ phó.

Chủ nghĩa Lê-nin muôn năm của Trần Bá Đạt ăn khách quá. Chất nông dân ngả như bỡn theo tư tưởng Mao. Đã có những tiếng chửi xét lại. Mới ngày nào báo Nhân Dân thường đăng vài ba trang toàn văn các bài nói của Khroutchev. Những số báo ấy hết veo. Bài thu hoạch của Trường Chinh về Đại hội 22 của Đảng cộng sản Liên Xô đăng liền mấy ngày. Nhưng có một vùng dạ con tăm tối đang âm ỉ thai nghén một ván bài sấp mặt kinh hồn mà chúng tôi chẳng ai biết. Không hiểu sao hễ nghe nói đến xét lại là tôi coi như bị ám chỉ rồi khó chịu. Có lẽ lòng đồng cảm của tôi với Phái Hữu Trung Quốc cùng số phận thê thảm của họ đã thức dậy. Không ở Trung Quốc, không thấm thía các luận điểm lẫm liệt của phái hữu để mở mắt, tôi cũng rất có cơ trở thành một Trần Bá Đĩnh lật mặt viết các thứ chửi bới xỏ xiên những kẻ thù mới hôm qua còn là đồng chí thắm thiết.

Khó chịu đến nỗi một hôm làm việc với Trường Chinh, tôi hỏi anh hai điều. Một, ở ta có xét lại không? Hai, anh đánh giá Tự Lực Văn Đoàn thế nào.

Anh cười nói: - Ở ta đâu có xét lại.

- Thế Liên Xô? - tôi hỏi luôn.

- Ta và Liên Xô như nhau thì Liên Xô xét lại sao được?

Tôi nghe mừng quá. Thì chính anh viết thu hoạch về Đại hội 22 của Liên Xô cơ mà. Liên Xô đang trên đường dân chủ hóa, từ bỏ bạo lực cơ mà, cái điều tôi khát khao sẽ có ở Việt Nam.

Vậy là Trường Chinh không ở trong cái dạ con âm ỉ tăm tối trên kia. Và tôi chỉ cần thế. Đâu biết vì không ở trong nó nên rồi anh phải chịu nó.

Anh khẳng định đóng góp to lớn của Tự Lực Văn Đoàn vào văn học Việt Nam. "Tôi viết văn được là nhờ ảnh hưởng của Tự Lực Văn Đoàn. Nhưng nó ra đời sau thất bại chính trị của Việt Nam Quốc Dân Đảng ở Yên Bái và đã trở thành cải lương, rời bỏ chính trị, chỉ hoạt động văn hoá như Nhà Ánh Sáng và Tự Lực Văn Đoàn."

Buồn cười, Huy Cận có bài thơ nói đến áo người yêu trên mắc mà rồi hễ thấy áo của vợ tôi treo đâu là tôi lại nghĩ đến câu thơ Huy Cận...

Hà Nội đang thưởng thức những "Nhật ký một ngày của Dionisevitch"của Soljenytsyn, "cây phong lan nhỏ," "Người thày đầu tiên" của Aimatov. Tôi không đọc. Ý để bảo với đám thích Mao biết rằng tôi đâu phải Liên Xô thứ xịn như họ nói. Nhưng những phim "Số phận con người," "Khi đàn sếu bay qua," "Chín ngày một năm," "Bài ca người lính" và vở kịch "Câu chuyện Irkoust" thì tôi phải xem và cho bình trên báo, mừng cho điện ảnh Liên Xô nhờ Khroutchev đã có bộ mặt mới. Bộ văn hóa tổ chức cả cuộc thi xem phim nào được công chúng yêu thích nhất (tôi đã phải cho thường xuyên đăng động thái hưởng ứng rầm rộ cuộc thi). Nhưng một năm sau, lật một cái rất nhanh, tất cả đều bị phê phán là phản động, xét lại, sợ chiến tranh và hòa bình chủ nghĩa.

Trông nom việc văn nghệ trên báo Nhân Dân, hay nhận được ý chỉ đạo của Nguyễn Chí Thanh, tôi biết anh chính là người tích cực phất cờ chống luồng gió độc trong văn nghệ và đặc biệt nắm rất vững tình hình văn nghệ Trung Quốc. Thanh có một câu ghê gớm: "kịch 'Câu chuyện Irkoust' là cái chuyện gì mà ngất ngư hết cả lên với nhau thế? À, chuyện một thằng cộng sản mê một con điếm..." Phù Thăng chết lụn bại chỉ vì một câu viết nguyện vọng của con người là hòa bình mà Thanh cho là tuyên truyền sợ chiến tranh!

Những quay phắt lại với hôm qua đã được xem như chiến thắng của chân lý cách mạng. Chỉ một thời gian ngắn, bao nhiêu người phản lại chính bản thân. Tôi bắt đầu nhận ra những bộ mặt xúm lại đẩy cỗ xe Nhất Trí. Người ta tự bào chữa rằng người ta trung thành với cách mạng. Bò rạp, quỳ xuống thì mày lại được coi là đang vươn lên tầm cao mà cách mạng cần!

Chuẩn bị đại hội văn nghệ lần thứ hai, Tố Hữu triệu tập vài chục nhà văn, nghệ sĩ và nhà lý luận mở hội thảo dài ngày mấy vấn đề văn nghệ. Họp trù bị với một ít anh em, Tố Hữu nói rất tiên phong: "Gần đây thấy chửi Lukacs nhiều lắm. Nhưng đọc chưa, bẻ được người ta chưa? Chớ nên ỷ mình đa số. Không phải chân lý đều ở đa số đâu. Có khi thiểu số là chân lý."

199

Tôi chưa hiểu thâm ý của Tố Hữu: Liên Xô đang đa số trong phe, Mao thiểu số nhưng này, đừng có tưởng đông thì là đúng đấy.

Còn tôi lại thành kiến Bắc Kinh thờ hung thần bạo lực, chuyên giải quyết mọi sự bằng bạo lực, đổ máu. Tôi đâu biết Lê Duẩn đang chuẩn bị rước tư tưởng Mao Trạch Đông lên thành "tư tưởng Lê-nin của thời đại ba dòng thác cách mạng." Duẩn có suy tôn Mao thay Lê-nin thì Mao mới suy tôn Duẩn thay Hồ Chí Minh.

Một vấn đề được quan tâm: tính người. Có hay không có tính người? Vào thảo luận, đa số ngả về không có tính người mà chỉ có tính giai cấp. Câu nói thường được đưa ra làm nền cho quan điểm này là câu của Marx: con người là tổng hòa các quan hệ xã hội. Căn cứ vào nó sổ toẹt luôn tính người.

Tôi bức bối nghĩ: Chữ tổng hòa đã hầm bà làng béng hết các giai cấp lại rồi mà còn cứ cãi không có tính người? Nhưng nếu nói ra thì tôi sẽ không chống nổi một đa số áp đảo chỉ chực phê phán để chứng tỏ lòng trung kiên với một cá nhân - Mao - mà người ta ngỡ là bậc nhất cách mạng.

Nguyễn Đức Quỳ, tên thật Đào Đình Huống, thứ trưởng văn hoá, từng làm đại diện của ta ở Thái Lan, nói anh không có lý luận (tuy cùng với Đào Văn Trường vốn là hai cây lý luận của đảng), chỉ nói cái cụ thể. Xem đội tuyển Anh đá với đội tuyển Liên Xô ở Mát - xcơ - va nhưng bên nào đá hay đều được reo ầm lên khen và trời mưa thì người xem tất cả, bất chấp Liên Xô hay Ăng - lê đều thượng ô hay áo mưa vào. Tính người không ở đấy thì là cái tính gì? Quỳ nom vẻ hơi cáu. Sáng ấy Quỳ phát biểu tính người xong, thấy ngứa ngáy, tôi tham luận. Khẳng định tính người. Tính giai cấp và tính người cùng tồn tại. Có lúc tính giai cấp nhiều hơn, có lúc tính người nhiều hơn. Thí dụ thời cộng sản nguyên thủy, tính người là chính chứ làm gì có tính giai cấp? Rồi mai đây khi cộng sản văn minh cũng lại tính người là chính còn tính giai cấp thì tiêu vong. Có điều tôi nhấn mạnh là cần chú ý trong khi giai cấp bóc lột đang thống trị thì nó cũng có phần tích cực góp vào sự phát triển tính người, không nên coi giai cấp thống trị chỉ đem lại cái xấu. Nếu không có sự tích lũy tiệm tiến của tính người qua các phương thức sản xuất khác nhau nô lệ, phong kiến, tư bản thì làm sao có được vượt phá về chất để đến chế độ cộng sản, tính người lại trở thành đơn nhất nhưng văn minh, tiên tiến hơn tính người nguyên thủy.

Tôi nói xong, chủ tịch hội nghị Đặng Thái Mai đứng lên bắt tay: - Cảm ơn Trần Đĩnh cho tôi hiểu thế nào là *continuité historique*, - tính liên tục lịch sử.

Anh và tôi một dạo hay chuyện với nhau. Anh ghét Mao tưởng như sẵn sàng nôn oẹ. Tôi đã đưa anh *Les questions fondamentales du Marxisme* (Những vấn đề cơ bản của chủ nghĩa Mác) của Plekhanov và nói: Ông này ở trong Đệ nhị Quốc tế của Berstein, Kaustki rồi bị Lê-nin đánh cả cụm vì chủ trương đấu tranh nghị trường đây, các đảng Xã hội và Công đảng ở thế giới hiện nay thuộc phả hệ nó.

Cầm cuốn "Những vấn đề cơ bản của chủ nghĩa Mác," anh huých khẽ tôi: - Hay lắm. Cảm ơn, này, Trần Đĩnh cứ đến nhà mình, tha hồ chửi thiên chửi địa.

Một sáng tôi đang ở nhà anh để "chửi" thì Xuân Tửu, chánh văn phòng Hội liên hiệp văn học nghệ thuật đến nói: - Báo cáo của anh đọc trước đại hội văn nghệ, anh Võ Hồng Cương đã xem xong. Anh Cương đề nghị anh thêm vào cho vài câu của Mao Chủ tịch chứ chỉ có Liên Xô thì không ổn. - Được, anh để đấy. Mình đốt đèn tìm cả ngày cũng có ra được câu nào để mà dẫn đâu.

- Chính quyền ra từ nòng súng rồi, nay lý luận cũng ra từ nòng súng nốt à? - Tôi đùa.

Đặng Thái Mai ngạc nhiên. Tôi nói: - Võ Hồng Cương chẳng phải là bên nhà binh cùng với một tiểu đoàn nhà văn quân đội sang dọn dẹp bên văn nghệ đấy sao. Sau 1954, ta quân sự hóa mặt trận văn hóa văn nghệ cho mạnh thêm hỏa lực xung kích ở đấy mà... Rồi có ngày anh giật mình thấy trong tay anh lăm lăm súng đấy.

Đến đây xin quay lại Nguyễn Đức Quỳ. Vốn hoạt động ở ngoài nước, anh am hiểu các vấn đề đối ngoại của đảng. Biết tôi viết tiểu sử Cụ Hồ, anh cho hay 1928, 1929, Nguyễn Ái Quốc đã đến Băng Cốc rồi đi bộ sáu tháng lên Nà Khọn vận động cách mạng, sau đó rời Thái. Nguyễn Ái Quốc đi rồi, Việt Kiều lập Đảng cộng sản Thái Lan, số lượng ủy viên Ban chấp hành chia làm ba phần Việt, Trung, Thái đều nhau nhưng Tổng bí thư là Việt Kiều tên Thung, kiểu như Kaysởn tổng bí thư Lào là con một bưu tá Việt Nam ở Vientiane vậy. (Bạn tôi, Lê Đức Dục hoạt động ở Thái cùng với Quỳ còn nhớ tên mẹ tổng bí thư Thung là bà Hảo. Nhưng Như Quỳnh, tổng biên tập báo Phụ Nữ lại bảo mạ của Thung là cụ Quỳnh Anh, sau này sống với người con trai là Tài và tôi quen Tài.) Tóm lại với ta, quốc tế nhưng phải Việt thì mới yên tâm, Quỳ nói. Đảng này liền bị Thái đàn áp, mãi đến 1948, Hà Nội mới được có đại diện ở Thái nhưng công an mật Thái phục ngay ở nhà cạnh trụ sở ta, ngày ngày cho biết ông trêu công khai mày đây. Đầu 1950 Trung Cộng công nhận Việt Nam thì Thái Lan đòi ta rút đại diện. Tớ - Quỳ nói - đi Liên Xô, Hoàng Văn Hoan đi Bắc Kinh, Song Tùng về Hà Nội.

Năm 1976, thăm Vũ Lăng ở Làng Báo Chí Thủ Đức xong tôi đến Nguyễn Đức Quỳ. Lúc này anh mới bình luận Thái là nước trọng nhất vua mà mình lại đi lập cộng sản đưa anh thợ

- mà lại là thợ An Nam - lên đả đảo đòi lật đổ vua người ta thì người ta phải dẹp đi thôi chứ. Họ chả lạ việc Việt kiều tổng khởi nghĩa hộ Lào cũng như sau này từ 1960, ta cho quân sang đánh rầm lên ở Lào là để hạ chế độ quốc vương của người ta xuống mà tạo phên giậu bảo vệ đường mòn Hồ Chí Minh. Thái cho quân sang (danh nghĩa quân đồng minh của Hoa Kỳ - BT) đánh mình cũng là để chặn trước không cho ta chiếm Cam - pu - chia rồi tấn sang bên họ. Họ có lập đảng gì ở ta đâu mà sao ta lại lập cộng sản ở họ? Tôi hỏi có phải lập đảng ở Thái Lan là theo chỉ thị của Cụ không thì Quỳ im, mắt chớp chớp, bậm miệng lại. Tôi lại hỏi tổng bí thư Đảng cộng sản Thái Lan là người Việt thì cũng ná như Trần Bình người Hoa làm tổng bí thư đảng cộng sản Mã Lai đấy nhỉ?

Quỳ quay đi. Tôi nghĩ ông bạn ngổn ngang lắm đây.

* * *

Lại trở về với Nghị quyết 9 nhất biên đảo theo Mao, tôi sụp đổ ghê gớm. Thua tan thua nát là một lẽ. Còn nữa là thấy hàng ngũ "ủng hộ chung sống hòa bình" ào ạt quay đi để ôm lấy cây súng dữ quá.

Khoảng 1964, Đặng Thai Mai đăng ở trang nhất báo Văn Nghệ một bài ca ngợi thơ và từ bất hủ của Mao Chủ tịch. Chúng phản ánh những vĩ đại này nọ ở Người.

Sách của Plékhanov phải sáu bảy năm sau Nghị quyết 9, cực chẳng đã, tôi mới đến nhà Đặng Thái Mai lấy lại. Đến và về ngay. Anh cũng không giữ để "tha hồ chửi." Gặp nhau khoảng mươi phút sường sượng.

Phụ trách văn nghệ báo đảng, từ đầu tôi được dặn không đăng bài, đưa tin và nói đến Nguyễn Tuân, Chế Lan Viên, hai nhà văn "có vấn đề tư tưởng." Nhưng "vấn đề "thế nào thì không nói rõ.

Tôi lỡ lại dan díu với hai anh. Đặc biệt với Chế Lan Viên, chúng tôi có thể nói hàng giờ về các "bố láo" của Mao. Chế chửi Mao quá hay. Tiếc là không thể đưa ra các ví von rất cơ thể học của anh.

Giữa năm 1963, trang văn nghệ của Nhân Dân nhật báo Trung Quốc đăng một bài ca ngợi Chế Lan Viên và tập thơ "Ánh sáng và phù sa." Tôi liền làm nó thành một mẩu tin đưa lên trang chủ nhật báo Nhân Dân do tôi phụ trách. Tên tuổi Chế Lan Viên thế là xuất hiện trên báo đảng, ké vào uy lực của mẩu tin báo đảng Trung Quốc. Như Phong, chưa quên Chế nói anh chuyên soi đèn pin vào đít văn nghệ sĩ tiền chiến xem có còn cứt hay không, đã họp ban văn nghệ chất vấn tôi. Như Phong đưa nguyên tắc xuất bản ra. Tôi đưa nguyên tắc "báo đảng Trung Quốc" đối lại. Mọi sự lại xong. Chế hời. Hời viết thường, không phải Hời viết hoa. (Nhân thể nói người Tây Nguyên gọi người Chàm là *Sơn Hơi*: Hời.)

Tôi chỉ muốn nhân dịp này bềnh Chế lên, một kiểu lấy gậy Trung Quốc đập lưng Việt Nam. Không nghĩ tại sao đang khét lẹt tinh thần chiến đấu tấn công mà Bắc Kinh lại đi khen tập thơ mủi lòng cho phận con người - Qua đỉnh đau thương, lại đau thương nữa lại đau thương hơn? Ai ở ta đã rỉ tai Trung Quốc hãy mở cái cửa đột phá này chăng?

Rồi Nguyễn Thành Long cho biết Nguyễn Chí Thanh, Tố Hữu vừa làm một bữa chiêu đãi mấy nhà văn nhà thơ Khu 5 trong có Chế Lan Viên (riêng Nguyễn Thành Long cũng ở Khu 5 nhưng không được mời dự). Hai vị nêu rõ nguy cơ chủ nghĩa xét lại làm mất cách mạng, kêu gọi văn nghệ sĩ góp sức cùng với đảng dẹp chủ nghĩa xét lại nếu như còn có tâm huyết đánh đổ đế quốc Mỹ, thống nhất đất nước, vậy anh em hãy cùng đảng lên thác xuống ghềnh trận này. Dĩ nhiên Chế cảm động vì đảng coi mình nhiều tâm huyết. Nguyễn Thành Long kể thêm chuyện nhà lý luận văn học H. X. N. khóc hôm ấy. "Giá sử đảng bảo N. tôi là giáo điều thì N. tôi còn cười được chứ bảo N. tôi là xét lại thì N. tôi xin chết ngay."

Cuối những năm 70, một chiều tôi ngồi ghế đá bờ hồ với Lê Đạt ở trước Bưu điện thì Chế Lan Viên đi tới. Anh quàng vai tôi cười nhoẻn bảo Lê Đạt: - Trần Đĩnh và mình biết nhau từ thuở hàn vi đấy nhá.

Tức là lúc anh không được nói đến trên báo đảng.

Chế đi rồi, tôi bảo Lê Đạt: - Gia Ninh nói hồi ở Bình Trị Thiên, Chế và Gia Ninh thề với nhau không bao giờ vào đảng. Chế thề bằng chữ dân dã rất mặn mòi. Rồi Chế vào còn Gia Ninh thề nho nhã thì giữ lời.

Chương mười tám

Tôi muốn nói hai bài báo trên Nhân Dân liên quan đến tôi.

Bài đầu là viết phê bình "Khói trắng," phim ca ngợi công nhân nhà máy xi măng Hải Phòng đã ngừng sản xuất bất cần đảng ủy và ban giám đốc để chữa máy cho có năng suất cao. Phạm Văn Đồng giục báo phê bình. Hoàng Tùng bảo tôi: - Phải thấy anh Đồng quần sóoc tìm tôi đang tập thể dục ở sau cây đa và một lần nữa xuống tận nhà ăn còn có mình tôi tập thể dục muộn để nhắc tôi lần thứ ba. Tôi nói: có đáng om xòm gì đâu anh? Nhưng vẫn đành viết. Chiếu lệ. Ký một cái tên vu vơ, đại khái Nguyễn Thành gì đó.

Sáng hôm báo đăng bài ấy, tôi ra Thủy Tạ ăn sáng thì vồ phải đúng Tiến Lợi, đạo diễn bộ phim láng cháng đi qua. Tôi kéo anh vào mời cùng ăn bí - tết, cà phê. Bảo anh là tôi đã bị yêu cầu viết phê bình phim của anh tuy thấy nó chẳng đáng bới ra.

Tiến Lợi cảm động: - May là ông chứ đứa khác thì chuyến này được dịp nó xin tôi tí tiết phải biết. Ông ơi, từ đầu đến cuối bộ phim, Ngài xem kỹ lắm. Ông lạ gì ở ta phim nào cũng đều là phải Ngài duyệt cả. Có khi còn cao hơn cả Ngài nữa.

Trần Vũ làm một phim hợp tác xã mà ông Lê Duẩn gọi đến hỏi anh có biết hợp tác xã là gì không? Là làm ăn lớn! Trần Vũ sau đó bảo: "Gì chứ làm ăn lớn như Cụ phán thì dễ thôi. Cứ cho người và trâu bò, thúng mủng, cuốc xẻng, nón mũ ra đen ngòm đồng là không kêu em làm bé được nhé. Không ư? máy kéo đếch có thì chỉ có đếm mông mà coi là làm lớn hay bé thôi chứ? Mông quá chứ, ra đồng đều là cắm đầu xuống đất cả..." Phim "Khói trắng" tôi cũng thế. Ngài phán tốt, phán từ lúc còn là âm bản. Thành dương bản Ngài lại xem lại phán tốt: Phim này sờ gáy khối cha bảo thủ đây, Ngài nói. Cuối cùng đến khâu phát hành có cho chiếu không thì lại cũng phải ý kiến tối thượng kiêm tối hậu của Ngài nữa chứ, đâu phải bọn tôi muốn gì thì muốn... Bây giờ trơ ra mình tôi chịu đòn...

Ngài đây là Tố Hữu. Nếu biết Tố Hữu đỡ đẻ bộ phim này như Tiến Lợi vừa nói thì liệu tôi có dám móc Ngài" sản phụ" (không phải phụ) lên để buộc Ngài cùng chịu liên đới trách nhiệm không? Chắc không. Mà có dám thì bài báo đến cửa Hoàng Tùng cũng rụng. Tố Hữu chuyên đánh trống thổi kèn thúc quân thắng tiến, Phạm Văn Đồng đến lúc cần gắn hàm thiếc vào cho cỗ máy sản xuất mà thật ra chả vị nào ở ta hiểu phải xoay sở với nó như thế nào thành đâm ra ông chẳng bà chuộc.

Trên đường về tòa báo, ngán cho mình, tôi đã vòng lên tận đầu Khai Trí Tiến Đức cũ rồi mới quặt lại, khá buồn.

Tôi chẳng qua chỉ là cây bút vệ sinh công cộng quét lá quét lẩu xì xằng sao cho nghe cứ là soàn soạt thật to ở bên tai một số người thế thôi... Thế mà tại sao không nghĩ tới chữ bồi bút? Nhận ra bản mặt không phải chuyện dễ.

Bài thứ hai quan trọng hơn nhiều.

Liên hoan sân khấu 1962 xôm trò. Nhiều kịch diễn. Gây xôn xao có "Nhật ký Địa chất" của Thiết Vũ và "Con Nai Đen" của Nguyễn Đình Thi.

Trong hội diễn, Phan Ngọc, thư ký của Tố Hữu đã dạm trước với tôi một "bài tổng kết theo ý anh Lành." Sau bế mạc, Phan Ngọc đưa cho tôi bài viết đã hẹn.

Tôi đọc ngay ở sân báo. Nói: Không thể khen "con Nai Đen là một thành công."

- Anh Tố Hữu đánh giá đấy, - Phan Ngọc nói.

- Nhưng báo đăng thì nên thận trọng. Tôi thấy nên sửa đi. Đừng vội nói là thành công, cần được đăng báo. Phan Ngọc hỏi ngay vậy sửa thế nào. Tôi nói sửa "Con Nai Đen" là một thành công thành "một thí nghiệm đáng hoan nghênh."

Phan Ngọc reo lên: - Hay! Giỏi!

Nhưng hôm sau anh lại mang chính bài báo ấy đến. Cười bảo anh Lành đã xem, đã sửa và đã ký tên ra lề đây. Nghĩa là chỉ có đăng thôi, miễn bàn, miễn mó máy.

Câu tôi sửa hôm qua đã được Tố Hữu chữa lại thành: "Con Nai Đen" là một thành công đáng hoan nghênh (chữ "thí nghiệm" của tôi bị giập đi, nhưng chữ "đáng hoan nghênh" thì được giữ để làm tên lửa đẩy cho chữ thành công đã được mực đỏ long trọng khều vớt lại.) Nơ - rôn tôi đã bị Tố Hữu bẻ đôi lưu dụng một nửa để nâng cấp "Con Nai Đen" lên!

Hôm sau báo đăng bài này. Khoảng mười giờ, tôi nhận điện thoại Trường Chinh. Hẹn tôi hai giờ chiều lên gặp anh.

Đầu tiên tôi cần đi lùng cho ra Như Phong. Phải sục đến dăm ba chiếu rượu. Rồi kể qua sự tình, bảo anh chiều nay cùng lên Trường Chinh. Chuyện quan trọng không thể chỉ phó lên tuy phó tôi làm là chính và tuy chỉ phó tôi được gọi.

Trong phòng khách, cái chỗ tôi quá quen thuộc, tôi và Trường Chinh ngồi trên đi văng, trước mặt là Như Phong. Trường Chinh nghiêm nghị nhìn tôi hỏi, dằn giọng tuy cố giữ bình tĩnh:

- Anh làm ở báo nào? Đúng, tôi hỏi là anh làm ở báo nào? Anh làm ở báo đảng mà anh đi khen "'Con Nai Đen là một thành công đáng hoan nghênh ư? Tôi hỏi các anh căn cứ vào cái gì mà khen tướng lên như thế? Anh có thấy đây là một vở kịch *équivoque, ambigue*, mập mờ, nước đôi, cạnh khoé không? Tôi đã hỏi "người ta" (không nói rõ tên nhưng tôi chắc là Nguyễn Đình Thi) vở kịch này nhằm chửi ai? Người ta bảo là chửi Kennedy! Ô hay, Kennedy tổng khởi nghĩa thành công bao giờ mà rồi bị mê lú suýt mất nước, phải nhờ đến pho tượng? Tôi vặn thế thì người ta bảo chửi Tito. Chửi Tito thì cứ réo thẳng tên ra mà chửi chứ sao phải mập mờ? Người ta lại nói đây là chửi Khroutchev! Đồng chí Khroutchev làm sao mà chửi? Tôi hỏi anh. Anh có nhớ tôi đã bảo anh nếu thấy ai chửi đồng chí Khroutchev thì nói với tôi để tôi báo cáo lên Bác không? (Vâng, tôi nói, tôi nhớ, hôm tôi kể với anh chuyện Bác lên Lạng Sơn bị mưa mà không chịu che ô, anh đã nói như thế với tôi.) Anh Nguyễn Đình Thi là người thế nào? Các anh không hiểu anh ấy bằng tôi đâu. Hôm nay tôi mời các anh lên để nghe các anh nghĩ thế nào về vở kịch này, về anh Nguyễn Đình Thi... Nào, các anh nói xem vì lẽ gì mà khen vở "Con Nai Đen"?

Tôi bèn thuật lại từ đầu đến đuôi cuộc đấu chữ, cưa cụt chữ và ghép chữ. Tất nhiên đưa cả bản thảo có Tố Hữu ký và các chỗ tôi và Tố Hữu sửa ra làm bằng. Trường Chinh cầm xem xong trả lại. Nói, giọng nhẹ hẳn: - Thôi được, các anh về, tôi sẽ nói chuyện với anh Tố Hữu.

Đạp xe về, thấy Thi bị điểm danh, Như Phong thích lắm cứ hỏi: "Thằng Thi nhát lắm mà sao nó lại dám trêu Trường Chinh nhỉ?"

Tôi nói năm 1957, 58, Thép Mới qua Bắc Kinh đã phàn nàn với tôi là hai cha Tố Hữu, Hoàng Tùng đều nhờ Trường Chinh dạy dỗ nâng đỡ mà nên thì đến sửa sai Cải cách Ruộng đất, hai cha chửi Trường Chinh ác nhất. Nay Tố Hữu lập tại gia điện thờ Lê Duẩn thì phải chiêu nạp con công đệ tử mới như Thi đến chầu văn hầu bóng cho rôm rả. Và vì thế Thi hết nhát! Trường Chinh nói hiểu Thi là thế.

Đến trước báo Quân đội Nhân dân, trời đổ mưa sầm sập. Chúng tôi núp dưới mái ô văng nhà Điện Quang. Lấy thuốc lá hút, tôi nói: - Tố Hữu chuyến này lên to. Bộ chính trị đây...

- Sao cậu biết? - Như Phong tròn mắt, tru giẩu hai môi lại chờ câu trả lời.

- Đấy thôi, đang cáu thế mà nghe đến Tố Hữu là cụ thôi ngay. Ngày xưa Tố Hữu sợ Trường Chinh hơn cọp. Tố Hữu nay đã thế nào và Trường Chinh phải thế nào thì Thi mới dám bóng gió Trường Chinh lú lẫn chứ. Quen nghe Thi nịnh, Trường Chinh thấy ngay anh này thờ chủ mới. Xem rồi Trường Chinh trả miếng lại ra sao.

Tôi còn nghĩ Tố Hữu đánh trống thổi kèn thúc công nhân tự tiện đóng sản xuất lại chữa máy thì nay quay sang đánh trống thổi kèn thúc văn nghệ sĩ phang vào tối đẳng linh thần chứ đâu là thí nghiệm văn chương nữa nhưng tôi không nói ra với Như Phong. Ý nghĩ chết người. Tuy vẫn ngỡ nội bộ lãnh đạo của ta thương yêu nhau hơn nội bộ lãnh đạo Trung Quốc song tôi đã mơ hồ cảm thấy trong cánh gà sân khấu đang có đồ lề thanh long đao, mã tấu xê dịch.

Tôi thầm tin Trường Chinh sẽ rất quyết liệt giữ vững quan điểm, chính kiến của anh. Tôi không hiểu vi - rút đại loạn của phương bắc có sức lây nhiễm và phá phách ghê gớm. Tôi vẫn nhìn Trường Chinh bằng con mắt hồi Cách Mạng Tháng Tám huy hoàng cờ bay. Tôi không hiểu "đấu tranh giai cấp ở bên ngoài xã hội" rồi sẽ phải phản ánh vào trong chóp bu nội bộ đảng. Nghĩa là khi yên lành thì tôi với anh là đồng chí, khi cần hạ nhau thì nắm ngực bảo nhau là đại lý xấu xa của giai cấp thù địch.

Cuối cùng Trường Chinh chịu yên bề nhưng "Con Nai Đen "Cũng im tiếng. Có lẽ người ta chỉ cần tạm quệt cho một ít nhọ nồi. Xì xầm trong giới văn nghệ: "Con Nai Đen" chĩa vào ông ấy vì xét lại, nhụt ý chí cách mạng đấy đấy...

Bắc Kinh công kích Liên Xô ngày một dữ. Hà Nội phải cho hai ông anh ngừng tiếp âm. Dân tối tối ngồi đầy quanh cột đồng hồ Bờ Hồ hóng gió trời và hóng lửa hai ông anh chửi nhau nom có kém náo nhiệt đi.

Thì hai ông anh lu bù quăng ấn phẩm, tài liệu vào. Hầu như nhà cán bộ nào cũng đầy sách Bắc Kinh phê phán Liên Xô. Có chủ nhân rất tự hào bầy cả chồng ở ngay trên bàn trà nước rồi hễ ai đến lại ấp cả bàn tay lên khoe: - Đọc hết, đều đọc hai lượt hết. Cho thấm. Riêng bài thứ chín thì nghiền hẳn ba lượt! Quá hay! Lý luận thì Bắc Kinh quá giỏi!

Một tối, đến nhà Đào Vũ gửi xe đạp để vào rạp Tháng Tám, Chính Yên trở ra bảo tôi đứng chờ ở hè: - Cả nhà nó vợ con sáu bảy người đang ngồi quanh bàn ăn, Đào Vũ giơ tay nói: "Toàn gia nghiên cứu, anh báo đảng phải làm chứng cho thành tích nhà tôi về lập trường đấy nhá!"

Kim Lân một hôm hề hề bảo tôi: - Bi giờ em lại được phong làm thằng lính gác tư tưởng rồi cơ đấy ạ. Khốn nạn, cái thân em còm nhom nom hãi bỏ mẹ đi thế này mà cũng bắt em đăng lính đi gác tư tưởng. (Ngoẹo đầu vén tay áo lên cho thấy toàn xương rồi nhành mồm nghiến răng vờ lên gân.)

Sĩ Trúc, giám đốc nhà phát hành sách Sunhaxaba thì thào bảo tôi: - Từ nay tôi được giao cho làm lính canh cổng tư tưởng, này, chết như bỡn đấy.

- Sao không thấy tài liệu Liên Xô đâu cả? - tôi hỏi.

- Đừng lộ ra đấy nhé. Kênh (Tố Hữu) chỉ thị cho chúng tớ là đem tài liệu Liên Xô bán kín đáo cho đồng nát còn tài liệu Bắc Kinh chửi Liên Xô thì phân phát kỳ hết. Còn dặn cho một người hai bản cũng không sao. Người ta có, người ta lại cho mượn truyền đi.

Tài liệu của Bắc Kinh gồm "chín bài" đại phá xét lại mà cán bộ gặp nhau hồi ấy thường hỏi nhau đọc đến bài thứ mấy để đo mức độ cập nhật, tức là lòng dạ sáng tối của nhau. Trường Chinh đã tổng kết đó là "chín quả đấm thôi sơn của Trung Quốc đánh sập chủ nghĩa xét lại Liên Xô." Riêng với tôi thì chúng đánh sập mất lòng yêu mến Trường Chinh bấy lâu nay của tôi.

Cùng chín quả đấm còn một luồng gió cách mạng rất độc nữa là sách về Lôi Phong, người học trò trung thành của Mao Chủ tịch.

Buồn vì thời thế, tôi hay vào trường kịch ở Cầu Giấy chơi. Đang lúc đoàn thanh niên ở trường phát động học Lôi Phong. Nhìn các nữ diễn viên tương lai mặt hoa da phấn vừa vào trường nghệ và trường tình cắm cúi nghiền cái gã moi rác lấy bàn chải đánh răng đã bị vất đi đem về dùng, tôi thấy thương quá. Để tuyên truyền mạnh hơn cho tư tưởng Mao, Tố Hữu ra lệnh ngành kịch dựng vở "Dưới ánh đèn nê ông" của Trung Quốc ca ngợi Quân giải phóng vững vàng vào Thượng Hải không hề bị sa ngã, mua chuộc. Nghe mọi người xì xào nó quá xoàng, Tố Hữu đã triệu tập các báo đến chỉ thị "chỉ được phép khen." Tố Hữu nhấn mạnh: - Khen chê vở này là vấn đề lập trường, tôi nói lại, ở đây chỉ có lập trường, lúc này lập trường là nghệ thuật.

Có lúc tôi mong Phạm Văn Đồng đứng ra ngăn như với "Khói trắng." Nhưng trong pha trận mạc này, ông đồng tình với Tố Hữu.

Tố Hữu đi rồi, Chi Lăng được giao cho lên giới thiệu cái hay của vở kịch. Tội cho anh. Không nói trái được bụng mình, anh trước sau cứ mấy câu *dở kịch* này nó *dzĩ đài... dziĩ đài* lắm, nó *dziĩ... đaài* thiệt... thiệt mà... Và hết.

Bửu Tiến sau họp kéo vai tôi lại thì thầm: - *Dzĩ đại* cho nên đ. diễn nổi... vì bầy đàn đạo diễn, diễn viên đều là *dzĩ tiểu*, đuôi bé tí chỉ dùng để biểu cảm với bề trên được mà thôi...

Tôi bảo anh: "Người ta đang bê Bắc Kinh lên tận mây xanh, không biết liệu có ngày nhào xuống đất đen không?" Một phản ứng thôi chứ chả có cơ sở gì xác đáng... Nhiều cái điên rồ tôi từng thấy ở Bắc Kinh mà rồi có ai làm sao đâu!

Bửu Tiến giỏi chơi chữ. Anh đã đặt ra các tên Chi Lăng *Nhăng*, Trần Bảng *Lảng*, Thiết Vũ *Phu...* trong giới kịch.

Người ta đang hăng hái tuyển ngự lâm quân hay "lính gác tư tưởng." Tôi được kén rất sớm, sớm nhất. Một sáng Phan Ngọc hớn hở bảo tôi: - Anh Lành nói tìm Trần Đĩnh bảo hăng và trẻ như Trần Đĩnh thì hãy phất cờ lên! Thời cơ rồi!

Tôi dằn giọng đáp lại: - Về bảo anh ấy hộ là Trần Đĩnh nói nó chẳng có cờ quái nào hết. Nhớ nói hộ, chẳng có cờ với cơ hội quái nào hết.

Kịp kìm không nói "cơ hội gì? Cơ hội cho đất nước làm bãi chọi trâu ư?"

Phải nhìn Phan Ngọc ù té phóng vội đi. Vẻ cái tướng của tôi cũng dữ.

Cơ quan nào cũng thành hai phe giáo điều và xét lại đả nhau. Có khi thượng cả cẳng chân cẳng tay. Tất cả rừng rực tâm huyết lao vào cuộc chiến đấu bảo vệ chủ nghĩa Mác - Lê. Nào ai biết mình là quân cờ trong ván cờ Mao bày? Cũng chả ai để ý cộng sản Ấn Độ chia hai, theo Mác và theo Mao đối địch. Nê - pan cũng một Đảng cộng sản M (tức là Mao - ít) và một Đảng cộng sản M - L (Mác - Lênin). Nhật thì dứt khoát không Mác, không Lê, không chuyên chính vô sản, chỉ có chủ nghĩa xã hội khoa học. Ba bề bốn bên ai cũng bảo mình là chân lý. Chính là nhờ đã ngẫm nghĩ về cái sức mạnh cộng sản giỏi tương tàn này mà trong lúc bị hỏi cung tôi đã viết vào biên bản: chủ nghĩa Mác - Lê như mảnh trời vỡ rạn, mỗi đảng nhận lấy một mảng sao vụn nát bảo đó là ánh sáng chân lý của mình.

Nhưng đến nay, bây giờ khi viết những dòng này, tôi lại hình dung thấy tất cả phe cộng sản lúc ấy là một chậu nước lớn nhưng đã ngầu đục bị Mao lắc cho nổi sóng cuộn gió và bên trong chậu đó các anh hùng hảo hán, các kẻ vệ đạo nghiêng ngửa hò hét hủy diệt nhau. Trong sóng gió tối tăm ấy của cộng sản (thiên hạ đại loạn Trung Quốc được nhờ) lập lòe một tín hiệu Mao gửi Mỹ: mi không thấy là ta đánh kẻ thù số một của mi đấy ư? Có chìa tay ra với ta không?

Tôi đầu bạc, cái râu bạc và đảng dột tứ bề rồi tôi mới thấy Bắc Kinh đã góp phần chính làm tan phe cộng sản và chấm dứt chiến tranh lạnh! Nhưng mà tốn máu Việt Nam quá. Trở lại một chút bản thảo bài Tố Hữu biểu dương "con Nai Đen."

Sáng lên Trường Chinh thì tối tôi đến Nguyễn Tuân kể lại câu chuyện quanh bài báo khen "con Nai Đen" và cho Tuân bản thảo có hơi thở rừng rực ủng hộ "cái mới "của Tố Hữu. Đúng, Duẩn là cái mới, giới văn nghệ cần lập điện thờ và Trường Chinh là cái cũ. Biết Tuân thích các văn bản "có bút tích lịch sử" và để báo cho Tuân thấy được "mạch lịch sử đang rẽ ngang quẹo dọc" như thế. Tuân gật gù thú vị gấp nó lại làm tư rồi cẩn thận đút vào túi trên bên trái chiếc áo bà ba đen (các đường chỉ may đều bạc trắng lên, như kiểu quần jeans may chỉ vàng), lấy tay khẽ đập đập như đe: đừng có hòng chạy thoát.

Đầu những năm 1980, một hôm tôi hỏi Tuân còn giữ bản thảo đó không, tôi cần xem lại một chỗ. Tuân ngơ ngác: - Ông đưa tôi bản thảo nào nhỉ...? Với lại, vặt vãnh lắm, tôi chả nhớ đâu.

Lúc này Tuân và tôi đã nhạt. Anh và Chế Lan Viên là hai cây bút thượng thừa của báo đảng. Tôi thì bị cấm đến báo đảng...

Chợt nhớ đến hồi tôi đi cung về đã lâu, Nguyễn Thành Long bảo tôi: - Thời gian Đĩnh đi vắng, ông Tuân có dặn mình thôi từ nay đừng nói đến Trần Đĩnh nữa nhá, tuy tôi vẫn trọng *lủy* cái *côté homme* (phương diện người).

Ở tiểu thuyết *Sang et volupté à Bali*, "Máu và Khóai lạc ở Bali" của Vicki Baum Nguyễn Tuân cho tôi mượn, anh đề bút chì ở dưới tên sách một dòng rất nhỏ, chữ cỡ co 6, kín đáo nhưng nắn nót: Năm (tôi không nhớ rõ), ngày này mình đi căng. Tôi đọc mà thương Tuân. Anh từng bị tù - và anh tự hào, thì đó, dòng chữ nắn nót như thư pháp mà anh phải cho ở ẩn kia - nhưng đó lại là một vết nhơ: Đại Việt - anh cẩn thận cho chỗ đặt chân của anh cũng là đúng thôi. Đảng ghét tì ố chính trị! Vì tì ố này cho thấy anh đã từng không nhìn thấy đảng, đã bị những tiếng nói bậy bạ chúng lôi dắt anh đi mà chúng thì tất cả đều là đối địch hiểm độc của đảng ở trên trường trận cướp chính quyền. Tuân từng có lúc hỏi tôi nếu mà dọn được nước đi xa khỏi ông láng giềng háu uýnh thích ục thì nên dọn đến đâu. Này, Thụy Sĩ hay đấy? Tuân hất đầu gợi ý.

Đọc dòng "ngày này mình đi căng" tôi lần đầu tiên phát hiện ra rằng ở ta, yêu nước không được đảng đóng dấu xác nhận là công cốc, thậm chí còn là điều nguy hiểm. Bởi theo đảng thì ranh giới giữa yêu nước và phản động vô cùng mong manh.

Chương mười chín

Một sáng tháng 6 năm 1962, Trường Chinh điện thoại gọi tôi.

- Anh hiện có bận gì không? - Anh hỏi.

- Dạ, có việc gì anh cứ bảo ạ, - tôi nói,

- Tôi hỏi anh có bận việc gì lúc này không?

- Anh để tôi hỏi anh Hoàng Tùng... (Lát sau tôi quay lại nói:) Anh Hoàng Tùng nói hiện tôi không bận.

- Thế tốt rồi, sáng mai sáu giờ anh đến nhà tôi. Mang theo quần áo mặc cho khoảng một tuần đến mười ngày nhé.

Đúng hẹn đến. Trường Chinh bảo tôi chúng ta đi Bãi Cháy nghỉ hè nhưng mà tôi có cả việc nhờ anh. Để đến nơi sẽ bàn cụ thể.

Vợ chồng Trường Chinh, Huấn, vợ Đăng Xuân Kỳ ngồi một Volga, tôi cùng com - măng - ca với Tuất, vụ phó vụ bảo vệ, nhà ở hàng Điếu, gần nhà Đinh Đăng Định, phó nháy của Bác.

Ở tại tòa nhà sáu cạnh trên sườn đồi nhìn ra vùng biển nhoi nhỏ. Tuất, An, bác sĩ đi theo - anh bữa bữa phải ăn thử trước thức ăn và bảo đảm thức ăn không phải là món lưu lại -

cùng với tôi ở tầng trệt, gia đình Trường Chinh ở tầng trên, lên bằng một cầu thang gạch xoáy trôn ốc. Đêm đầu không ngủ được: đi tuần quanh nhà hay đổi gác, lính hô to quá.

Ngay tối hôm ấy, Trường Chinh nói anh nhờ tôi viết giúp hồi ký. Anh sẽ làm việc với tôi buổi tối. Sáng thì thăm mỏ, nhà máy, vịnh Hạ Long, chiều nghỉ ngơi tắm biển.

Hồi ký về chuyến anh đi dự Hội nghị trung ương lần thứ 8, tháng 5 năm 1941 tại Pắc Bó. Viết cả đoạn đi đường lặn lội, li kì có Chu Văn Tấn dẫn lối. Theo anh, Hội nghị trung ương 8 là hết sức quan trọng với cách mạng Việt Nam cũng như với cá nhân anh. Trước hết, hội nghị đặt ra đường lối đại đoàn kết dân tộc, lập lực lượng vũ trang và mở căn cứ địa đánh Pháp đuổi Nhật giành độc lập cho đất nước dưới sự lãnh đạo của Mặt trận Việt Minh tức Việt Nam Độc Lập Đồng Minh Hội (Vốn là tên một tổ chức cách mạng do Tưởng Giới Thạch lập ra và họat động ở Hoa Nam.) Thứ hai, lần đầu tiên anh gặp lãnh tụ Nguyễn Ái Quốc tức Hồ Chí Minh. Thứ ba lãnh tụ đã xem "Đề cương Văn hoá "của anh và Nguyễn Ái Quốc đã chê văn anh Tây. "Tôi từ đấy chú ý văn viết thật ta và bí quyết tôi dặn các anh khi viết hãy dùng nhiều" thì, là, mà "vào chính là bắt đầu có từ Hội nghị 8 ấy," - anh cười giảng thêm.

Anh không nói ở hội nghị ấy, với chứng kiến và tán thành của Nguyễn Ái Quốc (lúc ấy không biết Đệ tam đã giải tán, tôi vẫn đinh ninh Cụ nhân danh Đệ tam về nước và ở tôi cũng như ở dân ta hồi đó, ngộ nhận này đã làm uy tín của Cụ tăng thêm lên rất nhiều), anh mới chính thức là tổng bí thư. Làm Nam Kỳ khởi nghĩa,tổng bí thư Nguyễn Văn Cừ bị Pháp tử hình và sau đó, hội nghị trung ương họp ở Đình Bảng quyết định anh Chinh quyền tổng bí thư. Ở Nam ra thông báo tình hình, Phan Đăng Lưu đã không nhận vị trí này vì còn phải gấp vào Nam ngăn cuộc Cao Biền phiêu lưu duy ý chí dậy non. Có một nét lạ: không hiểu sao từ hồi ấy tôi luôn đinh ninh Lê Duẩn kế thừa bền bỉ dẻo dai tinh thần duy ý chí tả khuynh này.

Viết cho Trường Chinh, tôi hơi ngại. Anh là cây bút lão luyện. Dạy tôi từ chữ "ngày sinh nhật" đến phổng phao chứ không phải "phổng phang." v. v. Ở bên anh tôi cảm rõ thấy cốt cách áp đảo của con người anh, nó khiến cho tôi không dễ bề tung hoành sắp xếp ký ức anh như với những vị lãnh đạo khác mà tôi mặc sức "Đĩnh hóa" kỷ niệm, cảm xúc cùng ý nghĩ của các vị ở trong gian phòng tối đầy ma thuật của tôi rồi tôi tráng, rửa, in, phóng, cắt, ghép thoải mái. (Và các vị cũng vô cùng thoải mái chấp nhận chân dung đã trải qua nhiều bùa chú văn học của mình.) Riêng với Trường Chinh tôi chắc anh không thích tôi đem tấm vải đen lắm phù phép của tôi trùm lên các chuyện của anh.

Ngại viết cho anh nhưng tôi cũng thú vị. Không thể không nghĩ sao anh không gọi Thép Mới. Hoàng Tùng có lần bảo tôi văn cha Thép gần đây lên dây phừng phưng ghê quá mà vẫn không cất lên được. (Cái mà Thép Mới tự hào là có chất chính trị và tư tưởng hơn trong khi tôi chỉ chuộng chi tiết.) Nhưng tôi ngờ có lẽ Trường Chinh thấy Thép Mới đã bỏ anh mà ngả về Lê Duẩn, Sáu Thọ. Giống Tố Hữu và Hoàng Tùng khi sửa sai cải cách ruộng đất. Vậy lần nhờ tôi viết này - tôi từng bất bình hỏi anh sao dư luận cứ nói có chủ nghĩa xét lại ở ta - phải chăng là anh muốn làm một cuộc tập hợp của chính phái? Chả biết đúng sai thế nào nhưng tôi thấy khoái. Tôi cùng trận địa với người mà tôi hằng rất đỗi tin cậy.

Nên ngay tối đầu tiên nghe Trường Chinh nói viết Hội nghị trung ương 8, tôi liền thầm hỏi: sao anh chọn viết đề tài này? Đó là bước ngoặt quyết định ở thời kỳ Cách mạng tháng Tám nhưng sao anh lại chọn đưa nó ra đúng vào cái thời li loạn quan điểm này? Vào cái thời xu thế tả khuynh sặc sụa đang đo nhiệt tình cách mạng cao thấp ở chỗ có gan đánh Mỹ hay không và đang coi nhiệt tình cách mạng cao thấp chính là linh hồn của cách mạng. Vào cái lúc mà chắc anh cũng nghe thấy cán bộ đảng viên đang xì xào rộng rãi rằng anh "bênh Kroutchev." và Lê Duẩn gần đây hay nói đến đầu óc cá nhân khiến cho có vị lãnh tụ xưa sẵn sàng lên đoạn đầu đài mà bây giờ lại không dám hy sinh và người ta tán thêm rằng Lê Duẩn ám chỉ anh và cả Cụ Hồ. Rồi nhởn tiền, vở "Con Nai Đen" của Nguyễn Đình Thi cạnh khóe anh đã được cho diễn, rồi được Tố Hữu rước lên mây xanh ở trên chính ngay báo đảng, tờ báo do tay anh, trí óc anh dựng nên.

Tôi nghĩ và thú vị. Trường Chinh chọn cách ra mắt bằng hồi ký lúc này chứng tỏ anh không dễ mà chịu để cho Lê Duẩn ép anh đầu hàng Mao đâu. Và anh lại nhờ tôi. Anh hẳn phải biết rõ tôi không thích Mao rồi. Tôi rắp tâm sẽ hết sức viết cho hay.

Lúc này nói đến Hội nghị trung ương 8, theo tôi, phải chăng Trường Chinh nhằm kín đáo cảnh báo đường lối tả hiếu chiến của Mao Trạch Đông mà Duẩn và đa số các vị trong Trung ương hiện đang say đắm?

Tôi yêu Trường Chinh và không ưa Lê Duẩn. Quan điểm tả khuynh bạo lực của Lê Duẩn không thuyết phục tôi. Tôi thấy lù lù ở sau nó bộ khung cốt đồ sộ của Mao. Về đạo đức, và cái này rất quan trọng, tôi không chấp nhận việc mới hôm nào coi hòa bình và đoàn kết phe như giữ con ngươi của mắt thì nay họ đưa những luận điểm sặc sụa ngụy biện ra lật ngược lại. Thí dụ nay nói ở Hội nghị 81 đảng cộng sản toàn thế giới, ta phải ký tán thành chung sống hoà bình vì không muốn phe tan nát ngay lúc đó, còn bây giờ phải chống Tuyên bố chung ấy thì tung luận điểm vì Liên Xô đã đầu hàng Mỹ, bán đứng phong trào cộng sản vậy cứ trung thành với Hội nghị 81 đảng nữa là nguy hiểm... Hay Đại hội 3 đề ra "chiếu cố miền Nam" thì nay phải "giải phóng miền Nam" mới xây dựng được miền bắc!

Vào việc, nghe Trường Chinh nói, tôi tranh thủ ghi lại thật đầy đủ. Không hỏi vặn hỏi vẹo lắm như với Phạm Hùng, Lê Văn Lương, Bùi Lâm.

Những cuộc đi thăm đi chơi hằng sáng rất thú vị. Ngồi tàu dạo khắp Hạ Long, lên cả đảo Tuần Châu. Nhưng khi đi qua hòn đảo có bãi cát nhỏ xinh xắn mà Cụ Hồ và nhà du hành vũ trụ Liên Xô Titov đã ghé chơi ở đó, tôi không thể không trạnh lòng. Các dân "Mao - *nhều*" ở báo Nhân Dân từng xì xào việc Cụ "kéo" Titov ra giữa chốn trùng dương vắng vẻ mịt mù." Ở đấy bàn bạc với nhau cái gì thì bố ai mà biết được "! (Nói rồi lại liếc nhìn tôi! Riêng T. D. T. một lần nói với tôi rằng Titov có đưa thư riêng cho ông Bác nhưng sau đó khi tôi hỏi lại thì anh trợn mắt lên và gần như tru tréo: - Này, đây là anh nói ra đấy chứ không phải tôi đâu nhá! Đấy anh vừa nói đấy thôi, ai hỏi là tôi bảo anh nói...) Tóm lại nay chỉ còn Bác Mao thiêng. *Bác Mao thôi ở rất xa, Bác nay ốp sát bên ta mà thay Bác Hồ.* Tôi đôi ba phen muốn nói thế để chọc lại Mao - *nhều*.

Một buổi chiều ở Bãi Cháy, chúng tôi ngồi xuồng cao su biệt kích dạo chơi trên vụng nhỏ trước nhà sáu cạnh. Thấy bọn tôi ngụp lặn, Trường Chinh đòi xuống. Xuống dễ, lên mới rầy. Anh bám vào mép xuồng để lên là cả xuồng với chúng tôi ở trên lật úp. Anh vừa cố bám lại vào xuồng vừa cười thú nhận: "Tại bụng to quá đấy mà..., bụng to quá mà." cuối cùng hai anh bảo vệ đùn bên dưới, Huấn, con dâu anh và tôi Quỳ ở trên xuồng kéo anh lên. Đầu gối tôi chảy máu ra vì trượt mãi vào cát đọng vón lại ở trên xuồng.

Tối ấy, trước khi làm việc anh kể tôi một chuyện liên quan đến bụng to. Ở đường đi trong Chủ tịch phủ gần chỗ Bác, một hôm anh thấy một hàng cây dầy trồng chắn ngang. Anh hỏi ai làm trò kỳ cục này. Thì được biết là Bác. Buộc ai đến đây cũng phải nhảy để cho bé cái bụng lại. Nhớ là, Bác dặn, không được phạt ngọn, cứ để cây lớn, khi nào không nhảy qua được Bác sẽ tính sau...

Thời hạn đã hết. Anh đã xong phần kể, từ nay công việc chủ yếu thuộc về tôi. Tối trước hôm về Hà Nội, anh và tôi làm việc buổi cuối cùng. Anh hỏi tôi cần gì thêm nữa. Tôi nói không nhưng viết chắc sẽ khó.

- Vì sao? - Anh hỏi.

- Tôi tự nhiên thấy thế ạ. Có lẽ vì anh là cây bút lão luyện, - tôi nói.

- Tôi nhờ anh vì tôi tin anh viết tốt. Tôi chỉ viết văn chính luận, còn văn học thì phải cần đến anh.

Bất chợt tôi hỏi: - Có thể nói Hội nghị trung ương lần thứ 8 ở Pắc Bó là bắt đầu chấm dứt thời giáo điều mạo hiểm tả khuynh kéo dài của đảng được không anh?

Ngồi bật thẳng dậy, nhô người về đằng trước, Trường Chinh nhíu lông mày nghiêm nghị nhìn tôi, rồi rành rọt từng tiếng như đang có nhiều người chứ không phải mình tôi nghe: - Không! Anh nghĩ không đúng. Đường lối của đảng ta là liên tục phát triển có kế thừa, không có chuyện thay đổi đường lối cũng như chấm dứt cái này cái kia.

Tôi im nhưng bụng không thông. Việt Nam Độc Lập Đồng Minh Hội rồi đại đoàn kết cả với địa chủ và tư sản mà lại bảo từ xưa vẫn thế là làm sao? Trí phú địa hào đào tận gốc, trốc tận rễ rồi Xô viết Nghệ Tĩnh là đúng thì sao không cứ thế kế thừa làm lại? Nếu đó là đúng thì sao không vài năm một lần hay Hội nghị trung ương 8 cho tái diễn Xô viết Nghệ Tĩnh, Nam kỳ khởi nghĩa?... Cũng thắc mắc tại sao đảng cứ phải giữ tiếng là "đường lối trước sau như một?" Nhận sai mà sửa thì càng vẻ vang càng nâng cao trình độ đảng lên chứ?

Xuống nhà, tôi sắp rẽ ở khúc cầu thang lượn xóay ốc thì anh gọi. Tôi quay lại đứng trước mặt anh." Không được ló ra ở đâu cái ý anh vừa hỏi tôi. Nhớ đấy! Đây là chỉ thị của tôi."

Vẻ như anh lo cho tôi. Nhưng ngay sau đó tôi lại thấy anh sợ tôi nói ra thì người ta sẽ tưởng tôi là loa tán phát quan điểm của anh. Tình hình này, Mao - nhều không thể không hỏi Trường Chinh đưa Trần Đĩnh đi chơi ở Hạ Long lâu vậy là có chuyện gì?

Nhưng rồi thấy hơi khoa trương, Trường Chinh giơ một tay lên nhoẻn cười rồi nói" Thôi, anh xuống được rồi đấy. Cần nhớ như thế cho tôi. "Tôi lại hiểu cái cười này đang nói: "Này, anh láu lắm, anh không moi được gì ở tôi đâu. Nhưng anh hỏi như thế là anh hiểu tâm sự tôi rồi đấy. Hiểu tâm sự thì tốt, thì viết mới đạt và hay..."

Tôi bám vào một điểm: anh bác ý kiến tôi nhưng không hề nhắc lại chữ tả khuynh của tôi mà chỉ nói không có chuyện đảng ta chấm dứt cái này chấm dứt cái kia... Anh phải *vague*, - mơ hồ, kín đáo như vậy vì chính sự thật là anh có nghĩ như vậy.

* * *

Tôi đã phụ lòng gửi gắm của Trường Chinh. Viết không được!

Trước hết tôi không còn bụng dạ để viết. Thế giới nổi lên vụ tên lửa Khroutchev đưa vào Cuba và ngày ngày tôi phải nghe Mao - nhều ở báo ra rả chửi "thằng trọc" lúc tả (đưa tên lửa vào) lúc hữu (lẽ ra uy tín bị sứt mẻ rồi thì đánh luôn cho bỏ con mẹ nó đi chứ lị!) Tôi bảo các ông coi đánh Mỹ như thiến chó ấy.

"À, chính thế, tất cả là ở cái khí phách Võ Tòng. Có thì nhìn giái Mỹ bằng quả ớt, không có thì nhìn bằng cái thượng lương sắp rơi xuống đầu..."

Trưởng phó ban ở báo nghe truyền đạt ý Cụ Hồ nói đưa tên lửa vào được thì tốt, mà nếu không được thì rút ra thôi chứ có làm sao? Và ý Trường Chinh giải thích ở Quốc hội: kẻ cướp nó đang đấm cửa mà ta bất thần mở toang ra có khi lại làm cho nó ngã đấy! Rõ ràng hai vị đều chống lại luận điểm Bắc Kinh đang túm lấy dịp này bôi nhọ Liên Xô và Khroutchev, cổ vũ chiến tranh với Mỹ.

Phạm Lợi đưa tay che miệng bảo tôi: - Ông lạ quá, ông cứ hăng hái ghi tên xung phong đi sang Cuba đánh Mỹ thì hỏi có mất gì đâu nào? Mai kia Khơ nó không cho tàu chiến chở quân thì bám cây chuối hột với lại hai cái hột sẵn có làm phao mà sang chí nguyện à?

Cứ quãng mười giờ sáng, Nguyễn Thành Lê lại tủm tỉm cầm một tập dầy tin tham khảo đứng ở sân gọi to: - Nghe tin Trọc (Khơ, Khroutchev) không?

Ầm ầm bâu đến. Vỗ tay, reo, ríu rít kết đoàn. Hét to nhất, lộ mặt nhất, lắng xắng nhất là cán sự 5 Hữu Thọ.

Đúng là phát chẩn tin vàng tin bạc.

Một buổi họp trưởng phó ban, sau khi chửi tổng bí thư các đảng cộng sản Đông Âu đã dốt lại hèn, làm tay sai cho Liên Xô, Hoàng Tùng chỉ vào mấy Mao - nhều nói: - Các tướng này sang Ba Lan và Đức, Tiệp thừa sức làm tổng bí thư...

Nhìn mặt mấy người được điểm danh, tôi hiểu hết tục ngữ "được lời như cởi tấm lòng." Hạnh phúc đúng là đang rịn ra ở trên những bộ mặt chợt mềm chảy xuống vì xúc động.

Không nhịn được, tôi nói rất to, như quát: - À, đến thế nữa cơ ư? Tôi sẽ hỏi anh Trường Chinh!

Tất cả cười ồ. Một vài cái liếc chế riễu về phía tôi như bảo "đi mà mách!"

Tôi liền chột dạ. Họ đã biết một cái gì mới? Hình như có một tổng hành dinh ngày đêm phát đi những động thái cơ bản trong cuộc co thắt chí mạng của cỗ dạ con đường lối và nhân sự bí mật này.

Họp xong, Lưu Động bảo tôi ở ngay dưới gốc cây đa ngoài cửa phòng họp: - Tớ lạy cậu, cậu hãy bình tĩnh!

- Thế là họ muốn nổ chiến tranh à? Họ muốn biến đất nước thành ra bãi chọi trâu à?... Hay gì đánh nhau? Thế là thiên hạ sẽ đại loạn cho Trung Quốc nhờ, như Mao nói đây! Khốn nạn, đại loạn là cách mạng, yên bình là phản cách mạng, nói ngang như thế mà nghe lại sướng mê sướng mẩn lên với nhau kìa! Khốn nạn! Tôi quát to hơn.

Lưu Động chắp tay lại: "Thôi, tớ lạy cậu, lạy cậu!"

Tôi nói rất to, mấy tướng Mao - *nhều* đang khoái trá ở trong phòng họp bước ra đều ngoảnh lại.

- Lòng yêu nước gì mà toàn xây dựng trên việc chửi bố chửi mẹ nước khác lên như thế chứ?

Tôi biết lúc này lòng yêu nước đang được đun sôi lên xình xịch làm một thứ cháo lú. Nhưng ý nghĩ này tôi không dám nói ra với bất cứ ai. Kẻ nào bị lên án không yêu nước - bằng chứng dễ thấy thôi: nó không dám đánh Mỹ - thì kẻ ấy chết đầu nước. Người ta có vẻ đang dựng giàn tế để kén lấy vài tên phản diện - những đứa đã mất lòng yêu nước - đưa chúng lên đó làm một cuộc hiến sinh cho cả vạn đứa sợ. Buồn cười! Chửi tất, trừ Mặt Trời Hồng.

Tôi ra Bờ Hồ, mệt như mới ốm dậy. Vài tháng trước tôi vừa trả Chế Lan Viên quyển *Zarathoustra a dit*, - "Zarathoustra đã nói" mà anh tặng tôi. Không hiểu sao lúc này đi một mình ven hồ lô xô bóng cây, tôi bỗng nhớ đến cái bóng của Zarathoustra chuyện với Zarathoustra và nảy ý có lẽ nên cố viết một truyện về chủ nhân và cái bóng của hắn. Cặp nhân vật này cứ đêm đến lại thì thầm lên sổ thu chi được mất với nhau. Chủ nhân mất nhiều, rất nhiều, tóm lại toàn bộ bản ngã hắn... Nhưng bù lại cái bóng của hắn lại thu về rất nhiều. Địa vị, quyền lợi, tên tuổi. Tóm lại vớ bẫm. Và rồi cái bóng cứ thế lớn ra, trùm lên chủ nhân, hóa thành hào quang lý tưởng dắt dẫn chủ nhân và chủ nhân không còn.

Nhưng chán ngán vì lý tưởng đang vụn vỡ thành các mảnh vụn, tôi đã coi chuyện viết là thứ phù phiếm, thậm chí sai lầm, và rốt cuộc thì tét hết.

Chương hai mươi

Đúng là có một tổng hành dinh chuyên phát tin hậu cung tuyệt mật. Ba ngày sau, Trường Chinh lên tiếng phê phán Liên Xô rút tên lửa. Dặn vớt là vẫn phải giữ thái độ thân thiện với Liên Xô... Tôi viết hồi ký Trường Chinh với tâm trạng rã rời và trong khung cảnh thất bại ê chề ấy. Về tình cảm cá nhân tôi bị một mất mát lớn: Trường Chinh đã đổi dòng. Ông mà lại theo Mao muốn Xô, Mỹ choảng nhau cho ruồi muỗi chết!

Tôi gửi lên Trường Chinh bản hồi ký viết không hồn kèm một thư rất ngắn. Đọc thư này, Thép Mới chớp chớp mắt nói:
- Sao thư mày viết lạnh thế mày?

Tự nhiên nó lạnh thế. Có thể nói đây là một thất tình của tôi với Trường Chinh, cũng là mối thất tình đầu tiên trong đời. Chợt thấy như bị vét trắng túi! Vét nhẵn cả đến cái" tâm sự "tôi ngỡ nhìn ra thấy ở anh tối hôm cuối cùng ở Bãi Cháy. Đúng ra đó là tâm sự của tôi trá hình sang làm tâm sự anh. Tôi đang mong đảng cự tuyệt xu thế tả lộng hành xưa nay trong đảng. Và nhất là nay nó đang rầm rầm rộ rộ phủ bóng đen của nó lên toàn bộ sinh hoạt của đất nước. Chiến tranh hớn hở đến gần và cái phao tôi bám vào đã nổ đánh bụp. Hồi ký và thư tôi không có trả lời. Im bặt. Hoặc là: 1) viết quá tồi, không thể dùng được. 2) Trường Chinh không cần đến hồi ký nữa. Viết hồi ký là Trường Chinh muốn phất một ngọn cờ tập hợp. Lúc dự định viết, ông quá biết ông có chỗ dựa ở Hồ Chí Minh, Võ Nguyên Giáp vốn cùng chung quan điểm với ông. Nhưng ông không ngờ Lê Duẩn, Lê Đức Thọ, Nguyễn Chí Thanh... đã có thể gay gắt đến thế với việc Hồ Chí Minh không biểu quyết. Và ông bằng lòng điểm chỉ vào Nghị quyết 9 làm "bố dượng tinh thần" như tôi nói. Vậy thì chả còn lý do để cho hồi ký của ông ra mắt nữa! Mấy năm sau này ông có gọi mấy nhà báo đến như Lê Điền, Bùi Tín để viết nhưng tôi nghĩ ông chỉ cốt để phía Lê Duẩn không nghi ngờ ý định "phất cờ tập hợp" bằng hồi ký mà ông định viết từ 1962 nhắc lại bộ ba chủ chốt Hồ Chí Minh - Trường Chinh - Võ Nguyên Giáp trên Pắc Bó, Tân Trào. Ông nhờ mấy nhà báo kia vì họ đều rất sùng bái Duẩn. Tôi bảo Trường Chinh quy hàng nhưng với ông thì ông đã gương mẫu chấp hành nguyên tắc tập trung dân chủ, cá nhân phục tùng đa số, cấp dưới (như ông, Chủ tịch Quốc hội) phục tùng cấp trên (như Lê Duẩn, tổng bí thư.)

Mấy hôm sau, gặp tôi ở sân báo, Quang Đạm bóp bóp tay tôi nói: - Mình vừa lên anh Năm (tức Trường Chinh) về, anh Năm bảo sao Trần Đĩnh lại sa đọa chính trị thế?

Tôi nghĩ thầm: chẳng biết ai sa đọa! Mới hôm nào ông thư cho tôi tán thành với tôi là ta tắp lắp của Trung Quốc quá nhiều, nguyên nhân vì ta yếu lý luận và kém tổng kết kinh nghiệm. Vâng, cải cách ruộng đất làm cho ông điêu đứng thế mà ông lại quên ngay bài học.

Trong khi đó, tôi vẫn nghe Quang Đạm nói "với riêng mình thì mấy đứa sống với nhau từ trên rừng mình muốn nói với Trần Đĩnh rằng Trần Đĩnh có thể chửi mình thế nào cũng được thế nhưng Trần Đĩnh chửi Mao Chủ tịch thì mình đau lòng lắm."

Tôi rút tay ra quay đi.

Tại hội trường Ba Đình, tháng 1 - 1964, trước các cán bộ cao và trung cấp học tập nghị quyết 9, Trường Chinh tuyên bố đại ý: Đảng ta và Nhà nước ta về cơ bản thống nhất với đường lối đối ngoại và đối nội của Đảng Cộng sản và nhà nước Trung Quốc.

Tôi nghe Nguyễn Thành Lê thông báo tin này ở cơ quan mà tưởng sụp đổ. Ngỡ như Nguyễn Thành Lê chủ yếu chỉ nhằm bảo điều đó với riêng tôi.

Sau đó tôi gặp Trần Châu. Anh nói hôm qua Hoàng Minh Chính bảo anh là Chính đã có phát biểu bác bỏ tại chỗ ý của Trường Chinh. Tôi liền thốc ngay tới Chính. Anh cho hay tại hội nghị phổ biến Nghị quyết 9 ở trường Nguyễn Ái Quốc, Trường Chinh giới thiệu nghị quyết, Hoàng Minh Chính đã đứng lên bác lại. Vặn ngay Trường Chinh: Hội nghị trung ương 9 không đủ tư cách xóa nghị quyết đại hội 3 năm 1960. Phải là một đại hội đảng mới bỏ được đường lối xây dựng hòa bình ở miền bắc, chiếu cố miền nam. Chính nói đánh Mỹ sẽ là cưỡi lưng cọp dữ chứ không phải cưỡi cọp giấy đâu.

Kể lại với tôi Chính còn cười: - Thế không phải cưỡi lưng cọp dữ thì là cưỡi bò đi chơi à? Mao bảo toàn thế giới căng đế quốc Mỹ ra mà đánh nhưng Mao cấm dân Trung Quốc đổ máu, người ta khôn thế chứ đâu dại như... ta.

Tôi bắt tay Chính rất chặt và nói: - Đúng, đâu có phải là cưỡi bò. Mao rất giỏi dụ âm binh. Lò gang thép này, làm công xã này, diệt chim sẻ này, đều cả nước rầm rộ làm... Nhưng đánh Mỹ thì bảo đứa khác. Cũng như hiếu chiến thì lại chửi Mỹ phá hoại hòa bình. Nay nơi dễ xúi cho choảng nhau hơn cả là Việt Nam sẵn có hai miền và đêm không ngủ ngày không ăn!

Lúc ấy có một chỗ kẹt ghê gớm. Đảng hết sức bí mật chuẩn bị chiến tranh, ngay Nghị quyết 9 cũng có hai phần, phần hai mới nói về đánh Mỹ nhưng tuyệt mật chỉ phổ biến đến một bộ phận nhỏ cán bộ cao cấp cho nên chúng tôi không thể vô bằng vô cớ đùng đùng kêu lên phản đối chiến tranh! Ai chiến tranh? Đảng bảo vệ hòa bình cơ mà? Có đánh Mỹ đâu mà đảng tranh luận với chúng tôi chuyện nên hay không nên đánh. Đảng chỉ chống chủ nghĩa xét lại, bảo vệ sự trong sáng của chủ nghĩa Mác - Lê thôi! Rồi nữa, nếu có chủ trương đánh thật thì sao anh lại biết được "bí mật Nhà nước"? Anh thế là tỏi rồi.

Trong khi hết lời ca ngợi phản chiến ở Mỹ thì tại sao trừng trị chúng tôi ác nghiệt đến thế và đặc biệt trước sau không bao giờ nêu tội danh phản chiến của chúng tôi ra? Kìa, nêu ra để mà lộ ý định phát động chiến tranh hay sao? Hơn nữa, để cho tia lửa phản chiến của chúng tôi có cơ lan nhanh đi khắp đất nước ư? Chụp cho chúng mày cái tội tay sai lật đổ hèn hạ là hay nhất.

Tôi bảo Chính tôi quá thất vọng về Trường Chinh. Chính hơ hơ cười: - Mình thất vọng hơn ấy chứ. Chính ông ấy nhờ mình viết cho ông ấy diễn văn đọc ở Đại hội 22 ca ngợi chung sống hòa bình mà. Lúc đứng lên ở giữa hội trường bảo đánh Mỹ là cười cọp dữ chứ không phải cọp giấy, mình nhìn xoáy vào ông ấy thế này như định hỏi: "Sao hôm nay đồng chí nói khác?"

- Thế nét mặt ông sao?

- Ông ấy nhìn lại... Ông ấy thì kín lắm...

***

Xuất hiện bài vè phân hạng xét lại ở báo Nhân Dân:

Trần Châu, Trần Đĩnh, Hồng Hà,

Khánh Căn, Hữu Chỉnh, Cộng Hòa, Hồng Thao,

Chính Yên, Lưu Động cũng vào...

Và một số tên nữa.

Thế ra tôi "á hậu" 1, Hồng Hà "á hậu" 2. Rồi nhờ quay lưỡi "nhất trí," á hậu 2 vào Ban bí thư trung ương đảng.

Hoa hậu và á hậu 1 thì khốn đốn...

Mao - *nhều* ngâm và bình ran ran ở cơ quan báo cái cao siêu của "Nhật ký đường về" của Tố Hữu mới ra mắt, chiếm gần một phần ba trang nhất báo Nhân Dân. Nó hoá thành đỉnh thơ ca và ngang với sấm Cụ Trạng. "Hạ cho Cẩm Ly một câu thành trì lặng im là tiêu ma mẹ nó cu cậu rồi...," "Hay, rủ Castro theo bằng câu 'Có về Nam Hải với anh thì về', quá hay. Xưng là anh quá đúng." Lúc ấy có ý cho rằng Castro bị Liên Xô úm.

Hay véo von nhất hai câu: *"Bên đây biên giới là nhà, Bên kia biên giới cũng là quê hương."*

Một bữa tôi hỏi móc một Mao - *nhều*: - Này sao không đọc *"Bác Mao tuy ở rất xa, Bác Hồ ta đó ấy là Bác Mao?."*

- Đọc chứ! - Đọc luôn và sau đó hất đầu hỏi: - Có biết bài này còn hay hơn nữa không? *"Mao Trạch Đông! Tôi đã thấy: Dáng người cao lồng lộng, Đẹp như một ngọn cờ Hồng, Trên mặt người, mặt đất mênh mông."* Còn nhiều nữa, nghe không? Ừ, anh Lê Duẩn viết sao? *"Tư tưởng Mao Trạch Đông là tư tưởng Lê-nin của thời đại ba dòng thác cách mang Á - Phi - La..."* , đọc đi chứ, văn bản tất độc cơ mà, đọc thuộc lòng vào.

Khương Hữu Dụng kể khi làm việc tái bản tập thơ "Ta đi tới" của Tố Hữu, anh rất ngạc nhiên thấy Tố Hữu gạch chéo chữ thập lên khổ thơ "Hoan hô đại tướng Võ Nguyên Giáp" rồi nói "Bỏ đi, người này hết vai trò lịch sử rồi."

Trước khi ra tay đổi tiền năm 1985 làm tan hoang cuộc sống của dân nước, Tố Hữu đã giơ tay đổi ghế. Những ngày tháng ấy nổi bật lên trên mặt trận tư tưởng là Nguyễn Chí Thanh, Tố Hữu. Thanh có một bài nói làm cán bộ quá ư xôn xao. Vì tầm chửi rủa cay độc, phũ phàng và rải thảm của nó.

Chính Yên đã đưa tôi đến nhà Nguyễn Khắc Tiếp đọc bài báo nảy lửa này.

Một ấn tượng bao trùm: kinh sợ! Sao có thể thù ghét những cái vui nho nhỏ của kẻ khác đến thế? Sao tự cho mình có quyền vọc tay vào đời người khác như thế? Sao cho phép mình làm phán quan lập trường, đạo đức để ngạo mạn lên án người khác như thế?

Bài nói rất dài. Chính Yên đọc hơn một tiếng. Chiếc mùi - soa cô con gái thôn quê mua làm nơ buộc tóc cũng bị rủa là "học đòi tiểu tư sản," văn công lên diễn sao cứ phải phấn son? Trừ phi diễn cho nước ngoài thôi chứ còn thì cứ là diễn mộc, mặt thế nào thì lên sân khấu cứ để nguyên thế ấy! Bà tướng, vợ Phạm Kiệt cũng bị chửi là "đỏm dáng như khỉ."

Nhà Tiếp ở cách hàng vàng giả Mỹ Ký xưa kia chút ít. Ở Tiếp về sau đó, tôi bảo Chính Yên: - Xưa có một Mỹ Ký và họ nhận họ hàng giả, nay la liệt Mác *Ký* nhưng đều nhận Mác thật.

Cụ Hồ đã yêu cầu thu hồi bài nói. Vài năm sau Hồng vệ binh Trung Quốc cũng nói y thế. Nguyễn Chí Thanh đánh phá ác liệt tiểu thuyết "Phá Vây" của Phù Thăng vì có câu "hoà bình là nguyện ước của vạn vạn con người." Rồi "Vào Đời" của nhà văn quân đội Hà Minh Tuân. Thép Mới, Như Phong bảo tôi viết phê bình. Tôi nói Tuân bị chê mãi là "tô hồng" thì nay sửa bằng bôi đen tí ti đi chứ có gì đâu mà phê?

Sáng sau Như Phong hớn hở đến nói mày thôi, để tao viết. Như Phong là cựu Văn hoá Cứu quốc nhưng nay cũng ở danh sách những người mê Mao, sùng bái Mao, Mao - *nhều*, bảo tôi: - Tối qua ông Thanh gọi tao đến nói đây là thuốc độc, anh phải vạch trần ra.

Như Phong viết "Vào Đời, chén thuốc độc." Bại hoại, tan một đời Hà Minh Tuân. Đọc đầu đề bài báo, tôi bảo Như Phong: - Thuốc độc là của ông Thanh còn chén chứ không thìa hay bát thì do dược sĩ Như Phong quy định!

Như Phong hi hí cười: - Thuốc độc thì một chén đã là đủ đô rồi còn gì nữa hả mày!

Sau bài báo này Như Phong lại được dùng rồi sang báo Văn Nghệ. Nhưng cuối những năm 70, chính anh đã bảo tôi: - Mày nhìn rõ lão Mao rất đúng và rất sớm!

Giữa năm 1963, Nguyễn Chí Thanh có bài đăng trang nhất báo Nhân Dân kêu gọi tiết kiệm lương thực. Hợp tác xã cha chung không ai khóc, năng suất thấp, thóc gạo thiếu, biện pháp duy nhất thích hợp là bóp miệng lại, Thanh nay liệt bún vào bảng xa xỉ phẩm. Viết hẳn: Tại sao phải ăn bún?

Lúc Tố Hữu mở bữa thịt chó khao in tiểu sử Cụ, chưa hợp tác hoá nông nghiệp, bún ê hề, Thanh ca ngợi thiên tài bếp núc dân tộc thể hiện ở tổ hợp bún, thịt chó, mắm tôm. Từ ngày hợp tác hoá nông nghiệp, quản lý hết thóc gạo thịt thà, kể cả chó, thiên tài bếp núc gần như tiêu ma. Một cá nhân bèn dám lớn tiếng truy hỏi dân tộc: "Sao phải ăn bún?" và nổ bộc phá vào nền móng thiên tài ẩm thực dân tộc!

Sau phải có chế độ đổi tem gạo lấy bún để duy trì tổ hợp thiên tài.

Đọc xong bài báo của một cá nhân dám lên tiếng truy hỏi dân tộc: "Sao phải ăn bún?" tự nhiên tôi sang buồng Thợ Rèn, hỏi lại chuyện dạo nào Thợ Rèn theo thư bạn đọc làm một bài "chuyện lớn chuyện nhỏ" phê một xe hơi chở mấy cậu ấm chạy chơi trên bãi biển Sầm Sơn đang buổi tắm đông người. Bài có chú thích hẳn số xe hơi. Đúng hôm báo đăng, hai anh công an đến gặp Thợ Rèn hỏi tại sao anh đả kích cái xe có biển số kia. Rồi cho biết cái xe đó là của anh Thanh. Phải cảnh giác bọn phản động bôi nhọ lãnh tụ. Chúng tôi đem thư về nghiên cứu bút tích tìm kẻ tố cáo.

Tôi thấy Nguyễn Chí Thanh lần đầu ở chiến dịch Vĩnh Phúc, 1951. Ở mặt trận về Tổng cục Chính trị tiền phương, đến một đầu lũng nhỏ, tôi chợt nghe thấy tiếng thú gầm gừ và tiếng vật lộn. Rẽ vào một tràn ruộng cạn, tôi chậm chân lại: một người quần áo nâu đang vật nhau với một con béc - giê to tướng. Người nằm dưới gạt đầu chó ra nhìn tôi - kẻ phá quấy - rồi lại tiếp tục cuộc đọ tài cao thấp. Tôi nhận ra một khuôn mặt vuông vức, xám đen, dân dã nhưng oai. Vào Cục tuyên huấn, tôi hỏi Tử Phác đang trực ở đó rằng ai ở đây mà Tây thế, vật nhau với béc - giê? Tử Phác thủng thẳng: - Ông tướng nông dân Nguyễn Chí Thanh, người vẫn phê bình cán bộ đến cà phê cô Hạ Cao Vân là hoà bình hưởng lạc đấy!

Năm 1964, tôi đi với hai nhà báo Trung quốc Luo Lie và Xi Hong Shi vào Vĩnh Linh. Khi trở ra, tôi đến Nguyễn Tuân. Anh hỏi thăm ông chủ nhiệm Nhà giao tế Đồng Hới còn không. Rồi hạ giọng hỏi: - Ông hay gần các ông to, tôi xin hỏi ông là có thật anh Thao (Nguyễn Chí Thanh) thanh đạm như vẫn đồn không? Tôi nói tôi không rõ ông này. Tuân bèn nói: - Lần ấy mình dẫn Pierre Abraham của tờ *Nouvelle Critique* vào trong đó. Đến Nhà giao tế, nhòm vào tủ rượu, mình thấy hai chai săm - banh Moet & Chandon thì mừng quá bèn khen xừ chủ nhiệm chuẩn bị đến cho cả rượu ngon của Pháp cho khách quý Paris. Xừ chủ nhiệm bèn nói không, đây là dành cho anh Thao, anh Thao ngày nào cũng hai chai. Sáng sau sắp lên đường đi tiếp, xuống nhà ăn thấy hai cái thồi to kê sát vào nhau bày đầy món ăn rất ngon, mình lại nhanh nhẩu khen tay chủ nhiệm khéo chuẩn bị cho ông khách quý Paris có cái ăn trong mấy ngày ở Vĩnh Linh. Xừ chủ nhiệm lại nói: Dạ thưa bác, hôm nay gia đình anh Thao lên núi đi săn với thường vụ tỉnh ủy, các cái này là phục vụ các anh ấy đấy ạ!

Kể đến đây, Tuân nhành mồm ra cười đánh khì một cái rồi nghiêng người đặt tay lên đùi gật gù, như tượng "Người suy tư" của Rodin nhưng chán đời.

Hai năm sau, 1966, chuyện cũng dính đến ô tô.

Hôm ấy, Mỹ ném bom Phú Thượng, quãng ngã ba đường Bưởi. Làm việc với anh chị em tù trong Nam ra ở K 15 Nghi Tàm, năm giờ chiều Nguyễn Khải và tôi về. Thì ngập vào đám đông bà con lũ lượt chạy về Hà Nội nghẽn hết cả đường. Chợt một Volga đen từ Hà Nội nhích từng vòng bánh lên phía Phú Thượng. Trên xe ba đứa con trai nhảy từ ghế trên xuống ghế dưới. Và Nguyễn Chí Thanh lặng ngắm Hồ Tây đỏ tía ánh chiều tà trước khi tới tham quan nơi bị bom Mỹ.

Tôi nói: - Đang *Buồn trông cửa biển chiều hôm kìa.*

- Ông ấy nên đeo khăn tang, - Khải nói.

Chương hai mốt

Rồi chúng tôi thở phào. Cụ Hồ đã lên tiếng. Có lẽ là tháng 4 hay 5 năm 1963. Bài báo của Cụ đăng trang nhất báo Nhân Dân. Ký tên Nguyễn Thanh Long. (Ở đúng chỗ sau này đăng bài Nguyễn Chí Thanh chất vấn dân tộc "sao phải ăn bún?")

Nói rõ Đảng ta phải biết ơn ba đảng cộng sản Pháp, Liên Xô và Trung Quốc. Vậy là Cụ công khai phản đối Mao. Đám xét lại rất mừng. Cụ Hồ nhất định phải là thích cộng sản văn minh hơn rồi. Chúng tôi hy vọng Cụ ngăn được Đảng ngả theo Bắc Kinh. Không tán thành Mao chống xét lại để bảo vệ chủ nghĩa, Cụ đã nói có nên vì đuổi một con chuột (xét lại) mà đang tâm ném vỡ một cái bình quý không?

Ngờ đâu theo dạy dỗ của Cụ, trong đầu nhiều người cộng sản Việt Nam đã thành một tôn ty trên dưới như sau: Stalin, Mao Trạch Đông rồi mới Hồ Chí Minh.

Thời gian Nghị quyết 9, Lê Duẩn viết "Mấy vấn đề quốc tế và Đảng ta "đã gọi Mao Trạch Đông là Lê-nin của thời đại ba dòng thác cách mạng Á - Phi - La. Còn đảng viên, cán bộ thì đang coi Duẩn khẩu khí giống Mao mới là cây lý luận của đảng. Tôi đã thấy sức hấp dẫn ma mị của lời lẽ Duẩn ở trong cuộc chỉnh huấn xây dựng tư tưởng chống địa chủ tháng 5 năm 1953.

Chả ai ngờ tới việc Mao sẽ cho Cụ Hồ hiểu không theo kim chỉ nam thì khốn khổ thế nào.

Tháng 4 năm 1964, Lưu Thiếu Kỳ, vợ ông, bà Vương Quang Mỹ (học ở Mỹ) và nguyên soái Trần Nghị, bộ trưởng ngoại giao Trung Quốc sang thăm Việt Nam. Báo Nhân Dân lập một tổ phóng viên đặc biệt do tôi phụ trách theo dõi và viết sự kiện quan trọng này. Tổ gồm toàn Mao - nhều Anh Vũ, Hữu Thọ, Đặng Phò... và vài người nữa.

Tôi rất không vui. Việt Nam thế là dấn thêm một bước vào qũy đạo Bắc Kinh chủ chiến. Tôi tán thành Kroutchev vì ông chống sùng bái cá nhân và chủ hoà. Trần Châu bảo tôi: Định nghĩa cách mạng là dám đánh Mỹ, Mao đẩy Khroutchev vào ngõ cụt bằng phát động vũ trang đánh Mỹ, phá "chung sống hoà bình" của Kroutchev đồng thời bắt Liên Xô chết ngộp bởi gánh nặng chạy đua vũ trang.

Ở sân bay, đám nhà báo đứng thành một ô, ai đã vào là không được ra khỏi. Khi Cụ Hồ và đoàn khách qúy đi qua, đám nhà báo mừng quá nhoài người ra hô, reo, vẫy. Liền bị an ninh nắm cổ đẩy xô dúi dụi. Tôi không nhiệt tình nghển cổ thò đầu nên không bị đụng vào người.

Tội nhất một chị ở Việt Nam thông tấn xã, hình như Duyên, vợ Đặng Quốc Bảo, bị đẩy bung hết cả tóc, mặt thì nhợt đi, sợ phạm phải tội lỗi gì lớn đây. Tôi bèn đẩy lại anh an ninh, gắt giọng hỏi: - Được mời đến đây là lưu manh cả hay sao mà anh xua đẩy như vịt cả thế?

Nhắc to lại: - Là lưu manh cả sao hả?

Sau đó về họp với Nguyễn Thành Lê. Cả tổ phóng viên, trừ tôi, sướng ra mặt - được đón tiếp và tuyên truyền cho thủ lĩnh Mác - xít thế cơ mà. Tôi nói: - Viết xong tường thuật đón sáng nay là tôi xin rút. Tôi không làm được. Tôi không chịu được mạng lưới an ninh khinh nhà báo đến thế. Tôi còn đi thì e có ngày mất bình tĩnh sẽ nói những cái nặng hơn câu tôi hỏi an ninh sáng nay, anh em thấy cả đấy.

Anh Vũ thay tôi phụ trách. Hữu Thọ đầy nhiệt tình chống xét lại nhưng là cán sự 5 chưa gánh được. Nhờ rút đi, tôi không phải dự một mít tinh trong đó Lưu Thiếu Kỳ yêu cầu đứng về một bên trong đấu tranh cách mạng và Cụ Hồ khen Lưu Thiếu Kỳ trăm phần trăm Mác - Lênin.

Sao lại khen thế? Thế ra Cụ phủi tay với bài báo của Nguyễn Thanh Long mất rồi. Ôi, chiếc cầu bập bênh.

Tình cờ sau đó gặp Hồ Bản Anh, Tân Hoa Xã thường trú Hà Nội. Trò chuyện vài câu gần Thủy Tạ, Hồ Bản Anh chợt hỏi: - Anh không đi viết Lưu Chủ tịch? Tôi nghĩ phải là anh chứ nhỉ?

Toan phản ứng "Sao lại phải là tôi?," tôi chỉ nói: - À, tôi đang bận việc khác...

- Nhưng tôi có thấy anh ở đâu cơ mà, à, ở sân bay nhỉ? (Vỗ vỗ trán.) À, trong hội kiến, đồng chí Lê Duẩn đề nghị Lưu Chủ tịch một việc... Tuyệt mật nhá, khà khà khà, đồng nghiệp ruột với nhau mà... (Nắm tay tôi kéo lại gần, thì thào): Đề nghị Trung Quốc gửi phi công quân sự và bộ binh sang Việt Nam... Nhưng tuyệt mật hả, khà khà khà...

Anh đinh ninh tôi học Bắc Kinh thì tất theo Bắc Kinh hay anh muốn thăm dò tôi? Nghe anh, tôi chợt hiểu vì sao Cụ Hồ, ông Lưu Mác - ít trăm phần trăm. Sẵn sàng viện trợ cho mà đánh Mỹ mà. Đồng thời cũng hiện ra ở trong đầu tôi một bãi chọi trâu là đất nước nghèo khó này. Nhưng tôi lại nghi anh nhà báo này muốn moi tin ở tôi. Duẩn nào dại mà đề nghị thế? Đồng thời cũng thấy có nên nói hẳn với anh rằng tôi không tán thành "đại loạn" hay là cứ ú ớ cho qua chuyện?

Sau này, đọc nhà báo Mỹ Stanley Karnow, tôi mới biết lần sang Việt Nam đó, Lưu đã đẩy tình hình ở Việt Nam tiến lên một bước phát triển quyết định. Lưu cam kết: các đồng chí phát động chiến tranh thì Trung Quốc sẽ tình nguyện làm đại hậu phương lo lắng hậu cần chu tất cho Việt Nam. Nếu cần thì chu toàn cho cả khâu binh lính nữa! Lưu nhận sẽ viện trợ vũ trang không hoàn lại cho 230 tiểu đoàn bộ binh của "quân nổi dậy "ở miền Nam.

1961, Bắc Kinh chưa muốn nổ chiến tranh lớn thì Diệp Kiếm Anh sang nói các đồng chí đánh với cỡ tiểu đoàn như mấy trận Bình Giã, Vạn Tường vừa qua là phải. Lúc ấy việc Mỹ gửi cố vấn sang được gọi là "chiến tranh đặc biệt." Đến 1963, bị ba bề Tây Tạng, Ấn Độ, Đài Loan ép mạnh, Bắc Kinh cần cho nổi lửa lớn ở Việt Nam để bắt Mỹ đem quân vào làm "chiến tranh đặc biệt" tạo nên "cuộc đại loạn toàn thiên hạ cho Trung Quốc được nhờ." Dĩ nhiên trăm tội đổ hết vào đầu thằng Mỹ nó kéo bè lũ tay sai ở Đông Nam Á xâm lược Việt Nam.

Nên biết qua về sự giúp đỡ quân sự của Trung Quốc. Từ 1950 đến 1954, Trung Quốc đã giúp Việt Nam 116. 000 khẩu súng các loại, 420 khẩu pháo, nhiều khí tài thông tin và công binh. Năm 1956, Trung Quốc ưu tiên viện trợ Việt Nam 50. 000 khẩu tiểu liên và súng trường nửa tự động vừa định hình sản xuất, chưa kịp trang bị cho quân đội Trung Quốc. Từ năm 1953 đến 1963, Trung Quốc đã giúp Việt Nam xây dựng 6 tiểu đoàn pháo cao xạ, 1 trung đoàn công binh, 1 trung đoàn cầu nối, 1 trung đoàn xe tăng, 1 trung đoàn máy bay tiềm kích, bổ xung nhiều vũ khí trang bị quân sự khác. Trung Quốc còn giúp 90. 000 khẩu súng máy và súng trường để triển khai chiến tranh du kích ở miền Nam. Nhằm lôi kéo Việt Nam ủng hộ Trung Quốc trong cuộc đấu tranh với Liên Xô, Mao cử Đặng Tiểu Bình sang Hà Nội, mang theo lời hứa giúp Việt Nam 20 tỉ Nhân Dân Tệ, tương đương 20% thu nhập quốc dân hoặc 60% thu nhập tài chính của Trung Quốc năm 1963. Mao Trạch Đông nói với Cụ Hồ: "Chúng ta là một nhà, cần người có người, cần vật tư có vật tư, cần bao nhiêu có bấy nhiêu."

Ngoái lại đoạn lịch sử này, tôi hay nghĩ tới một vỉa hè được người ta bỏ tiền ra thuê làm bãi bán cao mãi võ và anh chủ mảnh vỉa hè bỗng hóa đàn anh đàn yêng.

* * *

Tháng Sáu, Nguyễn Thành Lê triệu tập cuộc họp của toàn đảng bộ báo Nhân Dân để "anh em ta trao đổi quan điểm và giúp đỡ xây dựng cho nhau."

Thành Lê vừa dứt lời, Hữu Thọ liền đứng ngay lên. Rút mùi - soa xỉ mũi, quệt quệt mũi, ngoẹo đầu sụt sịt: - Tôi xin lỗi hội nghị..., là vì tôi đang sốt ạ, vâng ốm to đấy, nhưng đảng có cuộc họp quan trọng thế này thì cứ phải dự thôi. Cũng vì ốm cho nên tôi xin phép được nói trước ạ. (Lại lau mắt lau mũi.) Thưa các đồng chí, chúng ta đều biết đi đường thì có luật giao thông, thấy đèn đỏ bắt dừng, anh không dừng là anh phạm tội, anh sẽ bị trị. Vâng, nhưng còn một loại đường đi nữa quan trọng hơn rất nhiều, đó là con đường cách mạng. Nó có đèn đỏ đèn xanh không? Có, vâng, có quá chứ, còn ngặt nhiều hơn nữa cơ đấy ạ. Đèn xanh đèn đỏ này từng giờ từng phút chỉ cho chúng ta đi như thế nào, tiếp tục đi hay dừng ngay lại kẻo không toi mạng. Thưa các đồng chí, con đường cách mạng của đất nước ta hiện đang bật đèn đỏ. Nghĩa là ai vượt qua nó thì là phản cách mạng! Vâng, phản cách mạng. Vâng, thế mà trong chúng ta ngồi đây đã có kẻ bất chấp đèn đỏ cứ ngang nhiên vượt qua... Thưa các đồng chí..., kẻ đó là... (Lại ngừng, lại xỉ mũi, lau mặt..., lau xong còn gấp mùi - soa làm tư tử tế đút túi, chuẩn bị cho cú hạ màn đánh thịch), thưa các đồng chí, kẻ đó là... (thình lình thẳng người lên, nghiêm mặt chĩa tay vào tôi):

- Kẻ đó là Trần Đĩnh.

Kể ra các thứ xấu: Ngạo mạn, coi trời bằng vung, coi kỷ luật đảng như trò đùa, chửi tất cả những ai bảo vệ chủ nghĩa Mác - Lê, sặc sụa quan điểm Khroutchev, một điều chung sống hòa bình, hai điều thi đua kinh tế, ba điều chống sùng bái cá nhân, độc ác lên án đại nguyên soái Stalin và Mao Chủ tịch độc tài... Lôi ra cả việc "ngông nghênh không thích phục vụ Lưu Chủ tịch" rồi nói năng bừa bãi với an ninh đang bảo vệ cho hai vị lãnh tụ...

Hữu Thọ ngồi xuống, Trần Châu đứng lên hỏi nhẹ nhàng: - Anh Thành Lê nói họp để thân ái giúp đỡ nhau nhưng anh Hữu Thọ lại đả kích, mạt sát Trần Đĩnh.

Tôi đứng lên nói. Nhìn quanh mới thấy thời gian qua đội ngũ Mao - *nhều* đông ra nhiều quá. Nhiều con mắt tức tối nhìn tôi. Trong con mắt họ, tôi đang là kẻ đầu hàng Mỹ, không dám chiến tranh giải phóng miền Nam rên xiết đau thương.

- Tôi không nói chuyện quan điểm. Tôi nói điều còn quan trọng hơn quan điểm rất nhiều, đó là lòng trung thực, nhân cách của mỗi người, trước hết của mỗi người cộng sản. Tôi chỉ xin nói câu chuyện mới xảy ra sáng hôm qua thôi. Ăn bánh mì ngoài vỉa hè kia, anh Hữu Thọ chửi bài anh Thép Mới viết trên báo. Tôi tránh dây vào cái câu lạc bộ bồi dưỡng nghiệp vụ vắng mặt đồng chí nên vào ngồi chuyện với anh Thép Mới ở gốc đa. Lát sau, anh Hữu Thọ dắt xe vào. Nhác thấy anh Thép Mới, anh Hữu Thọ liền từ xa cúi rạp xuống ghi đông rón rén đi đến trước mặt anh Thép Mới rồi bật thẳng người lên xúc động nói: - Bài viết hay quá! Văn như thế thì đúng chỉ có Thép Mới viết nổi!... Đấy, tôi nói nhân cách mà trước tiên là ở lòng trung thực, cái này tôi cho là còn cao hơn cả quan điểm.

(Đến thế kỷ 21, những khi gặp tôi ở sân báo Nhân Dân, biên tập viên Vũ Hải vẫn hay diễn lại tư thế của Hữu Thọ khom lưng khủynh tay dắt xe cho rạp người xuống đến mức thấp nhất để rồi vươn lên thật cao mà ca ngợi cấp trên, tư thế tôi tái hiện trong cuộc họp đầu tiên phân chia cách mạng và phản cách mạng ở báo đảng.)

Một giọng uất ức trong hội trường lại nghẹn ngào: - Còn nói láo là Bác Hồ ta lẩm cẩm.

Lưu Động toan đứng lên thanh minh thì Thành Lê giơ tay: - Chuyện này thuộc bên an ninh làm, miễn bàn ở đây.

Trưởng ban nông nghiệp Phan Quang mới xuống Hưng Yên cùng Tố Hữu, nghe Tố Hữu nói với báo Hưng Yên là từ nay cần đề cao anh Lê Duẩn nhiều lên, anh sẽ là lãnh tụ, Bác Hồ lẩm cẩm rồi. Phan Quang thuật lại với ban nông nghiệp. Trần Châu nói với Lưu Động học ở Nguyễn Ái Quốc (để có chỗ trống cho Phan Quang lên). Lưu Động nói lại với Dương Bạch Mai. Mai chất vấn Cụ Hồ. Nghe đâu Cụ đã hỏi Tố Hữu và nó biến ra thành "xét lại tung tin chia rẽ ngay Bác với các đồng chí lãnh đạo chủ chốt."

Hai tháng sau, Hoàng Tùng xuất kích.

Lúc này ở ta những chữ con người, nhân dân - phải nói rõ nhân dân lao động - hòa bình, hòa hợp, đàm phán đều là những biểu hiện cần thủ tiêu sạch sành sanh của thế lực phản động muôn xóa bỏ đấu tranh giai cấp. Đâu cũng nhai lại lời Mao Chủ tịch dạy không được lơ là việc cách cái mạng của đế quốc tư bản. Lão thành cách mạng và hay đọc kinh điển, Lưu Cộng Hoà bảo tôi: - Nay nhận mình là con vật mới đúng đấy.

- Điên hết rồi, - tôi ngao ngán nói. Hồi nào đuổi chim sẻ, nay đuổi chữ có hại... Thành "Buồng số 6" của Tchekhov hết.

Nói câu này, tôi cố hình dung ra Bác Hồ sẽ làm gì ở trong gian phòng số 6 điên loạn này. Tôi cho Cụ xoa trán bệnh nhân đang lên cơn đòi xung phong tiêu diệt đế quốc mà nói: "Cháu anh hùng thế là rất tốt nhưng cháu cần nghe theo chỉ đạo của Bác. Bác bảo đánh thì đánh, Bác bảo thôi thì thôi, chú Tố Hữu đã có thơ đó. Bây giờ Bác bảo thôi. Bác cháu mình còn phải thở cái đã chứ!" Nghĩ bịa ra cho Bác thế thôi mà thấy nhẹ cả người.

Tối hôm ấy, chủ trì cuộc họp đảng bộ. Hoàng Tùng tuyên bố mở hội nghị này để các tướng xét lại cứ việc nói hết ý mình. Cứ nói không sao hết, tôi đây, Hoàng Tùng bảo đảm là sẽ không có kỷ luật gì cả. Cho tha hồ nói.

Rồi Hoàng Tùng tóm tắt vài quan điểm cơ bản của đảng lúc đó. Hỏi tại sao sinh ra chủ nghĩa xét lại? Liên Xô rất tinh thông lý luận Mác - Lê, đúng không? Ai dám bảo không nào? Tinh thông lắm! Thế mà lại thành ra xét lại sợ Mỹ. Vì sao? Vì mất nhiệt tình cách mạng, có thế thôi. Anh Duẩn phân tích chỗ này rất hay. Đời sống mấy tướng lãnh đạo nay sướng rồi, xa cách nhân dân và thực tiễn cách mạng rồi thì tất nhiên nhiệt tình cách mạng sa sút... Đây, xem anh em lao động chân tay đây (quay về những Quang Thụ ở báo từ thời trên rừng gánh báo vượt đường 5 đường 6 xuống Khu 3) các tướng này có lý luận gì đâu nhưng bảo đánh Mỹ là đánh tắp lự ngay à, chả phải lý luận gì cả. Bởi vì nhiệt tình cách mạng sẵn nên hành động luôn theo lẽ sống...

Chắc coi tôi đáng chiêu hồi nhất để còn cộng tác hú hí với nhau, Hoàng Tùng gọi to lên:

- Nào, mời! Thôi, Trần Đĩnh mở màn đi nào. Tôi toan nói: - Ai chả biết Lê-nin đã nói hai câu ngang như bùa chú là "Không có lý luận cách mạng thì không có phong trào cách mạng" và "Nhiệt tình cộng với ngu dốt là phá họai cách mạng!" Cho nên bên kia sau đại tếu "Nhảy vọt" ngã chổng vó lên với nhau, Lưu Thiếu Kỳ, Đặng Tiểu Bình đã đặc biệt phê phán nhiệt tình duy ý chí, đầu óc bình quân, đòi phải suy nghĩ khoa học.

Tôi đã sắp đứng lên thì bỗng nghĩ rất nhanh đến Hoàng Tùng với tôi vốn chỗ "cánh hẩu" - đó, anh chiêu hồi tôi đầu tiên có lẽ vì muốn tôi vẫn được đảng trọng dụng - nếu tôi nói ra thì bằng là choang chính Hoàng Tùng cho nên lại chỉ buông một câu cụt lủn:

- Tôi chẳng có quan điểm, lý luận gì. Chỉ thấy Trung Quốc không dân chủ, cả nước như cái trại lính.

Đặng Phò, anh Hà Đăng (tức Đặng Há) gầm lên ngay:

- A, nói láo, không dân chủ mà hắn lại được mở mồm ra kêu là không dân chủ thế kia hả?

Tôi nghĩ ngay: - Loa Mao - *nhều* cỡ bự đây.

Xì xào đâu như anh là tác giả bài vè xếp hạng phân lọai xét lại ở báo đảng. Kiểu sắp đến đâu thì đoàn ủy cải cách ruông đất đã lên danh sách đối tượng đấu tố ở đấy. Sau này lúc học Nghị quyết 9, một bữa thảo luận ở tổ, tôi phát biểu xong ra giải lao ở sân, anh đã xô đến giơ hai quả đấm lên toan đánh vào hai thái dương tôi... Từ ngày đảng coi tư tưởng Mao là chính thống, mặt anh nom lúc nào cũng như diều được gió. Giá hồi ấy đã có video clip!

Khánh Căn, Nguyễn Hữu Chỉnh lần lượt được mời lên. Các anh trình bày quan điểm của mình tức là tinh thần Tuyên bố chung 81 đảng và Đại hội 3 Đảng cộng sản Việt Nam mà nay đã được Mao Chủ tịch vạch ra là xét lại, tuy đảng chưa hề có nghị quyết nào chính thức bác bỏ chúng.

Hoàng Tùng tưng tửng chêm vào móc máy các anh. Mặt hai anh tái đi nhưng vẫn tiếp tục nói...

- Nào, Hồng Hà, - Hoàng Tùng nói.

Trước đây ít lâu, trong vụ Nguyễn Chí Thanh gọi báo Quân đội Nhân dân bênh Liên Xô trong cuộc khủng hoảng tên lửa ở Cu ba là báo găng - xtơ Si - ca - gô (kẻ cướp Mỹ) thì Hồng Hà đã nói: "Báo găng - xtơ này có đại tướng của nó đấy chứ (tức là có tướng Giáp, tướng Thanh sao dám qua mặt tướng Giáp?)" và nhờ đó mà nổi tiếng xét lại.

Nghe Hoàng Tùng mời, Hồng Hà thiểu não đứng lên. Rồi nghẹn ngào như mếu:

- Tôi xin cảm ơn Mao Chủ tịch vĩ đại đã mở mắt ra cho tôi thấy Liên Xô, Khroutchev là phản bội, đầu hàng, xét lại. Hôm nay ngồi đây tôi thấm thía như dự một cuộc chỉnh huấn lớn. Thật ra khi học ở Liên Xô, tôi đã ngờ ngợ nhiều cái, cho nên gặp các anh trong Trung ương qua thăm, tôi vẫn nói cần phải cảnh giác với Liên Xô, Khroutchev...

Trong tôi vụt hiện lên hình ảnh tướng *de Castries* đầu hàng ở Điện Biên Phủ. Ông ta vẫn đàng hoàng ngậm píp và chống can... Nhưng Đặng Phò đã cười khẩy khinh bỉ:

- Anh em, cảnh giác! Chớ để rồi mai kia Mác - xít thắng anh ta cũng xơi mà xét lại thắng anh ta cũng xài.

Nghĩ tới chia quả thực sớm thế chứ. Mà hơi bị đúng! Hồng Hà tuy khóc mếu quay dáo trở cờ quá dở nhưng sau vào Ban bí thư, trèo lên trên tất cả những Mao - *nhều* thực thụ Hữu Thọ, Hà Đăng, Đặng Phò... từng bủa vây tiểu trừ anh. Vì Hồng Hà không hề kém nhiệt tình - khóc nhận tội là quá nhiệt tình - lại còn hơn đám Mao - *nhều* chính cống ở khoản lý luận học ở tận trường đảng Liên Xô.

Nhưng Hoàng Tùng đã vỗ tay nói: - Nào tốt thôi, ai chuyển cũng đều hoan nghênh.

Thật ra Hoàng Tùng mở hội nghị này chỉ cốt để chiêu hồi nội bộ và đối ngoại: đấy, ở tiệm này, tôi đã trấn áp xét lại, tôi đã có đe nẹt, có trao đổi dân chủ cả rồi nhé. Địa bàn báo đảng im ắng thì ông yên. Còn đúng ra mới năm ngoái, ông thiếu "nhiệt tình" ghê gớm - tương lên báo hàng mấy trang nguyên văn các diễn văn của Khroutchev! Những hôm có Khơ nói, báo đắt như tôm tươi.

Thép Mới đứng lên luôn: - Tôi tán thành ý anh Tùng. Cần tăng cường đoàn kết nên ai chuyển ta cũng hoan nghênh. Trước đây thấy Hồng Hà, Trần Đĩnh ngồi với nhau cứ hết khen Khơ lại khen cô đào xi - nê Kirienko, tôi đã ngại nhưng nay tôi thấy là chúng ta có thể chuyển biến được hết trong trận giao chiến mới này.

Rõ ràng bảo vệ em trai và dụ tôi hàng. Mới hôm nào hỏi tôi: - Mày có thấy cái Châu (vợ Thép Mới) hơi giống giống Kirienko không mày?

... Từ đấy Mao - *nhều* thường từng đám túm tụm chửi Khroutchev rồi hễ thấy chúng tôi thì lại cố tình liếc liếc và ré lên cười. Tôi ngỡ thấy lại Kiêu binh phủ Trịnh chắc từng đã ở trên nền tòa báo này và ngày ngày ra đường bóp vú thả cửa đàn bà con gái của cả cái huyện Thọ Xương thuộc phủ Hoài Đức đây.

Gần tháng sau, Hoàng Tùng thăm Trung Quốc, mang theo Hồng Hà, Phan Quang. Một anh vốn kiên trung, một anh vừa đầu hàng kết thành bè... Ai đi Trung Quốc lúc này đều mặc nhiên được gài ở trên ngực huy chương phẩm tiết "trò Tàu" cực ngoan.

Trở về, viết "vĩ đại Trung Quốc "dài hết trang báo, Hồng Hà đưa tôi để đăng lên trang Chủ nhật tôi phụ trách nhưng tôi đẩy nó cho Quang Đạm duyệt. Trả lại tôi, Quang Đạm chỉ cho xem mười mấy dòng anh dập: - Mình phải cắt vì chửi Liên Xô dữ hơn cả Trung Quốc mà Trung ương thì vẫn chưa cho chửi công khai. Ngừng lại cười: - Hồng Hà thế mà hăng quá.

- Biết sẽ bị cắt nhưng em xin cứ viết ra để các anh chứng giám em chuyển lập trường sâu sắc và bền vững lắm ạ. - Tôi nói.

Quang Đạm cười huých tôi một cái: - Cái tay này!

Khánh Căn ít lâu sau báo tôi anh bị phê bình ghi lý lịch vì đã mượn diễn đàn hội nghị của đảng bộ để tuyên truyền quan điểm xét lại!

- Sao thế được? - Tôi hơi cáu, rất không thể ngờ.

Còn một chuyện không thể ngờ bằng vạn. Giữa 1963, Cụ Hồ bị một vố bút sa. Tuyên bố chung Hồ Chí Minh - Novotny, chủ tịch Tiệp Khắc vừa lên báo thì Lê Duẩn bắt bỏ ngay: xét lại! Lập tức hủy, bất chấp xúc phạm đến nước bạn Tiệp và lãnh tụ. Người ta giải thích vụ này như sau: nhận được bản Tuyên bố để ký, Bác hỏi chú Ba, ý là chú Ba Duẩn, xem chưa. Thư ký Bác lầm là hỏi chú Ba Khiêm, bộ trưởng ngoại giao chịu trách nhiệm thảo văn kiện cho nên đáp là đã. Thế là Bác ký. Thì ra tội nợ chính là vì trong đảng quá nhiều Ba... Ba phải, ba ba ba...

Ung Văn Khiêm, tác giả bản Tuyên bố sau đó bảo tôi: - Trong vụ Bác bút sa mà Ung Văn Khiêm chết đầu nước, có ba anh Ba tham gia. Ba Duẩn, Ba Khiêm và Ba Hồ. Tôi ngạc nhiên thì anh nói:

- Ủa, đọc anh Ba của Trần Dân Tiên chưa? Anh Ba Tất Thành đấy thôi. Ba anh Ba dính vào và anh Ba Duẩn phang hai anh Ba kia bằng Sáu Búa (Lê Đức Thọ). Theo họ giải thích thì hóa ra Lê Duẩn hơn Hồ Chí Minh về tất cả quyền hành, tư tưởng, lập trường. Đã kém Duẩn thế, Hồ Chí Minh lại mắc bệnh quan liêu, không xem văn kiện mà cứ ký bừa trong lúc tình hình phe bí bét. Ba là Hồ Chí Minh đã sa sút đến bước để cho Ba Duẩn nói sao cũng nín... Phe Duẩn đông miệng hơn mà. Nào, thử xem nhá. Có phải đến tận cuối năm 1963 mới có Nghị quyết 9 chống xét lại không? À, thế thì họ dựa vào cái gì mà đề Cụ ra họanh là sai nào? Dựa vào đường lối quan điểm Mao! Đúng thế không? Còn sự thật thì thế nào? Là mình thảo bản tuyên bố đó rồi đưa cho Cụ. Và chính tay Cụ viết thêm bằng mực đỏ vào đó mấy ý kiến còn sặc "hoà bình chủ nghĩa "và bảo vệ phe xã hội chủ nghĩa hơn nữa. Mình đọc mà. Mình đã phải giấu đi để họ không nắm được mà hành thêm ông cụ nữa mà. Họ dụng đến Cụ cũng là nhằm hạ uy thế Cụ và cô lập Cụ trong hội nghị 9 sắp họp cuối năm, để cho trong đảng không còn ai dám theo Cụ nữa.

- Thế mà Bác im, - tôi hỏi?

- Trong tập sách "Mấy vấn đề quốc tế và Đảng ta" xuất bản dịp ra Nghị quyết 9, Lê Duẩn công khai suy tôn "tư tưởng Mao Trạch Đông là tư tưởng Lê-nin thời đại này," như vậy chẳng phải là yêu cầu đảng nghe Mao, thôi nghe Hồ đó ư? Duẩn soạn thảo Nghị quyết 9 theo tư tưởng Mao Trạch Đông chứ còn gì? Mà Hồ không biểu quyết cũng là tỏ thái độ với Mao quá rõ rồi còn gì! Nội bộ lãnh đạo cao nhất tan nát đến thế! Mà nhân sự và tư tưởng đều trong tay Sáu Thọ và Nguyễn Chí Thanh, Tố Hữu..., hỏi Hồ làm gì lại được họ? Nhưng mình thấy cũng tại Cụ đã xuê xoa. dĩ hoà vi quí... (Tôi hơi ngẩn ra.) Cụ biết, biết rõ Liên Xô, Trung Quốc hầm hè nhau từ 1957, 58 rồi cơ. Năm 1958, Cụ dẫn một đoàn sang Trung Quốc, Liên Xô. Cụ tới Bắc Kinh, các cháu thiếu nhi khăn quàng đỏ ra đón chỉ tặng hoa và quàng khăn đỏ cho Cụ và Hoàng Văn Hoan, ủy viên Bộ chính trị phụ trách đối ngoại. Sáng sau Cụ bảo mình chú ở nhà, Bác với chú Hoan đi hội đàm với bác Mao. Hội đàm xong về Cụ hỏi mình chú ở nhà công tác sao? Mình ngớ ra hỏi ủa, công tác gì chứ Bác? - "Kìa, đâu có quần chúng thì đảng viên ở đấy có công tác chứ? Thì các ông Nguyễn Xiển, Nguyễn Văn Huyên, Phan Anh... đó!" Mình ớn quá. Cụ lảng sang chuyện công tác quần chúng vì không muốn mình thấy là Trung Quốc không thích mình. Nhưng khi ta đến Mát - xcơ - va thì thiếu nhi khăn quàng đỏ lại chỉ tặng hoa và thắt khăn quàng đỏ cho Cụ và mình. Chắc đại sứ quán Nga ở Bắc Kinh đã mách chuyện Hoan được khăn quàng đỏ. Lần này Cụ bảo Hoàng Văn Hoan ở nhà, Bác và chú Khiêm đi hội đàm với đồng chí Khroutchev. Hai bên giành ta trắng trợn đến thế, thì theo mình Cụ nên nói từ đầu với Trung ương lập trường của Cụ, đặt ra cái ngưỡng để sau này Lê Duẩn, Nguyễn Chí Thanh khó kéo Trung ương ngoặt theo Mao tức là Lê-nin của thời đại, vũ trang đánh Mỹ hổ giấy.

- Nhiều người nói Duẩn kêu Cụ ký Hiệp định sơ bộ với Pháp (6 - 3 - 1946) cũng như năm 1954, mới được nửa nước đã hòa bình là hữu khuynh, vậy sao Cụ lại để Duẩn làm tổng bí thư?

- Lê Duẩn có lợi thế lớn là không dính sai lầm cải cách ruộng đất, cái làm cho uy tín đảng sứt mẻ dữ. Rồi sau hòa bình Cụ lại chịu sức ép từ chính Cụ - và cả từ cánh Lê Duẩn -

tức là bị mặc cảm mắc nợ miền Nam. Ừ! ngay sau hòa bình đã có dư luận "Lẽ ra cứ đánh thốc xuống thì lại đi ngừng bắn!" Đó! Luận điểm này là của Duẩn. Cho là Cụ Hồ đứt gánh giữa đường! Ở Đại hội 3 để những người gắn bó với Nam bộ, Trung bộ như Lê Duẩn, Nguyễn Chí Thanh, Phạm Hùng. v. v. vào Bộ chính trị đông là Cụ muốn tỏ ý gửi gắm công cuộc giải phóng miền Nam cho họ và đền bù cho Thành đồng Tổ quốc cứ phải đi trước về sau. Với lại, Cụ đâu ngờ rồi trượt theo Mao, Duẩn sẽ đến nước xổ toẹt chữ ký của Cụ ở ngay trước toàn thế giới... Phải nhận là từ tuyên bố Hồ - Novotny đến việc không biểu quyết ở Hội nghị 9, Ông Cụ nhất quán về quan điểm.

Ung Văn Khiêm nói với tôi những điều này năm 1982. Đến nay tôi vẫn thấy rõ cảm giác ngạt thở lúc đó. Ngỡ cỗ xe lu bạo quyền đang đè lên chính mình. Nhớ cả băn khoăn dai dẳng của tôi: điều gì khiến Cụ trở thành yếu kém trong lãnh đạo dễ thế?

1984, một hôm tôi hỏi Khiêm: - "Cái bản thảo tuyên bố mà Ông Bác cho thêm quan điểm xét lại vào anh có giữ lại không?"

- Khi sang Ban Nội chính, mình để nó lại ở Bộ ngoại giao, theo đúng kỷ luật văn kiện.

- Có khi vẫn còn, đến lúc nào đưa ra công khai khéo mà rất hay!

Khiêm lắc đầu: - Anh định nói ta đem bút tích Bác ra để làm rõ vấn đề phải không? Chả lại được với họ! Họ sẽ bảo bút tích này là giả... Thế đấy! Họ sẽ nói Vũ Kỳ đã lợi dụng viết giống Ông Bác để tuyên truyền tư tưởng xét lại... Ai bênh nổi cho Vũ Kỳ lúc đó!

* * *

Trường Chinh lên án Liên Xô cho tên lửa vào Cuba làm tôi sụp đổ, cảm thấy như thất tình thì sau đó Hoàng Tùng cho tôi một nhát choáng váng.

Đó là vào nửa sau năm 1963, Việt Nam ngày càng theo Mao đả Liên Xô. Trưởng ban ý hệ Ponomariev và Andropov (lúc ấy mới phụ trách Đoàn Thanh niên Komsomol, chưa tổng bí thư) đã sang tìm hiểu, hy vọng có thể níu Việt Nam lại. Tất nhiên phải đến Nhân Dân, tờ báo xưa ca ngợi Khroutchev mà bây giờ nín bặt. Hoàng Tùng và khoảng bảy tám người trong có tôi tiếp đón. Phía Liên Xô ngoài hai vị trên còn thêm ba bốn thanh niên đều mặc sơ mi trắng cụt tay, quần xanh hải quân mà tôi ngờ là KGB. Hoàng Tùng tỏ ra khá hờ hững.

Chuyện rời rạc chừng mươi mười phút, Hoàng Tùng giọng ế ẩm - chỉ thiếu cái ngáp - nói to: - Thôi, còn có cái gì cho các đồng chí xem nhỉ? À, ngoài vườn có con bò cái sắp đẻ, các đồng chí có thích xem bò sắp đẻ thì mời ra!

Tôi không ngờ khinh "thành trì cách mạng vô sản" lệ đến thế. Ngày nào họp chi bộ phê phán Như Phong hút thuốc lá tổng biên tập báo Sự Thật Liên Xô mời là mạn thượng với "cấp trên." Tôi ngại đám trẻ đại sứ quán Liên Xô dịch lời lẽ Hoàng Tùng sẽ làm cho Liên Xô nghĩ không hay về Việt Nam trong khi đảng vẫn chưa dứt khoát đả Liên Xô. Tôi còn hy vọng ở Cụ Hồ, ở Trường Chinh. Dù mong manh.

Sau đó buồn, tôi đến Trần Châu ở Hàng Chuối thì gặp một chị bạn làm báo. Tôi ngán ngẩm kể lại chuyện mời xem bò đẻ.

Chị nói ngay: - Đó là vì cậu không thấy bọn khốn Liên Xô này chúng nó sợ Mỹ thế nào đâu. Làm cách mạng mà sợ thì thôi rồi nói làm quái gì? Tớ vừa sang Bắc Kinh, các chị Phụ vận bên đó bảo tớ là chớ để Khroutchev lấy vũ khí luận ra dọa mà không dám đánh Mỹ. Đánh Mỹ đang là ánh sáng chiếu soi cho thời đại. Các chị ấy nói thế này cơ mà. Biết Trung Quốc không có tên lửa, U2 Mỹ vào do thám. Lúc này mà nghĩ đến tên lửa là mắc mưu đế quốc và "xét lại" cho nên chúng tôi bèn cho Mig 15 từ thời chiến tranh Triều Tiên bay lên ngang nó (tôi hỏi làm sao mà lên tới 20 cây số được?) à, khó gì? Muốn lên cao thì vất các thứ thừa đi thôi, rồi chỉ thị thế này mới ghê: bay sát bên cạnh mà dùng tiểu liên Tom - xơn, nhớ là phải Tom - xơn cũ rích thời thế chiến hai, bắn hạ.

Đảng xây dựng nhiệt tình cách mạng ghê quá. Và người ta sẵn sàng diễn nhiệt tình. Một hôm Hữu Thọ như rồ như dại nhào chạy ra giữa sân báo, khuỵu chân xuống, giơ hai quả đấm lên (kiểu cầu thủ làm bàn), hét: - Hoan hô... ô... ô... hai con Tô Tô chế... ế... ết rồ... ồ... ồi...

Tưởng Hữu Thọ có thể chết sặc vì sung sướng. Anh vừa đọc tin Thông tấn xã biết hai tổng bí thư Tô - rê và Tô - gli - a - ti của đảng cộng sản Pháp và Ý mới chết. Thế là ứng khẩu thành văn tế chửi độc đáo ngay. Tiếp theo một lời bình: "Đấy, trời cho ngay bọn phản bội hai cú pê nan ti 11 mét đứ đừ đừ!"

Ngọn" đèn xanh cách mạng" đã bật lên cho người ta phát huy bất nhân bất nghĩa mà đầu tiên là lật lọng, vu cáo và phét lác.

Những ngày hun đúc nhiệt tình đánh Mỹ, những ngày mà báo Nhân Dân ca ngợi bom nguyên tử đầu tiên của Trung Quốc là bom đạo đức, bom văn minh, đám Mao - *nhều* ở báo cho lưu hành một bài thơ của Đinh Đức Thiện:

"Trời sinh ra tướng để đánh giặc, Tướng sợ không còn quần đùi mặc, Ối giời ơi tướng ơi là tướng, Tướng không bằng cái con củ c..."

Đồn rằng một đoàn tướng lĩnh Liên Xô sang thăm Việt Nam đã khuyên đừng đánh Mỹ vì e sẽ không còn quần đùi mà mặc nên tác giả văng c. ra tặng.

Một tối tôi xuất khẩu đọc cho Kỳ Vân nghe luôn một bài vè họa lại: *"Tướng ông là tướng đếch cần cả quần mặc, Vì ối giời ơi ông là tướng lủng liểng những hai c..., Một nòi Việt cho và một Hoa cài, C. của Hoa cài to gấp mười c. nòi Việt lắp, Nó vốn được nuôi bằng sâm Cao li tẩm đẫm Mao Đài."*

Kỳ Vân kêu to: - Hay, rất hay. Đọc cho tớ chép! Dân háo chiến là thích văng tục nhất.

Chương hai hai

Chế Lan Viên và tôi một dạo dài quấn quít. Tôi hay đến Chế, gian giữa trong ba gian nhà gia nhân bồi bếp trong sân sau ở bên phải ngôi biệt thự 51 Trần Hưng Đạo xưa của Tây và cựu hoàng Bảo Đại. Anh ở kẹt giữa Bảo Định Giang và Xuân Tửu. Trần Hữu Thung thì ở hầm dưới cầu thang trời lên nhà chính.

Tôi đến là Chế lại khiêng chiếc ghế mây dài ra kê ở sân cho tôi "nằm hay ngồi tùy," còn Chế thì ngồi trên cái ghế con con bên cạnh. Giữa lúc "ngổn ngang thế sự," "ai giáo điều, ai xét lại, trong trần ai, ai dễ biết ai," chúng tôi giống nhau có thể nói là hoàn toàn: cự tuyệt thẳng thừng mọi tư tưởng Mao, đường lối chính sách Mao. Tôi tiếc không thể nhắc lại những hình ảnh anh chửi Mao và đám Mao - *nhều* "tụt quần đái ị chùi chùi vẩy vẩy theo lệnh Thiên triều." Những lúc chửi ấy, Chế cười rất nở, rất hết lòng dạ, đường môi lượn cong hết cỡ dẻo mềm và không thành tiếng, chỉ xí xí xí như rúc, như dụ dỗ. Đặc biệt, con mắt nghịch ngợm thông minh của anh lại có vẻ như đang liếc trộm lên trên - đấy, trên ấy đấy...

Chiều tháng 11 năm 1963 ấy, khiêng ghế cho tôi xong, anh ngồi xuống, một tay đặt lên đùi tôi, im lặng, đôi mắt thông

257

minh nghịch ngợm cười tít lên một lúc với cái tiếng xí xí xí rất đều ở miệng (nó cứ khiến tôi nghĩ tới một hỗn hợp hóa chất đang trộn vào nhau và tác động đặc biệt không ra khói). Rồi nói: - Này, bàn tay Chế miết trên đùi tôi, hôm qua còn ôm hôn đồng chí một trăm cái hôn, hôm nay đéo mẹ cha đồng chí rồi đấy.

Cụ Hồ thường kết thúc các điện gửi Khroutchev bằng câu" gửi đồng chí một trăm cái hôn."

Tôi ngỡ Chế đùa. Vì sau đó, vẫn như thường lệ chúng tôi chửi Mao "hiếu chiến," "phiêu lưu," "đói rồi điên bỏ cha lại muốn làm cha tất cả..."

Ra về, tôi vẫn không nghĩ Chế vừa rủ tôi cùng làm một bước *valse* vĩnh biệt để cho ra mắt những câu thơ như: "Hỡi những con thỏ hoà bình, ta chiến đấu chính vì ngươi đó, ngươi nghịch tuyết trong khi ta chịu lửa" và "Con cúi xuống hôn bàn tay Người (Mao Chủ tịch) không chút vẩn bụi cá nhân..."

Phải nói Chế Lan Viên đọa không đến nỗi quá lâu. Rồi anh lại đã viết "chưa cần cầm lên nếm, anh đã biết là bánh vẽ. Thế nhưng anh vẫn ngồi vào bàn cùng bè bạn. Cầm lên nhấm nháp. Chả là nếu anh từ chối. Chúng sẽ bảo anh phá rối... Rốt cuộc anh lại ngồi vào bàn. Như không có gì xảy ra hết. Và những người khác thấy anh ngồi. Họ cũng ngồi thôi. Nhai nhồm nhoàm. (*Bánh Vẽ*)

Tóm lại theo thì được hít bã mía là ngồi vào bàn cùng nhai và không bị chụp cho tội phá rối. Được gọi bất cứ ai là chúng. Cũng nên nói khi đọc "Di cảo," tôi rất thương Chế.

Vậy Chế là người đầu tiên cho tôi biết đảng "theo Mao." Còn người đầu tiên cho biết Nghị quyết 9 đã ra đời là Kỳ Vân.

Tôi vừa leo cầu thang trời lên đã thấy anh đứng chờ ở cửa, nụ cười hơi cưng cứng trên môi. - Thông qua rồi đấy, anh nói!

- Thông qua? Sao lại thế? Lạ nhỉ? Đại hội 3 đề ra ưu tiên xây dựng chủ nghĩa xã hội ở miền bắc và do đó chiếu cố miền nam thôi.

- Duẩn theo Mao hẳn hoi rồi. Có cậu bảo tớ là ở Hội nghị 9 đã phổ biến ý Duẩn nói tư tưởng Mao Trạch Đông là tư tưởng Lê-nin của thời đại ba dòng thác cách mạng Á - Phi - La.

Tôi văng ngay ra: - Thế thì ra cái đếch gì nữa chứ!

- Mình nghĩ thấy chuyện ấy đúng đấy. Theo Mao đứt đuôi rồi. Phát động chiến tranh đánh Mỹ rồi. Sẽ tuồn người với súng ống vào Nam ghê gớm hơn... Phần hai tối mật của Nghị quyết 9 là nghị quyết chiến tranh! Theo Mao, chủ trương vũ trang để thống nhất đất nước của Duẩn, Chí Thanh đã thắng. Trường Chinh đầu hàng Duẩn là cánh chủ hòa quỵ. Chiến tranh thì sẽ áp dụng chính sách cộng sản thời chiến, hết dân chủ.

Tôi chợt mệt tưởng như có thể khuyu xuống. Vốn đã biết Nghị quyết 9 là nhằm chuẩn bị đánh Mỹ nhưng nghe Kỳ Vân, tôi ngỡ nghe thấy lần đầu. Không muốn hỏi thêm nữa. Mới nhận thấy vì quá sợ, quá ghét cái triển vọng bom đạn ùng oàng nên lâu nay tôi cố tin hết từ Trường Chinh, Cụ Hồ đến lương tri của Trung ương để rồi nay thì chiến tranh nó đang lù lù ở trước mặt. Một cuộc chiến tranh mà người ta đã đem trang hoàng như cỗ xe hoa lộng lẫy trong hội lễ hóa trang *carnival*... với bầu khí quyển khủng bố mà bọn chúng tôi đang được nếm trước.

Ở tôi lúc này trùm lên trên tất cả là tâm trạng thua. Đúng hơn, một không gian thua, một trận địa thua, một đời vét sạch cho thua, thua nhẵn, thua nhục, thua rã rượi mênh mang toàn diện và nó đang dìm tôi ngập lút vào trong nỗi tự ái cay đắng. Tôi thấy tôi bơ vơ, côi cút trong đêm đen ngòm ở giữa một sa mạc hoang vắng là thế giới hung hãn khát máu này. Sao hoà bình, dân chủ không lay động nổi lương tri người ta? Tôi thở dài.

- Cụ Hồ không bỏ phiếu, - Muốn đỡ tôi, Kỳ Vân nói.

Anh đâu ngờ tôi lại càng muốn đổ sập xuống vì người mà tôi hy vọng cuối cùng thế là cũng thua nốt: thua đám con em của Cụ trong cơn nguy cấp ầm ầm sấm sét này. Thì ra thường là Cụ thua. Cụ đã từng thua những Trần Phú, Hà Huy Tập. Và có lẽ cả Trường Chinh, Võ Nguyên Giáp. Cái án Stalin quàng vào Cụ nó vẫn lơ lửng trên đầu Cụ và Cụ chiến đấu với đằng lưng hở toang hoác...

Hai chúng tôi ngồi im lặng. Như một phút tưởng niệm. Tưởng niệm cái gì không rõ? Có thể vô thức báo trước là nên tưởng niệm quãng ngày ngây dại ú ớ đã qua và chấm dứt mãi mãi từ nay... Lúc ấy tôi đâu thấy về khách quan mà nói, nhờ Mao đánh xét lại mà thế giới sẽ sang một vận hội mới, hết pha và chiến tranh lạnh. Hết cả quan hệ phên giậu, môi răng...

Thật ra tôi đang bị hai nỗi sợ ám dữ: chiến tranh sắp nổ ra và tới đây tôi sẽ bị như thế nào nên đầu óc tôi gần như mụ mị.

Kỳ Vân nói: - Cụ Hồ, Trường Chinh, Giáp không muốn ngả theo Mao, nhưng Duẩn tin rằng theo sấm sét của tư tưởng "Lê-nin thời ba dòng thác cách mạng" thì sẽ giải phóng thống nhất đất nước và vượt lên trên công tích Cụ Hồ. Bắc Kinh phát động chiến tranh nhưng phất cái chiêu bài nghe rất cao thượng là bảo vệ sự trong sáng của chủ nghĩa Mác.

- Nói "thiên hạ đại loạn thì Trung quốc được nhờ," Mao đã rất mẹo là nâng nhiệt tình đánh Mỹ lên thành chuẩn cao nhất

ĐÈN CÙ

ở trong sự nghiệp "bảo vệ sự trong sáng của chủ nghĩa," thế là anh nào cũng nổi máu đánh đấm để tỏ ra trung thành với chủ nghĩa.

Đã ngờ cái chữ "Trung Quốc được nhờ" nhưng lúc ấy chúng tôi vẫn chưa bắt được trúng nọc của nó: có xúi và giúp thiên hạ đổ máu đuổi Mỹ đi khỏi vùng này, Trung Quốc mới quàng lấy được hết Biển Đông và châu Á.

Tối ấy, nghe Kỳ Vân, tôi bỗng thấy đầu óc trống rỗng chẳng còn gì nữa. Và kỳ quái, tôi lại hình dung ra rõ ràng trên bốn bức vách của cái không gian trống rỗng kinh hoàng là đầu óc tôi ấy đang đầy những vi ti huyết quản đen ngòm chẳng chịt như ở mặt trong của vỏ trứng vịt lộn. Hơn nữa chúng như như đang lớn lên, cứng đanh ra...

Rồi chẳng biết nói gì hơn, chúng tôi chia tay nhau.

Quay lại cười (để tỏ ra vẫn bình tĩnh) với Kỳ Vân đứng tiễn ở đầu ngõ, tôi chợt thấy miệng khô khốc, đắng chát.

Tôi đạp xe về qua quãng Hội nhà văn, Nhà khách Chính phủ đường Nguyễn Du ngào ngạt suốt một đoạn dài mùi hoa sữa - mùi trầu cau nồng nàn say ở miệng người con gái - rồi mùi hoa hoàng lan ở một ngôi nhà gần tòa soạn báo Thống Nhất. Chợt nhận ra mấy câu hỏi đang chen lấn nhau để trình diện với tôi: "Thế là thế nào? Còn tin vào ai?," "Sao lại là thế được?," "Ừ, có khi mai Trung ương lại ra một nghị quyết khác. Chả lẽ lại chọn phang cặp díp một lúc cả Mỹ lẫn Liên Xô hay sao?." .. Cái lô gích sách lược này làm đầu tôi dịu đi được một ít. Tự khen: khá lắm! Chủ hòa chắc vẫn nhiều sức thuyết phục hơn. Dẫu sao hòa bình cũng là lương tri vượt trội mà.

Nhưng thình lình nỗi sợ như một cơn lũ ở đâu ục ra tràn đi rất nhanh choán hết tâm trí tôi: tự nhiên cái đèn đỏ báo hiệu tôi là phản cách mạng mà Hữu Thọ đã cảnh cáo hôm nào chợt treo lên lù lù. Đúng thế, ngọn đèn cấm đi tới đang là một tâm điểm bất động treo lơ lửng đỏ lừ, ở cách tôi chừng dăm mét, nằm chính giữa trục ghi - đông trước mặt kia, rất to, rất rõ, rất đỏ, một màu đỏ kỳ lạ, đặc biệt rất hằn học, rất hể hả, rất hiểm ác nữa. Nó là dòng chữ "Tư tưởng Mao Trạch Đông là tư tưởng Lê-nin của thời đại ba dòng thác cách mạng..." vỡ đê rồi. Lụt to rồi... Tôi chợt rùng mình lẩm bẩm... Ngỡ như nước đang ngập lên đến tận cổ.

Có lẽ cái rùng mình này đã bất chợt cho vụt hiện trở lại rõ như mới hôm qua hình ảnh một cuộc đấu tố ở Bắc Kinh hí kịch học viện, ngách Trống Thanh La, *luo gu xiang*, ngõ Bông Sợi, *Mian hoa hu tung*. Tối hôm ấy tôi sang đấy chơi với bạn bè Việt Nam. Qua một hội trường đặc người tôi dừng lại nhìn vào: tất cả sinh viên, những nghệ sĩ tương lai, cùng giáo sư, giảng viên, công nhân viên chức đang hung hãn đấu một chú bé chừng mười ba tuổi đứng run cầm cập trước cử tọa lần lượt lên quát mắng, dí trán, đẩy ngực: phạm nhân tí hon này ăn cắp mấy tem phiếu mua được chừng nửa cân Trung Quốc dầu ăn...

Tôi ngờ rằng nhờ chính hình ảnh người đồng đội thiếu nhi bị đấu tố kia sống lại ở trong tôi giây phút ấy mà sau này tôi đã không run, không líu lưỡi. Khi chú phạm nhân bật khóc thì các nghệ sĩ tương lai lại hét ầm ầm: - "Đừng hòng dùng nước mắt giả dối để trốn tránh sức mạnh chuyên chính!" Phản ứng gì của đối tượng cũng là lừa dối hết. Nhìn chú bé lúc ấy tôi chợt thấy sức co giãn của các cơ bắp mặt người có thể làm cho tất cả méo xệch đi ghê gớm đến đâu. Tôi bàng hoàng: sao tập thể trí thức, nghệ sĩ lại có thể tàn bạo như thế kia với trẻ con? Cái dớp chống phái hữu diễn ra trước đây ít lâu đã có sức "cảm hóa" con người trở thành hung hãn đồng đều như thế kia ư?

* * *

Chưa có cuộc học tập nào nghiêm trọng, căng thẳng và rợn bằng học Nghị quyết 9.

Ngành báo chí, tuyên truyền học ở hội trường Đài phát thanh trung ương. Đông cả hàng nghìn con người. Và cả hàng nghìn con người ấy đều cùng bày ra một khuôn thước mặt không giấu đi nổi nét lo âu, phiền muộn. Trong bài "cô du kích Lai Vu," Tố Hữu chẳng đã đe đánh thắng Mỹ sẽ quay sang trị những con rắn độc xét lại đó sao? Thế mà hình như tôi lại chỉ mải bận rộn với cái bụng đầy bất bình ngổn ngang của mình, không chú ý tới giữ gìn cái mặt.

Một tuần đến nghe toàn những ngụy biện, xuyên tạc, hung hăng gây gổ và ngạo mạn ta đây cách mạng duy nhất, đúng đắn duy nhất, cứu tinh duy nhất của phong trào cộng sản và giải phóng dân tộc... bởi lẽ đơn giản là ta kiên trì cách mạng vô sản, ta kiên trì đấu tranh giai cấp, ta dám chiến tranh cách mạng. Tóm lại, xây dựng cho bằng được ý chí quyết thực hiện khẩu lệnh kích động Mao vừa đề ra có sức kích động những người vừa nghèo vật chất lại vừa trắng trơn học thức, nhất cùng nhị bạch, nghĩa là những người chả có gì để mất ngoài cái mạng sống khốn khổ: đánh Mỹ là bảo vệ sự trong sáng của chủ nghĩa.

Tố Hữu kháy vào tự ái dân tộc: đồng chí Lê Duẩn đang trình bày quan điểm của đảng ta thì Khroutchev lại hỏi Souslov cái giống cá gì ở hồ gì ăn ngon nhỉ. Lại hỏi tôi đồng chí Tố Hữu chắc là thuộc thơ Mao Trạch Đông lắm? Ức thế nhưng Tố Hữu cho qua được. Tố Hữu chỉ bật nghẹn ngào khi than lên rằng Trung Quốc hòa bình như thế mà Khroutchev hắn ta nỡ bảo Trung Quốc là hiếu chiến... Nghe những tiếng nấc nghẹn ngào khi than thở đó, tôi rất muốn phì cười. Không hiếu chiến mà lại phát lệnh "Thiên hạ đại loạn, Trung Quốc được nhờ!"

Sau này, tháng 2 - 1979 Trung Quốc đánh sang sáu tỉnh biên giới Việt Nam, Tố Hữu không nức nở. Chỉ làm thơ trách ai đã dại đem tim đặt lên đầu, quên rằng chính Việt Cộng đã đem cả tâm can đặt vào đầu Mao Chủ tịch. Cũng không tuyên bố thủ tiêu bài thơ rủ "Cuba Có về Nam Hải với anh thì về," nhiệt thành lấy tên Nam Hải của Trung Quốc để gọi Biển Đông, coi là biểu tượng của mối liên minh vô sản mới ở phương Đông.

Vụ trưởng báo chí Lưu Quý Kỳ nhay nháy mắt khẳng định hùng hồn trước cả hàng trăm dân tuyên huấn học Nghị quyết 9, rằng: các đồng chí ơi, đánh Mỹ chỉ cần một hậu phương tám trăm triệu dân là đủ rồi, mong nhiều làm gì, nhiều mà lại hại đấy. Kìa, sợ Mỹ xón vó lại, muốn lấy lòng Mỹ, chúng lộ bí mật của ta cho Mỹ biết ngay đấy à!

Gốc Minh Hương, vị vụ trưởng tự khoe quê Hồ Nam với các nhà báo Trung Quốc này nêu rõ nguyên nhân thiếu thốn của Việt Nam. Sao chị em không có lụa đen may quần, không có guốc đi? Chuyên gia Liên Xô chúng nó bê hết cả về bên đó mất cả. Chúng hết sức đói nghèo. "Khổ lắm, đi đường trông chị em ta hết cái dáng thướt tha vì không có lụa may quần, tôi thấy căm thù bọn xét lại vơ vét của ta ghê quá..".

Tôi đứng lên, mở cửa ra. Lấy xe đạp đi. Đến Cửa Nam bỗng thấy Chính Yên lặng lẽ đạp ở bên. Anh khẽ thở dài: - Mình đi theo... Sợ Đĩnh làm một cái gì!

- Cảm ơn... Đã định cho một lựu đạn rồi đấy... Là đứng lên nói thật to: Này anh Minh Hương nhận vơ là cùng quê với Mao Trạch Đông... hãy im đi!

Sáng hôm ấy, bỏ nghe Quý Kỳ, tôi lên Hồ Tây có Chính Yên hộ tống nghe sóng vỗ oàm oạp giữa trời mà lòng nguôi dịu. Xa xa, đằng Bắc Ninh hay Cổ Loa lờ mờ hiện lên mấy nét thanh thoát của mấy tháp điện cao thế. Tôi lại thấy chúng giống những vết ríu vá cho vòm trời đang bị bục. Một cái gì tốt đẹp đang biến hình, tự hủy từ nay ở trong tôi. Trời mà còn rách còn vá víu thì thôi rồi...

Một lúc, lắng lại, tôi kể Chính Yên nghe chuyện hôm nào Thép Mới phàn nàn với tôi: Đang họp ngành tuyên giáo báo chí, buổi trưa thằng Lưu Qúy Kỳ đi xe đến nhà tao rủ tao đi. Biết đâu nó cho xe đến nhà Tố Hữu vào đón Tố Hữu. Tố Hữu lạnh ngay mặt bảo: - "Lần sau các anh đừng phải đến nhắc bảo tôi!" Thằng Kỳ nháy mắt dạ liên hồi, quay ra. Kiếp, tao xấu hổ quá. Nó ra xe lại bảo đến đỗ ở góc Đặng Dung chờ xe Tố Hữu đi qua thì bám sát. Khi Tố Hữu vào hội trường, nó theo ngay sau Tố Hữu. Hội trường vỗ tay, nó nhay nháy mắt vỗ tay trả lại. Sư nó, may quá, tao lỉnh ngay từ ngoài cửa...

Sáng sau, giải lao, xếp hàng chờ quanh rãnh đái dài ba bốn mét chạy dọc bức tường ngăn đôi Đài phát thanh với báo Chính Nghĩa, tôi nói: - Ơ, Đài phát thanh đái vào lưng Chính nghĩa kìa?

Chờ một phản ứng dữ. Nhưng vài chục người túm tụm chờ ở đấy đều tủm tỉm cười. Có mù mới không thấy sự thật địa chính trị thù lù này.

Đã biết Trung Cộng đàn áp "phái hữu" như thế nào, đã biết Nghị quyết 9 là theo Trung Cộng nhưng tôi không nghĩ Đảng sẽ lại đàn áp những người không tán thành chiến tranh. Chúng tôi nghe nói Cụ Hồ không biểu quyết. Nhiều lần giơ tay toan nói Cụ đều bị Lê Đức Thọ ngăn, bảo nhường cho người khác. Theo tôi lãnh tụ đảng mà không biểu quyết thì là thách thức dữ dội đầu tiên một mất một còn Cụ đưa ra với đàn em và Bác sẽ quyết đương đầu đây. Nhưng rồi Trường Chinh mà tôi rất tin là chống Mao đã cuốn cờ... Và Bác cũng lui vào sau cánh gà nốt, góp phần vào cuộc diễn tấu hùng ca bằng những bài thơ thúc trống trận.

Đến Liên Xô hội đàm nhạt nhẽo xong, đoàn đại biểu Việt Cộng sau Hội nghị 9 ghé qua Bắc Kinh về nước, báo Nhân Dân Hà Nội đón bằng bài xã luận ca ngợi vai trò Bắc Kinh lãnh đạo phong trào cách mạng thế giới. Gió Đông Mao đã chính thức thổi bạt Gió Tây Xô!

Bấm nút cho Nghị quyết 9 ra mắt chắc phải là Lê Duẩn. Với Lê Duẩn bây giờ, Mao còn quăng quắc hơn cả Lê-nin.

Các tư liệu ngày ấy tôi cho vào thúng chị ve chai cả, giữ lại có "Mấy vấn đề quốc tế và Đảng ta" - trong đó nổi bật tư duy "Tư tưởng Mao Trạch Đông là tư tưởng Lê-nin trong thời ba dòng thác cách mạng" - và Báo cáo chính trị Đại hội 4 (1976) của Lê Duẩn (chỉ ra thế giới đứng trực tiếp trước cuộc cách mạng xã hội chủ nghĩa đang trào dâng sôi sục và Hà Nội nay chỉ còn con người yêu thương nhau vì đã xóa bỏ được chế độ người bóc lột người.) Học Nghị quyết 9, tôi đã ngờ vực sao người ta ít nêu Cụ Hồ ra. Tôi chưa thấy Hồ Chí Minh không biểu quyết là đã ngụ ý không chấp nhận Mao hay "tư tưởng Lê-nin thời ba dòng thác cách mạng" và Mao sẽ chấp nhận Lê Duẩn mà gạt Hồ Chí Minh... Duẩn hoan nghênh quá chứ? Tư tưởng Lê-nin cơ mà.

Chương hai ba

Trong hội nghị trung ương 9 khóa 3, có hai chuyện đụng đến Lê Liêm, chính ủy của chiến dịch Điện Biên Phủ. Anh tham luận phản đối đường lối Mao. Mở đầu anh nói ngay: "Phát biểu thế này là chết tôi đây..."

Biết chết vẫn nói vì anh tin rằng làm thế mới đúng" lương tâm trung thực của người cộng sản." Nhưng với trung ương ủy viên thứ trưởng công an Lê Quốc Thân thì lương tâm trung thực của người cộng sản lúc ấy lại là tuyên bố giữa hội nghị rằng chỉ cần Trung ương ra lệnh là trong vòng bốn mươi lăm phút công an chúng tôi tóm cổ hết bọn xét lại.

Cụ Hồ bèn nói: - Chú hãy tóm cổ Bác trước!

"Lương tâm cộng sản" không được thể hiện đầy đủ, về tổ thảo luận, Thân chỉ vào mặt Lê Liêm nói tiếp: - Mày còn thở ra cái hơi xét lại, tao lập tức tóm cổ mày.

Ngày 20 - 4 - 1981, Lê Liêm viết một thư gửi Trung ương nhắc lại chuyện này và hỏi: "Hội nghị trung ương mà để cho trung ương ủy viên giở giọng lưu manh nói với trung ương ủy viên như thế hay sao?"

Thể nghiệm của Lê Liêm còn sót bỏng đó. Nhờ chuyên chính mà trong Hội nghị trung ương 9, người ta mới vặn hỏi Lê Liêm tại sao hay gặp Bùi Công Trừng, Ung Văn Khiêm. Liêm hỏi lại: - Trung ương ủy viên gặp nhau thì phạm kỷ luật gì mà chất vấn tôi? Tôi cũng gặp các anh Nguyễn Chí Thanh, Trần Quốc Hoàn ở tại nhà tôi thì sao các anh không hỏi?

Nhờ chuyên chính vô sản mà Song Hào, Phạm Ngọc Mậu, đàn em xa của anh mới nổi tiếng là rất cách mạng với phương châm bất hủ đào tạo chỉ huy trong quân đội: tiểu tư sản mười năm đề bạt một cấp là nhanh, bần cố nông đề bạt một năm một lần là chậm. Đó chính là phát triển chỉ thị của Mao Chủ tịch: nhất cùng nhị bạch, quần chúng nghèo khổ nhất, vô học nhất nên cách mạng nhất và đảng phải dựa vào hơn cả.

Lê Liêm rồi không gửi thư kia nữa. "Chả làm gì lại được đâu mà..."

Nhưng tôi giữ một bản sao.

Xong Nghị quyết 9, tôi được nghe truyền đạt rằng từ nay Cụ Hồ thôi họp Bộ chính trị - vì "sức khoẻ" - còn Võ Nguyên Giáp, Lê Liêm thì ngồi chơi xơi nước và học nhạc lý cùng piano. Đảng ra tay trấn áp rất nhanh. Nghe nói lục soát cả chỗ làm việc.

Đến tận sau này, thỉnh thoảng Lê Liêm lại quàng vai tôi nhăn mặt kêu tiếc: - Công an tịch thu mất tổng phổ bản giao hưởng Điện Biên Phủ do anh Giáp với mình làm chung.

- Lễ mất đằng lễ, nhạc mất đằng nhạc, nghĩa cũng mất nốt, - tôi thở dài nói. Lễ là lon tướng của các anh, nhạc thì giao hưởng Điện Biên Phủ, nghĩa là ba ông tướng làm nên Điện Biên Phủ đều tong...

Trên đây là chuyện chính với Cụ Hồ, Võ Nguyên Giáp, Bùi CôngTrừng, Lê Liêm. v. v. Còn chuyện chính với Ung Văn Khiêm?

Chính Khiêm cau mày bảo tôi: Mình sắp lên xe ra sân bay đi Liên Xô thì công an bắt mở va li ra để khám. Khám trung ương ủy viên, khám bộ trưởng ngoại giao... *Merde, mais c' est insultant...* (Mẹ,thật là nhục mạ..). Công an mật bố trí đầy ở quanh nhà mình phố Cao Bá Quát. Với ủy viên trung ương còn khinh như rác thế thì dân đen ra cái cứt gì với họ?

Bốn ủy viên trung ương bị khai trừ khỏi đảng. Toàn những bậc đại công thần. Võ Nguyên Giáp còn trong đảng nhưng cũng bị bêu trong nghị quyết 20 của Trung ương khóa III về "Vụ án chống đảng" với cái tên gọi tắt thành X. Tin này được truyền đạt cho cán bộ từ trung cấp trở lên và tai tôi nghe. Rồi đủ mọi tin đồn: Giáp là con nuôi mật thám Marty, vào đảng man, nịnh Cụ Hồ để Cụ o bế. Đáng nói nữa là người ta chuẩn bị đày toàn gia Giáp già trẻ lớn bé ra đảo Tuần Châu. Và hơn mười năm trời bị bong lon đại tướng trên báo chí...

Trong vụ lột lon Giáp phải nói tới công mở đường lột ngầm dai dẳng của báo đảng. Bản tin Thông tấn xã vẫn viết đại tướng Võ Nguyên Giáp như thường lệ. Một hôm, Thịnh, tay súng thiện xạ của Hà Nội, một anh sửa mo - rát nhà in bảo tôi dạo này em thấy trên bản tin Việt Nam thông tấn xã tòa soạn đưa sang cứ chỗ nào có đại tướng Võ Nguyên Giáp thì thủ trưởng Hoàng Tùng lại giập hai chữ "đại tướng" đi!

Tôi hỏi sao biết là Hoàng Tùng?

- Ô, lâu nay lệnh là chỉ tổng biên tập mới chữa bài bằng mực đỏ thôi mà...

Quá siêu! Ít lâu, nhận ra hiệu lệnh, các báo nhất tề lột nhẵn.

Quả đấm này xảy ra sau buổi Lê Duẩn đến báo Nhân Dân nói với các trưởng phó ban trở lên, rủa Giáp là đồ hèn, nghe tôi nói đánh Mỹ là tay cứ run lên như thế này (giơ tay ra run, minh họa sống động.)

Đến chiếc mũ phớt Giáp đội từ lúc dạy học ở trường Thăng Long rồi tha sang Tàu để cuối cùng diện trái khoáy trong lễ ra mắt Giải phóng quân cũng bị chê nốt. Sáng ấy, báo Nhân Dân đăng bài kỷ niệm thành lập quân đội, có bức ảnh đơn vị Giải phóng quân đầu tiên với Giáp đội mũ phớt. Họp toàn cơ quan, Hoàng Tùng giơ bức ảnh lên nói với tất cả hội trường: "Lại còn đi bê cái *mũ phở* này lên làm gì nữa đây?" Giọng đầy miệt thị.

Dân có những ca dao hay vào bậc nhất trong kho tàng ca dao Dân chủ Cộng hòa:

Chiến trận ba mươi năm, Tướng võ không còn nguyên mảnh giáp

Và

Trước kia đại tướng cầm quân, Bây giờ đại tướng lột quần chị em.

Hay

Ngày xưa đại tướng công đồn, Nay thì đại tướng bít l. chị em.

Giá trị hai câu thơ này bị giảm quá nhiều vì văn hoá đòi phải viết tắt một chữ vốn là linh hồn, hơi thở, lá cờ soái của tác phẩm.

Một thày giáo ở Nam Định bảo tôi: - Không ngờ ông tướng này lại *Vỡ Vụn Giáp*. Có thơ rồi đấy: *Nhờ Tây thành nguyên giáp. Nhờ Duẩn, Giáp vụn tan...*

Sau này dân Quảng Bình tổng kết năm 1963 hai "thánh nhân" của mảnh đất này bắt đầu lụn bại. Đó là Võ Nguyên Giáp và Ngô Đình Diệm. Diệm bị mất mạng, Giáp còn mạng nhưng nhục. Diệm bị Mỹ không ưa nên quân tướng của ông xơi, Giáp bị Mao Chủ tịch ghét nên các đồng chí thân thiết của ông bôi nhọ cho bằng đủ kiểu. Sáng kiến cải tạo thủy lợi, đào kênh Đại Phong cho Quảng Bình lên 5 tấn là của ông Nguyễn Chí Thanh phụ trách nông nghiệp - việc này có thật - nhưng con kênh này về mặt phong thủy đã chặt đứt mất long mạch ở quê của hai vị Diệm và Giáp (việc này thì dân đồn).

Đánh bằng đường âm nữa thế này thì liệu có phải nhờ thày Tàu?

* * *

Ở báo Nhân Dân, một số kiện tướng chống xét lại thăng chức. Phan Quang lên trưởng ban nông nghiệp thay Lưu Động rồi cùng Hồng Hà theo Hoàng Tùng thăm ngay Trung Quốc, tổng hành dinh của trận địa chống xét lại, nhận hào quang vẻ vang Mao - ít từ ngay trong lòng nôi cách mạng. Hữu Thọ vượt ba cấp từ cán sự 5 lên phó ban nông nghiệp. Đám xét lại bị xua quét. Lưu Cộng Hoà, Hồng Thao sang Ban nghiên cứu lịch sử đảng. Tại đấy, trong một cuộc họp, vừa phát biểu ý kiến xong, Lưu Cộng Hoà bị ngay vị phó ban cựu bí thư tỉnh Kiến An ném luôn chiếc gạt tàn thuốc lá pha lê Tiệp nặng nửa ký vào mặt. "Này, bây giờ mà còn thở ra giọng xét lại này!" Ông già tránh kịp nhưng cái kính lão vỡ tan. Vụ này lên tới Trường Chinh, người trông coi cả Ban nghiên cứu lịch sử đảng. Nhưng Trường Chinh có lẽ nghĩ ai lại đi dội nước lạnh vào nhiệt tình của cán bộ và quần chúng trong khi nguyên nhân khiến Liên Xô, thành trì cách mạng hóa thành phản bội chính là do thiếu nhiệt tình nên Chinh không can thiệp.

Trần Châu, Lưu Động vào tù. Tôi và Chính Yên qua thẩm vấn rồi đi lao động cải tạo. Hồng Hà, Hữu Chỉnh "chuyển biến tốt" đều theo Sáu Thọ sang hội nghị Paris. Một trưa, vợ Hữu Chỉnh đến tìm tôi ở báo. Rơm rớm nước mắt đưa cho tôi một trăm đồng." Anh Chỉnh ở bên Paris báo về là đem trả anh món nợ quá lâu này và xin cảm ơn anh."

Tôi nghĩ mãi không hiểu tại sao mắt chị lại đỏ hoe. Hai năm trước, quãng cuối 1963, một buổi trưa Chỉnh và tôi cùng ở cơ quan về. Đến Viện kiểm sát nhân dân tối cao, hai chúng tôi đứng lại dưới bóng cây si già vài trăm năm có lẻ. Chỉnh thở ngắc, cổ cứ vươn cứ dướn lên:

- Tối qua chi bộ họp, ông Thành Lê tố cáo tôi thèm bơ sữa phản động đã chạy xin một giấy mời chiêu đãi kỷ niệm Cách mạng tháng Mười Nga ở đại sứ quán Liên Xô. Đáng sợ chưa? Ai? Ai? Tôi có đói đâu? Tôi có thèm khát vật chất đâu? Ai tung ra cái tin này để giết tôi? Ai định hại tôi? Ai định giết diệt tôi đây mà... Ông Lê còn nói là đang nhờ công an điều tra đến tận nơi vụ này...

Hai tiếng giết, diệt kéo dài và rít lên thê thảm. Hai con mắt nhớn nhác sợ hãi. Hình như có cả giậm chân, đấm ngực.

Nghe Chỉnh rên rỉ, tôi nghĩ đến tác phẩm "Số không và vô hạn" (Le *zéro et l'infini*) của Arthur Koestler. Khi đọc những trang ngột ngạt của nó, tôi cứ hình dung ra những con mắt nhớn nhác trên các trang giấy mà lúc này tôi lại thấy giống hệt con mắt quay đảo rất nhanh của Chỉnh.

Khi Kỳ Vân bảo tôi đã có Nghị quyết 9, thực chất là nghị quyết chiến tranh, tôi đã sợ. Nhưng rồi tôi vẫn "nhơn nhơn cái mặt" và như các bạn giỏi tử vi nói, tôi hoạch phát nhưng cũng rơi tõm rất nhanh vào đống rác bên đường tiến quân của đảng.

Nhưng chính những ngày ấy, tôi nói: - Này, nên nhớ cho kỹ rằng chỉ cần mày tưởng bở bước ra khỏi bản chất trí tuệ mày chỉ một nửa cái ngón chân thôi là mày lập tức biến ra thành thằng hề.

***

Bây giờ, gần bốn chục năm đã trôi qua, viết lại những chuyện này tôi thấy thế nào? Thấy với Việt Cộng, Liên Xô mà Hồ Chí Minh coi là quê hương cách mạng, nơi lãnh tụ Lê-nin vạch ra cho Nguyễn Ái Quốc "con đường cứu nước" để cho Việt Nam rẽ theo cộng sản, té ra rồi cũng không bằng Trung Quốc, răng của Việt Nam, nơi đã cho Hồ Chí Minh chiếc kim chỉ nam qúy báu chỉ đạo cụ thể từng bước đi lên của cách mạng, kể cả phản đối chính ngay "đầu tàu cách mạng."

Như tôi đã viết trên kia, có một người thâm hiểm đầy dã tâm, mưu mẹo coi thiên hạ quá lắm chỉ bằng một chậu nước có thể dễ dàng lắc cho chòng chành nghiêng ngửa rồi hắt đi. Bởi vì "thiên hạ đại loạn, Trung Quốc được nhờ." Trong chậu sóng gió nhân tạo đục ngầu đó, những con rối - mà tôi ở trong, mà tôi cuồng nhiệt - la hét, chửi rủa, hiểm độc hãm hại nhau, ngỡ đang sắt son bảo vệ chân lý trong sáng vì lợi ích của nhân dân cần lao toàn thế giới...

Rồi ruồi muỗi chết.

Chương hai tư

Nghị quyết 9, thông báo dù quan điểm thế nào anh cũng không bị kỷ luật, nghĩa là anh không bị mất chức, không bị thay đổi công việc! Nhử cho anh tuôn hết ra và không chống lại. Kiểu sau 1975 bảo binh lính Sài Gòn "đi học" chỉ mười ngày.

Nhưng vừa ra Nghị quyết 9, Bộ chính trị liền có quyết định bốc các phần tử xét lại đi khỏi các vị trí lãnh đạo từ thấp đến cao. Cụ Hồ thôi họp Bộ chính trị; Võ Nguyên Giáp, Lê Liêm ngồi chơi xơi nước, học piano, nhạc lý; Ung Văn Khiêm thôi ngoại giao... Và Hoàng Minh Chính, Kỳ Vân nằm khan; phó bí thư thành ủy Hà Nội Minh Việt sang vụ tài chính Bộ công nghiệp vân vân và vân vân...

Về nước mới hai năm tôi sa ngay vào hãm địa tối tăm nhất không lối thoát: phần tử trong tổ chức chống đảng, lật đổ, tay sai nước ngoài. Nhưng không hiểu sao tôi vẫn thấy le lói trong mình một ánh sáng của riêng tôi nó làm cho tôi đứng vững được.

Ở báo Nhân Dân, ngoài mấy anh phải sang ngành khác, tôi là người ở lại bị thay đổi mạnh. Không phó ban văn nghệ nữa (Hoàng Tùng đầu năm đã báo tôi sẽ là trưởng ban thay Như

275

Phong) mà đến làm phóng viên dưới quyền Phan Quang vừa đi Bắc Kinh nhận xức dầu thánh về mới lên trưởng ban thay Lưu Động (từ nay được bảo không đến cơ quan cũng được) và Hữu Thọ một nhát vượt hai ba cấp lên phó trưởng ban nông nghiệp.

Cuộc bộc lộ căm thù xét lại vừa qua đã giúp đảng nhận ra các con tim nhất trí và thừa thãi nhiệt tình cách mạng. (Nhất trí là vô cùng quan trọng nên tường thuật Đại hội 4 (1976), Hồng Hà đã cho lên đầu đề chữ "Đại hội nhất trí" rực rỡ to tướng). Tôi bảo Chính Yên: Nếu cần cả âm thanh học để diễn đạt thì chữ sánh ngang với rực rỡ là gì? Là ỏm tỏi, nhất trí rực rỡ và ỏm tỏi!

Báo đảng cách chức tôi còn để bôi nhọ tôi: đấy, xưa ngang và hơn cấp người ta thì nay bị người ta quản lý, lãnh đạo.

Lần đầu tiên tôi hiểu phương châm *gao chou*, - cảo xú - của Trung Quốc, làm cho đối tượng đấu tố thối um lên. Hạ uy thế tư tưởng, tổ chức lại phải hạ cả thể diện chúng nữa.

Trần Châu và tôi từ nay phải trình bày ý kiến, suy nghĩ của mình ở chi bộ hay ban chuyên môn trước mọi chuyện thời sự quan trọng. Xưa tù chính trị đến sở mật thám trình diện sinh học thì nay chúng tôi trình diện cả tư tưởng tại nơi làm việc.

Đánh Tết Mậu Thân 1968 được hai ba ngày, chi bộ ban nông nghiệp yêu cầu tôi nói cảm nghĩ về "chiến thắng lớn." Trên mặt mọi người lúc ấy, tôi đọc thấy: "Xem mày nói sao? Mày đã thấy mày sai bố mày chưa hả?" Tôi bèn nói: - Sáng nay đến vườn hoa Cửa Nam, tôi đã dừng xe lại. Tấm bản đồ nước ta to bằng một phần tư hội trường cơ quan mà đỏ rực hết, chỉ còn Sài Gòn một mẩu trắng bằng cái nhị sen. Dân xem đều nói thế này thì chỉ phủi là hết.

Ở ban văn hóa, Lưu Động nói tôi thấy có vẻ như tiền khởi nghĩa liền bị phê phán tơi bời: giờ phút này mà vẫn mơ hồ, coi như tổng khởi nghĩa xong rồi mà còn tiền với hậu! Lưu Động bảo tôi sau đó: - Tớ nói phóng lên là tiền khởi nghĩa mà vẫn bị phê phán.

Phải nói ở tôi nảy ra cái ý ị xong không chùi đít là kể từ chiến thắng hụt của Tổng tiến công, Tổng nổi dậy Mậu Thân. Còn sửa sai Cải cách Ruộng đất thì tôi cho là có chùi nhưng quệt quáo quào bằng cái que nứa bẻ vội ở bờ rào.

Một lần họp ban, Phan Quang nói vừa gặp anh Tố Hữu, anh Tố Hữu nói ở báo Nhân Dân có những "phần tử ba lăng nhăng mắt đục lờ lờ nước cống."

Rất khó chịu, tôi chất vấn ngay phó tổng biên tập Nguyễn Thành Lê cùng dự họp: - Sao trưởng ban tuyên huấn lại dùng chữ "cống rãnh "với những người làm báo đảng?

Một tuần sau, Phan Quang truyền đạt ý Nguyễn Chí Thanh: - Người ta cứ mang B52 ra dọa, tôi xin nói nó là thằng Bê Quẳng Sai. Sai, rất sai! Năm ngoái tôi trong Rờ ra tới một quãng bị B52 ném và rải chất độc. Tưởng tan nát hết, ai ngờ vào thì thấy tiếng hát rất hay giữa rừng cây ngổn ngang. Một trung đội nữ thanh niên đang vừa gội đầu ở bên suối vừa hát. Năm nay tôi lại ra qua chỗ đó. Thì sao? Thì tại chỗ bị bom và chất độc khai quang đó, sắn được mùa mà lại còn ngon hơn trước nhiều nữa.

Đáng lẽ ố ồ to lên sung sướng như mọi người thì tôi lại đề nghị Nguyễn Thành Lê nên xin Trung ương nhập ngay chất khai quang này của Mỹ này để tăng năng suất nông nghiệp cho dân ta đỡ vất vả.

Tôi nói móc quá lộ.

Tuy không nói tuột ra rằng những Bê Quẳng Sai, những chất khai quang làm tốt hoa mầu chỉ là ánh sáng cận thải của "đế quốc Mỹ" là con cọp giấy mà thôi.

Qua những năm Đại Nhảy vọt, Chống phái hữu. v. v. ở Bắc Kinh, tôi đã thấy cái thói xấu gần như trở thành phong cách tư duy chính thống đề cao nhiệt tình cách mạng, bất chấp khoa học, hay môn "nước bọt học" như tôi đặt tên, miễn sao khích dân xông lên vô tội vạ cho nên nghe những lời lẽ phản khoa học như "chất độc khai quang làm cho mùa màng tốt," tôi ghê rợn chẳng khác nào giẫm phải một bãi người ta vừa mửa ra. Một bài học rõ như ban ngày là mình càng dướn cổ lên nghe điều bậy bạ thì mình càng ngu dốt.

Ở đây còn thêm một lẽ về cảm tính nữa: tôi không xài được cái vẻ xúng xính hớn hở ta đây của Phan Quang được chuyển tải ý kiến Nguyễn Chí Thanh, Tố Hữu hai vị đang cầm cân nảy mực về tinh thần tiến công và đạo đức xả thân vì nước. Kiểu anh tài mở cửa xe cho thủ trưởng mà vênh mặt lên với mọi người.

Tôi đã chọc tổ vò vẽ. Đụng vào các Người hùng thời đại của Phan Quang. Quên mất sau đó chi bộ kiểm điểm đảng viên mà tôi là trọng điểm. Không biết người ta phân hạng tôi là phần tử ngoan cố phản ứng láo nhất ngay cả sau khi đã được giáo dục.

Tôi vừa đọc xong bản tự kiểm thảo, Phan Quang lập tức quật sổ tay đánh đét một cái xuống bàn, rồi ngả ật ra lưng ghế hầm hầm nói: - Nghe đồng chí Trần Đĩnh trình bày mà tôi chịu không nổi nữa, nhức hết cả đầu lên..., thôi, nghỉ đã, lát họp.

Tự nhiên tôi nghĩ đến *The Revisor*, - Quan khâm sai của Gogol. Được Hoàng Tùng kéo đi xức dầu thánh ở Bắc Kinh ngay sau trận đàn áp thỏa thuê bọn xét lại ở cơ quan song vẫn nguyên vẹn cái kiểu hách lác phố huyện.

Họp lại, bí thư chi bộ Lê Giang nói: - Có hiện tượng đáng chú ý là vừa rồi khi nghỉ, nhiều anh em trong đảng bộ đến hỏi tôi là đã tấn Trần Đĩnh chưa, ai cũng muốn tham đấu để góp ý xây dựng đồng chí Trần Đĩnh... Anh Hoàng Tuấn Nhã nói là thằng này, tiên sư nó, lý sự làm đ. gì, cứ nện cho một trận bỏ bầm nó đi mà.

Tôi lại chất vấn Nguyễn Thành Lê dự họp: - Đồng chí Lê, bí thư đảng ủy, đảng có khoản tấn bỏ mẹ và tiên sư đồng chí ư?

- Không, không, Lê Giang vội nói. Có... nhưng nhưng... cũng chửi nhẹ thôi.

Tôi đã được xây dựng hết hai giờ buổi chiều và sang cả hai giờ rưỡi buổi tối. Chả nhớ gì vì họ lôi ra đúng những điều tôi nói - có điều là họ phê phán tôi theo cái nhìn Mao - *nhều* của họ.

Chỉ nhớ một ý của Phan Quang. Vì bịa đặt vô liêm sỉ. Các ý khác trượt đi vì đều một kiểu to mồm cho giàu nhiệt tình cách mạng

- Chưa ở Trung Quốc về - Phan Quang hầm hầm nói - đồng chí Trần Đĩnh đã viết thư cho anh Trường Chinh để lo lót ghế trước. Còn có trò kỳ dị không hiểu nổi nữa là cứ tối nào hễ vợ đến, đồng chí Trần Đĩnh cũng lại đấm cửa anh Hoàng Tùng đòi chỗ ngủ...

Thư tôi gửi Trường Chinh phê bình ta mót Trung Quốc quá nhiều cũng như phải tránh tả khuynh và Trường Chinh thừa nhận là đúng thì nay đã thành thư chạy ghế. Tôi chỉ cần hỏi Phan Quang anh Trường Chinh đưa thư tôi cho Phan Quang đọc bao giờ là lòi ra chuyện nói sằng nhưng đang ngán

Trường Chinh, tôi không thiết thanh minh. Vả chăng lô gích đã quá rõ, nếu tôi hám ghế như Phan Quang bịa ra thì gặp dịp "đổi giọng" lớn này tôi phải "phất cờ" dữ ở báo đảng để mà nhót còn phải cao hơn khối chàng. Tôi chỉ trả lời vu cáo thứ hai vì nó quá bẩn. Phan Quang đã cho tôi biến hóa từ văn viết thư - sang võ - đấm cửa!

Tôi nói: - Phê bình tôi đấm cửa anh Hoàng Tùng đòi chỗ ngủ với vợ, anh Phan Quang đã biến tổng biên tập thành... chủ khách sạn (cố không buột ra "bồi săm"). Sao lại có được chuyện hễ đêm nào vợ đến, tôi đều đấm cửa đòi chỗ làm trò kia và Trung ương ủy viên Tổng biên tập lại vội chấp hành liền chứ? Tôi gặp khó trong chuyện này là vì anh Phan Quang chiếm mất Nhà Hạnh Phúc ở ngõ Lý Thường Kiệt làm nhà riêng.

Việc chiếm công vi tư này quá lộ liễu và tai tiếng, Phan Quang ngồi im re. Tài thật. Chân mình thì lấm bê bê, lại cầm bó đuốc đi rê chân người sạch bong.

Khi bị vu đấm cửa tổng biên tập đòi chỗ giải quyết sinh lý, tôi thật sự choáng: không ngờ người ta có thể dựng khống tôi thành một kẻ cuồng rồ tính dục đến ngỗ ngược sai phái cả tổng biên tập tìm bãi xả dục như thế! Mà sao tổng biên tập lại cung cúc tận tụy với tôi như thế!

Sự thật thế này: một tối, đi chơi về, tôi cùng vợ qua vườn cơ quan để lên ngủ ở buồng làm việc của tôi như thường lệ thì tình cờ Hoàng Tùng gặp và chuyện trò. Biết tôi chưa có nhà ở riêng trong khi Phòng hạnh phúc bận - tôi không tiện nói nó đã bị Phan Quang chiếm - thì Hoàng Tùng cứ lẩm bẩm "Bệ rạc, bệ rạc!" Mà lật đật đi tìm. Tất nhiên khi tôi nói đã có bãi cỏ vòm tự cung tự cấp rồi thì thôi.

Để tỏ ra xót thủ trưởng lắm, Phan Quang tố tội của tôi nặng lên thành ra đấy, nó láo thế, nó bắt đồng chí làm bồi săm!

Trước đây trong các đợt chỉnh huấn, phê bình tự phê bình xây dựng tư tưởng, tôi vẫn tự nguyện phanh phui mình cũng như sẵn sàng nhận phê phán của tập thể tuy bụng không vui. Lần đầu tiên tôi cưỡng lại "xây dựng" của đảng là từ đấu đá xét lại. Nghe thiên hạ lật lọng (phái hữu Trung Quốc nói là "nhổ rồi lại liếm") và phán vô tội vạ mình, tôi không dám thẳng thừng bác bỏ mà vờ chấp nhận. Nhưng tôi rất đau. Thấy rõ là từ nay Tôi, Ngôi Nhà này sẽ bị kẻ phàm hay đội cải tạo tư tưởng tha hồ đột nhập tha hồ phóng uế như các đội cải cách ruộng đất, cải tạo công thương nghiệp...

Bốn chục năm sau, đầu thế kỷ 21, có một chuyện trao đổi ý kiến nho nhỏ giữa Phan Quang và tôi. Lẽ ra có thể không kể ra ở đây nhưng tôi muốn tả cụ thể thói ưu việt cảm khá đáng sợ ta vẫn thấy ở nhiều quan chức. Đó là họ luôn đúng không sai do đó họ được thả cửa, phê phán, nhất là vu cáo người với cái mặt hầm hầm lên vì quá tải lập trường cách mạng.

Phan Quang viết một bài trên báo Nhân Dân, nói châu Âu có chữ *denkies* chỉ "những người có thu nhập gấp đôi." và anh còn chú thêm "double income "tiếng Anh. (Mà thú thật tôi khá ngờ vốn tiếng Anh của anh và xin lỗi nếu sai, có lẽ cả tiếng Pháp nữa.) Tôi bảo anh *double income* nên là thu nhập kép hay hai thu nhập chứ đừng là gấp đôi.

Phan Quang rất tự tin trả lời: "Tôi hiểu là gấp đôi, theo nguyên văn của ông Bertrand viết: *deux revenus.*"

Khổ, sao không đưa ngay nguyên văn tiếng Pháp mà phải bỏ công mạ kền thành tiếng Anh?

Để rút lui cho lẹ, tôi bèn trả lời: "Vâng, vậy theo tiếng Pháp của anh, *deux* nghĩa là gấp đôi, thì từ nay hễ nghe anh nói *J' ai deux enfants* tôi sẽ hiểu là "*Tôi có gấp đôi con*" "*J'ai deux amours*" là "*Tôi có gấp đôi tình yêu*" Hay "*J' ai deux bouches*" là "*Tôi có gấp đôi mồm.*"

Tôi còn muốn nói thêm với anh rằng chú lính lệ xưa khi thày cai hô *ắng đơ* (un,deux) cũng thừa biết là *một, hai* bước! chứ không phải một, gấp đôi này bước.

Tôi có phần xấu vì thù dai ở chuyện này. Nói cho rõ: là thù dai tấm huân chương Mao - *nhều* Phan Quang được gắn lên trong chuyến đi Bắc Kinh ngay khi khói súng của cuộc trấn áp xét lại ở báo Nhân Dân vẫn còn dầy đặc. Ai đeo nó đều từng và sẽ đấu tố tư tưởng phản động rất mãnh liệt. Như những ai đã đấu tố anh bạn Thượng Hải cùng cô bạn gái tóc đuôi ngựa Picasso khiến cho họ chia lìa và...

Một lần khác, trong chuyện thanh minh với tôi về dư luận anh chiếm Nhà khách Đài phát thanh, Phan Quang bảo: - Tôi nay là bộ trưởng rồi cơ mà, anh Đĩnh.

Anh nói quá đúng. Chính cái tâm thức chức tước mới đẻ ra tệ chiếm công vi tư. Nhưng nếu biết trong nghị quyết khai trừ tôi, đảng kết luận tôi lăng mạ lãnh tụ, chắc Phan Quang sẽ không phô ra với tôi cái hàm bộ (trưởng). Ở điểm này, phải nhận Hữu Thọ khéo giấu chức quan đi hơn. Tuy ghế to hơn Phan Quang nhiều.

Qua việc Phan Quang chiếm Nhà Hạnh Phúc rồi lại bịa chuyện tôi - nạn nhân của chính anh hạch tổng biên tập chỗ ngủ - tôi chợt phát hiện ra cái ưu việt cảm đặc biệt của các chiến sĩ đang kiên cường bảo vệ tư tưởng, kỷ luật, tôn ti trong cơn bão tố cách mạng. Bảo vệ cách mạng và đảng là anh cao quý nhất rồi và đã cao quý thì anh tha hồ giẫm đạp lên kẻ đang phá cách mạng và đảng. Mà giẫm đạp là cách thể hiện rõ nhất, dễ nhất lập trường cao quý cũng như mang lại lợi nhuận nhanh nhất, nhiều nhất.

Ngay sau Nghị quyết 9, từ cứ địa là căn buồng hạnh phúc mười sáu mét vuông chiếm đoạt cùng cái ghế phó ban nông nghiệp, cộng chiến công đấu gục xét lại, Phan Quang làm bước nhảy đầu tiên sang Trung Quốc, cùng Hồng Hà vừa quay súng trở cờ, rỡ rỡ với tư cách Vệ Binh Đỏ của Mao Chủ tịch do Hoàng Tùng gắn cho. Từ đấy ông đi khắp thế giới, trừ Nam Cực, như ông tự giới thiệu trong bài báo "cách một mái chèo" đăng ở Kiến thức Ngày nay số 1 - 4 - 2010 trong đó ông viết: hồi thế kỷ 14, vào lúc Nguyễn Huệ đánh tan quân Tôn Sĩ Nghị thì dân Myanmar cũng đánh lùi bốn cuộc xâm lược của Mãn Thanh. Đường đất ông đi chỉ còn thiếu có Nam Cực nhưng vẫn không dài bằng con đường lịch sử mà ông đem đảo ngược: Nguyễn Huệ thành tiền bối của Lê Lợi và nhà Thanh là tiên triều của nhà Minh.

Kiến thức ngày nay trả lời thắc mắc của bạn đọc: "Đây chắc là viết lầm." các quan bút như Phan Quang, Đào Huy Quát... được bộ máy tuyên huấn bảo vệ quá hay!

Hôm ấy, sau khi Phan Quang ngửa mặt lên trần nhà nhăn mặt khinh khỉnh kêu "Ôi trời, tôi nghe cái bản kiểm thảo của anh Trần Đĩnh mà đau đầu quá," chi bộ om tôi hai buổi. Đồng chí trưởng ban vừa tham quan Bắc Kinh về đã nổ phát pháo mở đầu rồi kia mà: "Cha này ngoan cố và phản động lắm!."

Xong trận đấu, tôi kéo Trần Châu - nhân thể anh về nhà anh ở Hàng Chuối - đi ăn mì ở một hàng nổi tiếng gần ngã tư Bà Triệu và Hai Bà Trưng. Thì tình cờ Tô Hoài, Nguyễn Tuân đang ăn ở đấy. Tôi ghé sát đầu vào mặt Tô Hoài hỏi: "Có thấy mùi xà phòng không? Mình vừa bị họ sát xà phòng rất dữ xong..."

Tôi thật sự thấy oải. Khó sống quá.

Sau hội nghị chi bộ hùa nhau đả tôi trên kia, tôi đề nghị Hoàng Tùng cho tôi đi thường trú ở Thái Bình. Tôi nói họ săn lùng tôi như săn lùng phù thủy thời Trung cổ, khó sống nổi.

Y hẹn, đầu giờ làm việc chiều, Hoàng Tùng đã đứng sẵn bên cửa sổ trên gác chờ tôi vào cổng là vẫy. Nghe tôi xong, anh nói: - Các tướng ấy tưởng ta giống hoàn toàn Trung Quốc là lầm. Ta khác... Cái anh Hoàng Tuấn Nhã ấy thì lập trường gì... Tôi vui vui vì cái giọng ngán ngẩm của anh.

Tôi sực nhớ trước đó nửa năm, đến nhà ông chú ruột Hồng Linh, nghe bà con người Hoa kháo là họ vừa "học tập phê phán truy theo bản Tuyên bố hữu khuynh, không triệt để của Hồ Chí Minh và Novotny." còn nói nếu mở biên giới thì người Hoa về hết, sống ở đây "xét lại" quá, khó thở lắm. Lại bảo Trung Quốc bắn rơi sáu máy bay Mỹ nhưng Việt Nam ăn gian, chỉ thông báo có một... Tôi nói lại với Hoàng Tùng. Không ngờ Hoàng Tùng đem ra nói ở hội nghị trưởng phó ban mà hai năm nay tôi không được dự nữa. Hoàng Tùng còn lệnh một số anh em đi điều tra dư luận. Ban thống nhất cử Đặng Phò, anh ruột Đặng Hà thì Hoàng Tùng gạt: - Anh này đi rồi về chỉ tương ra ý của anh ấy thôi...

Thường trú chính là đi lánh nạn. Tổ tôm đánh như cơm bữa ở văn phòng tỉnh ủy. Đến nỗi sau này, Lương Quang Chất, bí thư Thái Bình đến báo có việc xẹt qua báo thường hỏi thăm tôi: - Gớm, Trần Đĩnh tổ tôm thì nhất.

Nhưng có một chuyện tôi khó quên.

Lần ấy tôi đến một hợp tác xã, gần thị trấn Quỳnh Côi. Vừa tới đầu làng, thấy một nhóm bà con trục lúa, tôi đứng lại xem. Liền bị chửi tức thì - nhanh hơn cả pháo phòng không sau này: "Kìa, gớm chưa, thính hơi thế!" , "về đánh hơi rình mò mà," "Này, con đốm nhà tôi nó đã hít hít hực hực ở đâu là y như có cáo...," "Nào, cót kiếc, thúng mủng chuyến này đem đốt mẹ nó hết đi mà hun chuột đồng, nó về thì còn cái đ. gì để mà cần cót, cần thúng nữa?"

Bà con cho là tôi về đánh giá sản lượng để bóp nặn thuế nông nghiệp.

Tôi quay ra cổng làng. Biết thua dân.

Tiếng người cười liền ran ran ở đằng sau. "Quắp đuôi đi rồi..."

Một ai đó véo von: *Đi làm hợp tác hợp te, Không đủ miếng giẻ mà che cái l...*" Một ông: - Để l. ra cho cán bộ nó thấy rõ, nó đỡ phải vành ra khám xem có giấu chúng nó cái gì không.

Một ông khác: - Nó thấy nó thèm nó cứ về luôn để dân vành ra thì ông lại phải nuôi báo cô lũ con rơi của nó mất thôi!

- Ối chà, bụng lép thì có phô cái l. quắt ra cũng chả đứa nào nó thiết nhòm... Nó về vạch đùi vợ nó có tem gạo ra cứ là phải trắng như thân cây chuối hột ấy chứ!

Thì ra từ lâu chuyện trò với đảng, dân đã quen dùng câu chữ thế này.

Quay đi là phản ứng tốt, chịu thua dân.

Nhưng quay đi rồi lên huyện nói lại chuyện này thì dở. Bởi lẽ không thể không cho đảng biết thực hư dân tình! Sau rồi mãi mới thấy có lẽ cái động cơ thúc đẩy nằm trong vô thức lại chính là cái thứ mà bà con thoải mái lôi ra còn tôi thì phải viết tắt ở đây. Cay vì bị bêu với nó? Như kiểu Đồng Đức Bốn kêu: *"Con vợ tôi nó khờ, Xem thơ nó lại úp lờ vào thơ, Con vợ tôi nó ngu ngơ, Xem thơ nó lại úp thơ vào lờ."* Hay vì đạo đức giả: thích nó mà lại làm ra thanh cao?

Tôi về huyện ủy báo lại chuyện. Chả biết sau ra sao nhưng ứng xử của tôi hoàn toàn cộng sản, mọi sự đều vì lợi ích đảng và đảng viên có toàn quyền đánh giá dân tốt xấu, đảng viên phải có trách nhiệm quản lý toàn bộ tư tưởng, tinh thần của dân.

Một lần tôi kể lại với một cụ bạn chuyện xã viên chửi tôi về "hít cạp váy" đàn bà để vét thóc lúa...

Cụ bạn cười bảo:

- Còn nữa cơ. *Một năm hai thước vải thô, Làm sao che nổi gì gì* (tên một vị tôi không tiện nói ra) *hỡi em...* Mà cái này mới kinh cơ. *Dịch lợn rồi tiếp dịch gà, Bao giờ dịch đảng dân ta reo mừng.*

Tôi lè lưỡi ra.

Ngày càng hiểu vì sao phương tây gọi cộng sản là hỗn. Hỗn với tất cả. Như Việt Cộng trèo hỗn lên đầu tất cả hét lớn: "Cuộc kháng chiến chống Mỹ của nhân dân Việt Nam là nơi hội tụ của ba dòng thác cách mạng. Lịch sử đã chọn Việt Nam là nơi tập trung của những mâu thuẫn thời đại." và Việt Nam tự hào là "Ngọn cờ tiên phong của phong trào giải phóng dân tộc trên toàn thế giới." May mà phải vác rá đi xin gạo tiền súng đạn. Nếu dồi dào hết thì chết với ông.

Vậy mà tôi đã chứng kiến sự hỗn hào thành văn thành luật đó từng nghiễm nhiên trở thành hào quang chói lòa trong lòng dân.

Ở ngay đầu Khai Trí Tiến Đức, mặt sau báo Nhân Dân, hai người đi xe đạp đâm nhau. Vênh vành. Cãi cọ kéo dài, để chấm dứt, người bạn của người trong cuộc nhưng yên lành hết bèn tặc lưỡi: "Thôi, lộ bí mật một tí hả, anh ấy đảng viên đấy!"

Thế là xong. Người bị vênh vành lặng lẽ khiêng xe đi tìm chỗ nắn.

Có mặt tình cờ lúc ấy tôi đã rất ngạc nhiên về độ nhiệm màu ngang với mật gấu xoa tan vết bầm của lời nói này. Và nghĩ ngay đến một truyện ngắn. Sau khi anh bạn kia giới thiệu tư chất cần được kính nể của đảng viên, tôi liền đến trước mặt người bị đâm vênh vành xe, đưa anh ta ít tiền và nói: - Tôi là đảng, đảng đền cho anh đã bị thiệt, anh hãy cầm lấy tiền này đi sửa xe... Anh đảng viên đâm xe dân bèn đến vặn tôi: anh cho xem bằng chứng anh là đảng viên đi nào. Tôi nói: tôi là đảng dân, đấy, bằng chứng đây, anh xem bà con đây có tán thành việc tôi làm không?

Đồng thời tôi cũng nhớ tới Kabir, nhà thơ Ấn Độ 500 năm trước từng viết: "Ở trong nước, khát nước, con cá cần sự hướng dẫn nghiêm túc và thành tâm (để uống)..."

Cá khiêm nhường, nhỏ mọn như thế mà chú ý tu dưỡng đến cả hành vi bản năng nhất. Thế nhưng tôi? Nhìn người, nói với người, cư xử với người..., tôi đều hỗn xược. Vì chủ nghĩa đã trao cho tôi nghĩa vụ cầm cân nảy mực, vạch lối chỉ đường, quản lý giáo dục cho dân.

* * *

Tôi thường trú được vài tháng thì Hoàng Tùng gọi về. Bảo tôi đưa hai nhà báo Trung Quốc vào Vĩnh Linh.

Đang Nghị quyết 9 bão táp, Hoàng Tùng cho Hồng Hà, Phan Quang đi Bắc Kinh để lấy thẻ Mao - nhều. Nay cho tôi đi với nhà báo Mao - ít, ông muốn nhân dịp này tẩy bớt cho tôi cái tiếng phản động xét lại. Phải tư cách chính trị thế nào mới được tháp tùng các đồng chí Trung Quốc chứ!

Lúc ấy Johnson vừa cho máy bay đánh ba căn cứ hải quân và một kho dầu của ta sau vụ tàu ta và USS Maddox và USS Turner Joy đánh nhau.

Đi thì thích nhưng cũng khó chịu cái đầu. Đoàn nhà báo Trung Quốc đến đâu cũng được đặc biệt trọng vọng. Dù chỉ đón tiếp ở chặng dừng chân cũng lại y lệ diễn ra một cuộc ca ngợi Mao Chủ tịch sáng suốt đã vạch mặt tên phản bội Khơ mà lúc ấy có tên Thằng Trọc. Trong bữa tiệc quá thịnh soạn của Bộ tư lệnh Quân khu 4, tướng N. L. người Tày liên tục nâng cốc với phó tổng biên tập báo Giải phóng quân Trung Quốc hô đả đảo Thằng Trọc dữ đến mức ngỡ lên cơn mê sảng. "Các đồng chí Trung Quốc hãy yên tâm. Chúng tôi luôn ở bên các đồng chí. Chúng ta là chiến hữu chung chiến hào! Đả đảo Thằng Trọc!"

Tôi thấy La Liệt, chủ nhiệm khoa báo chí Đại học Nhân Dân hơi khép mắt lại, quay đầu đi. Sau này, Cách mạng văn hóa ông bị đấu khốn khổ.

Hôm sau, qua một bãi biển rất đẹp ưng ửng hồng khêu gợi ven đường số 1 quãng dưới Đèo Ngang, Quảng Bình, tôi hỏi nhà báo nhà binh: - "Anh nom bãi biển kia giống cái gì?" Rồi nói luôn" *mei ren di da tuei*, đùi mỹ nhân!."

Ghẹo ông nhà binh thích Việt Nam nện Mỹ. Ông lầm lì quay đầu đi. Mỹ nó xâm lược thế kia mà còn đùi mỹ nhân với vế mỹ nhân

Đêm đầu tiên ở nhà khách Đồng Hới bị bão lớn. Mất điện. Gió quật đùng đùng và sóng biển gào thét. Phạm Phú Bằng vốn trọng tình hữu nghị nên ngủ chung phòng với hai đồng chí Trung Quốc. Sợ dột, anh dậy lò dò tìm đèn pin. Nằm buồng bên tôi bỗng nghe tiếng hét thất thanh: "*Shei*? Ai? *Lai ren a*. Người đâu?" Phú Bằng sau nói anh lạnh toát người. Bật đèn pin, anh thấy đồng chí nhà binh bạn co rúm lại ở một góc. Hồi chiều đoàn vừa nghe hai phó bí thư tỉnh ủy Đặng Tất và Cổ Kim Thành nói người nhái Sài Gòn đã có lần lội vào tận đây.

Tôi viết một ký về đầu cầu Hiền Lương: Nghe ba người đàn bà bờ Nam vỗ quần áo giặt bên sông, và trong ống nhòm thấy các bọt xà phòng trôi man mác, tôi buồn, nghĩ giá như chúng dạt sang đây mà xem bọt xà phòng Mỹ khác bọt xà phòng Trung Quốc ra sao để rồi tôi chợt lại thấy hết sức ân hận, giống một đứa con về bên giường mẹ đau yếu do chính mình đã có lỗi gây nên. Bảo Định Giang không đăng cũng chẳng đáp.

Về lại Hà Nội đúng lúc xảy nhiều sự kiện lớn. Diệm chết, Kennedy bị ám sát, Khroutchev bị đảo chính. Và sự kiện được đón nhận tưng bừng nhất là Trung Quốc nổ quả bom nguyên tử đầu tiên. Báo Nhân Dân ca ngợi nó là "bom đạo đức, bom văn minh." Tôi cho vài người biết là theo báo *Time* thì Mỹ đã cho Tiền Học Thâm, đại tá gốc Hoa ở Bộ quốc phòng Mỹ - từng tham gia Kế hoạch Manhattan làm bom nguyên tử của Mỹ - hồi hương với hơn một tấn tư liệu khoa học.

Tháng 7 tôi đi thường trú Thái Bình thì đầu năm 1965 Hoàng Tùng gọi về. Anh không muốn tôi lâm mãi cảnh bị hai kiện tướng Mao - *nhều* Phan Quang, Hữu Thọ hành tỏi kiểu *coup bas*, - đòn bẩn, (chắc anh cũng nghe thấy chuyện phê bình tôi bắt anh làm bồi săm), anh cho tôi một việc thích hợp: viết hồi ký và do đó - Hoàng Tùng nhấn rõ - anh chỉ làm việc với tôi. Anh bảo tôi viết một cơ sở thời bí mật để kỷ niệm Đảng. Hoàng Tùng không thể quên tôi với anh từng hầu như thế nào, trước hết ở món chế Mao xếnh sáng. Anh thừa hiểu: không biết lủi giỏi hay kịp chùi mép, tôi không thể sống sót.

Cuộc thanh lọc nhân sự ở trận đấu xét lại vừa qua thực chất chỉ là công trình kiểm tra chất lượng miệng và lưỡi của đảng viên: có giỏi uốn và khéo liếm sạch nhẵn không mà thôi. Nhận thức này đã là cơ sở để cho tôi kết luận đảng không cần đạo đức mà chỉ cần nhất trí, do đó làm đảng hư hỏng đi như sau này tôi khai lúc bị thẩm vấn...

Tôi về Cổ Loa. Ở bài này, tôi viết cả những giọt sương đêm rơi góp lặng lẽ vào lòng Giếng Ngọc một cái gì "Cổ lai thánh hiền giai tịch mịch." Nơi ngổn ngang sử tích này đã khai thông lối cho hư vô ngấm vào tôi. An Dương Vương mất ngôi và con gái, My Châu mất bố và chồng, Trọng Thủy mất vợ và bố. Một hiện trường toàn mất mát lớn kiểu Shakespeare. Hai triều vua đều Hán chiếm nước ta nhưng ta lại yêu ông Hán đến trước, ghét ông đến sau. Yêu ngoại tộc như yêu mình chẳng phải là hư vô đó ư?

Đã ký duyệt cho đăng, Hoàng Tùng lại bảo tôi làm việc khác...

Chương hai lăm

Đó là viết Nguyễn Đức Thuận, tù Côn Đảo vừa ra Bắc.

Tôi đón Nguyễn Đức Thuận đến báo và cùng với Hoàng Tùng tiếp anh. Hai người xưa cùng tù Sơn La. Thuận bị đưa ra Côn Đảo, cùng công voa với Trần Độ nhưng đến Hoà Bình, Độ được lệnh vượt ngục. Tùng nói theo chỉ thị Trung ương, báo Nhân Dân lo cho anh một hồi ký về chiến đấu trong tù, báo phân công anh Trần Đĩnh viết giúp anh...

Sau tôi biết giữa lúc tôi cùng Hoàng Tùng tiếp Nguyễn Đức Thuận, Mao - *nhều* ở cơ quan xì xào dữ lắm. "Lại cho viết nhân vật anh hùng thì còn ra làm sao? Ông này nói ở trường đảng Nguyễn Ái Quốc hay lắm! Phải kén người tử tế viết ông ấy chứ."

Tôi tiễn Thuận về, đến Cửa Nam, Thuận nói sau khi ra tù, anh dưỡng bệnh ở Cam - pu - chia, chủ tịch Hội văn nghệ giải phóng L. V. S. đã viết cho anh một hồi ký cho nên không cần phải viết thêm nữa. Khiêm tốn, Thuận không muốn làm om xòm quá về bản thân. Nhưng chắc cũng do anh không tin tôi viết được. Tôi đâu có nếm cơm tù, đòn tù như L. V. S..

Tôi nói tôi không viết cũng không sao nhưng anh muốn kiểu thì nên đề nghị với Trung ương. Thuận xin kiểu nhưng sau đó đã phải nghe Lê Đức Thọ, chánh trùm tổ chức và Tố Hữu chánh trùm tư tưởng, hai người cùng với Hoàng Tùng, chánh trùm báo chí duyệt trực tiếp hồi ký này. Trong mắt các vị, tôi viết hồi ký thì ít người bì. Lúc ấy đang trong thời kỳ đảng thẩm tra thời gian tù, Thuận cũng khó lòng bướng. Tên sách tựa là "Bất Khuất" là do Tố Hữu đặt.

Sao lại dính Lê Đức Thọ? Vì ông phải lo đến mất còn của đảng bộ miền Nam đang trong cơn tơi tả, rồi lại phải lo bảo đảm tư cách chính trị của các nhân vật quan trọng xuất hiện trong hồi ký. Ai ra tù cũng đều phải đình chỉ sinh hoạt đảng chờ thẩm tra. Và ông muốn mượn Thuận kích tinh thần đảng viên trong Nam đang sa sút đáng sợ.

Ở đây tôi muốn nói một chuyện. Cuối 2004, chị Phương Nhu, vợ Nguyễn Đức Thuận, đưa tôi xem một bài của Trần Bạch Đằng in trong một quyển sách nói ông "không bằng lòng tinh thần đề cao cá nhân" của Nguyễn Đức Thuận, ông đã nói với Nguyễn Văn Linh, bí thư xứ ủy lúc đó và Linh "tán thành" ông. Chỗ này không sao. Đó là ý nghĩ của ông Bạch Đằng. Vấn đề ở dưới đây. Nó đụng đến sự thật và lòng trung thực. Bạch Đằng viết ông ta là trưởng tuyên huấn miền, ông đã "có bản thảo hồi ký này ở trước mặt" và ông "rất lấy làm lạ tại sao (ông) phản đối mà nó cứ được in ra và còn in rất nhiều nữa là khác." (Tôi nhấn mạnh.)

Tôi hỏi chị Nhu có cần tôi viết thư cho Trần Bạch Đằng không? Chị nói thôi, chỉ cần tôi xác nhận giúp chị rằng hồi ký của Thuận là do Trung ương và cụ thể là Lê Đức Thọ, Tố Hữu, Hoàng Tùng quyết định từ đầu đến cuối. Tôi đã viết. Nói rõ ngay từ đầu Thuận đã xin kiếu. Do đó tôi không hiểu cái việc Trần Bạch Đằng viết ông "rất lấy làm lạ" về chuyện ông đã phản đối mà Bất Khuất vẫn cứ được in văng tê. Làm trưởng ban tuyên huấn miền mà Trần Bạch Đằng không biết rằng không phải anh ất ơ nào cũng ra lệnh cho in Bất Khuất được. Và in rất nhiều và bắt thanh niên cùng quân đội cả nước học tập rộng rãi nữa. Và gã nào xui Song Hào mua cho quân đội 160.000 quyển trong tổng số phát hành 210. 000? Là cấp dưới nhưng ông Bạch Đằng lại coi ông là người tối hậu quyết định những gì thuộc về tư tưởng, tuyên huấn vậy. Thật ra ông Bạch Đằng chỉ cần minh bạch một chút tí teo rằng "bản thảo ở trước mặt ông," bản thảo ông cho khai tử kia là bản của L. V. S., nhà văn giải phóng thì ông sẽ không phải trút bất bình phi thần thánh vào sách, lên án Nguyễn Đức Thuận, làm khổ bà Thuận góa và các con của ông bà.

Sáu Thọ, Tố Hữu, Hoàng Tùng, những cấp trên của Bạch Đằng chắc chắn không có gửi bản thảo của tôi vào để xin Bạch Đằng tối hậu quyết định rồi cũng chắc chắn không phải cho xuất bản lén lút sau lưng Bạch Đằng.

Tôi kể ra ở đây chuyện này vì lẽ thấy Trần Bạch Đằng luôn xuất hiện với diện mạo một nhà tư tưởng dạy bảo mọi người sống và chiến đấu.

Xin thêm một chuyện minh họa chút nào quan hệ Sáu Thọ và Trần Bạch Đằng. Sau 1975 ít lâu, một lần Sáu Thọ mời vợ chồng Trần Bạch Đằng ăn cơm. Sáu Thọ bỗng nói: "Nghe đâu cậu dạo này ăn nói lộn xộn lắm phải không?" Trần Bạch Đằng dĩ nhiên dạ thưa đâu có ạ. Sáu Thọ bèn quay sang nói với vợ Trần Bạch Đằng: "Cậu này ở gần bọn tôi thì khá chứ ở xa là dễ hư..." Lửng lơ con cá vàng. Nhưng hôm sau Trần Bạch Đằng liền khăn gói ba lô lên vai ra Chu Văn An Hà Nội sống bốn năm ròng phòng tránh... hư hỏng.

Khi chia tay ra Bắc, Trần Bạch Đằng tâm sự với nhà văn A. Đ. Sau đó A. Đ. kể lại cho Nguyễn Khải và Khải cho tôi hay. Khải còn cho hay một lần Trần Bạch Đằng hỏi Khải cấp gì,

Khải nói đại tá thì Đằng nói: "Ơ, ở dưới tôi nhiều đến thế cơ nhỉ!"

2004 hay 2005, Mỹ tuyên bố giúp Việt Nam chống bệnh AIDS. Trần Bạch Đằng viết bài đăng báo Phụ Nữ phản đối, nói ông nhục với chuyện này. Tôi viết cho ông - nhờ báo Phụ Nữ đưa hộ – nói "ông thấy nhục hơi ít và quá muộn. Tôi từ lâu đã thấy nhục cả về nghèo nàn lạc hậu. v. v. Trong việc từ thiện này nếu ông thấy nhục thật thì nên xin chính phủ từ chối Mỹ giúp để nhường ông đứng ra kêu gọi những người giàu trong nước, trong đó có ông, quyên tiền chữa lấy cho dân ta. Bệnh Nam hãy chữa bằng tiền dân Nam."

* * *

Viết "Bất Khuất" tôi không ký tên. Nhiều người nói vì tôi là xét lại. Tôi không thể nói rõ lúc ấy tôi không ký vì không muốn Hoàng Tùng, người muốn kéo tôi ra khỏi hang hùm những Mao - *nhều* Phan Quang, Hữu Thọ bị nói này nói nọ. Và không chỉ không ký. Tôi đã từ chối tất cả các nơi mời tôi đến nói chuyện về quyển hồi ký. Kể cả những lần Hoàng Tùng, Nguyễn Đức Thuận ở bên cứ vun vào. Lý do là tôi không thích om xòm về chuyện viết quyển sách này. Viện văn học mời Nguyễn Khải, Hữu Mai và tôi đến nói kinh nghiệm viết "người thật việc thật." Một hôm gặp nhau trên đường Hoàng Hoa Thám, Hữu Mai hỏi tôi nói chưa, tôi bảo không. Vì sao? Vì không thích nói dối. Tớ không thích nói dối mình ghi lại như cỗ máy từng chấm phẩy, chấm câu của người kể là anh hùng.

Tâm linh sâu xa có lẽ đã cảm thấy cái sự tầm phào rồi thì phải.

Không chỉ thế, tôi đã ủng hộ gần hết nhuận bút.

Một hôm, sách sắp phát hành, Trần Thế Tuấn, biên tập viên nhà xuất bản đến bảo tôi: - Anh Thuận muốn cúng hết nhuận bút của anh ấy cho Mặt trận Giải phóng miền Nam nhưng nhuận bút của người kể thì ít lắm.

Tôi nói ngay: - Thì đổi nhuận bút tôi sang làm của anh ấy, tôi đã lĩnh một ít lo cho vợ con sơ tán, vậy xin hãy coi là tôi đã lĩnh hết phần.

Thuận lái Volga đến báo rủ tôi cùng đến ký tên váo Sổ vàng Mặt trận Giải phóng. Tôi xin kiếu.

- Nhưng có tiền của anh mà, mà tiền của anh là chính chứ!

- Thôi anh ký cả cho là được rồi mà.

Vài anh em lúc ấy bảo với nhuận bút thường tình lĩnh được, tôi mua bay hai căn nhà hai tầng ở phố Huế. Thép Mới ở Bê (B, miền Nam) ra bảo tôi: - Tiền mày gửi khéo nứt mẹ nó cả ngân hàng rồi đấy nhỉ?

Tôi cười.

* * *

Lê Đức Thọ trực tiếp làm việc và làm việc nhiều với tôi về hồi ký này. Hay gọi lên. Có lúc tôi ngỡ tôi là một ngả đi lạ để ông tạt vào kiếm chút gì đó khác với những cái ông luôn tắm mình ở trong. Ít ra ông còn nghe được cái giọng điệu ông ít nghe thấy ở quần thần quen thuộc. Hay chuyện phiếm. Có hôm cả quyết: thằng tù nào nói vào tù không khai là nói phét. Tớ nói đây coi như tổng kết, có bằng chứng. Thằng nào cũng khai. Da thịt chứ sắt với đồng chó gì mà nó quạng vãi cứt vãi đái ra lại không đau, mà đau lại không khai. Vấn đề là ở khai làm hại nhiều hay ít thôi.

Thế là vấn đề nảy ra từ đây: ai xác nhận thằng tù khai hại nhiều hay ít? Cuối cùng lắc hay gật do một người: Lê Đức Thọ!

Ân oán đều ở một tay. Dĩ nhiên lúc đó tôi chưa lần ra điều này.

Một lần Sáu Thọ nói đừng tưởng nhà văn các cậu mới là kỹ sư tâm hồn nhá. Bọn tổ chức chúng tớ cũng kỹ sư tâm hồn. Tớ nói này, sáng chủ nhật nào chúng nó cũng đến ngồi đầy ở phòng khách tớ, có đứa đem cả vợ đến, mất thì giờ nhưng sau nghĩ ra mới biết chúng nó đến cốt là để mình nhớ tên, nhớ mặt, ở đâu khuyết người thì mình nhớ nó mình đưa nó vào đấy. Thế nên trông thằng nào là phải biết bụng nó thích gì, muốn gì, kỹ sư tâm hồn đấy chứ là gì nữa? Hay như vợ con mình. Bà Chiếu lúc mới lấy nhau, mình mời bà ấy sô cô la bà ấy chê, lại tưởng bà ấy cảnh vẻ nhưng rồi sau mới biết tặng bà ấy không thích của ngọt.

Hoàng Tùng hay hỏi tôi ông Sáu nói gì. Rất hồn nhiên tôi kể lại. Cả chuyện thằng nào tù cũng khai. Bảo không là nói phét. Bảo có lúc phởn lên tôi đã định hỏi: "Thế Bác nhà mình thì sao?" Một lần Hoàng Tùng tủm tỉm bảo tôi lên ông Sáu tán gì thì tán chứ đừng tán chuyện sợ vợ. Sợ vợ, tôi hỏi lại? Hoàng Tùng nói, tối nào đi ngủ ngài cũng phải mắc màn. Vợ trẻ lại đẹp mà...

Một lần Thọ khoác vai tôi đi vòng quanh sân. Nói: - Cậu viết giỏi lắm, tớ rất thích. Không ở tù mà viết y như thằng đã ở tù, y như thằng đã bị xăng - tan nó tấn. Nhiều nhà văn tên tuổi viết không bằng cậu đâu. (Ông kể tên một lô ra nhưng tôi kể theo thì tôi là thằng ngu!) Tớ sẽ nhờ cậu viết hồi ký cái đoạn tớ chuẩn bị tổng khởi nghĩa rất hay. Tới đây tớ sẽ lấy cậu theo sang Paris đàm phán, làm báo cho đoàn ta...

Nếu như không có vụ chống đảng lật đổ, nếu như đầu những năm 1990, Lê Giản không nói cho tôi biết Lê Đức Thọ đã ra lệnh thủ tiêu mười mấy cán bộ đảng viên Trung Quốc, chắc có nhiều khả năng tôi sẽ viết hồi ký cho Lê Đức Thọ.

Ca ngợi người đã giết bố vợ tôi, ông ngoại con gái tôi, ca ngợi đao phủ đàn áp "xét lại." v. v. Tôi sẽ đeo nỗi nhục đó ra sao?

Hú vía!

* * *

Nguyễn Đức Thuận được chọn viết hồi ký vì đảng đang cần giáo dục tinh thần bất khuất, tiết tháo cộng sản trong lúc chính sách của Ngô Đình Diệm tố Cộng, xé cờ búa liềm, xé ảnh Hồ Chí Minh gọi là ly khai tỏ ra lợi hại. Có thể nói lúc ấy đảng bộ miền Nam đã tan vỡ lớn. Không thế mà đại tá Lam Sơn theo Sáu Thọ vào Nam đã phản lại. Nấp trong Sở thú Sài gòn, chỉ bắt Nguyễn Đức Thuận.

Thêm nữa, đảng đang chuẩn bị đánh Mỹ ở cả nước, cần ra Bất Khuất rồi phát động thanh niên, quân đội học tập để đề cao tinh thần hy sinh, chịu đựng gian khổ, hăng hái lên đường vào chiến trường. Ba thế hệ đẻ vào những thập niên 40, 50 và 60 đều học mệt.

Theo lời Hai Khuynh, cựu bí thư Sóc Trăng rồi thư ký Nguyễn Văn Linh và cuối cùng tổng biên tập báo Đại đoàn kết thì lúc đang rầm rộ li khai, xé cờ, tố Cộng (chính đảng viên tố cáo cộng sản), Lê Đức Thọ ra một nghị quyết hình như là BCT/01 nói phàm đảng viên li khai, chào cờ, tố Cộng là phải khai trừ. Nhưng bí thư Trung ương cục miền Nam (Cục R) Nguyễn Văn Linh thảo một nghị quyết (hình như số 03) chủ trương ai khai báo để tổn thất nghiêm trọng cho đảng và quần chúng thì mới bị khai trừ.

Cho nên một hôm Lê Đức Thọ bảo tôi rằng, Hai Khương, cũng nguyên phó bí thư Xứ ủy, sắp ra Hà Nội, có lẽ cậu phải ký tên cậu để nếu Hai Khương chửi Thuận đã phê phán nó li khai thì cậu đứng ra nhận hết thay cho thằng Thuận. Khương là người ở trong tù tranh luận với Thuận về ly khai hay không đấy.

Hai điều bị thắc mắc nhiều ở hồi ký là việc Thuận đứng đèn mấy nghìn oát và nhịn uống 18 ngày. Tôi đã phải nói cái này là do Sáu Thọ. Bắt phải giữ bí mật thủ đoạn của anh chị em tù. Cậu viết là khi bắt đứng đèn, hai cảnh sát trong nhóm tra tấn thường bỏ đi thì Thuận liền lăn ra chân tường, thằng cảnh sát còn lại không thể vào ôm tù để giữ cho đứng đèn tiếp cho nên chỉ chửi bới với đấm đá thôi, cậu viết thế chúng nó rút kinh nghiệm đem trói gô thằng tù vào ghế đặt vào dưới đèn thì có chết chúng nó không? Còn khi tù tuyệt thực thì nhà tù cấm uống nước, lúc ấy anh em tù thường mượn cớ đi làm cỏ về ném vào cho những bao bố tẩm đẫm nước. Thọ bảo cậu viết thế nó rào nghiến dây thép gai lại thì đám tuyệt thực chết hết!

Thanh minh vì đó là sự thật. Và nay ở đây, tôi cũng muốn phơi trần ra một sự thật nữa tôi dần dà thấy: Tôi bồi bút thực thụ. Bồi bút nên biết là sai vẫn nghe theo! Thà nhận dốt khoa học còn hơn.

Một đồng đội quan trọng của Thuận trong Chuồng Cọp là Phan Trọng Bình. Anh rất ngay thẳng, bảo tôi trong tù bọn mình đâu có dám nhìn vào mặt chúng nó (chúng nó bảo thế là nhận diện mai kia trả thù), bọn mình đều để râu tóc bờm xờm bù xù che kín cả mặt, thậm chí có cả anh bôi cứt đái lên người cho chúng nó sợ bẩn không đến đánh. Nhưng tôi, lời Phan Trọng Bình, xem kịch Nguyễn Văn Trỗi về đã bị mất ngủ cả đêm. Chúng tôi làm cho mình xấu xí, bẩn thỉu, không dám cả nhìn mặt chúng cho khỏi bị đòn là đúng hay hiên ngang quắc mắt chửi lại địch đôm đốp như Trỗi trên sân khấu là đúng? Sau những dây phút hiên ngang anh hùng ban đầu rồi đầu hàng, thương tâm lắm...

Về Sài Gòn sau 1975, Phan Trọng Bình đã viết chạy dài hết hai trang giấy khổ giấy học trò dòng chữ: Tôi, Phan Trọng Bình ra đảng!

Anh bảo tôi: - Không thể ở lại thêm dẫu chỉ một ngày.

Bình đã leo đến bên chảo chì rực lửa của tôi ở tận tầng 5 Nhà in báo Nhân Dân để "thông báo rằng tôi đã lấy vợ và cái sự anh thương mà lo cho tôi thì nó ổn!"

Đã lâu trước đó, một hôm chị Kỳ, vợ Văn Tiến Dũng nói cho vợ chồng Nguyễn Đức Thuận, Phan Trọng Bình và tôi hay "các anh ở trên" đã mai mối mấy đám cho Bình. Nào là con gái chị Th., 28 tuổi, nhưng có cái phốt vướng với một tay văn nghệ sĩ tập kết. Nào là Nguyễn Thị Hằng, cô gái bắn máy bay nổi tiếng đẹp ở cầu Hàm Rồng. Cô này quá trẻ và lại sợ người ta dị nghị tuy biết trách nhiệm mình là phải chăm sóc anh Bình. Tôi sau đó có bảo Bình rằng có tuổi lại tù đày, sợ cái khoản kia không hợp với vợ quá trẻ.

Tất nhiên lúc khuyên Bình điều này, tôi không thể biết rồi Bình sẽ xin ra đảng còn Hằng thì đường mây thăng thiên vào Trung ương đảng và nội các.

Viết Bất Khuất, cố nhiên tôi không kể chuyện Thuận nói trong khi đánh anh, nhiều cảnh sát gầm lên: - Thế này cũng chưa ác bằng thằng Lý Bá Sơ của mày đâu. Những cái này là chúng tao học của thằng Sơ đây... Thì ra tra tấn là môn khoa học và nghệ thuật có tính chan hòa giai cấp, cách mạng với thực dân đế quốc, quốc gia với cộng sản đem truyền cho nhau...

Tôi cũng không viết như Thuận nói, rằng trừ khi địch tra tấn ra còn nói chung cơm ăn nước uống của tù rất khá. Mỹ cho mỗi tù mỗi ngày một đô - la ăn uống cơ mà. Thuận đã so sánh cụ thể: - Ra đây tôi thấy cơm vụ trưởng không bằng cơm tù chúng tôi những ngày không bị đánh đập. Lại việc nhà báo Mỹ vào thăm tù xong viết bài lên án chính phủ Diệm.

Một chuyện tù Côn Đảo nói lên sự phức tạp của con người. Mỹ Điền bảo tôi: - Mình có ông bạn Tám Lái cũng tù Côn Đảo. Tám Lái nói trong tù anh em yêu thương nhau rất cảm động. Chìa thân ra hứng đòn cho đồng chí, nhường nhau từng mẫu khoai mì... Nhưng khi nhà tù cho ra ngoài sản xuất cải thiện đời sống, tức là mỗi người bắt đầu có thu nhập riêng thì liền ghen tức nhau, tranh từng cục phân bón mà choảng nhau... Tây nó nói đúng: *l' homme n 'est ni ange ni bête*, con người chẳng phải thánh thần mà cũng chẳng phải thú vật.

Có một chuyện nghĩ đến tôi lại ân hận. Một hôm sách đã đóng gáy, chỉ còn chờ dán bìa, Sáu Thọ cười cười bảo tôi mang một quyển sang cho Trường Chinh. "chết, quên mất anh Năm, thôi, cậu đưa bảo anh ấy duyệt nhé."

Trường Chinh nhận sách, cầm xem, giở vài tờ rồi nhíu mày hỏi tôi: - Chỉ còn dán bìa là xong?.

- Vâng. - Tôi cố nói càng ngắn càng tốt.

- Thế thì đưa tôi duyệt làm gì? Ngộ tôi không bằng lòng ba trang mà bỏ đi thì các anh có thể để trắng tinh ba trang như bị kiểm duyệt được không?

Bài học cuối cùng về báo chí xuất bản anh cho tôi đây. Từ bài học đầu "ngày sinh nhật" đến bài học này đã gần ba chục năm. Mà khoảng tôi xa cách anh có lẽ còn gấp ba thế!

Tôi vẫn nói cụt lủn: - Vâng, anh Thọ bảo mang sang cho anh duyệt.

- Thôi được, anh để đấy tôi xem...

Mối thất tình của tôi lớn quá. Gặp lại Trường Chinh tôi chẳng thấy gợn một xúc động nào. Anh khen hay chê cũng thế cả thôi.

Dắt xe ra tới cổng, tôi bỗng nghe thấy Trường Chinh gọi ở sau lưng. Anh đã ngồi ở ghế đá gần cầu thang tam cấp, dưới một bóng cây, ôm trong lòng một cháu bé một hai tuổi.

- Anh Trần Đĩnh, cháu đích tôn này! - Trường Chinh cười rạng rỡ.

Tôi lệt xệt chân cố thong thả dắt xe quay lại. Đến trước mặt Trường Chinh, tôi cúi xuống nhìn cháu bé nói lửng khửng:

- Hơi xanh, thôi ạ, chào anh tôi về.

Lại lừng khừng dắt xe ra cửa thật chậm. Ý là tôi chán anh lắm.

Bây giờ, ở trang giấy này, tôi thành thật xin lỗi người ông và người cháu đích tôn. Tôi đã phản ứng sặc mùi cộng sản: oán hận dai bền. Hôm ấy Trường Chinh có tình người hơn tôi. Nay tôi thật lòng xấu hổ. Nhất là khi đọc Cioran: "Hận thù có thể khiến con người dũng cảm nhưng chỉ bao dung mới làm cho con người có đạo đức."

Tôi quay về thuật lại chuyện gặp Trường Chinh với Sáu Thọ.

Lê Đức Thọ cười như không có gì đáng ân hận hết: - Thì đã nói là quên mất anh ấy mà.

Nhưng nay Trường Chinh biết sớm thì để làm gì?

Ba chục năm trước, ở An toàn khu, chân Núi Hồng, Trường Chinh truyền cho chúng tôi kinh nghiệm giữ vững khí tiết cách mạng. Cốt tử là không lùi. Lùi rồi là lùi đến hết. Các anh đã đọc "Khi chiếc yếm rơi xuống" của Trương Tửu chưa? Đấy, người đàn bà chống cự mãi nhưng khi đã để cho yếm tụt ra rồi thì thôi mất sạch.

Tôi nhớ. Người kể chắc quên.

* * *

Viết Bất Khuất tôi đã được hưởng không khí ca ngợi đặc biệt. (Tôi đi đường vẫn thấy người ở trên hè thân thiện chỉ vào tôi cười nói gì với nhau. Kiểu như phụ nữ chân dài, vòng một khủng bây giờ.) May sao tôi luôn cảm thấy ở sâu thẳm mình một tình ý lạ: tôi muốn lánh cái không khí này. Và quả là tôi chưa hề vênh váo.

Nhưng Trần Dần khen thì tôi thích. Đêm 29 Tết, theo lệ, đến nhà Hoàng Yến ăn nhậu, trên đường đạp xe về, quá Chợ Mơ, đã rất khuya, mưa lất phất, ngược gió bấc đường ray xe điện có lúc như thủy tinh, Trần Dần bảo tôi:

- Mày viết cái Bất Khuất ấy, tao thích cái *grammaire*...

Tôi mừng. Dạo đó, chúng tôi đang say sưa với cấu trúc luận, tín hiệu học thì *grammaire*, mẹo viết là tất cả. Hãy để cho chữ phát nghĩa trong cấu trúc mới, trong gá ghép mới giữa chữ với chữ. Trần Dần đã dịch *un blanc cheval* ra thành *một con trắng ngựa*.

Còn nhận xét của Nguyên Hồng, Tô Hoài cũng thú vị. Chúng tôi uống bia Thủy Tạ, quầy cô Dinh Gốc Liễu. Nguyên Hồng bậm môi vuốt râu nói: - Mày, Trần Đĩnh à, mày có tâm hồn, mày có nghệ thuật nên mày viết cái ấy cho Thuận rất hay. Lúc có rượu Nguyên Hồng thường bị cao giọng.

Tô Hoài tủm tỉm: - Hay chính vì nó đã kéo tai các vị lên cho cao ngang với nó chứ nó đếch cúi xuống để kính ghi, của này mà bẩm anh, em kính ghi anh đây thì hỏng.

Cuối 2002, Trần Thế Tuấn, biên tập viên nhà xuất bản làm hồi ký Thuận mò đến nhà tôi. Mấy chục năm xa rồi. Té ra rồi Tuấn cũng lao đao. Bị nghi là chịu ảnh hưởng xét lại của tôi và kỳ thị, Tuấn bèn xung phong vào B5, vùng giới tuyến ác liệt. Tôi nghe mà thấy rợn. Nếu Tuấn vào B5 mà hi sinh thì chắc tôi ân hận lắm. Nay anh làm thơ. Có in sách. Sống ở Sài Gòn.

Thôi dù sao, ở Bất Khuất, tôi đã bỏ qua được nhẹ nhàng hai cửa ải danh lợi.

Tôi vẫn mong rồi có một quyển sách của thật tôi, của chính tôi.

Viết Bất Khuất, tôi không một lời chửi Mỹ, trong khi đặc trưng của văn học cách mạng là phải tìm mọi dịp lên án nó, thằng đế quốc kẻ thù của loài người và nhân dân Việt Nam. Ngược lại, tôi đã tước bỏ hết mọi màu sắc, mùi vị đề cao Trung Quốc ở trong cuốn sách. Với cây bút của tôi, Nguyễn Đức Thuận không còn tôn thờ Lôi Phong, Lưu Hồ Lan nữa. Trước khi làm việc với Nguyễn Đức Thuận, tôi đã bỏ ba buổi nghe hết băng ghi âm bài nói của anh ở trường Nguyễn Ái Quốc. Rồi sau đó có một buổi làm việc khá căng với anh. Tôi đưa ra ba ý kiến: một, viết hồi ký của anh, tất nhiên tôi tôn trọng sự thật anh đã trải nhưng tôi được độc lập xử lý kinh lịch của anh theo nhận thức và cảm xúc của tôi và anh hãy yên tâm, tôi đã làm như thế khi viết cho Phạm Hùng, Lê Văn Lương, Bùi Lâm; hai, nghe anh nói ở Nguyễn Ái Quốc, tôi thấy anh chỉ nhấn đến tinh thần quyết tử nhưng theo tôi, chúng ta cần ca ngợi cả tinh thần quyết sống, bởi nếu chỉ quyết tử không thôi thì có lẽ chúng ta sẽ giống như lính Lê Dương, tôi cần nói rõ như thế với anh vì tôi sẽ hỏi anh nhiều cái về đời sống tình cảm yêu ghét của cá nhân anh (chính với tinh thần này mà tôi đã viết Phan Trọng Bình có thói quen rằm nào cũng cố nhòm trăng sáng qua mái nhà tù); ba, anh nói mỗi khi gần bên cái chết anh lại thấy Lưu Hồ Lan đứng ở trên đỉnh vinh quang chói lòa giơ tay vẫy và anh thì cố gắng trườn lên, theo tôi như thế mà vào sách thì không ổn một chút nào. Hiểu chuyện Thuận trong lúc thập tử nhất sinh thấy Lưu Hồ Lan như tấm gương sáng cũng chỉ là sản phẩm của tinh thần noi gương, học tập Trung Quốc mà xưa nay đảng ra sức giáo dục cho toàn đảng mà thôi, tôi nói hơi mạnh: - Tôi nghĩ ở các bộ mặt Việt Nam, chúng ta không thiếu hình tượng anh hùng để học hỏi đâu. Vả chăng tại sao chúng ta không đề cao một anh hùng Việt Nam cho nước ngoài cũng học tập chứ? Kết quả Võ Thị Sáu đã ra mắt thay cho Lưu Hồ Lan trong Bất Khuất.

(Năm 2008 trong một quyển sách xuất bản về Nguyễn Đức Thuận, người ta đã đăng một bài của Nguyễn Đức Thuận viết năm 1964: "Sống như Lôi Phong, chết như Ruồi Trâu, Võ Thị Sáu." Theo Bất Khuất, biên tập viên mới chỉ thay Lưu Hồ Lan bằng Võ Thị Sáu chứ chưa tước bỏ Lôi Phong...)

Một điều cần nói nữa: 1965, viết Bất Khuất tôi ngỡ lên án việc đày đọa con người. Thì hai năm sau nổ vụ án xét lại và tôi là nạn nhân.

Và tôi bắt đầu lờ mờ nhận thấy ngoài bồi bút, tôi mang hai bộ mặt lệch nhau: om xòm ở tư cách kẻ lên án và câm nín với vai tội phạm bị đàn áp man rợ của chính bản thân.

Chương hai sáu

Con gái tôi ra đời lúc 3 giờ 15 phút chiều. Đúng 3 rưỡi, Tuyết Minh, vợ Lê Vinh Quốc, bí thư đảng ủy Bệnh viện C điện thoại báo tin cho tôi ngay. Chị bị đưa về bệnh viện C làm bí thư đảng ủy vì tội "bỏ Tổ quốc" của chồng.

Sáng sau tôi vào thăm. Con gái nằm ở một phòng tập trung nhiều cháu sơ sinh khác. Hồng Linh bảo tôi nom con xấu lắm. Mắt sưng như hai quả nhót còn môi thì như có hai con đỉa bám vào... Tôi không thấy sao hết. Vừa mừng vừa thẫn thờ. Thương con rồi sẽ chịu đựng bom đạn ra sao...

Đến trưa, tôi rủ Trần Châu tới Bách hóa Tràng Tiền mua cái chậu tắm tráng men trắng tinh cho con gái. Hai anh em sắp bước xuống đường sang bên hè nhà Lafont Lacaze xưa, tôi chán nản nói: - *Je maudis la guerre, elle abrutit l' homme.* Mình nguyền rủa chiến tranh, nó vũ phu hóa con người). Nói tiếng Pháp như sợ có người nghe thấy. Chiến tranh đang là nguyện ước nung nấu sôi sục, rủa nó là nguy hiểm. Phẩm chất cao quý nhất bây giờ là dám đánh nhau, hy sinh tất cả mà.

Lúc ấy giữa ngã tư rộng vắng trưa hè, tôi thấy bơ vơ lạ lùng. Tôi không thích Mao, mặc dù ông người Hồ Nam, cũng là con cháu của Thần Nông, cụ năm đời của Lạc Long Quân đẻ ra vua Hùng, mặc dù trong con gái tôi có một nửa máu Hán, tôi ngờ ông ta ầm ầm phèng la cổ động cho việc mở cái sòng bài máu này là có dụng ý thâm hiểm không thể nói ra, cái dụng ý mà lúc ấy tôi ngu không nhìn ra nổi. Cứ ngỡ ông bảo vệ nhắng chủ nghĩa. Ông thiết cái miếng cho dân tộc ông chứ đâu phải là giữ cái tiếng trong sáng cho Mác, Lê-nin. Anh nào ngây ngô thì mắc bả ông.

Sáng hôm sau Mỹ ném bom kho xăng Đức Giang.

Con gái tôi ra đời trúng vào vận hội "nghìn năm có một" quật ngã đế quốc đầu sỏ nên rửa tội trong khói lửa!

Nghe Nguyễn Thành Lê, phó tổng biên tập nói đến chữ "cơ hội ngàn năm" trong cuộc họp nghiêm trọng và lặng như tờ của tòa soạn đêm hôm thông báo Việt Nam chiến tranh với Mỹ, tôi hết sức phản cảm. Ôi, chiến tranh mà là cơ hội nghìn năm có một! Và tôi liền nghĩ ngay: ý này chắc chắn của Mao Trạch Đông!

Ngay hôm sau, Mỹ ném bom kho xăng Đức Giang, trận bom đầu tiên vào sát Hà Nội. Tôi tự rủa thầm: Đúng là ghét của nào trời trao của ấy! Anh ghét bom đạn thì đó, cho anh nếm mùi ngay sau hôm con anh ra đời!

Cháy rần rật mấy ngày. Khói đen đầy trời. Tàu sân bay Mỹ Constellation ở cách Đức Giang 150 dặm (240 km) mà trông thấy khói đám cháy.

Tối tôi đến Kỳ Vân. Thì báo động. Hai đứa xuống đứng ở ngõ hông nhà. Tôi hỏi làm thế nào cho đất nước khá ra chứ cứ vác rá đi xin về đánh nhau mãi hay sao?

- Kinh tế tự do thì khá!

Tôi nhìn anh. Kỳ Vân cười: - Nông dân vừa được giải phóng đã tước luôn ruộng đất và cùm ngay chân tay họ ở trong hợp tác xã. Nghe Mao nói tiến lên hợp tác hoá không được chậm như bà già bó chân mà. Tàu nó bảo sao là bào hao làm vậy. Đánh Mỹ là gây đại loạn như Mao hô để cho Trung Quốc được nhờ mà. Cách mạng là đại loạn, không phải là ăn tiệc, nhảy đầm nhưng Mao vẫn ăn tiệc, nhảy đầm.

Nhìn khói đầy trời, tôi rất chán, tự nhiên đâm ra tầm thường muốn bên xứ sở của Mao cũng khói bom dầy đặc thế này.

Sáng sau vào bệnh viện thăm vợ con. Gặp báo động - ngày mười mấy lần báo động. Tôi đứng ở bậc lên xuống tòa nhà chính bệnh viện sát đường Trường Thi. Dưới bậc tam cấp là một dẫy hầm gạch nửa ngầm nửa lộ có nắp bê tông. Các cô y tá theo nhau khiêng từng cáng lội xuống hầm ngập nước đến đầu gối, hơn một chục cháu sơ sinh nằm ngang thân cáng, những mảnh gạc nhuộm mầu cỏ úa phủ kín đi tất cả. Ngỡ như đang cố tình từ bỏ con, tôi rớm nước mắt nhìn đám rước nhếch nhác những thiên thần giấu mặt thiêm thiếp hưởng cơ hội nghìn năm có một trong tiếng vo ve của đám mây muỗi bé xíu, những con muỗi cũng lần đầu ra trận.

Để lên dây cót cho dân Hà Nội sau trận bom Đức Giang, ta làm một cuộc thị uy sức mạnh bằng hạ uy thế kẻ thù: tổ chức toà án nhân dân xét xử phi công tù binh Mỹ tại sân vận động Hàng Đẫy. Trước đó cho áp giải tù binh đi diễu qua nhiều đại lộ. Đồn rằng đây là sáng kiến của Tố Hữu. Khi Mỹ ném bom Thanh Hóa và đe ném Hà Nội, Tố Hữu nói một câu xanh rờn chủ nghĩa lạc quan cách mạng: Ra đây, giỏi thì cứ ra đây, xin mời, sẵn sàng đón đây, nào! Tôi rất khó chịu nghe báo Nhân Dân truyền đạt hào khí này.

Chiều hôm ấy, hai ba ngày sau bom Đức Giang, Nguyễn Tuân và tôi ra Cổ Tân uống bia. Chợt người ào ào từ sau Nhà hát lớn chạy tới. Giải tù binh! Chúng tôi bèn về quán bia ngã tư Tràng Thi - Quang Trung, chỗ sau này là nơi bán vé của hãng Air France. Tình cờ Tô Hoài cũng vừa đến. Cùng lúc, đoàn tù binh hiện ra ở đầu ngã tư công an Hàng Trống.

Khoảng hai trăm tù binh phi công Mỹ xếp hàng đầy hết lòng đường đi tới. Quần áo bà ba mầu xám khói nhạt. Tôi giật mình: tất cả đoàn người bị trói kia sao quá giống hệt nhau? Ở chiều cao, ở khổ người, ở dáng đi, ở nét mặt, ở tư thế và thần thái. Lầm lũi ngửng đầu nhìn thẳng vào cái không gian bao quanh đằng đằng sát khí và tiếng la ó. Thoáng rất nhanh tôi ngỡ xem một tập quần tượng đài di động được một đạo diễn tài ba điều khiển. Nhà đạo diễn đó là ý thức về giá trị tự thân. Và rất nhanh lại nghĩ ai đó đã dựng nên tập thể điêu khắc này để đối lại tượng đài Nạn nhân các trại tập trung Quốc xã.

Dân hai bên đường hò hét, đánh đấm, ném đá. Những cái đầu tù binh quay ngoắt tránh đá, tránh đấm rất nhanh. Những con mắt không một lúc nào cầu van, nao núng...

Ba chúng tôi đứng lặng trên hè. Tương quan sức mạnh quá chênh nhau tự nhiên làm se lòng. Đoàn tù binh đã đến đoạn cuối, chợt Tô Hoài nhào xuống đường, nhảy vội lên đấm một cái trượt vào mặt một người tù binh đi ở ngoài cùng.

Anh trở lại, tôi hỏi khẽ: - Đánh người ta làm gì?

- Xung quanh căm thù như thế chả lẽ ba đứa mình đứng yên? - Tô Hoài che miệng tủm tỉm cười.

Tôi biết anh muốn tránh đòn dư luận cho cả ba. Anh rất hiểu đời. Anh biết cần yên để viết, chớ trêu ngươi, trêu là toi sự viết đấy. Trên cái bàn con con rất thấp của anh ở ngay bên trái cửa vào nhà, cạnh bức chân dung anh do Nguyễn Sáng vẽ - mà bàn tay rất được chú ý đặc tả - anh để tấm huân chương kháng chiến chống Pháp trong khung kính. Cười bảo tôi: - Công an đến thấy thì đỡ lôi thôi.

308

"Toà án nhân dân" kiểu cải cách ruộng đất kịp thời giải tán ngay sau cuộc bêu tù binh. Sài Gòn đe trả miếng y như thế. Cũng bêu tù Việt Cộng. Thế giới tố cáo Hà Nội vi phạm luật quốc tế về tù binh. Còn tù binh Mỹ về trại nhất tề tuyệt thực.

Sau ta đưa họ đến giam ở gần những trọng điểm hoặc sơn cầu Long Biên để Mỹ không dám đánh phá. Mấy cô diễn viên trong Khu văn công đến biểu diễn cho các mâm pháo gần nhà máy điện Yên Phụ về nói: Đang hoá trang cho tiết mục sắp diễn cứ thấy, hế lô hế lồ gọi. Nhìn sang bên nhà máy điện thì thấy mấy chú Mẽo bị giam trong đó. Các chú bám mép tường nhoi lên gọi, vẫy, hôn gió. Đồ quỷ, vào tù còn hám gái thế chứ lại.

- Mà phải là gái đẹp và gái chiến thắng cơ, - tôi nói.

Phải nhận là Mỹ kỳ quặc! Sau khi bình thường hóa bang giao năm 1995, bổ nhiệm đại sứ đầu tiên sang mà kén một tù binh cũ từng bị giam sáu năm rưỡi ở Hà Nội. Không ngại mất thể diện ư? Mà ông đại sứ vừa sang là te te lao xuống ngay Hải Dương tìm cảm ơn người du kích năm nào bắt được mình.

Và ông ta thì mới giải lời thề để từ căm thù Việt Nam chuyển sang hữu ái, thân thiện với ngay những người từng đã hành hạ ông cực kỳ độc ác.

* * *

Suốt 1966, tôi bận với Bất Khuất. Ngoài làm việc với Thuận, còn gặp khoảng bốn chục anh chị em tù như Phan Trọng Bình, Trần Quốc Hương, chị Khánh Phương... Nghe anh Bửu, quê Hoài Nhơn, Bình Định kể đời anh, tôi vừa ghi vừa khóc ròng. Xen giữa là những chuyến thăm vợ con sơ tán trên tận Ca Sơn, Chợ Đồn, Phú Bình, Thái Nguyên. Cụ Bồ râu năm chòm như sóng dào dạt cho mượn một góc vườn hoang để

Linh tự tay dựng lấy một gian lều. Cái lều này một tuần liền trống hoác, Linh chưa pha tre kịp để đan cửa. Con cụ Bồ đi lính vào Bê. Cụ thì thào: - Đài ta chỉ thấy nói nó chết... nhưng mà đánh nhau thì cũng như xay lúa ấy chứ anh nhỉ, cả hai má cối đều cùng mòn chứ phải không anh? Lâu quá chẳng thấy thư thằng con tôi...

- Cụ ơi, má cối cũng có số. Trời thương thì rồi về.

Có chuyện trời thương thật. Máy bay Mỹ một hôm ầm ầm bay qua, rất thấp. Có lẽ nhòm xem các băng rôn lính Trung Quốc căng trắng sườn đồi: Kháng Mỹ viện Việt, Đả đảo đế quốc Mỹ. Linh vội bế con gái nhảy xuống hố cá nhân ở đầu giường. Chợt Linh giơ con gái lên trên miệng hố và theo bản năng tôi vội đỡ lấy. Linh đu người lên mặt đất. "Rắn! Bò vào chân Linh, còn ướt đây này." Tôi nhìn xuống. Một con rắn lục dài khoảng 25 phân đang ngóc đầu. Trời lạnh có lẽ nó rơi xuống hố ngủ đông...

Và con cụ Bồ về thật. Gần vĩ tuyến, đi cùng hai anh lính thì bị pháo 105 li bắn. Một quả pháo nổ bên cạnh. Hai anh đi đầu và đuôi chết, mình con cụ Bồ sống.

Chủ nhật 22 tháng 4, tôi đến thăm mẹ vợ chữa lao ở bệnh viện Thái Nguyên sơ tán về giữa rừng Phúc Trìu vùng chè Tân Cương. Vừa đến chân dốc thấy bệnh nhân ngồi chồm hỗm trên đỉnh đồi đồng loạt nhìn tôi cười thì ngờ ngay là có tin xấu. Quả vậy. Mẹ Linh chết thứ Sáu, ngày 20, bệnh viện đoán con rể Chủ nhật lên thăm nên hoãn chôn.

Cùng bệnh viện làm biên bản trao nhận các thứ sơ sài còn lại của người chết. Lật chiếu đầu gường thấy tờ giấy bạc năm đồng gấp tư như một chúc thư tối giản gửi lại, tôi bật khóc. Kiên cường sống, kiên cường chịu đựng, chống đỡ rồi nghèo đói, hoạn nạn tay trắng vô cố nhân ra đi.

Tôi mang về cho Linh một hộp sắt chữ nhật cũ đựng ít đồ khâu trong có một hộp sắt nhỏ tròn mầu đỏ trước đựng thuốc ho pastille và một chiếc kéo mạ kền xinh xinh. Nhìn hai cánh kéo, tôi nghĩ đến một thế đứng ba lê. Cho rằng mẹ cất riêng vào đấy để thỉnh thoảng mở ra nhìn cho đỡ nhớ con gái. Lần trước tôi lên, mẹ hỏi: "Linh rồi đẻ con gái hay con trai?" cái cười quá hiền lành. Như lép vế nữa, không biết tại sao... hay người ốm nặng đều thấy kém phận như thế?

Rời bệnh viện sau khi chôn cất, tôi về tới lều nhà thì trời xẩm tối. Má nói gì? Linh hỏi. À, má lại hỏi rồi đây Linh đẻ con trai hay con gái. Má có vẻ yếu đi, tôi nói.

Tuần sau, đúng ngày Quốc tế Lao động, tôi đạp xe lên. Thấy dân chạy đông bên đường kháo: - Đánh nhau ầm ầm. Mấy cái máy bay rơi, ta lại tưởng nó nên cứ vỗ tay hoan hô. Ai ngờ ta. Mấy anh lái cháy ra than cả. Tôi là lạ vì nghe trong lời nói như có vẻ cười cười. Giống các bệnh nhân cười khi tôi đến bệnh viện thì lại gặp mẹ đã chết.

Chập choạng tối tới nhà. Linh đang ngồi làm cá trước lều. Những con cá lành canh bé tí teo. Linh khẽ lấy hai ngón tay nặn ruột cá. Những mảnh vẩy li ti lấp lánh - mà tôi nghĩ là chất liệu của các vì sao sớm trên kia - lẫn vào những bọng ruột nhỏ như chiếc đầu kim mọng đỏ. Tôi ngồi xuống bên. Như linh tính báo trước, Linh hỏi khẽ:

- Má làm sao phải không?

- Má mất rồi. Ngày 20 tháng 4 tây.

Một tiếng "ớ!" Bàng hoàng một tiếng. Như túm níu hẫng phải một cái gì. Rồi hai ngón tay dừng nặn. Những vẩy cá chợt càng lấp lánh, các đầu kim mọng đỏ càng bụ hơn, bóng đẹp, tròn xoe hơn, nữ trang hơn. Rồi rơi lên tất cả những lấp lánh chất liệu của sao, của những nụ hoa đỏ bầm là hai giọt nước mắt. Hai giọt nữa. Hai giọt nữa... Trong vắt. Nhỏ nhoi. Không một tiếng kêu. Không một tiếng nức nở. Im lặng hòan toàn. Thanh lọc...

Hai tháng sau cháu ngọai của bà ra đời là gái. Linh thích chữ Mây. Cố giữ cho tên thuần Việt, tôi bèn đệm Áng. Cháu sống ở vùng Chợ Đồn, Ca Sơn, Phú Bình, Thái Nguyên hơn một năm trời. Cho tới lúc nghe mẹ nói ông trăng kìa thì ngửa mặt lên cười. Biết ngửa mặt nhìn trời nữa khi nghe nói máy bay. Lúc ấy không cười mà hơi rúm người lại quờ quờ hai tay giơ về phía mẹ.

Tôi rất buồn bảo Linh: - Từ bé đã thế này thì dân ta giỏi sợ nhất thế giới rồi đây.

Cách Trường múa sơ tán nửa cây số, quân đội Trung Quốc kháng Mỹ viện Việt đóng khá đông. Người con rể thứ hai của má Linh, anh em cọc chèo với tôi lúc đó ở đơn vị này. Cái gì run rủi khiến Lương Cơ Văn ở Phúc Kiến lại về quanh quẩn ở cả đây khi mẹ vợ chết? Sau này Cơ Văn bảo tôi: Chúng em sang thấy người Việt Nam khổ quá..., em vẫn dấm dúi cho họ. Có người nhận còn chắp tay vái.

Lương Cơ Văn không biết dân Việt sau này nhất tề nói quân Trung Quốc mượn cớ chống Mỹ sang vét về nước kho vàng châu báu ông cha ngày xưa chôn giấu lại. Đào công sự trong lòng núi là để moi vàng. Không, còn chôn giấu súng ống ở dọc hai bên đường họ mới mở để phòng sau này cần đến thì móc lên dùng với ta.

Dân, tai mắt của đảng nhưng khác đảng. Không biết "bốn phương vô sản đều là anh em." Mà có biết thì cũng không dại tin như đảng.

Chương hai bảy

Đi từ nửa đêm ở Chợ Đồn Con, Phú Bình, Thái Nguyên, chỗ vợ con sơ tán, mờ sáng ngày 28 tháng 7 năm 1967, qua phà Đông Xuyên sông Hồng, tôi đến ngay báo Nhân Dân. Rất sốt ruột. Muốn gặp Châu. Muốn xem anh đã bình thường lại chưa. Mấy hôm trước tôi rủ anh xem "Chiến tranh và Hoà bình," phim Liên Xô chiếu nội bộ ở Viện bảo tàng cách mạng. Ghét Liên Xô, ghét "hoà bình," người xem chửi cả cụ Lev Tolstoi, "Sao cái bọn này chúng nó sợ chiến tranh đến thế chứ nhỉ, lại đem chiến tranh ra dọa ta nữa." Nhưng Châu rất đăm chiêu, không để ý tới những cái đó. Lát sau thấy vẻ anh vẫn nghĩ ngợi, bồn chồn, tôi hỏi có chuyện gì thì anh nói có chuyện hơi lôi thôi, anh vừa bị mất mấy đoạn trích biên bản hội đàm mới đây của Đảng cộng sản Trung Quốc và Việt Nam. Mất kèm cả cái quần lụa của vợ.

Tôi nói ngay: - Kẻ trộm rồi. Nếu là công an thì họ cứ việc đưa lệnh khám nhà rồi bắt luôn đi thôi chứ việc gì phải bày chuyện ăn trộm?

- Hoàng Minh Chính bảo công an lấy, - Châu nói. - Ừ, Đĩnh thử đến Chính nói là kẻ trộm xem.

Sớm hôm sau tôi đến Chính. Cửa ra vào hành lang đóng, không muốn gọi ầm, tôi leo lên nóc bể nước rộng bằng hai gian phòng, toan mượn nó đi qua dẫy cửa sổ hành lang, ở trước buồng nhà sư Thiện Chiếu bên cạnh nhà Chính. Ai ngờ mái tôn ọp ẹp, tôi bỗng hoá thành tên trộm trong một phim gián điệp kẻ gian hài. Loảng xoảng thanh la chũm choẹ kinh kịch diễn ngoài trời có đến ba phút. Ngay cạnh dẫy nhà trung đội lính bảo vệ trụ sở Quốc hội bên kia đường kiêm theo dõi Chính và sư Thiện Chiếu.

Chính bảo tôi dứt khoát là công an lấy rồi. Tôi đã bàn với Châu, bảo Châu nếu họ hỏi thì cứ nói là đến tôi chơi, khi tôi đi rửa ấm chén pha nước, Châu thấy trên bàn có tài liệu hay thì lấy về xem xong trả sau, sợ mượn tôi không đưa vì là tài liệu tuyệt mật.

Biên bản này là một trong vài phần tử quan trọng cấu thành vụ án chống đảng, lật đổ, tay sai nước ngoài... Nhưng bản thân nó thì rất hay: cho thấy Bắc Kinh và Hà Nội bắt đầu mâu thuẫn nhau về hai vấn đề. Một là Đảng cộng sản Trung quốc cho rằng Mỹ thế nào cũng đánh Trung Quốc và khi ấy Liên Xô sẽ nhất định theo Mỹ đánh hôi; do đó hai, Việt Nam cần đánh đến cùng chớ nghĩ đến đàm phán. Stalin từng khuyên đừng vượt Trường Giang Nam hạ nhưng Trung Quốc không nghe. Không nói ra nhưng ngụ ý Việt Nam dừng đánh là nó sẽ rảnh tay đánh Trung Quốc dữ, vậy hãy ra sức phên giậu khỏe vào cho tôi.

Còn nay hốt vì Cách mạng văn hóa ngày thêm rối bét, triển vọng nguy hiểm, Lê Duẩn không đại hết lòng nghe đại hậu phương nữa mà muốn quay lại với "hai vai hai gánh ân tình" nên đáp lại rằng thứ nhất, nếu Mỹ đánh Trung Quốc thì Liên Xô nhất định giúp Trung Quốc chống Mỹ. Thế là hết theo Mao coi Liên Xô là phản thùng, đầu hàng Mỹ bỏ rơi Việt Nam cho Mỹ xâm lược như hồi Hội nghị trung ương 9. Và thứ hai, Việt Nam đánh đến cùng nhưng vẫn cần vừa đánh vừa đàm.

Một cuộc họp vậy là vô cùng quan trọng, theo chúng tôi. Một khe nứt ngoài sức tưởng tượng! Ngày nào ai nói vừa đánh vừa đàm, ai nói Liên Xô cũng bênh Trung Quốc mà chống Mỹ thì cầm chắc chết. Nay lại chính là Bộ chính trị. Thay đổi quả là nhanh gọn. Trước kia ai li khai Liên Xô, tổ quốc của cách mạng vô sản thế giới thì chết, ai dè đến Nghị quyết 9 chửi Liên Xô phản động lại là tuyệt vời cách mạng. Dân từ đó để ra câu: sáng đúng chiều sai đến mai lại đúng. Và ông Trung Quốc bà Liên Xô, ông nhảy dây, bà đá bóng. Lộn tùng phèo hết.

Còn tại sao biên bản này đến tay Châu? Mỗi Trung ương ủy viên có một bản. Ung Văn Khiêm cho Thiện Chiếu mượn. Thiện Chiếu đưa cho Chính. Chính chép lại những đoạn cốt yếu rồi đưa Châu. Thì lộ từ chỗ Châu. Sau này khi đề nghị xóa án cho vụ xét lại, Nguyễn Trung Thành bảo tôi đó là do đặc tình nó báo. Và, cũng theo Thành, nhờ cú bố trí "đánh cắp "tài liệu và cái quần lụa "hoả mù" này, Lê Kim Phùng đã được Trung ương cấp cho cái nhà rất sang, số 3 Lý Thường Kiệt, bên cạnh nhà Vũ Đình Huỳnh. (Năm 1995, theo Nguyễn Trung Thành gợi ý, "Phùng thích anh đấy, anh có khi vận động được Phùng ủng hộ tôi," tôi đã đến đưa thư động viên Phùng nên cùng Thành xin Trung ương xem lại vụ án. Nhà quá đẹp, Trung Thành thêm một đời hàm bộ trưởng nữa cũng chưa chắc có nổi. Nhưng Phùng đã theo Nguyễn Đình Hương khẳng định lại vụ án xét lại.)

Thiện Chiếu ở cạnh buồng Hoàng Minh Chính xem vẻ ý hợp tâm đầu với nhau. Em trai nhà sư, Mười, học lý luận hội họa ở Liên Xô, chuyện với tôi cũng ghè Mao ra phết. Thế nhưng Thiện Chiếu lên tên phố còn Chính thì rẽ xà lim.

Thật tình lúc nghe Châu nói cũng như sau khi đến Chính, tôi không hề lo. Dù công an có lấy nữa thì cũng chỉ là để đe cho sợ. Chuyện bắt bớ, thủ tiêu đảng viên là của Stalin, của Mao, không thể xảy ra ở Đảng cộng sản Việt Nam vốn giỏi xuê xoa để được tiếng thuận hòa. Tôi chỉ giảm tin yêu Cụ Hồ vì cho rằng Cụ xoàng, chịu thua rồi thỏa hiệp với Lê Duẩn, Lê Đức Thọ ở Hội nghị trung ương 9 bởi có lẽ Cụ nghĩ thà đảng xộc xệch còn hơn để mất đảng. Tôi vẫn tin Lê Duẩn, Lê Đức Thọ sau Nghị quyết 9 quyết định cho Cụ nghỉ họp Bộ chính trị "vì lý do sức khoẻ" để rồi sau sang Trung Quốc chữa bệnh là thật tình!

Nghị quyết 9 đã cơ bản thỏa mãn yêu cầu của Mao: bỏ Liên Xô, ngả hẳn theo Mao, phát động chiến tranh bởi" thiên hạ đại loạn, Trung Quốc được nhờ "(hay nôm na là chúng mày chết cho ông sống) nhưng Việt Cộng triệt hạ phái hữu quá chậm! Đến tháng 6 - 1967, tất cả những Lưu Thiếu Kỳ, Đặng Tiểu Bình, gần hết Bộ chính trị và 11 nguyên soái đã bị Mao bỏ tù thì ở Việt Nam, tuy nằm ở Bắc Kinh, Cụ Hồ vẫn nguyên thanh thế chủ tịch nước có thơ gửi đồng bào, bộ đội và đặc biệt Giáp vẫn đầy đặn danh hiệu, chức vụ, quyền lực tức là súng vẫn ở trong tay Giáp mà với Mao thì nòng súng đẻ ra tất cả! Tóm lại Duẩn chưa thâu tóm được toàn bộ quyền lực và như vậy khả năng phản đòn của xét lại Việt Nam còn lớn, khả năng Việt Nam ngừng đánh Mỹ vẫn có, bài bản của Mao qua chiến tranh Việt Nam (chứ không phải chiến tranh lục địa - Đài Loan) để thương lượng ngang thưng với Mỹ không thành.

Đến đây xin kể một vụ động trời mà sau này Nguyễn Hưng Định, thư ký của phó thủ tướng Lê Thanh Nghị, một người trong cuộc thuật lại với tôi. Theo lời Định thì lúc ấy Hà Nội hết nhẫn tên lửa. Do tên lửa Liên Xô gửi choViệt Nam qua đất Trung Quốc đã bị Trung Quốc giữ lại đòi khám và "áp tống" sang Việt Nam. Biết Trung Quốc muốn đánh cắp bí mật làm tên lửa, Liên Xô phản đối. Cuối cùng, 28 Tết âm lịch Đinh Mùi, Cụ Hồ đành cử Lê Thanh Nghị sang cầu khẩn Mao cho gặp. Nghị nói thưa Chủ tịch, lẽ ra Hồ Chủ tịch chúng tôi sang gặp Chủ tịch nhưng Hồ Chủ tịch chúng tôi sức yếu không thể đi. Mao bèn hỏi: "Sao mà yếu?" - "Dạ, Hồ Chủ tịch chúng tôi quá lo lắng vì máy bay Mỹ đánh phá ác liệt mà chúng tôi thì hết tên lửa do Trung Quốc và Liên Xô chưa thoả thuận được việc chuyển tên lửa." Mao nói ngay: "Ồ, tưởng gì chứ thế thì dễ." Quay sang Chu Ân Lai: - "Tổng lý giải quyết việc này để cho Hồ Chủ tịch chóng khoẻ lại." Chu nói: - "Chủ tịch đã chỉ thị thì chẳng khó khăn gì." Nói đoạn quay sang Nghị hỏi tắp lự: - "Cách mạng văn hoá chúng tôi ngày ngày rầm rộ như thế sao báo chí Việt Nam lại im?" (Khổ, báo chí Việt Nam mà đưa tin thì bằng đem xấu xa của đại hậu phương ra bêu với dân ư?) Nghị giải thích thế nào Định không nói mà tôi cũng không hỏi, sợ anh giật mình ngừng chuyện.)

Tiếp sau đó, Chu nói: "Sáng mai ở Thiên An Môn hàng triệu Hồng vệ binh chúng tôi biểu dương lực lượng ủng hộ Việt Nam đánh Mỹ đó, xin mời phó thủ tướng và các đồng chí đến dự."

Đã phóng cây lao đánh Mỹ của ông anh đi rồi thì phải theo lao thôi! Cái phận nhờ vả mà! Không dự thì không tên lửa bắn máy bay!

Sáng sau đến nơi, không thể không kinh ngạc trước cảnh tượng Hồng vệ binh bao la, sôi sục. Đầy đất là người hò la, rợp trời là cờ xí vùng vẫy, biểu ngữ... Sau phút kinh ngạc thì đến phút kinh hoàng. Có rất nhiều biểu ngữ các tiểu tướng Hồng vệ binh chăng lên ở trước mặt các quan khách Việt Nam đến dự đề rằng: Đả đảo Võ Nguyên Giáp, phần tử xét lại thối tha, tay sai của Liên Xô phản động! Tôi hỏi Định: - "Đoàn ta bỏ về chứ?" - "Bỏ thì người ta lập tức bỏ hết các thứ chi viện." Tôi nói: - "Thế nào trong thư khố của Đảng cộng sản Trung Quốc chả có phim ảnh ghi lại cảnh thày trò các ông đứng trên lễ đài vẫy tay hoan nghênh các biểu ngữ đòi đánh đổ Võ Nguyên Giáp. Hễ cần dí điện ta họ lại xì các ảnh ấy ra."

Sáng hôm sau, theo lời Định kể, Lê Chung Thủy, tham tán quân sự ở đại sứ quán ta đến nói Giáp ở trong nước điện ra yêu cầu đại sứ ta phản đối Trung Quốc có bài báo viết Võ Nguyên Giáp âm mưu lật đổ Cụ Hồ! Nghị bàn với Lý Tiên Niệm. Lý bảo nên để Lý nói lại với Bộ tư lệnh Hồng Vệ binh rút bài báo đi. Thật ra bạn chỉ cốt cho một đòn xây xẩm để hãi mà dốc lòng theo thôi. Cả nghìn năm kinh nghiệm Thiên triều úm dọa hầu quốc, Bắc Kinh thừa bùa phép.

Và theo tôi, bắt đầu sợ Trung Quốc tanh bành vì Cách mạng Văn hóa, Hà Nội có cơ bị bỏ bơ vơ giữa "chợ"... chiến trường, Lê Duẩn đã nảy ý mau chóng giải phóng miền Nam bằng một cú đánh có tính quyết định hy vọng qua đó thoát sớm được cuộc đại hỗn loạn của đại hậu phương và thế là Duẩn xóa ngay kế hoạch của Võ Nguyên Giáp chỉ đánh Tây Nguyên lấy thanh thế rồi rút, biến ý đồ duy ý chí Tổng tiến công - Tổng nổi dậy Tết Mậu Thân thành mục tiêu chiến lược. Nhưng đánh mạnh thì có khả năng Mỹ nhảy ra ngoài Bắc, vậy phải tính đến khả năng vời đến quân chí nguyện Trung Quốc vốn luôn đóng chực ở biên giới - sẵn sàng can thiệp theo thỏa thuận từ đầu của cả hai bên. Muốn thế phải có thế chấp lớn nộp gấp Bắc Kinh. Vụ án xét lại ra đời! Tháng 2 - 1968 đánh, tháng 7 - 1967 bắt mẻ đầu tiên.

Lê Duẩn bản thân đã từng mấy phen bị Mao dí điện. Một lần mời Duẩn xem một phim thời sự giới thiệu thế giới đả đảo xét lại thì giữa trận bão ầm ầm trên màn hình bỗng hiện ra mắt bão êm ả: đó là cảnh Hồ Chí Minh ôm hôn Kossyghine đầu năm 1965 ở Hà Nội, khi ông này sang hứa cho Việt Nam tên lửa. Sau đó lại ầm ầm như sôi đả đảo xét lại. Xem, Bác Hồ của các đồng chí oọc - giơ việt vị như thế đấy!

Và 1967, Duẩn phải ngồi chơi xơi nước khoảng một tháng "làm Câu Tiễn" ở Bắc Kinh - lời Duẩn nói với anh em trong đoàn - rồi Mao mới cho gặp. Lý do: chuẩn bị đánh Tết Mậu thân, Duẩn đi Liên Xô lo lót trước rồi mới đáo Bắc Kinh. Không ngờ đại hậu phương bắt ne bắt nét luôn - a, chơi hai mang hả?

Sáng gặp, tối chiêu đãi. Chiêu đãi đại yến xong đến chiêu đãi tinh thần. Mời Duẩn xem một phim hoạt hình dài: Chú bé kiêu ngạo. Đến đây, Duẩn khẽ chỉ thị anh em ở lại làm Câu Tiễn còn mình thì cáo mệt về nghỉ.

Ở lần Duẩn gặp phải hai phen "câu Tiễn" này, Mao đã nói với Duẩn rằng cách mạng Việt Nam muốn tiến lên thì phải làm như cách mạng Trung Quốc. Nghĩa là hạ phái hữu xuống, đưa phái tả lên. Phái hữu ở Việt Nam đại khái như Võ Nguyên Giáp, phái tả ở Việt Nam đại khái như Nguyễn Chí Thanh. Cụ trưởng tình báo Lê Trọng Nghĩa nói với tôi, Duẩn có báo cáo lại ở Bộ chính trị (Nghĩa thường xuyên được ngồi đó để cần thì cung cấp thông tin cho Bộ chính trị) nhưng Duẩn nói (ngoài miệng) đấy là ý bạn, còn ta thì cứ đoàn kết chống Mỹ.

Những chuyện trên đây Lê Trọng Nghĩa mắt thấy tai nghe tại chỗ. Anh kể với tôi.

Tháng 6 - 1967, Mao hạ Lưu Thiếu Kỳ, Đặng Tiểu Bình, gần hết Bộ chính trị cùng 11 vị nguyên soái rồi thì ở Hà Nội, tối 6 tháng 7, thình lình sau bữa cơm Giáp mời Thanh ăn trước hôm Thanh đáp máy bay qua Cam - pu - chia về Rờ, Thanh đột tử. Cán cân tả hữu ở Việt Nam đột ngột lệch hẳn về "phái hữu" (khiến cho trong điện chia buồn, Bắc Kinh đã viết: "Xin các đồng chí chớ đau buồn nhiều" mà sau đó Nguyễn Tuân hỏi tôi: "Ông thấy câu phân ưu này có lạ không?" Mao Trạch Đông còn đích thân đến đại sứ quán ta ở Bắc Kinh phúng, điều Mao không làm khi Cụ Hồ chết. Mao có thể nghi ngờ cái chết của Thanh. Bữa ăn bí mật đến mức phải đưa người ở Cục tình báo đến chụp ảnh mà Bắc Kinh chẳng lạ gì cục trưởng tình báo Lê Trọng Nghĩa vừa mới theo lệnh Lê Duẩn có động tác tiếp xúc với C.I.A Mỹ để chuẩn bị đàm phán với Mỹ.

Nguyễn Chí Thanh, "đại diện phái tả"chết trước Tết Mậu Thân nửa năm là giọt nước làm tràn li. Thanh chết mồng 6 thì 28 tháng 7 - 1967 bắt bốn xét lại đầu tiên trong có Hoàng Minh Chính, Hoàng Thế Dũng, Phạm Viết, Trần Châu.

Lê Trọng Nghĩa cho rằng trước khi có Tổng tiến công, Tổng nổi dậy, Lê Duẩn đã cho Tổng tiến công, Tổng nổi dậy ở Quân ủy trung ương và Bộ tổng tư lệnh. Như sau:

Tháng 9 Giáp thình lình đi Bratislava "dưỡng bệnh" - cuộc xa xứ này để bù vào sự vắng mặt mãi mãi của Nguyễn Chí Thanh -, Lê Đức Thọ vào Quân ủy trung ương, thế lực Thọ hùng mạnh lên nhiều. Tháng 12, Nguyễn Văn Vịnh ra khỏi Quân ủy trung ương, thôi chức trưởng ban thống nhất và bị quản thúc. Tháng l - 1969, chánh văn phòng Bộ Tổng tư lệnh Hiếu Kính (vì đeo kính), chánh văn phòng Quân ủy trung ương, Lê Minh Nghĩa bị treo giò và chịu sự điều tra thẩm vấn của Cục bảo vệ quân đội. Rồi tháng 2, vừa nổ súng Tết Mậu thân, đến lượt Lê Trọng Nghĩa, Đỗ Đức Kiên. Trong vòng sáu tháng người ta dọn sạch các trợ lý đắc lực của Giáp. Nhưng rồi Tết Mậu Thân thua thiệt, cần đến Giáp, người ta lại đành để cho Giáp về nước.

Diễn tiến ở Hà Nội có khác Bắc Kinh. Bộ trưởng quốc phòng Bành Đức Hoài bị sờ đầu tiên, mãi đến tháng 6 - 1967 Bắc Kinh mới quật ngã Lưu Thiếu Kỳ, Đặng Tiểu Bình và 11 nguyên soái. Ở Việt Nam, đầu tiên Cụ Hồ ngồi chơi xơi nước và chữa bệnh, Trường Chinh sớm khuất phục nhưng Duẩn mò đến Giáp sau cùng.

Còn một điểm khác Việt Nam đặc biệt nữa: ấy là Đặng Tiểu Bình rồi đã lật lại ván cờ để tiến hành một cuộc "xét lại" long trời lở đất có tên là khai phóng, cải cách minh oan phục hồi danh dự cho các nạn nhân chính trị nhưng đám xét lại ở Việt Nam thì vẫn hoàn toàn đêm tối. Việt Cộng tính cho vụ án xét lại "chết chìm" vì nó gồm có Hồ Chí Minh, Võ Nguyên Giáp cùng nhiều đại lão khai quốc công thần.

Dưới thời tổng bí thư Lê Duẩn, người từng cùng trong trung ương với những Hà Huy Tập, Lê Hồng Phong, Nguyễn Thị Minh Khai và chắc từng nghe không ít những lời các vị này phê phán Hồ Chí Minh, Trường Chinh, Võ Nguyên Giáp, ba anh hùng làm Cách mạng tháng Tám và thành lập Việt Nam Dân Chủ Cộng Hòa, lu mờ đi.

Phải nói rõ là lúc nhiều điều trên đây đang diễn ra, tôi vẫn mơ hồ.

Chương hai tám

Mơ hồ vì như đã nói: tôi không hình dung nổi trong đảng lại có đàn áp đảng viên khác quan điểm. Thêm vào, tôi vẫn đi làm, tôi vẫn ra vào nhà Lê Thanh Nghị, Nguyễn Đức Thuận, vẫn nói với anh chị em cơ quan kinh nghiệm viết, vẫn đưa Tô Hoài đến nói cách ghi nhật ký với anh chị em phóng viên. v. v.

Đầu 1967, Lê Thanh Nghị nhờ tôi viết hồi ký. Tôi đã từ chối vì sau khi xin phép "sát hạch" trí nhớ của anh, thấy anh không nhớ gì chi tiết cả. Và nữa, tôi không thể làm việc theo cách Nguyễn Hưng Định, thư ký của anh, nói rồi anh ngồi bên gật đầu chứng thực. Năm 1960, tôi đã rút được khỏi việc viết cho anh nhưng lần này Hoàng Tùng bảo cố viết cho ông ấy, công ông ấy đi khuân các thứ về chứ không thì cả nước đói bò ra. Nhưng tôi không thể chiều lòng anh được và tôi thật tình áy náy.

Tôi dạo ấy cũng từ chối viết hồi ký cho Nguyễn Duy Trinh. Nguyễn Tuân bảo nên viết cho ông này rồi bảo ông ấy đưa đi thăm mộ cụ Nguyễn Du ở Tiên Điền. Tôi nói Xuân Diệu đi về đã than thở với tôi rằng chúng nó phá sạch hết mộ "tên quan phong kiến" mất rồi, chẳng còn gì của Nguyễn Du ngoài "xè xè nấm đất bên đường."

Nhưng tôi đã nhận viết báo cáo cho Lê Thanh Nghị đọc ở Đại hội anh hùng chiến sĩ thi đua toàn quốc. Nghị đã mời tôi dự cả các cuộc họp của Ban thi đua mà anh chủ trì, coi tôi như một thành viên thường trực nhưng không chính thức. Do đó tôi làm việc có đến hàng tháng ở nhà Lê Thanh Nghị. Và phạm tội hút lại thuốc lá tôi đã cai năm năm. Bởi Nghị khoe thuốc Xiongmao Gấu Trúc này là Cụ Mao hút và tôi không muốn thua kém Mao.

Viết giúp Lê Thanh Nghị, tức là viết ca ngợi anh hùng, thỉnh thoảng tôi lại lởn vởn nghĩ tới câu "Thảm thay cho những đất nước có quá lắm anh hùng!" của một nhân vật trong kịch Bertold Brecht. Tôi rất thích một nhân vật nữa của Brecht. Anh ta đánh cược với chủ nhân một con mèo xem ai cho mèo tự nguyện ăn được mù tạc. Chủ mèo ôm mèo vuốt ve rồi quệt mù tạc vào miệng nó. Nó cào trả rách tay. Đến lượt kẻ ra cược. Hắn nhét một cục mù tạc tướng vào đít mèo và mèo liền phóng ra nằm ở một góc "tự nguyện" liếm ngon lành. Anh hùng và tự nguyện, hai điều cơ bản này ở Việt Nam rất sẵn.

Phan Đăng Tài phụ trách thư viện của báo khi lo đem thư viện đi sơ tán đã cho tôi toàn tập kịch Berthold Brecht. Và một từ điển Pháp - Trung.

Có mấy chuyện khá ấn tượng thời gian này. Trong mấy ngày cùng Nghị, Trần Danh Tuyên, Nguyễn Văn Tạo duyệt thông qua các anh hùng chiến sĩ, bỗng một sáng Tuyên ầm ầm (bao giờ cũng đùng đùng đi ầm ầm đến và nhoen nhoẻn cười) bước nhảo vào cao giọng nói: - Thằng này anh hùng được rồi. Bên an ninh nói thời kỳ ở Nhật nó không làm cái gì cả.

"Thằng này" là Lương Định Của.

Tuyên vừa dứt lời thì máy bay Mỹ ập đến ném bom kèm theo tiếng phòng không bắn rung nhà và cửa kính lên. Không kịp báo động. Tuyên leo lên đi văng Nghị và tôi đang ngồi ở trên, co cẳng toan nhảy qua cửa sổ. Định nhoài vội ra giữ Tuyên lại: - Đây là tầng hai, anh nhảy thì chết.

Đúng là trong gang tấc!

Sáng ấy, một "thằng" lên đài vinh quang, một anh suýt hạ thổ.

Nhà Lê Thanh Nghị có một hầm bê tông cốt thép kiên cố, cửa hầm bằng thép. Nguyễn Lương Bằng ở trước cửa nhà Nghị không có hầm kiên cố bằng nên lúc báo động dữ vẫn sang tránh nhờ hầm nhà Nghị. Một lần cả bà Trinh, vợ ông cũng sang. Tôi nói anh chị khiêm tốn, giản dị quá thì chị cười: Tiêu chuẩn mà. Nhà tôi đi xe ca (sau gọi xe buýt) thăm các cháu sơ tán đã bị anh Tố Hữu phê bình là vi phạm nguyên tắc, không giữ gìn vấn đề bảo mật. Tôi không hiểu chị nói ra để chế giễu nhà thơ hay để tự phê bình. Tôi nghe nhà văn N. K. (không phải Nguyễn Khải) tả cảnh sinh hoạt như công chúa, hoàng tử của ba đứa con nhà thơ sơ tán về chỗ bí thư Hải Hưng Lê Quý Quỳnh.

Hôm họp cuối cùng, Ban chuẩn bị Đại hội anh hùng chiến sĩ thi đua đến Phủ thủ tướng duyệt diễn văn tôi viết cho Lê Thanh Nghị. Đến câu "tuy chiến tranh ngày một ác liệt, đời sống nhân dân vẫn được giữ vững," trong sáu bảy vị khách mời đến dự góp ý có ba vị cứ khăng khăng đòi sửa thành "đời sống vẫn không ngừng được cải thiện" vì nói "đời sống được giữ vững" là "phản ánh không đúng hiện thực vĩ đại mà đảng đã tạo nên ở trên đất nước ta."

Ba vị đó là H.C., tướng tuyên huấn quân đội, L.X.Đ., vụ trưởng tuyên truyền Ban tuyên huấn và L.B.T., Việt Nam thông tấn xã. Các vị thi nhau phản đối" nhận xét thiếu chính xác này." Hăng ngỡ như các vị có thể bác bỏ cả ý của nhau tuy giống nhau. Tôi xê ghế đứng lên. Định ngồi cạnh hỏi đi đâu, tôi nói to: - Đái!

May sao phó thủ tướng đánh giá đúng cái tài ra nước ngoài xin lương thực, vải vóc, xà phòng, tetracyclin, bông băng cứu thương, thượng vàng hạ cám. v. v. của mình. Chỉ nói dối ở mức ít nhất là nhận đời sống vẫn không ngừng được cải thiện

Tối khai mạc, Tố Hữu được cả Đại hội hò ầm ầm đòi ngâm thơ, Tố Hữu tủm tỉm ra trước *micro*. Cụ Hồ đỏ au như ông Tiên, giơ tay đe trước: - Cấm ngâm thơ về Bác!

Cả hội trường liền vang lên như sấm: - Ngâm "Sáng tháng năm."

Nghe Bác nghìn điều nhưng việc ngâm ngợi Bác thì kiên quyết không nghe Bác! May là ở trong vấn đề dân chủ còn sót lại được cái điểm cơ bản này chứ nghe Bác hết thì có lẽ gay. Thế là Tố Hữu theo đa số tuyệt đối thắng thiểu số tuyệt đối bèn ngọt ngào "chút lòng con nhỏ lên thăm Bác Hồ."

Lúc này, Bác Hồ trong lòng Tố Hữu đã nhạt, so với Lê Duẩn. Nhưng muốn được các anh hùng chiến sĩ thi đua yêu mến, ông vẫn cứ "Người là cha là Bác là anh." Tôi không thể không nhìn Cụ Hồ. Mặt đỏ au, Cụ nom có vẻ còn tiên cốt hơn nhiều. Sức mạnh thơ ca thêm rượu thuốc làm nền cất cánh quả là lớn.

Sau đó Cụ Hồ ra nói. Khen dân tộc, đất nước, mọi ngành mọi giới của ta đều anh hùng. Cuối cùng khen chính phủ ta "anh hùng *dứt*" (nhất). Bao nhiêu chính phủ trên thế giới theo nhau đổ nhưng chính phủ ta xưa thế nào thì nay vẫn y như thế.

Hội trường vỗ tay như sấm. Sướng quá. Đứng trên đầu chúng nó!

Ngồi trên gác ở chỗ nhà văn nhà báo, tôi nói to cho xung quanh nghe thấy: "Xét theo tiêu chuẩn lâu bền thì ta mới anh hùng hạng ba! Còn thua chính phủ Tưởng Giới Thạch bền từ 1927 và Franco từ 1936." cố không nói AQ. Hình như sau này khai cung có nói.

Tôi thật tình phản cảm với việc nống nhau lên bằng cách tự vỗ ngực ta đây hơn hết. Câu tôi nói - cùng với động cơ nói nó - đã vào biên bản khai cung ở Vụ bảo vệ Ban tổ chức. Ý thức rõ là mình đã góp xây dựng cho họ một quan niệm đúng về khiêm tốn cộng sản.

* * *

Trở lại chuyện mơ hồ. Mơ hồ đến độ công an bám đuôi mà mãi mới biết, ngay sau tối đầu tiên đến chơi nhà Phạm Viết, tháng 11 năm 1964.

Sáng đó, dắt xe ra hè đi làm, vướng chõng nước chè vợ Lê Thọ, chánh văn phòng báo Nhân Dân, tôi phải vòng ra đầu chiếc ghế băng dọc lề đường. Sợ đụng ai, tôi nhìn xuống để tránh thì thấy một người chạc tuổi tôi mặc áo đông xuân cổ lọ mầu tím than, ngoài là một vỏ áo bông cùng mầu ngồi đó. Anh ta ngước nhìn tôi. Cái nhìn trượt hơi dài trên mặt tôi. Xe đến quá nửa Hàng Thiếc, đường đông chật, tôi chợt cảm thấy nằng nặng ở sau gáy. Khẽ liếc ngoái lại: anh bạn cổ lọ đông xuân! Tôi dừng lại, dắt xe lên một quầy hàng bày đúng ba ngọn đèn dầu hỏa làm bằng nguyên liệu quý hiếm lúc đó: hộp sữa bò. Nhìn vào cửa kính thấy anh ta rẽ về Hàng Nón bên trái. Tôi đổi hè, dắt xe đi ra đầu phố, ở đầu Hàng Mành, anh bạn đang đứng trước một bà bán khoai sắn luộc, cạnh mấy em bé gái đi học. Tôi lẳng lặng đến đằng sau anh ta, khẽ đập vai hỏi: - Sao xe không biển số?

- À, à..., - anh ta giật mình, xe mới mua.

- Mới mà đã róc hết sơn à?

Tôi vừa dứt lời, anh ta liền quăng mình lên xe phóng. Tôi đuổi theo. Với cái vốn tiểu thuyết trinh thám Anh, Mỹ, Pháp đọc có tới hàng trăm quyển làm lực đẩy bổ sung. Ra tới Nhà thờ Đức Bà, anh ta rẽ sang báo Nhân Dân rồi đổ dốc Bảo Khánh ra bờ hồ quặt sang Hàng Hành, băng qua Hàng Gai lao lên Lương Ngọc Can đạp thẳng lên Hàng Cá và quẹo gấp vào bên phải, băng qua Hàng Đường sang bên Ngõ Gạch. Tôi cáu kỉnh dừng lại. Một đoàn tàu điện đi tới. Về cơ quan, tôi báo Nguyễn Thành Lê là công an vừa theo tôi và thế là phạm pháp, tôi sẽ kiện, đề nghị Thành Lê ký tên đóng dấu vào đơn chứng nhận tôi là người của báo. Thành Lê nói là kẻ xấu thôi. Tôi cứ đơn. Gửi Sở công an. Vẽ hai lộ trình bị theo và đuổi lại. Lập trường rõ ràng, lộ trình theo bám tôi mầu xanh còn lộ trình tôi đuổi mầu đỏ.

Một lần khác, vào khoảng đầu 1967, đến Phạm Viết, tôi thấy mấy anh Kỳ Vân, Lưu Động, Hoàng Thế Dũng, Trần Châu đang cười cười hơi lạ nhìn qua cánh chớp cửa sổ trông ra đường. Bảo công an chờ suốt hai tiếng đồng hồ ngoài kia, nay chả lẽ cả lũ kéo nhau ra sao? Tôi mở cửa đi ra. Thấy một chị đứng dắt xe dưới gốc cây trước cửa nhà Phạm Viết, túi quàng ghi đông như kiểu cán bộ. Tôi đến nói: - Chị ạ, họ sắp giải tán rồi, chờ làm gì nữa.

Làm ra vẻ khinh khỉnh trước lời lẽ của đứa vô văn hoá ghẹo phụ nữ (xấu), chị ta lên xe đi.

Một lần thì tôi hơi chợn. Đó là sau khi Trần Châu đã bị bắt vài ba tháng. Tối đó, tôi đến thăm vợ con anh. Khi nghe tiếng tôi nói chuyện với Gia Lộc ở tầng trệt, con trai út Châu reo: Mẹ ơi, bố! Thấy tôi, cháu xấu hổ vì đã mừng hụt. Tôi cảm thấy như mình có lỗi với cháu.

Không hiểu sao lúc về, độ chín giờ tối, tôi lại đi lối Trần Xuân Soạn - Trần Nhân Tông. Vắng, tối và mưa lâm thâm rét. Bóng cây cao trùm đen xầm lên mặt đường lấp loáng ướt. Quá ngã tư Trần Xuân Soạn - Ngô Thời Nhiệm, tôi bỗng thấy lùi lũi một bóng người đạp ở sau chừng năm chục mét. Đến ngã tư đầu Chợ Hôm - Phố Huế, đụng một đống rác to tướng, tôi vờ dừng lại lấy thuốc lá ra hút, Người theo sau cũng dừng, cũng lấy thuốc hút. Vào nhà Mai Ngữ ở Lê Văn Hưu, tôi thoáng nghĩ nhưng lại vào Nguyễn Du ra đầu Trần Bình Trọng quẹo sang cổng sau Nhà hát Nhân Dân, nơi Nguyễn Đức Thuận đang ở nhờ tại Nhà triển lãm tổng công đoàn. Tôi dắt xe đến bên cổng giơ tay như để bấm chuông. Mắt ngó sang đối diện. Người theo tôi đang đứng trước chùa Ngọc Liên, gần nhà Hoàng Xuân Tùy. Tính sao lại lọt vào trúng trung khu thần kinh công an. Thế là nhún vai lên xe về thẳng.

Song lần rợn nhất - bắt đầu thấy mình bị quây kín ở trong một mạng lưới bí hiểm - lại là lần từ Hà Nội lên Ca Sơn, Chợ Đồn, Phú Bình, Thái Nguyên. Nửa đêm hôm qua, Địch Dũng và tôi đạp xe về Chợ Dầu. Vào nhà Dũng vừa đôi hồi, đã thấy vợ anh là thư ký ủy ban xã ra đón khách: đội trưởng dân quân và trưởng công an xã đến xem giấy tờ tôi. Tôi cho là thủ tục an ninh thời chiến. Năm giờ sáng sau, tôi lên đường. Và suốt mấy chục cây số trong mưa sầm sập, duy nhất tôi và chiếc xe giữa đồng đất bốn bề ngăn ngắt nước vắng tanh thế nhưng đến nhà, vừa thay xong quần áo chui vào chăn thì bộ tam đã đến xem giấy. Tôi vẫn cho là luật thời chiến.

Tôi về Hà Nội. Nguyễn Địch Dũng gọi tôi ra một góc cơ quan khe khẽ bảo tôi: "Tao thương mày lắm, tao báo mày biết, không nói với ai, chết tao. Công an nó theo mày về tận nhà tao rồi vào bảo vợ tao dắt công an với xã đội vào khám giấy mày. Nói mày là phản động, có âm mưu trốn vào đại sứ quán nước ngoài." Nghe Dũng mới run. Thế ra sớm sau lại theo đến Chợ Đồn Ca Sơn, Phú Bình! Mà sao không thấy? Đúng là chỉ có tôi và trời với nước. Hay là điện thoại bảo nhau.

Thẩm vấn, Lê Công Tuấn hỏi tại sao tôi hay đuổi an ninh. Tôi nói: Tôi coi là bị xúc phạm.

Một thời gian an ninh bố trí cả năm liền trên ban công trụ sở của một bộ phận Bộ giao thông chiếu thẳng sang theo dõi xét lại tại báo Nhân Dân. Bảo, kỹ sư giao thông học Bắc Kinh cùng tôi, làm việc ở đó sau này bảo tôi.

Những năm 90, Thắng, một công an khu vực nhờ Quảng, cán bộ Bộ văn hóa cũng ở trong khu văn công, cách nhà tôi chừng trăm mét nhắc tôi cẩn thận: ở trong nhà Hồ Sĩ Đản ngay trước nhà tôi là trạm theo dõi tôi.

* * *

Quay lại chuyện sáng đó đến cơ quan tìm Trần Châu. Tám giờ sáng cũng không thấy Châu tuy anh mẫu mực về giờ giấc. Đi ra chỗ để xe thấy cái Junior lở ghẻ của anh bẹp lốp nằm đó. Một lát sau tôi đến Phạm Viết. Chương, em Viết mở cửa ra khẽ nói: "Anh Viết bị bắt rồi! Sớm hôm nay."

Thế là cả Châu rồi. Lúc tôi qua đò Đông Hội trời ửng sáng nhận ra Trà Giang rồi cùng trò chuyện mà bụng dạ thì cứ bồn chồn là lúc Châu bị bắt.

Chiều đến Phan Kế An báo tin. An nói Alexiev, phóng viên thường trú báo Pravda Liên Xô báo An là bốn nhà báo đã bị bắt. Hôm sau biết bốn người là Hoàng Minh Chính (bị lầm là nhà báo), Hoàng Thế Dũng, Phạm Viết, Trần Châu.

Công an khám nhà. Ngồi thấy cái phích nước nóng, vật đắt giá duy nhất - do tôi mua cho, cùng tủ, quạt - có thể bị rơi, Châu nhổm dậy đỡ. Thì bị quát: "Ngồi im!" Mới hiểu là đã mất tư cách chủ.

Châu bị bắt hai ngày, tôi đến thăm vợ con anh. Gặp Gia Lộc, cùng nhà, tầng trệt. Lộc kể Lộc leo lên gác ba xem thì họ đứng đầy cả cầu thang đuổi xuống. Lúc Châu bị giải đi, Lộc chạy ra tận bên xe tiễn bạn. Tớ nhớ cả số cái xe chở nó. Nó mặc một chiếc sơ mi ca rô xanh lá cây, khóac ba lô bẹp. Hai đứa chào nhau.

Tôi nghe xong mệt rũ, nằm xuống tấm cá ngựa một mảnh ván hẹp, đầu gối lên quyển Bách khoa toàn thư Liên Xô ngủ thiếp. Tỉnh dậy gai gai lạnh và buồn. Gia Lộc đến bên chỉ vào chồng đĩa nhạc cạnh đầu tôi nói: - Mày ngủ gối đầu bên cái gì biết không? Đĩa "Số phận" của Beethoven.

Ba tháng sau, số phận gõ cửa. Bắt Gia Lộc.

Chương hai chín

Khoảng cuối năm, Lê Đức Thọ gọi tôi lên. Hai người ngồi ngay ở giữa sân, dưới một tấm mái dựng trên miệng hầm ngầm mới xây mà Thọ nói là sâu 10 mét. Dù đang rối bời tôi vẫn không thể không so sánh: hình như hầm của Lê Thanh Nghị cũng Bộ chính trị và còn kiêm phó thủ tướng chỉ sâu 8 mét. (Tôi đã một dạo xuống ẩn hàng ngày.) Ai quyết định khác biệt về độ an toàn này?

Tôi mở sổ tay ghi lời Lê Đức Thọ. Lần đầu tiên. Nay là bút sa gà chết mà.

Thọ nói ngay tớ gọi cậu đến để nói chúng nó bị bắt là đúng. Tội chúng nó rất lớn. Chúng nó láo lắm. Liên hệ với Liên Xô thế nào, tuồn tài liệu mật cho Liên Xô như thế nào, cậu biết không, chúng nó đưa cho Liên Xô cả đến Nghị quyết 9 của đảng, chúng nó làm gì an ninh ta biết hết. Biết từ năm 1964 rồi cơ. Cậu chớ nghĩ là bắt oan, không, có tội thì đảng mới bắt chứ! Cậu phải tin như thế. Đấy, cậu trông - chỉ vào tập lịch có ba cái vòng mạ kền - trong này ghi các trung ương, bộ trưởng xin gặp tớ đầy ra nhưng tớ chưa gặp, mà lại gặp cậu. Vừa ở Paris về nghe an ninh nói cậu dính vào vụ chúng nó tớ bâng khuâng lắm, tớ tiếc lắm. Cậu biết là tớ định đưa

333

cậu đi theo làm báo cho đoàn ta ở Paris rồi, nay cậu như thế này, tớ tiếc lắm. (Tôi nói: - Cảm ơn anh.) Tớ đã nói là tớ mến cậu vì cậu trẻ, cậu có tài, cậu ngay thẳng cho nên từ lâu rồi tớ đã có ý nhắm cậu nhưng thế nào cậu lại... Nhưng không sao. Tớ nói cậu có ghi đây. Là cậu không làm sao cả. Nếu cậu bị làm sao thì cậu viết thư chất vấn tớ tại sao tớ là người cộng sản mà lại nói năng bất nhất. Bây giờ tớ nói với cậu để cậu nhận ra và cậu yên tâm ngòi bút của cậu vẫn là lợi khí của đảng, đảng vẫn tận dụng lợi khí của cậu nhưng cậu phải giữ cho lòng dạ trong, tư tưởng sáng. Cậu chán lắm, gặp chúng tớ thì cậu tỉnh nhưng gần chúng nó cậu lại tối, thôi, từ nay không gần chúng nó nữa. (Kể một lô tội của anh em, cả quan hệ nam nữ, lục đục...) Tớ nói cậu rõ là trước sau tớ luôn chú ý bảo vệ tình hữu nghị Việt - Xô và bảo vệ cán bộ. À, về bảo thằng Phan Kế An là nó láo lắm, nó thậm thụt với Liên Xô thế nào chúng tớ biết hết. Nhưng nó cũng cần phải tu tỉnh, đảng vẫn dùng. Từ khi bắt chúng nó, ngày nào Cherbakov đại sứ Liên Xô chả ba bốn phen đòi ta thả. Nhưng ta độc lập chứ.

Chưa biết câu này chỉ cốt nhằm khẳng định xét lại là tay sai Liên Xô, tôi nghĩ nhanh trong đầu: - Bênh bọn tôi phản đối chiến tranh thì tại sao 1965 Kossyghin lại sang viện trợ máy bay, tên lửa đánh Mỹ?

Chẳng hiểu sao không nói câu này thì tôi lại nói: - Thưa anh, anh vừa nói là an ninh biết họ bậy bạ từ những 1964 và anh thì trước sau bảo vệ cán bộ và tình hữu nghị Việt - Xô thế thì sao ngay từ đầu năm 1964, anh không gọi anh em lên chìa bằng chứng ra thì có phải ngăn chặn được hậu quả đáng tiếc bây giờ không.

Định nói gì, Thọ chợt nghiêm giọng: - Thôi cậu về đi, tớ bận lắm. Nhớ là tư tưởng trong, lòng dạ sáng thì ngòi bút vẫn là lợi khí của đảng. Và nhất là không có gặp đứa nào của bọn chúng nó nữa.

Tôi thấy ngay mình hớ. May chưa nói nốt là để đến bây giờ mới bắt thì dễ bị coi là như có ý nuôi cho họ mắc tội thật nặng để rồi trị. Đồng thời thầm hỏi tại sao lại dặn không gặp nhau nữa? Tôi chưa biết đảng sẽ còn bắt thêm vài đợt.

Một thắc mắc: Nghị quyết 9 như chúng tôi học thì có gì quan trọng lắm mà "xét lại" phải gửi cho Liên Xô? Nói thế để có cớ bắt thôi. Tôi quên mất Kỳ Vân đã bảo tôi là phần 2 của Nghị quyết nói muốn giải phóng miền Nam thì phải đánh Mỹ và muốn đánh Mỹ thì phải chống Liên Xô đầu hàng cấu kết với Mỹ.

Lúc ấy chưa nhận thấy rõ bắt xét lại là một thế chấp về lòng trung thành nộp Bắc Kinh. Để đừng dắt em vào chợ rồi lại bỏ bơ vơ.

* * *

Vừa về đến cổng cơ quan đụng ngay phải Hoàng Tùng. Có lẽ có ý chờ để biết kết quả tôi gặp Thọ. Anh hỏi, như thở đánh phào: - Sao?

- Anh Thọ bảo không sao cả. (Nói đúng tinh thần Sáu Thọ.)

- Lại còn không sao nữa! (Buông ra cụt lủn như vậy rồi Hoàng Tùng hầm hầm quay lưng đi thẳng.)

Và từ đấy quay mặt hẳn. Phản ứng đầu tiên của tôi là nản. Hoàng Tùng ngờ tôi bịa à? Không nghĩ trong cuộc lùng sục xét lại phản động, nay là lúc Hoàng Tùng cần biết rõ thêm về tôi. Có thể anh đã loáng thoáng nghe báo Nhân Dân có một chi bộ chống đảng. Và không chừng từ sáng anh đang hy vọng tôi đã khóc nhận tội với Sáu Thọ - như thế tôi sẽ nhẹ tội và anh sẽ nhẹ gánh liên lụy - nhưng thấy tôi vẫn bảo tôi "không sao" thì anh vạch rõ ranh giới với tôi từ nay là hay hơn cả.

Anh và tôi hầu nhau ở quan điểm, ít nhất là chế Mao, nhưng nay thấy tôi nước đã ngập đến cổ mà vẫn ngoan cố nói" không sao" thì anh phải đoạn tuyệt với tôi thôi. Thật đáng tội nghiệp cho con người. Vì tôi không kể cụ thể những lần Thọ gặp tôi nên anh không biết Sáu Thọ có con mắt khác như thế nào đối với tôi.

Mới cách đây nửa tháng, tôi thăm vợ con sơ tán trở về, Nguyễn Địch Dũng nói mấy hôm nay Tùng hay xuống nhòm vào buồng cậu như có ý tìm. Tôi nghĩ chắc là lầm thì HoàngTùng thò đầu vào nhòm thật rồi đi.

Lát sau, tôi lên gặp Hoàng Tùng. Anh vui vẻ nói tôi vừa đi kỷ niệm Cách mạng tháng 10 Nga với anh Duẩn về có mấy cái biếu anh. Đây, đôi kính râm và hai chục ống thuốc Campollon của anh còn con búp bê Nga thì cho con bé nhà anh.

Tôi cảm ơn và nói: - Tôi cũng cần xin lỗi anh vì trong khi anh đi vắng, Ban tổ chức trung ương có bảo tôi viết kiểm thảo về quan điểm. Tôi cần nói là trước sau tôi không lừa anh Thọ và anh. Nghĩ thế nào tôi đều nói ra, các anh thấy cả.

Hoàng Tùng trầm giọng nói: - Thế này người ta lại nói tôi đây. Người ta vẫn kêu tôi cưng chiều anh. Nhưng đối với anh tôi hoàn toàn dựa vào lòng thành của người cộng sản, tôi thấy anh có tài, ngay thẳng cho nên hay giao việc quan trọng cho anh.

Tôi tin điều này Hoàng Tùng tâm thành.

Tháng 8, Tường Vân nhờ tôi dẫn đến gặp Hoàng Tùng hỏi chuyện chồng chị là Trần Châu bị bắt, Tùng nói đảng thấy mấy tướng nói năng thì bắt cho sợ rồi tha thôi chứ cộng sản nào lại đi bắt cộng sản? Hoàng Tùng cũng như bao nhiêu ủy viên trung ương khác đều bất ngờ trước vụ án này. Đoàn tàu rẽ đột ngột khối anh loạng choạng.

Lúc ấy tôi không nghĩ nổi ta cần một thế chấp nộp Trung Quốc, tỏ ý cùng Trung Quốc tung bay trong biên đội đánh phá xét lại mà bằng chứng quan trọng nhất là quyết đánh Mỹ đến người Việt Nam cuối cùng. Và chắc Mao vẫn chưa hài lòng: vụ án này - có mã số X77 - mang tên Hoàng Minh Chính thì còm nhom quá. Lẽ ra phải là tên cốp chính cổng cơ. Phải vài năm sau, tôi mới nhận ra tính chất con tin này của vụ án.

1956 - 1957, Nhân Văn - Giai Phẩm là bàng chấn của Chống hữu bên Trung Quốc nhằm đàn áp tự do ngôn luận. Mười năm sau, 1966 - 67, vụ "xét lại chống đảng, lật đổ, tay sai nước ngoài" là bàng chấn của cuộc vận động nhằm sắp xếp lại thế trận làm tan phe cộng sản mãi kìm hãm Trung Quốc ở vị trí phó tướng và thay đổi cục diện thế giới có lợi cho Trung Quốc.

Trong vụ này có thể nói Việt Cộng đã hăng hái dọn đường cho Trung Cộng.

* * *

Người đầu tiên chết trong tù là Phạm Viết. Bệnh tim của anh vốn rất nặng. Tôi đến thắp hương. Mẹ anh rầu rĩ kể: - Lên nhà tù Phú Sơn chôn nó, nhìn nó nằm đấy, tôi khóc con ơi ngày hoạt động nội thành gian khổ là thế mà con vẫn yên lành thì nay con lại bị đảng của con bắt con tù tội rồi chết. Ông coi tù bảo cụ khóc sai rồi, chúng tôi đưa anh ấy lên đây để bảo vệ cho anh ấy. Tôi lại khóc: - Vâng, khóc thế nào cho vừa ý đảng thì xin viết cho tôi đọc.

Phạm Viết ở trong Ban quân sự Thành ủy Hà Nội hoạt động bí mật ở trong thành. Anh đã có công cứu giáo sư bác sĩ Đặng Văn Chung thoát chết. Chuyện thế này: hồi 1946, 47, giáo sư Đặng Văn Chung bỏ kháng chiến về Hà Nội, mang theo hai cô y tá. Thành ủy quyết định tử hình ông vì tội đảo ngũ về đầu hàng địch. Phạm Viết đã can ngăn. Anh nói bác sĩ có về thành thì cũng là chữa bệnh cho người Việt Nam. Nhân tài chết thì thiệt cho dân cho nước. Thành ủy đã hủy án tử hình này. Và Phạm Viết đã chết vì tim ở trong tù, không được Đặng Văn Chung chữa chạy như ý nguyện của chính bác sĩ giáo sư.

Trong vụ án xét lại, phải nói tới các chị. Chị Tề, vợ Vũ Đình Huỳnh; chị Mỹ, vợ Đặng Kim Giang; chị Sơn, vợ Bùi Công Trừng; chị Minh Quang, vợ Minh Việt; chị Oanh, vợ Lưu Động; chị Lan, vợ Kiến Giang. v. v.

Chị Thảo, vợ Lê Trọng Nghĩa, rửa bát ở mấy nhà ăn quốc doanh suốt từ Tràng Tiền đến Cửa Nam và Ga Hàng Cỏ lấy tiền nuôi con và gửi cái gì đó cho chồng. Người ta thẩm vấn chị." chui vào đảng để nhằm cái gì?"

- À, thế sao các anh không hỏi thời Pháp thời Nhật những lần tôi chui vào Hỏa lò tiếp tế cho tù cộng sản thì là để nhằm cái gì? Tôi hỏi lúc ấy các anh ở đâu?

Hồng Ngọc vợ Hoàng Minh Chính ba lần nuôi chồng tù ta. Bị khai trừ khỏi đảng, bị buộc về hưu sớm. Tội: không đấu tranh giáo dục chồng, Hoàng Minh Chính! Dạo Chính tù lần hai, một hôm tôi đã thốt lên: - Bà giỏi, nuôi chồng tù vất vả (cơm hai mẹ con toàn rau muống luộc mà cứ mời tôi cùng ăn) mà vẫn khoẻ chứ không thì khốn. Chị vạch chân tóc: - Nhuộm đây này! Dù có thế nào, đàn bà con gái cũng không được phép tiều tụy. Tôi kể qua nhé, gạo nước, thực phẩm, đường sữa, báo Liên Xô, đủ các thứ, rồi thuốc men gửi cho ông Chính là hết nhẵn!

Một vài lần chị muốn tôi viết giúp chị hồi ký. Không làm được, tôi rất ân hận. Tôi còn quá vất vả với việc của tôi. Có đêm sắp giao thừa, theo ý chị, tôi đã đạp xe ra để cùng chị đi quanh Hồ Gươm chen nhau với người.

Sau này theo Chính sang Mỹ chữa bệnh, chị bảo tôi: "Tiếng là đi Mỹ nhưng toàn quanh quẩn trong bệnh viện." Hồng Ngọc quá nhiều buồn khổ. Như nhiều bệnh. Tôi cảm ơn chị đã chọn tôi làm người tâm sự. Một hôm, trong bữa ăn vợ chồng con gái út chị mời mấy giáo sư Trần Hữu Tá, Lê Minh Ngọc và tôi, Hồng Ngọc giới thiệu với mọi người: "Trần Đĩnh là người bạn thân nhất của tôi." Phải nói rằng tôi hết sức cảm động. Một lần nữa nói như thế trong bữa ăn mời tôi có bà thông gia của tôi, em gái Chính, và ba con gái Hồng Ngọc.

Và con của các anh chị. Biết bao cay đắng, tủi hổ, thiệt thòi. Tôi khó quên chuyện lúc mấy người công an đẩy Vũ Đình Huỳnh đi, anh đề nghị: - Các đồng chí cho tôi vào hôn mấy cháu bé.

- Thằng phản động, ai đồng chí với mày hả?

Huỳnh sau này bảo tôi: - Mật thám Tây đến bắt không vô văn hóa như vậy.

* * *

Các đơn thư khiếu kiện của các chị Tề, Mỹ, Hồng Ngọc... đã được biết nhiều ở trong và ngoài nước. Tôi muốn trích ở đây đơn ngày 8 - 5 - 1981 của Nguyễn Thị Ngọc Lan, người mẹ tù của hai trẻ thơ, người cùng Phạm Viết làm nên cặp vợ chồng tù xét lại duy nhất, coi như một ưu ái cho cặp vợ chồng tù duy nhất vì "chống đảng," cho hai người bạn một thời gian dài tôi ngày ngày thân thiết chuyện trò. Đơn này là một trong hon 70 đơn chị gửi cho từ Lê Duẩn, Lê Đức Thọ, Phạm Văn Đồng, Phạm Hùng, Võ Nguyên Giáp... đến Bộ chính trị, Ban bí thư,

Ủy ban thường trực Quốc hội, Tòa án nhân dân, Hội liên hiệp phụ nữ. v. v. Và đều bị lờ. Nguyễn Thị Ngọc Lan học trường Tây Albert Sarraut, hoạt động ở nội thành Hà Nội từ 1948. 1950 vào Đảng cộng sản Đông Dương và ba lần bị giam cầm tra tấn, Ngọc Lan còn hiến cho Nhà nước một ngôi nhà 250m2 ở 169 Bà Triệu, Hà Nội do bố mẹ chia cho chị từ 1945, một nghĩa cử yêu nước và cũng là thể hiện tấm lòng không màng danh lợi. Đầu 1953, chị được tổ chức đồng ý cho sang Pháp học và chữa bệnh nhưng vẫn tiếp tục hoạt động. Đến giữa 1954 được gọi về để chuẩn bị tiếp quản Hà Nội. Chưa lấy Viết, Lan đã đi dự các hội nghị của Hội đồng hòa bình thế giới ở Helsinki (Phần Lan), Stockholm (Thụy Điển). Cuối cùng dạy tiếng Anh, tiếng Pháp ở Đại học sư phạm ngoại ngữ Hà Nội.

Tôi không thể không nói nhiều về Phạm Viết. Dưới đây là những đoạn trích đơn Ngọc Lan mà tôi có vinh dự cầm giữ:

"Chồng tôi bị bắt khoảng mười ngày (lúc đó tôi đang dạy học ở nơi trường sơ tán) thì đến lượt tôi bị bắt trong khi đi ở Hàng Bài. Thế là tôi không được căn dặn hai đứa con thơ dại của tôi lời nào và cũng không được phép nhờ cậy ai giúp tôi nuôi nấng, dạy dỗ các cháu. Các cháu còn nhỏ dại bỗng bơ vơ như trẻ bồ côi, lạc lõng như chim non mất tổ. Mỗi khi nhớ lại cảnh đau thương này tôi lại không cầm được nước mắt."

"Tôi bị giam hai năm rưỡi. Vì lý do gì? Ông Lê Thành Tài nói với chồng tôi rằng tôi có nhiều hành động nguy hại cho Đảng và Nhà nước, hồi ở Pháp tôi được tình báo Pháp huấn luyện, tôi làm tay sai cho bà Frida Cook, đảng viên cộng sản Anh, chuyên gia tiếng Anh ở Đại học sư phạm và là bà giáo của tôi, nhưng theo ông Tài thì bà chính là tình báo Anh. Lúc đó các đảng cộng sản Pháp, Anh ủng hộ Liên Xô chống Trung Quốc đều bị ta coi là tay sai của đế quốc hoặc tay sai của Liên Xô."

Người ta bắt Ngọc Lan để lấy bản" Phê phán chủ nghĩa giáo điều ở Việt Nam "do Minh Việt viết nhờ Ngọc Lan đánh máy. Tin lời họ, Ngọc Lan lấy đưa và thế là mang tội danh cất giữ "Cương lĩnh chống Đảng."

"Tôi bị giam ở Hỏa Lò và Trại giam quân pháp Bất Bạt đằng đẳng hằng năm không được thư cho chồng con, không được gặp họ. Biết bao nỗi lo âu dày vò tôi: ai nuôi dạy con tôi, ai bảo vệ tính mạng cho các con nhỏ dại của chúng tôi giữa lúc bom đạn, chồng tôi bị bệnh tim nặng, một mình một xà lim, lúc lên cơn đau đột ngột thì kêu ai cấp cứu?... Hành hạ vật chất không đáng sợ bằng hành hạ tinh thần. Tôi đã sống những năm tháng khủng khiếp trong nhà tù. Bốn bức tường vây kín, không bóng người, tiếng người. Gặp người hỏi cung thì toàn những lời mớm cung, truy ép, đe dọa." và vu cáo. Người ta dựng Phạm Viết thành một tên phản quốc xấu xa khiến cho Ngọc Lan đã nảy ý đoạn tuyệt và công an liền nhanh nhảu "tiết lộ" với Phạm Viết.

(Có một chi tiết cầu hôn rất hay của Phạm Viết và Viết kể với tôi: Lúc ấy, Ngọc Lan đi cải cách ruộng đất ở cầu Phú Lương, Hải Dương. Một bữa mưa trắng đất trời, đang họp, Ngọc Lan được nhắn có người cần gặp gấp. Phạm Viết, cán bộ nội thành suốt chín năm kháng chiến, thương binh gẫy đùi, cổ tay và vỡ mắt cá chân đã mượn xe hơi của bạn phóng xuống tìm. Và cầu hôn: - Em lấy anh không?)

Trở lại lời Ngọc Lan: "Đầu 1970 ra tù rồi, tôi vẫn không được viết thư, tiếp tế cho chồng. Cảm thấy tính mạng anh bị đe doạ, tôi gửi nhiều đơn thiết tha cầu khẩn ông bộ trưởng Nội vụ Trần Quốc Hoàn cho ba mẹ con tôi đi thăm anh, nếu tôi không được đi thì cho em chồng tôi đưa đi. Hai cháu bé tí cũng phải viết đơn lên xin ông Trần Quốc Hoàn hãy thương các cháu mà cho các cháu ít nhất một lần vào tù ôm ấp bố của các cháu. Đã phải mất hàng năm ròng những lời cầu xin thương tâm của các cháu bé bỏng mới được chấp nhận. Em anh Viết xin phép theo mẹ con tôi để giúp đỡ và bảo vệ trên đường nhưng không được. Ba mẹ con chúng tôi trèo đèo lội suối lên Yên Bái thăm anh Viết. Phải leo những cái dốc cao hàng cây số, các cháu mệt quá nằm vật ra đường kêu không đi được nữa. Cực nhọc như vậy mà chỉ được thăm anh Viết đúng một giờ. Các cháu xin nghỉ đêm lại với bố cũng không được."

"Tôi xin phép nói rằng chúng tôi đã bị đối xử hà khắc hơn nhà tù đế quốc. Lê-nin bị tù vẫn nhận được sách báo, thư từ, vợ Lê-nin được cùng sống với chồng ở nơi tù tội. Đảng viên Đảng cộng sản Nhật Bản đang tù vẫn được gửi thư ra chào mừng đoàn đại biểu nước ta sang thăm Nhật. Còn chúng tôi? 'Giải quyết nội bộ' là như thế đấy?"

"Lần cuối cùng tôi thăm anh là ở nhà tù Thái Nguyên, cũng chỉ trong chốc lát. Và rồi chồng tôi chết ngày 31 - 12 - 1971. Anh không được vĩnh biệt mẹ già, vợ yêu, con dại. Ôi đau thương biết chừng nào! Lúc ấy Đảng chưa khai trừ anh. Vậy là Đảng đã nỡ để một đảng viên chết trong tù tội."

Lần hai cháu bé theo mẹ đẩy xe đạp thồ nặng quà đi thăm bố, các cháu tặng bố hình thủ lĩnh Da đỏ Toketo chống Da trắng xâm lược. Mẹ thì tặng nạm tóc rụng trong hai năm rưỡi tù mà mẹ nhặt rồi vuốt chải, tết lại. Sau một thời gian, Bộ công an gọi Ngọc Lan đến thẩm vấn tại sao dám tặng chồng hình ảnh một người cầm vũ khí? - Dạ, truyền hình ta đang chiếu phim Toketo của Đông Đức, các con tôi chúng lấy thứ chúng thích nhất ra tặng bố. Sau này khi thu dọn đồ đạc của người chết, Ngọc Lan không thấy nạm tóc và món đồ chơi này. Cho rằng hơi hướng vợ con đã giúp Phạm Viết thêm sức mạnh chống chọi,họ bèn tịch thu luôn.

"Chồng tôi chết rồi vẫn không được yên. Đầu năm 1979, khi tôi và hai con lên Thái Nguyên bốc mộ, đưa hài cốt anh về quê ngoại thì đã bị giữ lại ở đồn công an gần thị xã Thái Nguyên cả một buổi rồi phải nộp mấy chục đồng phạt vi cảnh."

"Trên đường đưa xương cốt Phạm Viết về Mọc Chính Kinh, tôi và hai con còn bị chặn lại mấy lần hoạnh sao quần loe? Sao áo hoa? - Dạ, đây là thứ bạn bè và họ hàng bên Pháp gửi về cứu tế. - Không biết, nộp phạt. Tai họa đeo mãi lấy chồng tôi."

"Chúng tôi tin yêu đảng, tin yêu chủ nghĩa cộng sản, tin yêu Liên Xô chủ trương chung sống hoà bình nhưng ôi phi lý đến cùng cực! Công bằng ở đâu? Người ta lên án vợ chồng tôi là 'gián điệp của Liên Xô' thì nay người ta lại xưng xưng lên nói: Đoàn kết, hợp tác với Liên Xô là vấn đề nguyên tắc và là một điều kiện quyết định thắng lợi cách mạng nước ta."

Câu này là của phản động xỏ xiên ư? Không! Ngọc Lan dẫn xã luận báo Nhân Dân 4 - 7 - 1980. Có xã luận này vì 1978 ta đá Bắc Kinh, ký hiệp định tương trợ Việt - Xô và tháng 2 - 1979, Trung Quốc "xâm lược" ta. (Dân đã tổng kết đảng là tổ sư "sáng nắng chiều mưa," dân mà theo thì dân bỏ mẹ!)

Ngọc Lan không biết Nghị quyết Lê Đức Thọ ký khai trừ Lê Trọng Nghĩa viết: Lợi dụng chức vụ cục trưởng tình báo, Lê Trọng Nghĩa đã cung cấp tin tức sai lệch hòng lái đảng ta bỏ đường lối cách mạng của Trung Quốc để theo đường lối xét lại phản động của Liên Xô.

Có lẽ vì đã dẫn xã luận để móc máy đảng từng quay sang hung hãn chống Liên Xô rồi lại quay lại coi Liên Xô là hòn đá thử vàng của đảng cách mạng mà một thời gian dài Ngọc Lan không được qua một đồng lương, hàng bao năm chị và hai con sống với 35 đồng trợ cấp.

Một sáng giữa 1982, Ngọc Lan đến nhà tôi. Tình cờ Thiết Vũ ở đấy. Nghe chuyện chị, Thiết Vũ nói lại với Việt Phương. Việt Phương đã "chạy" cho chị lương hưu. Cao hơn 35 đồng. Và còn dặn: - Trường hợp Trần Đĩnh thì chịu, quá tầm can thiệp của mình.

(Trần Châu ra tù làm thợ ở xưởng gỗ Quốc Oai, mỗi tháng chỉ 13 đồng. Bao năm sau, được tin sẽ có lương hưu, anh chắc sẽ được tính theo lương nhà báo. Lầm! Lương công nhân bậc 1, đến 2009 mới lên triệu rưởi sau nhiều lần nâng chung. Tôi thì hai triệu. Như phần lớn anh em "xét lại." Nói chuyện lương ra nghe nó tồi tàn. Nhưng có nói chỗ tồi tàn này ra mới thấy tầm thù dai hận sâu của bộ máy.)

Trước khi "xét lại" bị bắt nửa tháng, vợ chồng Phạm Viết và tôi đã khao Kỳ Vân, Minh Việt, Trần Châu, Lưu Động, Hoàng Thế Dũng một bữa. Buổi tối rất vui ở nhà bố mẹ Ngọc Lan tại Phố Huế đó đã hóa thành đại hội bàn đào phản động. Hỏi cung tôi, người ta truy tối ấy bàn những âm mưu gì? Còn ngôi nhà ấy, sau trúng bom Mỹ sập.

Vợ con sơ tán, Phạm Viết bệnh tim không thể xa bệnh viện nên ở lại. Những tối anh khó thở, tôi thường đến ngủ cùng để có thể gọi xích lô đi cấp cứu. Hai đứa chung màn nhưng Viết ngả lưng ở chiếc ghế gấp kê trên giường, tôi nằm bên. Người ta đã tra hỏi âm mưu "bàn bạc lật đổ" các đêm đó.

Nay Ngọc Lan ngoài hai tiếng Anh, Pháp còn dạy cả Esperanto. Chị tiếc mãi cuốn từ điển Việt - Anh soạn ở trong tù, viết trên giấy bọc kẹo đã bị người ta lấy khi ra tù. Trong tù chị hay hát bài Ru con "em nhớ tới chàng" và bị cấm vì nó lả lướt, lãng mạn. Nói thế chứ chả lẽ bảo cấm phản động nhớ phản động.

* * *

2007, Ngọc Lan đến ở nhà mới ở Tây Kết, ven sông Hồng, tôi phôn mừng, nói: - Không biết sợ sao mà dọn đến ở chỗ Tây nó Kết?

- Ô, thì đảng kết với Tây rồi chứ nhỉ? - Ngọc Lan cười hỏi lại. Nay Nhật và Hàn Quốc bằng lòng cho hàng chục nghìn lính Mỹ vẫn đóng lại ở hai nước này mà ta không chửi nó xâm lược.

- Nhờ ta diễn biến hòa bình được họ, tôi nói.

Đến nay đã hơn bốn chục năm, khi chuyện với tôi về Phạm Viết, Ngọc Lan đều khóc.

Chương ba mươi

Đầu tháng 8 - 1968, giấy mời của Ban tổ chức trung ương gọi tôi lên 8 Hoàng Hoa Thám, dốc Ngọc Hà, ngay sau dẫy chuồng cọp Bách Thú, gần nhà Bảo Đại xưa và nhà Bùi Công Trừng. Trần Trung Tá, vụ phó bảo vệ và Lê Công Tuấn tiếp. Bảo tôi về thu xếp quần áo đi kiểm điểm chừng mười ngày. Xe của Ban tổ chức sẽ chờ tôi ở cổng báo Nhân Dân. Nhớ lại Địch Dũng nói họ từng bảo tôi sẽ trốn vào đại sứ quán nước ngoài, tôi hỏi các anh không sợ tôi trốn ư?

Tôi về 86 Hàng Đào. Từ ngày sắp đẻ con gái, tránh bom, vợ chồng tôi về ở đây. Căn buồng của tôi ở Nguyễn Thiệp, gần cầu Long Biên một lần bị hơi bom thổi tung khóa, cửa xệ xuống. Tôi về xem đã thấy chị Nguyễn Đức Thuận mau chân tới trước thăm thú. Tôi bảo chị việc tôi đi và nhờ chị nhắn Linh hộ. Chị nói khẽ: - Không sao chứ? Lâu nay sáng sớm nào chị cũng thấp thỏm nghe xem có tiếng xe hơi nào đi đến trước nhà.

Ra lại báo Nhân Dân đã thấy Lê Công Tuấn và Côn chờ trên chiếc com - măng - ca. Đến Khu văn công Mai Dịch, xe dừng lại. "Anh vào chào chị và cháu đi," - Tuấn nói.

Chuẩn bị trận Tết Mậu Thân, hễ võ đánh bung đâu thì văn đến múa ca đấy, Hồng Linh *solist*, - độc vũ, đã được điều về Nhà hát Giao hưởng - Hợp xướng - Nhạc Vũ kịch Việt Nam.

Linh tiễn ra xe, rất bình tĩnh. Tôi dặn có thể đi tuốt luôn, không phải mười ngày như người ta nói. Dặn những việc cần làm khi tôi đi, nhất là khi đi mãi. Rồi Linh cũng đã bị Trần Trung Tá hỏi han mất hai buổi.

Xe chạy tiếp. Đến Phố Gạch, rẽ trái. Đến xã Cần Kiệm, huyện Thạch Thất, chân chùa Tây Phương, nơi một bộ phận của Vụ bảo vệ sơ tán. Tám năm trước, khi viết tiểu sử Cụ Hồ tôi đọc nhật ký Vũ Kỳ đã biết Cụ từng từ Chùa Thày chuyển đến Cần Kiệm trước khi lên Bất Bạt vượt Trung Hà lên Hưng Hóa sang Phú Thọ. Chả hiểu sao chiều tối đầu tiên ở đây, nghĩ đến chuyện này tôi lại buồn vớ vẩn: Bác cũng đã ở đây mà Bác chẳng bênh gì tôi.

Lê Công Tuấn và Côn làm việc với tôi. Chữ "đi kiểm điểm" cũng có cái hay: làm cho tôi nói năng tợn tạo hơn. Mãi sau mới biết là một cuộc thẩm vấn lấy cung. Tôi đặt phương châm: nghĩ gì thì cơ bản cứ nói thẳng, còn làm gì thì có thể giấu, tùy cơ ứng biến, tránh đả kích cá nhân lãnh đạo. Tuy không hoàn toàn tin hẳn, tôi vẫn nhớ câu Lê Đức Thọ nói cuối năm ngoái: Cậu không làm sao cả, tớ nói cậu có ghi đây, nếu cậu làm sao thì cứ viết thư chất vấn tớ tại sao người cộng sản lại nói năng bất nhất? Ít nhất nó cũng làm tôi vững vững dạ. Tôi còn tin ông tử tế.

Tuấn có một cái cười đầy gia công. Nghĩa là chế biến công phu - luôn giữ cho mép sẵn sàng nhếch lên khinh khỉnh, nghi ngờ. Thảo nào sau này thay Nguyễn Trung Thành phụ trách cái nhiệm sở nắm toàn hồ sơ lý lịch của đảng viên, cán bộ trung cao cấp. Nhưng tôi lại thấy cái vẻ đó là dấu hiệu của mặc cảm về một khiếm khuyết, chẳng hạn văn hoá, lý luận.

* * *

Vào đầu, Tuấn nói trước khi làm việc với anh, chúng tôi đã nghiên cứu ngôn luận của anh về đảng. Anh nói về đảng rất xấu, có thể nói là đểu nữa. (Vì thế Tuấn đã phải khinh khỉnh lại, nhếch mép lên thường trực chăng?) Anh đến đây không có nghĩa là chỉ đến đây, Tuấn nói. Anh Thẩm đã ở đây và nay thì đang ở tù. Còn lúc này anh ở đây thì anh Lưu Động cũng kiểm điểm ở Sở công an Hà Nội. Cuối cùng nói để anh rõ là trong đám bị tù có nhiều đứa tội không nặng bằng anh đâu, chắc anh cũng biết như thế.

Tôi nói tôi không có mưu đồ chính trị. Nhưng dân ta có câu "có gan ăn cướp có gan chịu đòn," thì tuy không ăn cướp, không mưu toan lật đổ, chống đảng nhưng tôi cũng sòng phẳng sẵn sàng "chịu đòn" nếu tôi làm cái gì sai trái. Đây, tôi đã chuẩn bị thế này: vào tù, ra đảng, mất việc và đi khỏi Hà Nội. Đấy, từng cái, hay tổng cộng cả bốn, sẵn sàng.

Tôi không bốc đồng, không cải lương. Mà muốn nhân dịp cho họ thấy giá trị tinh thần tôi. Thứ nhất tôi sòng phẳng. Thứ hai, về chủ nghĩa tôi hiểu nhiều hơn và đúng hơn họ. Thứ ba, phẩm chất tôi xứng đáng quá. Còn về tình cảm với đất nước với nhân dân thì đừng ai mong bắt bẻ tôi. Tóm lại tôi muốn tỏ cho họ thấy tôi tốt - cộng sản chân chính - hơn họ.

Ngoài ra, trong sâu thẳm có một cái gì thuộc tính nết, thuộc tạng người, có lẽ bốc đồng. "Hiên ngang" cũng là có ý thách họ thử sức tôi xem. Họ sẽ biết là tôi không sợ bạo quyền mà chỉ sợ tự mình hạ thấp nhân cách mình.

Thuở bé ở trường học, chơi trò phá tổ ong. Một bạn giả làm tổ ong úp mặt và tay lên tường cho chúng tôi đến đập mạnh vào người, ong sẽ đuổi cấu. Hôm ấy Phạm Mộng Mai làm ong. Lớn hơn tôi ba bốn tuổi, trắng hồng, đẹp như con gái, chuyên cùng Thái Ly đóng Hai Bà Trưng ngồi kiệu uy nghi trong đám lính chúng tôi vác sào nứa diễu hành hào hùng bên dưới. Lần ấy, Mai chỉ nhè đuổi bắt tôi. Cuối cùng tôi bị dồn vào hành lang cụt trên gác hai ngôi trường bố Phan Thế Vấn mở, mà Mai thì đến gần, tay thò ra múa, chọc, cười khoái trá. Tôi leo lên lan can buông mình xuống. Cái mũ cát rơi lộc cộc xuống trước. Và lại lo nó bẹp, sẽ bị ông nội tôi mắng. Cảm giác người lắc lư va trái đập phải trong khi rơi rất lạ. Tập tễnh suốt mười ngày liền. Ông nội phải bóp lá chè tươi cho. Lạ là không hối hận. Mộng Mai sau là tỉnh đội trưởng Hà Bắc. Tình cờ đọc cáo phó tôi biết Mai đã chết.

Lại một lần. Một tối sáng trăng vằng vặc, mẹ và anh em chúng tôi nằm hóng mát trên sân thượng. Mẹ bỗng trách bố. Và trách đúng. Tôi tự nhiên đi ra vạt tường hông nhà đứng trên đó nhìn xuống Vườn Đoan, khu đất hoang mấy trăm mét vuông đầy cây vòi voi cạnh nhà lúc này đang quăng quắc sáng. Đầu nghĩ rất nhanh và người chợt nhẹ nhõm: nhảy! Thì mẹ khẽ gọi: - Đĩnh! Tôi đi trên mép tường trở lại chỗ nằm. Mười hai tuổi. Phảng phất một khao khát được tránh xa đau buồn. Sau này lớn khôn thì nhận ra đó là lần thứ hai mẹ cho tôi ra đời. Không có cái giọng đặc biệt mẹ thì có khi...

* * *

Tuấn hỏi, Côn ghi. Cạnh bàn làm việc, dưới gầm bàn thờ nhà chủ là một hòm tôn to. Tuấn chỉ vào nó: - Trong này nhiều cái liên quan đến anh lắm. Anh có muốn xem ảnh anh ngồi với Trần Châu ở nhà Phạm Viết không? Hay là ảnh mình anh đi ở đường?

Đầu tiên phải ghi ra một bản tên tất cả bạn bè. Tuấn cầm xem, lược đi quá nửa. Bạn văn nghệ đều được loại khỏi sổ đoạn trường, trừ Huy Vân, đạo diễn điện ảnh và Phan Kế An. Ngày hai buổi hỏi đáp. Lần lượt khai quan hệ với từng người.

Tại sao quen? Ai giới thiệu (có khi dùng chữ "móc nối")? Gặp nhau bao nhiêu lần? Gặp thì nói những gì, bàn những gì với nhau? Hỏi moi hỏi móc, hỏi vặn hỏi vẹo, hỏi đi hỏi lại, hỏi cho kỳ ra câu trả lời mà hai người cho là được.

Đặc biệt trong cả nước chỉ có một "chi bộ xét lại" ở báo đảng. Trong một thông báo, Lê Đức Thọ đã nêu ra tội ác ghê gớm này. Lúc nghe, tôi đã nghĩ chả trách "đầy nhà vang tiếng ruồi xanh "và" người nách thước kẻ tay đao" ào ào như sôi. Tôi đã bác kết luận này nhưng Tuấn, Côn im lặng.

Tôi khó chịu nhất vì cảm tưởng bị nghi là giấu diếm, trong khi tôi chủ trương không giấu. "Cái buổi sáng anh và Huy Vân ngồi với nhau lâu ấy là bàn gì, trước khi bắt Trần Châu ít ngày? Tôi gợi ý nhá: bàn một cái rất quan trọng, vừa là quốc tế lại vừa cả trong nước..." Thầm nghĩ thì cái gì bọn này bàn mà chẳng dính trong nước với quốc tế. Nhưng hỏi và nghĩ hơn một ngày vẫn mờ mịt. "Gợi ý thêm để anh nhớ nhé, buổi ấy anh và Huy Vân ngồi uống cà phê ở bán đảo công viên Thống Nhất..."

Tự nhiên xào xạc trong đầu gió thổi, lá reo và nước hồ xôn xao và trong lòng thênh thang. Huy Vân và tôi ngồi bàn luận cả buổi sáng rất vui nhưng bàn cái gì thì chịu không sao nghĩ ra nổi. Như đùa. "Lạ thật, trí nhớ của anh ghê lắm cơ mà, tại sao lại không nhớ nhỉ," - Tuấn nói. Tôi cuối cùng đành khất, nhớ ra sẽ nói sau. Mà lại cứ nhớ đến một câu của Virginia Woolf: "Điều mà bạn chờ ở một người sống cùng với bạn là người ấy giữ cho bạn ở được mức cao nhất của bạn." Người ấy với tôi hiện nay là các anh chị em đang bị tù.

Sau này gặp lại Huy Vân đã ra tù, về lao động ở nhà máy gỗ Ninh Bình cạnh sông Vân và gần núi Con Lợn (hệt con lợn đất để dành tiền mà tôi cứ coi là di vật của chú bé Đinh Bộ Lĩnh) tôi đã hỏi lại. Huy Vân bữa ấy nghỉ Chủ nhật, lên thành phố Nam Định chơi. Đến trước cổng tỉnh ủy, tình cờ thấy tôi đang sắp đi vào - lấy giấy giới thiệu xuống huyện viết bài - Vân gọi rất to: Trần Đĩnh! Tôi quay lại. Huy Vân măng - tô san cười toét, răng rất trắng. Hai đứa kéo nhau la cà miết. Huy Vân bảo à, hôm ấy chúng mình nói đến chuyện hội đàm hai đảng ta và Trung quốc, nhớ không? Thế là xổ ra cả một cuộn phim về cái buổi sáng tưng bừng ấy. Nhớ như in. Chúng tôi bảo nhau: các cụ khiếp Cách mạng Văn hóa rồi. Nghe theo nó, đánh Mỹ mà nay nó loạn thế này là có cơ bị nó đem bỏ chợ. Cho nên các vị mới không tán thành Tàu nói Mỹ nhất định đánh Tàu và nếu xảy ra chiến tranh thì Liên Xô nhất định theo Mỹ đánh hôi. Bắt đầu ngoảnh lại với Liên Xô rồi đúng không? (Tôi lúc ấy đã phì cười vì con mắt Huy Vân làm kiểu Việt Cộng ngoái liếc Liên Xô nom rất xỏ lá; miệng thì nói: Dạ, em muốn tục tái lương duyên ạ, anh nhận đi cho em nhờ, anh ơi, em chán thằng anh hai rồi, nó xui em đá anh nhưng tình em với anh còn nặng nên em chỉ đá tí ti anh thôi!") Cậu nhớ trong hội đàm Tàu còn khuyên đánh đến người Việt Nam cuối cùng thì các vị lại nói sẽ vừa đánh vừa đàm. Xuống xề ghê chưa, trước kia đứa nào nói đàm là bỏ mẹ! Cậu đồng ý không? Cứu ta lại hóa ra là Cách mạng Văn hóa! Hãi lắm rồi. Bên ấy nó mà tan hoang thì Việt Nam thành cám. Đúng đấy, không có Cách mạng Văn hóa khéo ta đánh sang đến Thái Lan, Phi - li - pin, gọi là đi E, đi Ép, F. Ấy, ông Lê Liêm đưa tớ đọc. Hôm ấy Huy Vân bảo vì cả nước phải học tập Bất Khuất nên nó mới không bắt mày.

Huy Vân rớm nước mắt nói tao về Hà Nội, nhớ con quá, chỉ mong có tiền mua một cái piano cho con Châu, ừ, toàn ngủ vườn hoa Hàng Đậu, cách nhà ba chục mét, vợ cấm cửa. Chốc lại rón rén đến nhòm qua cửa đóng, nhỡ đâu thấy hai đứa con gái. Không dám gọi. Có tội với đảng là anh mất sạch hết mà.

Huy Vân sau này vượt biên hai lần. Lần đầu bị bắt ở trong Sài Gòn. Tha ra được một thời gian lại vượt. Bị bắt ở mạn Móng Cái với L., một cô bạn gái làm báo. Giam ở nhà tù Tân Lập, Yên Bái. Rồi chết. Một thân một mình. Giấy báo tử gửi về người anh ruột ở Quảng Xương, Thanh Hoá. Tôi rất thương anh bạn xấu số. Một dạo, hồi 1973, 74, một vài anh em cùng tù đã nghi anh là tay sai công an! Tôi kịch liệt cãi. Một vài tin đồn nữa về Huy Vân, tôi đều thẳng thắn hỏi và khi Huy Vân thanh minh thì tôi tin. Khi biết anh chết, tôi rất buồn. Tôi bảo Minh Việt: - Chúng ta phải chịu một phần trách nhiệm. Biết đâu thấy có anh em nghi ngờ nên Huy Vân muốn bỏ đi! Lúc chưa bị bắt, Huy Vân và Phạm Kỳ Nam tranh nhau làm phim Bất Khuất, giục tôi viết kịch bản. Tôi đùa: Dựng làm gì? Chỉ toàn tiếng đánh chửi, kêu khóc trên màn ảnh đen ngòm ấy mà.

* * *

Trong thời gian hỏi cung, tôi đã có lúc suýt điên. Trời nóng, nhà thấp hướng Tây, cứ bị vặn vẹo mãi tôi bực. Một chiều gió tây, đang cáu chợt thấy người tự nhiên như phồng nở ra, nhẹ bẫng, có thể cất bay. Một ý nghĩ vụt lồng vào người như một làn gió: nào, cầm lấy phích nước nóng kia liệng một cái ra sân, ra góc bể nước mưa có những mảng rêu rất mát kia kìa, đấy, tiếp theo là gạt tung hê bàn nước, giấy tờ này ra theo nốt rồi nhún mình nhảy một cái ra... nào... Tôi ra khỏi cơn dụ dỗ đó thế nào không biết. Chợt như ở đâu trở về. Bàn tay đang chìa về cái phích.

Trưa nóng khó ngủ, tôi đến với thiền địa.

Đó là mảnh đồi vắng gần trước cổng nhà Tuấn, Côn. Một giao thông hào rất sâu gẫy khúc chạy giữa một rừng cây thưa. Đặc biệt đường bệ là một cây chi chi luôn rì rào gió rất thanh cao như nhờ đã ở một khí quyển trong lành khác. Tôi đến nhặt hạt chi chi về làm quà cho con gái mà tôi nhớ nó như có lửa đốt ở trong lòng, như có muối tra vào mạch máu. Hạt chi chi mịn bóng một mầu đỏ thắm sơn mài hoành phi cung đình vùi trong đất son. Mỗi khi rúc trong giao thông hào moi bới hạt chi chi, tôi lại tưởng đang nằm trở lại vào bọc ối mẹ từng bao che cho cũng êm ả như thế, khi tôi thấp thỏm chờ đợi một cái đời bên ngoài rồi sẽ đến với tôi. Cảm giác nhờ vả thân thiết vào sỏi đá lại sống dậy. Nhớ tới những lần vây đồn Pháp, núp dưới hố cá nhân mới đào gấp sực nức mùi đất đá, mùi cỏ tươi đứt rễ, nghe tiếng bom hay đạn pháo rít lên lao xồng xộc xuống. Giá như tách biệt được ra với cái đời mà tôi đã bị đẩy vào này. Cái đời này khó nói chuyện với nó quá. Nó đâu có cho nói?

Không hiểu sao hễ bắt đầu cảm thấy hơi mát ở hai vách hầm tránh bom tỏa ra ôm lấy tôi, tôi lại lẩm bẩm hai câu thơ của W. Ernest Henley *I am the master of my fate, I am the captain of my soul*, "Tôi là chủ nhân của số phận tôi, Tôi là thuyền trưởng của tâm hồn tôi." Một Ernest nữa, không phải người Anh, cũng hay chuyện trò với tôi trong lòng hầm: Ernest Hemingway. Tôi cũng nhớ đến Nieztshe nói: "Là người phê phán, anh không thể là người của bè nhóm." Không, tôi phê phán tư tưởng Mao hiếu chiến là để có một đảng theo đúng học thuyết cộng sản khoa học yêu hòa bình..

Tôi đã nhặt gần bốn nghìn hạt chi chi. (Nay còn mấy chục đã hoá màu nâu xỉn.)

Nghe thấy tiếng nước đổ vào thau đồng cạnh bể nước, tôi lại vào với keo vật tiếp, gói chi chi trong túi áo ngực như chiếc bùa hộ mệnh con gái đưa cho.

Những đêm trăng tôi chơi trốn tìm với đám trẻ con chín mười tuổi. Chạy cười rinh rích các sườn đồi, những bụi mây với những đợt non nhú ló trong trăng như những tòa tháp

Chàm nguy nga đan bằng những lạt ngà chuốt mỏng, những tòa tháp long lanh bí ẩn khiến nhiều khi tôi muốn đứng im chắp tay lại ở trước chúng. Những khi vô tình ẩn đằng sau nhà Tuấn, Côn, tôi nghe rõ thấy bầu không khí thành kính nín thở bên trong nó làm vang thêm tiếng nói Đài phát thanh Bắc Kinh đang giọng mũi khê nặc dạy đi theo Mao Chủ tịch quét sạch mọi tà ma quỷ quái mà đầu sỏ là bọn xét lại Lưu - Đặng.

Xin hãy tin tôi. Giữa trời trăng vằng vặc tôi cười! Tôi thắng! Tôi tự do! Tôi không bị Mao Chủ tịch cầm tù. *I' m the captain of my soul.* Tôi là thuyền trưởng của hồn tôi.

Không đâu, đừng tưởng bở bạn ơi. Chưa thấy không Mao thì Mác chứ. Mác là bác của bác Mao nhưng uy bác Mao lại cao hơn Mác.

Chương ba mốt

Tôi đã cơ bản nói hết ý nghĩ và nhận định của tôi về Đảng. Gan góc này nhờ một phần nghĩ đến bạn bè tù đau khổ hơn: tôi sẵn lòng chung hưởng cảnh ngộ của các bạn, tôi đang nhờ các bạn để nâng bản thân lên. Nhờ câu của Trần Châu: "Họ sợ tinh thần chúng mình!" nói với tôi một sáng ở sân báo Nhân Dân khi đám xét lại đã bị đánh tan tác, chỉ còn hai anh em chúng tôi ở lại đó. Còn nữa. Nietzsche nói khi đau khổ người ta nhìn thấu sự vật, Tôi đã nghĩ về câu này và thấy tôi nhìn thấu rồi đấy. Nghĩa là tôi đúng. Phản đối Mao là quá đúng chứ! Phản đối bạo lực là quá hay chứ! Cách mạng Văn hóa yểm hộ tôi rất mạnh kia. Đấy, chiến hữu chí cốt đã cùng cực man rợ chưa, đấy, Đảng chỉ có lợi ích nhân dân mà nay dìm dân dìm nhau trong máu.

Tôi biết mấu chốt khai cung là tránh chi tiết, chi tiết làm nên nhân vật văn học mà. Khai cung cũng thế. Nhưng đôi khi tôi thoáng có ý trả hận. Khai thật ý nghĩ về Đảng - cố nhiên với một thái độ ra vẻ ân hận - cũng là một cách trút giận.

Tôi đã khai và ký vào biên bản rằng tôi nghĩ Đảng đã tha hoá, biến chất, *aliéné* (viết cả chữ Tây vào biên bản.) Bởi hai nguyên nhân:

Một, đảng không cốt trung thực, chỉ cốt nhất trí. Đảng coi nhất trí với đảng là đạo đức quyết định tất cả. Thì sẽ đi tới tiêu chuẩn lô gích này: mày bụng dạ cứt đái ra sao tao bất cần, miễn mày nghe tao là mày sạch sẽ, thơm tho còn ngược lại thì mày toi. Nhất trí, khoản đạo đức xem ra dễ phấn đấu để đạt tới nhanh nhất này mở đường cho dối trá trổ tài. Lẫn lộn nhất trí với trung thành là nguy hiểm. Và nếu cứ trung thành là đúng thì đã không có chữ ngu trung.

Hai, người phụ trách đơn vị, từ tổ trưởng lên đến ủy viên trung ương quyết định lương cho cấp dưới. Chế độ này chính là nền móng vật chất của "nhất trí," "ngậm miệng ăn tiền," chủ nghĩa Mác - xít thành "chủ nghĩa mác - mít," - cái nồi cơm (tiếng Pháp: *marmite*) hay chủ nghĩa cơ hội và nịnh bợ.

Tôi nói tôi không thích chiến tranh. Không tất yếu phải đánh Mỹ. Đất nước phải thống nhất, đúng, nhưng có thể lấy thời gian thay cho máu chảy đầu rơi mà thống nhất không? Tôi đã phê bình một số ủy viên Bộ chính trị đạo đức giả, liêm khiết vờ, tả khuynh. Người ta hỏi anh đã đặt cho Nghị quyết 9 một cái tên? À, có, là *la neuvième dodécaphonie*, - Loảng xoảng hưởng số 9, vì nghe chướng, ngược với Giao hưởng số 9. Tôi bảo khi chịu "điểm chỉ làm bố dượng tinh thần của Loảng xoảng hưởng số 9," Trường Chinh đã nhận lấy vai trò mê Mao thay cho Duẩn để Duẩn rút khỏi cái tiếng tăm bắt đầu nghe không hay này. Trước cơn động đất chính trị bên Trung Quốc và tâm trạng hoang mang của cán bộ đảng viên, Duẩn bắt đầu nói đến vài sai sót của Mao. Vì thế tôi dự đoán và nhận định với vài anh em như Phạm Viết là để giữ uy tín cho mình, Lê Duẩn rồi sẽ sớm bỏ Trung Quốc, sẽ phải đưa các Mao - *nhều* ra khỏi Trung ương. (Ôi, ngây ngô.)

Tôi không bao giờ nhận anh em và tôi đã lập tổ chức cũng như có âm mưu lật đổ hay làm gián điệp, tay sai của Liên Xô.

Nhưng nhiều khi bị vặn hỏi về hoạt động gián điệp của anh em, ("Anh đến Phạm Viết thấy trà uống nhiều thế mà không lạ ư? Liên Xô cho mới nhiều thế chứ!") tôi không thể không sửng sốt. Nhưng tôi đã nói: - Nếu biết tiếng Nga thì tôi cũng làm gián điệp. Để làm gì à? Để cho bên ngoài biết thực trạng mà giúp ta thoát khỏi kìm kẹp của Mao.

Người ta bảo vẽ sơ đồ tổ chức. Tôi vẽ. Hôm sau, Tuấn xem và nói thôi. Đúng, dê đực mà đẻ thì chúng tôi mới vẽ ra được cái sơ đồ suy luận ra ấy!

Có hai điều khai xong tôi khóc. Khóc thật lòng.

Một là tôi đã có những ý nghĩ hỗn láo với Cụ Hồ. Cho rằng Cụ đã thua Mao nhưng lại nống Mao - ít lên cho mà tha hồ hợm hĩnh đi vào chủ nghĩa dân tộc sô - vanh ngạo mạn, coi thiên hạ như bèo bọt. Ở Đại hội anh hùng, chiến sĩ thi đua, Cụ mặc quần áo cánh, mặt đỏ au ra ca ngợi chính phủ ta anh hùng nhất vì bao nhiêu năm mà không thay đổi luôn như các nước khác. Nhìn cái dáng thanh thản tối ấy của cụ, tôi nghĩ cụ có ý mượn tích Gia Cát Lượng đánh cờ trên thành để cho thấy thế trận nhàn trong khi dân lao đao, khốn khổ bỏ cha.

Hai là nói tôi chán nhân dân ta vì "nhân dân ta anh hùng - không sợ bom đạn" nhưng lại thua Thằng Hèn -. Hèn vì nhân dân ta khiếp sợ quyền lực, khuất phục từ tổ trưởng trở đi.

Tôi đã khóc vì thấy như mình thoá mạ bố mẹ. Sao lại bảo nhân dân ta hèn?

Nhưng nhận xét dân ta hèn trước hết là từ thể nghiệm bản thân. Tôi được tiếng ngay thẳng, dũng cảm thế nhưng tôi cũng đã nhiều phen sợ và đầu hàng bạo lực. Còn xung quanh, trong cán bộ, đảng viên? Tôi thấy người ta quá dễ dàng" sáng ra "để được ùa theo quyền lực, dù quyền lực ấy dối trá, nhổ rồi lại liếm.

Tôi đã nói tôi như bị "thất tình" với Trường Chinh. Với cả Cụ Hồ. Tôi từng coi hai vị là tấm gương trung thực. Rồi hai "vì sao sáng" như lời mẹ tôi bảo tôi ngoan để học tập thì nay hai "vì sao sáng" ấy đã mờ tối đi ở trong tôi từ Nghị quyết 9.

Trong "khai cung" tôi đã nói thật hết - của phần mình - chính là để tỏ cho họ thấy con người tôi nó như thế nào. Tôi đã nghĩ nhiều về nguy hại của "nhất trí," khuôn đúc trí lự a dua, vơ vào, chỉ cốt được khen là trung thành, nhất trí không cần biến hóa, phát triển. Nghĩ như bị ám về tai họa năng lực lãnh đạo ngày một teo đi đến mức sau này, một lần Đào Năng An hỏi sao lãnh đạo cứ ngày một kém, tôi đã bật nói ngay: - Do nguyên tắc tuyển người thay thế lãnh đạo phải theo cung bậc giáng thoái hóa, nghĩa là không tìm người kế tiếp ở trong những cái đầu ngang hàng mà đi đôn lên ở trong đám tay quân hầu đầy tớ chuyên ăn theo, nói leo tức là trung thành - bởi đảng không cần năng lực mà chỉ cần ai giỏi bám theo vết xe cũ cho nên kết quả tất yếu sẽ là tay chân thay thế đầu như hiện nay rồi mai kia thay thế tay chân là đuôi. Sau đuôi đến gì vén lên sẽ thấy...

Tuấn, Côn còn bắt tôi khai "thủ đoạn bôi nhọ, hạ thấp uy thế Mao Chủ tịch." - Anh đọc báo của bạn chăm lắm mà...

- Vâng, chăm. Nhưng các anh hỏi để làm gì? - tôi hỏi.

- Trên ban muốn nghiên cứu thủ đoạn hạ uy tín lãnh tụ của anh.

A, hay là muốn bao che cả cho Trung Nam Hải? Tôi thầm thấy sướng là sẽ được nói lại chính những điều đảng viên Trung Quốc chửi lãnh tụ của họ.

- À, cái này dễ, - tôi nói. Nhân Dân nhật báo Trung Quốc một dạo đăng công khai các bài bọn xét lại phản động chửi Mao Chủ tịch, đại khái như loạt tạp văn của Đặng Thác trong nhóm "Thôn ba nhà" để công luận phê phán họ. Tôi đọc rồi đem kể thật rộng cho mọi người. Chẳng hạn bài "Bệnh hay quên." Một người thời xưa đần độn hay quên. Vợ chán quá bảo đi kiếm thày mà học. Cưỡi ngựa, đeo cung tên đi nhưng giữa đường buồn ị. Tụt xuống ngựa ngồi vào ven đường thì chợt thấy mũi tên ở túi tên mình rơi ra. Bèn hốt hoảng kêu: - Chí nguy! Kẻ thù rình rập. Kẻ thù mọi ngả. Âm mưu khắp nơi. Định chạy trốn thì trông thấy con ngựa. Mừng quá kêu lên: - A, cơ hội thuận lợi không bao giờ cạn. Vội leo lên ngựa thì giẫm phải bãi cứt của mình. Than: - Bài học lớn đây. Đừng bao giờ chủ quan cho là địch hết hãm hại... Ngựa quen đường cũ quay về. Thấy chồng ở trước cửa, chị vợ rủa: - Gã ngu độn kia, sao mới đi đã về hả? Anh ta trả lời: - Nương tử ơi nương tử, cớ sao ta mới gặp nương tử lần đầu mà nương tử lại nặng lời với ta? Đặng Thác viết ngày xưa các cụ chữa bệnh hay quên bằng đánh một cái gậy vào đầu cho ngất đi rồi hắt một chậu máu chó vào mặt. Tỉnh lại được thì tốt không thì thôi. Ngày nay văn minh hơn, chữa bằng sốc điện. Tỉnh lại còn nói được tiếng người thì có thể cho tiếp tục phục vụ.

Tôi còn kể cho Tuấn một bài nữa. Một cái khe có một thân cây bắc làm cầu. Một gã đã qua được nửa cầu thì thình lình tụt xuống hai tay ôm lấy cây cầu, co chân lên, nhắm mắt lại mà giẫy mà hét: Ôi thậm cấp chí nguy, chí nguy, kẻ thù tứ phía, âm mưu chúng bao phủ đen ngòm, hãy chống trả... Thật ra cái khe sâu có một mét và trời vẫn nắng, đời vẫn bình thường.

Khi tôi giải thích; - Ý là chửi Cụ Mao cường điệu đấu tranh địch - ta, nhìn đâu cũng ra địch để kêu gọi chiến tranh, bạo lực.

Nom cáu ra mặt, chắc chạm nọc, Tuấn ngắt: - Thôi, anh chả cần phải thêm thắt!

Sau này khi Hồng vệ binh đến nhà vây bắt, Đặng Thác đã nhảy lầu. Lúc ấy ông là phó bí thư Bắc Kinh. Nguyên tổng biên tập Nhân Dân nhật báo, sử gia Đặng Thác chủ trương dân chủ ngôn luận rồi bị kỷ luật sau phong trào chống phái hữu. Bành Chân, bí thư Bắc Kinh kéo ông ở báo đảng về.

Có mấy cái mánh giúp tôi vượt qua được thử thách khai cung. Trước hết, như đã nói, tôi luôn muốn được chia sẻ cùng bạn bè đang tù. Nghĩ đến anh chị em là cách tự động viên không được sa ngã. Thậm chí còn tự dặn sẵn sàng theo anh em vào tù - mà điều này có khi lại làm cho tôi khuây khỏa. Rồi những lời các nhà văn nói về dũng cảm.

Tình cờ trước khi đi khai cung, tôi đọc *The green hills of Africa*, Những đồi xanh châu Phi (hay *Across the river and into the trees*?) của Hemingway. Ông viết trong đó: Nếu không bị đi đày ở Xi - bia, Dostoievski có khi cũng chỉ là một nhà văn loàng xoàng nhưng rồi ông đã đau khổ. Thì đúng như Đốt từng nói trước đó: Muốn viết hay, phải đau khổ, đau khổ, đau khổ. (Lúc đọc câu này, tôi đã ngán ngẩm nghĩ mình thì đau khổ cái gì để mà viết được hay đây?. Hemingway viết trong *Đồi xanh châu Phi*: Nhà văn rèn luyện trong bất công như lưỡi kiếm. (Như thế này tôi đã được trui rèn như lưỡi kiếm chưa? - Tôi tự hỏi.). Và một câu nữa ở một quyển khác cũng của Hemingway - hình như trong *Những hòn đảo trong hải lưu* - "Dũng cảm là trang nhã trước khó khăn..." và một mẩu trong dã sử xứ Daghestan: "Người ta hỏi - Trong thế gian cái gì ghê tởm nhất, gớm ghiếc nhất? - Một người run rẩy vì sợ. Người ta lại hỏi: - Trong thế gian, cái gì ghê tởm nhất và gớm ghiếc nhất? -- Một người run rẩy vì sợ..." Tôi đã thường nhắc thầm lại trong đầu những câu này và tự xét đã run rẩy chưa? Chúng là những người bạn rất hữu ích.

Nhưng phải nói rằng còn có cả câu của Lê Đức Thọ: - Tớ nói cậu có ghi đây, cậu không làm sao cả, nếu cậu làm sao thì cậu cứ viết thư chất vấn tớ tại sao là người cộng sản tớ lại nói năng bất nhất? Và tôi nghĩ Lê Đức Thọ đã nói là dao chém cột. Rằm trung thu, Trần Trung Tá lên xem tình hình khai cung của tôi. Chiều hôm ấy, Tá và tôi ra một ven đồi ngồi chuyện. Ven đồi trước mặt, một dẫy hồng, quả lúc lỉu, xanh câng câng như bằng sắt tây khiến tôi nghĩ đến bối cảnh trang trí sân khấu với màu vàng tà dương thoi thóp buồn trong *Cậu Vania* của Tchekhov tôi xem ở Bắc Kinh. Rồi tự nhiên nhớ con gái suýt bật nấc lên. Tá nói Hà Nội đang có vụ phê phán quyển *Cái Gốc* của Nguyễn Thành Long. Bài này xuyên tạc đất nước ta hết nhẵn đàn ông, mọi sự vào tay đàn bà tất. Tôi nói thế thì tội quá cho Long. Hội phụ nữ và Bác Hồ ca ngợi phụ nữ ba đảm đang, trung hậu, kiên cường, Long tin cậy nghe theo. Nay quay ra bảo anh ấy có dụng ý xấu mà đánh là oan cho anh ấy vô cùng. Tá nói anh bảo như thế nhưng với nghiệp vụ của mình, chúng tôi cứ phải cảnh giác, soi vào từng chữ. "Anh là bạn thân của Nguyễn Thành Long?" - Tá hỏi. - Rất thân, tôi đáp. Anh ấy bị là vì quá tốt với Đảng. Hội phụ nữ và Bác Hồ bảo sao là cứ thế hưởng ứng... Tôi viết Bất Khuất cho Nguyễn Đức Thuận chắc các anh cũng soi từng chữ đấy nhỉ? - Tôi đùa. Lúc ấy chưa nghĩ người ta ngờ tôi đã xúi Long. Cũng không biết người ta xếp loại tôi là phần tử xét lại hoạt động trong giới văn nghệ và Long, chốn tôi thường tới lui đã bị tôi tác động.

Tá ra về mấy hôm rồi tôi mới sực nhớ một lần Tuấn, Côn bảo tôi: anh "họat động" trong văn nghệ sĩ gớm lắm! Lại thấy họ đã đánh giá sai.

* * *

Trời đã lạnh, tôi nhận được chăn mỏng, quần áo. Và một giấy của Công đoàn báo Nhân Dân chứng nhận tôi là chồng Hồng Linh để tôi ký vào cho Hồng Linh được phá thai. Khi đi thẩm vấn rẽ qua chào Linh, tôi đã dặn Linh làm gì nếu xảy ra chuyện này. Chỉ có thể một con, hoàn cảnh của tôi, ai biết thế nào mà để thêm! Linh đã từ Mai Dịch đi xích lô đến tận Chợ Bưởi để nạo thai. Chiều xích lô về. Rét run trên đoạn về dài dặc vắng ngắt.

Cung hỏi đã vãn. Tôi mượn xe đạp Côn đi chơi loanh quanh một sáng chủ nhật. Tình cờ đến Hoàng Xá, Quốc Oai lại vồ phải vợ chồng Trần Các đi thăm con sơ tán. Các níu tôi lại ở một quán nước. Anh cho một tin rất hay: Mỹ sẽ ngừng ném bom và ta thì sẽ ngừng đưa quân vào. ("Có đi có lại thế mới được chứ!" - tôi buột miệng nói.) Các hấp tấp nói: "Có, ta phải ngừng đưa quân vào mà." các không giấu được mừng khi nói đàm phán có thể thành. Cũng rất mừng, tôi bảo anh: - Đàm phán là tốt. Đánh Mỹ mà đằng lưng, đại hậu phương rối như canh hẹ và còn chưa biết lành dữ ra sao. Cứ ôm lấy ông anh đa sự này có ngày khốn.

Các nhay nháy mắt ờ ờ tán thành. Bốn năm sau, 1972, anh bảo tôi ở bến tàu điện Bờ Hồ khi tôi đang đi với Lê Đạt: Ông chống Mao là đúng, tôi tin lão ta là tôi sai. Nhưng tôi trung thực tôi nhận tôi sai. Họ không nhận sai là họ kém tôi...

Về lại Cần Kiệm, tôi bảo ngay Tuấn, Côn là sắp ngừng bom. Tháng 8 ngừng từ Quỳnh Lưu ra. Tháng 11 thì ngừng hẳn từ vĩ tuyến 17. Không nói đổi lại ta ngừng đưa quân vào, làm như ta thắng. Thế mà Tuấn nhếch mép mỉa mai: - Ông ghê thật, vừa chạy đi một tý mà đã có tin giật gân. Khéo tin đồn nhảm đấy.

Tôi cười: - Lạ nhỉ, báo tin Mỹ chịu ngừng bom là tôi báo tin thắng lợi chứ? Chiến tranh không ra ngoài Bắc, ngoài Bắc mới xây dựng chủ nghĩa xã hội được. (Bụng biết thóp Tuấn mắc nặng quan điểm không đàm phán với đế quốc của Mao)

Hôm sau Tuấn bảo tôi viết một bản nhận xét Hồng Hà. Tôi đã viết. Viết cả chuyện năm 1964, một sáng Thái Duy tức Trần Đình Vân đến báo tôi anh sắp đi Bê thì tình cờ Hồng Hà qua phòng khách. Vừa đi Trung Quốc với Hoàng Tùng về, thấy Thái Duy, Hồng Hà rẽ vào. Thái Duy nói anh ở nước bạn về chắc là phải có thuốc lá Bắc Kinh mời anh em chứ. Hà đưa ra bao Tam Đảo. Thái Duy lấy hai điếu rồi nói: - Tôi hút một còn một để về triển lãm cho anh em Cứu Quốc biết anh Hồng Hà gương mẫu đến thế nào, đi nước bạn mà cứ hút thuốc ta. Hồng Hà đi rồi, Thái Duy nói cha này vờ giỏi lắm. Trên rừng anh em đã nói hễ đến sông suối nào phải lội thì cha xắn quần nhanh nhất, hô lội to nhất nhưng bao giờ cũng qua sau cùng.

Thế nào mấy hôm sau, đài phát thanh nhắc đến Hồng Hà, nhà báo của đoàn đàm phán ta ở Paris.. Tuấn cười hỏi tôi: - Lẽ ra là ai, anh có biết không?

- Là tôi, - tôi nói.

- Sao anh bíết?

- À, anh Thọ bảo tôi từ năm 1966.

Lúc ấy chưa biết tờ nhận xét của tôi đã đôn Hồng Hà vào trúng long mạch "nhất trí" mà Đảng cần. Người mà khóc trước đảng bộ và cảm ơn Mao Chủ tịch đã mở mắt ra cho nhìn thấy cách mạng thì đáng quý lắm. Giá như tôi khen anh thì chắc Đảng vất anh vào sọt. Mao Chủ tịch dạy đó: kẻ địch chửi ta là khen ta đúng, kẻ địch khen ta là chửi ta sai.

Tuấn lại nói: - Anh Chính Yên hay kêu tiếc cho anh. Chúng tôi bảo anh Chính Yên là anh tiếc một, Đảng tiếc mười.

Tôi thấy hả. Phải tiếc chứ!

Có một dạo, cơm chiều xong tôi hay ra con đường một ngả lên đường 32 đến Phố Gạch, một ngả về Quốc Oai. Thường thấy một người vung cái vợt nan giang tay dẹp đè sóng lúa. Tôi nghĩ thời nguyên thủy không chừng những người mới rời đời vượn vẫn hay từ trên đỉnh núi kia, chỗ nay ngồi 108 vị La hán, xuống đây, cánh đồng là đầm lầy, các vị bắt rắn nước xé ăn... Thế là chợt ngửi ra mùi nguyên thủy. Mênh mang, thăm thẳm... Vương trên mặt các vị La hán. Một hôm, người vợt châu chấu hỏi tôi: - Sao ngày nào cũng cứ ngồi nói chuyện mãi với nhau như thế chứ anh? Chuyện gì sẵn mà nói không cạn thế?

- Với nhau nào nhỉ?

- Đấy, anh nói, một bác nghe, một bác viết hí hoáy.

- À, tôi báo cáo tình hình nước ngoài, tôi ở bên đó về.

- Trước anh đã có một anh cũng ngồi nói như thế. Anh ấy hay thở dài lắm. Tối toàn nằm vắt tay lên trán thở dài. Tình hình nước nào mà phải thở dài?

Tôi cười, không đáp.

Lại nói: - Chúng tôi xung quanh thấy cứ bên nói, bên ghi cả tháng lạ quá nên để ý. Không phải tham ô. Càng không phải Việt gian. Là cái gì thế anh? (Cười rất hồn nhiên.)

Tôi hỏi lại: - Thế theo bác thì là gì?

-... Anh ấy à... Anh đừng giận nhá..., có nhẽ là làm giặc.

Thấy cái giọng chợt mượt mà, con mắt nhìn chợt cợt ghẹo, tôi đùa lại: - Thế thì tôi ăn củ đậu mất.

- Không, không... Các cụ nói làm giặc với ăn cướp chứ không nói ăn giặc làm cướp. Xưa ở đây có một ông giỏi chữ làm giặc rất nổi tiếng rồi bị chém, (Tôi nghĩ: à, Cao Bá Quát, ông vợt châu chấu ca ngợi "giặc châu chấu").

Đến đây phải quay về. Không nên kéo dài đề tài này.

Đồng lúa đang tối xẫm xuống, êm ả. Cứ thấy vui vui. Chả lẽ vì được coi là giặc? Đúng, chỉ nói *ăn cướp*, còn nói *làm giặc*. Làm ăn, hai chữ hay đi với nhau nhưng ở đây rẽ ra và nghĩa có khác. Sắc thái ngôn ngữ hay quá. Làm giặc là hành động có cả chí hướng tinh thần còn ăn cướp thì mục đích chỉ là ăn! Nhưng vừa leo lên con đường đất đỏ rộng thênh thang cả một sườn đồi với những rãnh ngoằn ngoèo rất sâu dẫn vào làng, tôi chợt nhận ra mình vui chính là vì hai câu thơ cuối cùng của Cao Bá Quát chúng cựa quậy trong vô thức sau khi được chữ làm giặc của ông vợt châu chấu gọi nó dậy:

Ba hồi trống giục đù cha kiếp
Một nhát gươm đưa đéo mẹ đời

Tìm ra gốc vui thì lại rơm rớm nước mắt... Hai câu chửi triết học nhất tổng kết nhân sinh đắng cay; hai câu chửi tục tĩu, khinh mạn, mà khoan dung, trọng kiếp người nhất, hiện đại nhất... Đối thật là hay với cái kiêu kỳ sang trọng *Thập tải giao luân cầu cổ kiếm, Nhất sinh đê thủ bái mai hoa.* Mười năm giao lưu xa gần cầu mong kiếm cổ, Một đời cúi đầu vái hoa mai. Đi một lúc lại thấy họ Cao là người sớm nhạy bén với Tây phương như Phan Thanh Giản, Phạm Phú Thứ... Cao Bá Quát tự phê phán tích cực hơn. Phủ nhận chữ nghĩa của mình sau khi đi Singapore: *Hướng tích văn chương đẳng nhi hí.* (Xem lại văn chương ngang trò trẻ).

Ừ, hình như Cao Bá Quát khởi nghĩa ở Chương Mỹ.

Bữa đầu sơ tán bom Mỹ, Phan Kế An đưa tôi về đó tìm chỗ chạy cho cả vợ con An. An và tôi vào một khu vườn rộng, nắng chấp chới. Cò cộ bay xè xè, trẻ con reo Cò cộ bay cao, cò cộ bay cao và tôi rớm nước mắt, con gái tôi mới nửa tháng, nó sẽ là bạn của những cháu cởi truồng nhảy quẩng theo cánh cồ cộ vàng thẫm màu nghệ già, cái màu khiến các con cồ cộ lần đầu lọt vào mắt tôi hóa thành những sinh vật thời nguyên thủy, cái màu rừng hoang lạ của Gaughin. Mấy hôm sau xe com măng ca cơ quan đưa vợ con tôi về đây, chuyện duy nhất tôi hưởng. Xì xào ngay: - Chống Cụ Mao mà *Tamtam* vẫn cứ cưng thế... *Tamtam* tiếng Pháp là cái trống, được mượn chỉ Hoàng Tùng.

Đại khái như thế những ý nghĩ vụn của tôi những khi rỗi rãi thư nhàn tại cái nơi giam lỏng tôi...

Sau này hồi 1972, đi thăm vợ con sơ tán ở Chợ Bùng, quê Phùng Khắc Khoan, hay tắt lối qua mấy quả núi đá và một ngôi chùa rất dã sử -- đúng hơn, mấy hòn non bộ phóng đại lên hàng tỉ tỉ lần -- ở Yên Sơn, Quốc Oai tôi lại cứ nghĩ Cao Bá Quát có lẽ bị tử hình ở gần đây. Rồi không ngờ thế nào Trần Châu tù về lại đến ở hẳn đấy hơn ba mươi chín năm và rồi nằm xuống mãi mãi ở cạnh ngôi chùa hoang vắng, thanh bạch, hư vô đến nỗi làm cho ta chỉ có nhìn nó thôi mà đã ngỡ nhập thiền và biến đi đâu mất - Chùa Ngoài. Quá hay chữ Ngoài...

Tháng 5 - 2012, ngồi trên xe cấp cứu ở bệnh viện Bạch Mai về chốn quê thứ hai của anh, tôi chỉ nắm bàn chân trái của anh: xù xì, mốc meo... Tôi muốn lường được hết gian truân anh đã trải. Những năm gần đây, hễ cầm phone là anh lại nói: "Đĩnh., mình vui lắm... Chả lẽ nói là như ra đời lần thứ hai." Tôi hiểu. Anh là bên chính. Bên tà đang tháo chạy. Anh li bì. Con mắt nhắm nghiền. Mê rồi. Thở bình ô xi. Còn có trí tuệ hiện ra ở hàng lông mày bạc trắng hơi nhíu lại nghĩ ngợi một mình kia. Anh hay nói những lúc khó khăn mình đều có Đĩnh.

Nhưng lần này anh không thấy tôi ở bên cạnh. Mà ai bảo đây là khó khăn?

Anh Châu, thôi vĩnh biệt. Chúng mình đi với nhau như thế là trọn đời đấy.

Chương ba hai

Rồi về Hà Nội. Nhưng còn vần tiếp tôi một số ngày nữa.

Cái hòm tôn hôm nay khiêng lên xe nặng quá. Thì mỗi người bạn một biên bản khai cung vài chục trang còn gì? Cùng Tuấn, Côn, anh tài khiêng được nó lên xe mà thở dốc, tôi xoa vào nó nghĩ thầm: thế nào mà Marx. Lê-nin, Mao, Lưu Thiếu Kỳ, Lukacs, Hồ Phong, Đặng Thác, Jean - Paul Sartre... chọi nhau ầm ầm ở đây, mày vẫn yên ắng chung sống thế này được nhỉ?

Xe thả tôi ở Khu văn công Mai Dịch. Vào buồng. Vắng ngắt. Phòng học rộng trăm mét vuông trần xì một cái chiếu mỏng bợt cói ở giữa nhà, một hòm gỗ tạp Linh mua ở Hàng Hòm bôi nước màu đỏ lòe lòe và một cái trạn hẹp cao ngất nghểu (để tiết kiệm diện tích) Linh tự đóng lấy bằng cái thùng gỗ tạp đại học bên Bắc Kinh cho tôi đựng cơ ngơi về nước.. Ra lại Đường 32, gió thổi mới biết chảy nước mắt từ lúc nào. Hai mẹ con Linh - Mây đến bà cô tôi tại đầu ngã năm Bà Triệu - Nguyễn Du Hà Nội.

Jean Cathala, nhà văn Pháp bị vào trại cải tạo ở Liên Xô rồi sau thành cộng sản nói: Nghe Thorez tổng bí thư, tôi không hay là mình đã phân thân. Từ đấy ở trong tôi có một Tôi Biết

371

và một Tôi Tin. Hôm nay tôi lạ là hóa ra tôi đã biết quá quá nhiều nhưng nào tôi có hay. Khai cung trở về, "cái Trần - Đĩnh - Tôi - Biết" vẫn nguyên dấn vốn trong khi "cái Trần - Đĩnh - Tôi - Tin" không hề được phục hồi chút nào nhưng tôi chưa truất được nó đi, vẫn cho nó lái con tàu tôi. Tôi còn lụy danh nghĩa đảng viên, điển hình của ngu trung. Mà để thể hiện nó thì phải tuân theo kỷ luật đảng. Cho nên bị đảng đánh đau bỏ bà nhưng anh phải nín thít. Đấy, tướng Giáp, đâu dám kêu oan trước quân đội mà ông là Anh Cả? Thà chịu nuốt đau, thà đóng kịch lạc quan tin tưởng để lừa nhau, lừa dân.

Vì sao? Lúc ấy trong tôi cái "tôi tin" vẫn lớn hơn cái "tôi biết." Nó chỉ đạo hành vi ngôn từ của tôi thì tôi mới được là đảng viên và là đảng viên thì tôi mới có Quyền Lợi. Đúng, ít nhất là được quyền lãnh đạo, giáo dục và quản lý quần chúng - nghĩa là thuộc tầng lớp tinh hoa ở trên dân. Giải phóng con người là một thứ ngoa ngôn sặc mùi tâm thần. Giải phóng cho bản thân bình đẳng với dân còn làm không nổi, nói gì giải phóng loài người?

Xuống tàu điện đi bộ từ Cửa Nam về nhà bà cô. Mọi người đang ăn cơm tối. Đứa con gái một mẩu ngoan hiền ngồi bên mẹ. Tôi đeo ba lô đến bên cháu trước tiên. Cháu ngước mắt nhìn. Tôi chợt thấy ngay tôi thua đứa con hai tuổi rưỡi về cường độ kinh ngạc cũng như về chiều sâu ngóng chờ. Tôi đưa hai tay lên ấp hai má nó. Thế là bật ra cơn lũ quét. Mãnh liệt, nức nở. Nghe rõ tiếng kêu bất bình bênh vực bố, nghe rõ tiếng phản kháng chống lại một vắng hụt không có giải thích, không thể giải thích, tiếng bục phá của một dồn nén, một thua thiệt lâu nay phải kìm giữ trong câm lặng, trong lo lắng. Cũng cả một tiếng reo khe khẽ trước một kết thúc hằng khao khát.

Sáng sau, tôi bế cháu vào báo Nhân Dân, cơ quan tôi đã làm việc ở đó hàng chục năm trời, cái nơi mà tâm thức tôi vẫn coi là một chốn quê, một góc nhà.

Tôi chưa hiểu mình chung tình với họ là mình ngu dốt! Sao họ - những người coi khinh con người, số phận con người - lại chung tình với những kẻ họ cầm giữ làm công cụ được?

Đang họp toàn cơ quan. Hội trường đầy người. Các cái đầu quay ra nhìn tôi rước con lên vai cho nó cười khanh khách vòn túm các rễ đa loà xòa cách đó mười mét. Lễ hội nhỏ mọn của đứa bé thành vấn đề!

Hôm sau, tôi đến làm việc liền được Lê Điền thay mặt Ban biên tập, đảng ủy và chi bộ Ban thư ký chính thức phê bình tôi hai điều: một, không thấy tôi ăn năn hối cải mà lại đến đùa vui trước tập thể để tỏ cho tập thể biết là mình coi thường mọi sự; hai, xa lánh anh em, không chịu gần để nhận sự giáo dục.

Tôi ngồi nghe. Không hề tức. Mà lại thấy hơi hài kịch. Nên đâm ra nghĩ lan man tới năm 1953, thường vụ tỉnh ủy Nam Định, Lê Điền chân ướt chân ráo lên báo đã khẩn khoản nhờ tôi "lớp đi trước" mách bảo cho kinh nghiệm làm báo. Tôi đã mách.

Còn mách cho cả cách yên thân. Trước khi đi học nước ngoài, tôi bảo anh cách trốn cải cách ruộng đất. Lê Điền vốn là địa chủ.

Tôi hỏi Lê Điền nói xong chưa rồi nói: - Tôi trước hết không đi đạo nên không biết ăn năn hối cải. Tôi lại càng không phải là diễn viên để trình làng một cái mặt mếu máo (bụng nghĩ chắc Lê Điền phải nhớ tới Hồng Hà mếu máo lần họp đảng bộ xua quét xét lại). Còn cậu bảo tôi tránh anh em? Cậu có nhớ cách đây mấy tháng, cậu tìm tôi nói khẽ là cho mình lánh Trần Đĩnh từ nay không? Ai cũng tránh tôi vì sợ mà lại đòi tôi gần? Cậu có nhớ cải cách ruộng đất, địa phương cho người lên lôi cổ thằng địa chủ Đỗ Huy Định (tức Lê Điền) về đấu rồi may lại ngừng cải cách ruộng đất không?

- Thôi, thôi, anh Trần Đĩnh, tôi rút ý kiến, tôi cũng sẽ trình bày lại với chi bộ ý kiến của anh.

Mười sáu mười bảy năm sau, khi về hưu, Lê Điền là tổng biên tập báo Đại Đoàn Kết. Sau bữa cơ quan liên hoan chia tay, anh đi bộ dọc Võ Thị Sáu đến nhà tôi ở Nguyễn Thông, gần ga xe lửa Hòa Hưng, Sàigòn. Vừa ngồi xuống ghế, liền nói: Tôi về hưu rồi, anh Đĩnh ạ... Mắt thế là rơm rớm ướt rồi nghẹn ngào nói tiếp: Từ nay tôi sẽ không còn bạn, tôi biết... Ở ta, khi đang có quyền thì còn bạn bè chứ khi hết quyền thì sẽ vắng lặn. Tôi mong anh vẫn gần tôi...

Không ai hiểu thân phận bèo nổi mây trôi bằng các đảng viên cộng sản nắm chức trách

Thật tình hôm Lê Điền thay mặt các thứ phê bình tôi, tôi đã định hỏi Lê Điền: - "Cậu có nhớ lần cậu sang lớp tổng kết cải cách ruộng đất ở sáu xã huyện Đại Từ báo tớ về đi học ở nước ngoài, tớ đã bảo cậu hãy đưa vợ con trong vùng chiếm đóng ở Nam Định lên xã Bình Thuận đã cải cách ruộng đất để tránh bị đấu tố không?" Nhưng hôm ấy tôi không kể công này ra vì thấy làm thế thì hèn hạ!

Chuyện xui Lê Điền trốn cải cách ruộng đất rồi tôi không nhắc với ai nữa. Không ngờ cuối năm 2012, gặp tôi ở nhà con gái út Hoàng Minh Chính, Đỗ Huy Bắc, con trai cả Lê Điền (hay Đỗ Huy Định), chủ tiệm rượu tây ở Hàm Nghi đã nói: - Cháu rất cảm động kể lại với chú chuyện này. Chú đã mách cho cả nhà cháu bỏ Nam Định lên Bình Thuận, Thái Nguyên tránh cải cách ruộng đất. Bố cháu không nói. Thế chú bảo ai nói? Mẹ cháu, chính người phụ nữ đồng quê chả biết gì hết ấy đã thì thào dặn chúng cháu hãy nhớ lấy việc chú làm.

Tôi nghe cũng cảm động. Cả một thời xa lắc. Ừ, tại sao tôi mách lên Bình Thuận? Có lẽ cái tên Bình Thuận có dính đến X, cô con nuôi của Cụ Hồ mà tôi đã nắm tay, đã cho cô biết tôi ký tên Hoàng X. lên báo -khiến cô đỏ mặt nhìn tôi - rồi cô cho tôi cái thìa, món kỷ niệm tôi đặt lên trên bụi lạc tiên đầy bụi ở giữa Na Sầm và Đồng Đăng, chờ vượt sang Trung Quốc. Tóm lại tình trong như đã, mặt ngoài còn e...

Ngoài Lê Điền, tôi bảo cả Lê Bổng đổi tên kẻo địa phương họ đòi về đấu tố. Lê Bình ra đời từ đấy.

Năm 1949, Lê Bổng, học xong phổ thông trong Thanh Hóa được người anh họ Lê Xuân Kỳ làm văn phòng báo Sự Thật - gồm mấy bị cói tài sản của báo đựng ít giấy tờ còm và chiếc máy chữ Japy Baby giống cái máy chữ của Cụ Hồ - gọi đến chơi. Quang Đạm mấy hôm sau bảo tôi: - Gay quá, Đĩnh à, cậu này con quan lại, địa chủ mà lọt vào căn cứ địa không giấy tờ gì hết. Bảo về thì sợ cậu ta đi qua Đường 5, Đường 6 bị Tây phục kích rồi khai ra thì nó ném bom tan căn cứ địa. Mà chả lẽ thủ tiêu... Thế là Lê Bổng ở lại và nhờ hóa thành bình địa, anh đã bổng lên tới phó tổng biên tập báo. Rồi thông gia với ông Phạm Ngọc Mậu cực kỳ lập trường bần cố. Tôi, kẻ "chống đối cải cách ruộng đất" thì ngã chổng kềnh... Tránh sao thoát? Tôi mang chất "phản" trong người mà. Cách mạng gồm "phản phong" và "phản đế" thì tôi "phản... cách mạng."

Lúc ấy ở báo, chỉ riêng một cô biên tập viên tin quốc tế ái ngại hỏi hẳn tôi: - Tạng anh thế sao lại làm chính trị?

- Tôi làm đạo đức, không làm chính trị, - tôi đáp. Người ta đổi trắng thay đen chỉ một sáng một chiều, lật lọng, xoay đầu đổi đít, đấy, hôm qua mở cuộc thi khen tuần phim Liên Xô,

Đàn sếu bay qua, Chín ngày một năm... thì hôm nay đã chửi là phản động, đấy, hôm qua leo lẻo hoà bình muôn năm, cả nước tới tấp ký đòi hòa bình thì hôm nay ai yêu hoà bình đã thành đầu hàng, phản bội.

* * *

Tám giờ tối hôm về lại Hà Nội, sau cơn lũ quét của con gái, tôi đến ngay nhà Phan Kế An. Bảo ngay An nếu họ hỏi tớ có đến cậu không thì bảo có nhé. Tại sao? - An hỏi. - Họ theo tớ ngay từ nhà cho đến đầu ngã tư Quang Trung đây. Rồi tôi đưa An một xấp giấy bao thuốc lá, giấy kẹo tôi ghi ở đó những điều đã khai liên quan đến An. Mai kia khai cung, An nói khớp với tôi thì đỡ rách việc. Tôi đưa ra một xấp mỏng nữa bảo tôi sẽ đến Nguyễn Tuân đưa. Thì An lắc đầu nói: - Đừng, cậu đi vắng, xừ ấy bảo Nguyễn Thành Long là từ nay chúng ta đừng nói đến Trần Đĩnh nữa...

Mấy hôm nữa, như cho trọn vẹn, Long bảo tôi sau khi nói thế, Tuân có kèm thêm một câu tiếng Pháp: *En lui, je respeste son côté homme*. (Ở anh này tôi trọng cái khía cạnh người).

Vài tháng sau, An đi thẩm vấn, tại Hà Nội. An nói Trần Trung Tá vụ phó Bảo vệ vừa thấy An thì hỏi luôn: - Anh Trần Đĩnh về có đến ngay anh không? - Có! - Thế thì hỏng rồi, - Tá nói.

Tôi cũng sớm đến Chính Yên. Thấy tôi, anh hơi thất sắc. Nhợt nhạt, âu sầu. Anh nói: - Chúng mình không nên gặp nhau nữa. Nguy hiểm thật đấy chứ không phải đùa đâu.

Mấy hôm sau Chính Yên tìm tôi. - Mình bị khủng hoảng quá, đừng giận mình. Đĩnh đến vào lúc mình đang chán. Mình đã tự tử. Trên Ban tổ chức trung ương... Khi đang viết bản cung. Treo cổ vào thắt lưng nhưng thắt lưng bở đứt, ngã một cái đau lịm người. Đĩnh đừng nói với ai.

Phải nói về Hà Nội hôm trước hôm sau, tôi đọc luôn *Bươm Bướm* (hay *Người tù khổ sai - Le Papillon* - BT) của Henri Charrière." Tà thư "là thứ tôi không thể không ngốn. Rồi sau hai hôm thì đến xem ngay một phim Liên Xô chiếu cho nội bộ Hội điện ảnh. Chả thấy cần phải làm cho mình xo xúi đi, một dạng của giả nghèo giả khổ vốn dễ được lòng đảng! Tan buổi, đứng trên tam cấp rạp Dân Chủ, gần ngã ba Đình Ngang đâm vào phố Cửa Nam, nhìn xuống tôi thấy Trà Giang nhìn lên. Ngẩn ra một lúc rồi Trà Giang khẽ reo: - Anh Trần Đĩnh!

Thấy rõ giọng reo mừng kìa: tôi đã về rồi.

* * *

... Làm việc thêm một thời gian ở Hà Nội thì kết thúc. Họp rút kinh nghiệm. Tôi nói sáng nay đi BV Việt Xô khám sức khỏe, thấy Huy Cận trước nhà A1, chưa kịp nói năng gì anh ấy đã rúc qua hàng rào ô rô, đi tuốt. Một thăm dò ("đấy bạn bè coi tôi là phản động rồi!") nhưng Nguyễn Trung Thành, Trần Trung Tá, Lê Công Tuấn chỉ cười.

(Cố nhiên tôi không nói lúc thấy Huy Cận tránh gặp, tôi thấy ngay người ta đã phao tin tôi bị bắt, tôi rất phản động, chống phá cách mạng dữ lắm và lạ lùng là tôi bỗng nhớ đến *"Nắng chia nửa bãi chiều rồi, Vườn hoang trinh nữ xếp đôi lá sầu..."* Đúng là chia. Tiền chiến thì *ngủ đi em, mộng bình thường*. Bây giờ mộng bình thường dễ biến thành ác mộng. Nhưng cũng phải nói sau đó tôi vẫn ở báo Nhân Dân và Huy Cận đến đưa thơ đăng vẫn chuyện trò vui vẻ với tôi).

Cuối cùng tôi hỏi - lại một thăm dò:

- Tôi hay đến bè bạn, các anh biết, mà các anh thì còn theo. Để đỡ rối và mất thì giờ, các anh có thể cho tôi biết là tôi không nên đến ai không?

Tá suy nghĩ một lát rồi nói: - Với anh, chúng tôi đã vi phạm nhiều nguyên tắc làm việc rồi. Đây là cái cuối cùng: anh đừng đến anh Lưu Động.

Tôi chợt hiểu vì sao trong thông báo thứ hai của Trung ương về vụ xét lại, Sáu Thọ nói lẽ ra bắt Lưu Động nhưng không bắt. Anh là bẫy cho những kẻ ẩn náu ở xa lớ xớ mò vào thì sập.

- Tôi đề vào lý lịch thế nào? - tôi hỏi. Thêm một thăm dò.

- Đề là có quan hệ với đám Hoàng Minh Chính. Anh chú ý là không được nói với ai, kể cả với anh Hoàng Tùng việc anh làm và nói gì với chúng tôi.

Lúc ấy, 1968, vì Cụ Hồ chưa "đi xa" nên chờ đến 1971, Đảng mới ra Nghị quyết 20 (hay 21 tôi không nhớ rõ) của Trung ương Khóa 3 lên án "Bè lũ xét lại hiện đại tìm cách tuyên truyền xuyên tạc chủ nghĩa Mác - Lênin. Một số phần tử trong nước ta đã sao chép các luận điểm của chúng, sử dụng các khái niệm xét lại để tuyên truyền chống lại các chính sách của Đảng ta. Bọn họ đã vứt bỏ nghị quyết của Hội nghị Ban Chấp hành Trung ương Đảng vào năm 1963, đường lối cơ bản của nghị quyết là phê phán và phủ nhận chủ nghĩa xét lại hiện đại..."

Tránh nói chúng tôi chống nội chiến vì nó có sức lay động lòng dân ghê nhất, bới ra sợ có khi dân theo bọn chống Đảng.

Trích ở đây một mẩu trong ghi chép của một sỹ quan quân đội miền Bắc bị quân Mỹ lấy được trên chiến trường, nói về một trong những tài liệu phổ biến về vụ chống Đảng như sau: "Những kẻ phản bội này (...) cố ý phân tích sai, phê phán thiên lệch, và đánh giá có hại trong Bộ Chính trị để gây chia rẽ trong lãnh đạo Đảng. (...) Chúng cố ngăn cản cuộc phản công của chúng ta với quân thù. Chúng cố ngăn cản Đảng bộ Miền

Nam triển khai Nghị quyết 9 (tức là ngả hẳn theo Mao phát động chiến tranh đánh Mỹ. (Tư tưởng Mao được Lê Duẩn suy tôn là tư tưởng Lê-nin thời ba dòng thác cách mạng. - Trần Đĩnh chú.) Chúng cho rằng trong 20 năm qua, đường lối chủ trương của Đảng ta bị ảnh hưởng bởi chủ nghĩa giáo điều và kế hoạch chống Mỹ cứu nước là thiển cận..."

Dùng chữ thiển cận ở đây cũng là tránh cái chữ chúng tôi nói: "không biết thương dân," "bị Mao xui" (có khi cáu lên còn nói "bị Mao cho ăn cứt gà sáp"), "sai toét"...

Ai cũng biết Mao là tổng tư lệnh phất cờ cho một ít đảng háu đấu Mỹ nhưng có lẽ rất hiếm ai lúc ấy -kể cả anh chị em "xét lại" chúng tôi ngờ nổi rằng Mao kêu gọi đánh xét lại chính là chìa ra cho Mỹ tín hiệu củ cà rốt: ta đứng cùng một trận tuyến đánh kẻ thù số một của nhà ngươi đấy! Cho ta đi cùng với đi!

Biết Cụ Hồ sau Nghị quyết 9 đã bị phe Lê Duẩn cho ngồi chơi xơi nước, chúng tôi bắt đầu kém tin yêu Cụ vì đã chịu thua Lê Duẩn, không bảo vệ đến cùng chân lý.

* * *

Tôi chờ nhận một kỷ luật. Nhưng không.

Lê Đức Thọ đã giữ lời. Hay đúng hơn, ông tin chắc kéo được tôi. Biết đâu ông muốn qua tôi hiểu thêm sức mạnh cảm hóa của ông?

Lúc ấy tôi chưa thấy rằng ông hiểu câu "cán bộ quyết định tất cả" của Stalin hơn bất kỳ ai. Mà ông thì nặn ra kẻ "quyết định tất cả." Ông cũng hiểu rằng nếu giỏi bấm vào hai huyệt *tham* và *sợ* thì sẽ dễ có cho mình một tổ chức nòng cốt lợi hại quay lại quyết định hầu hết bộ máy.

Chương ba ba

Lê Đức Thọ không bắt tù tôi nhưng bắt đi lao động cải tạo. Cùng Chính Yên. Tại nhà in báo đảng, cơ ngơi cũ của IDEO, Nhà in Viễn Đông Pháp, phố Tràng Tiền. Tôi hẹn Chính Yên 7 giờ sáng tới vườn hoa Nhà Kèn chuyện trò vài câu đã.

(Đến đây xin một ngoặc đơn: Vườn hoa này mang tên bà thủ tướng Ấn Độ Indira Gandhi, con gái Nehru. Sao không phải Lê-nin hay Mao Trạch Đông? Khổ, hai gánh ân tình của ta thù nhau nên ngáng nhau vào vườn hoa Hà Nội do đó Ấn Độ, quê hương Phật giáo vớ. Nhưng sao không phải Thánh Gandhi hay Nehru, hai vị sáng lập ra Nhà nước cộng hòa Ấn Độ mà lại là con cháu thua xa các vị về tên tuổi, tài cán? Bởi lẽ Gandhi kịch liệt chống bạo lực còn Nehru thì bị Bắc Kinh chửi thậm tệ và Hà Nội đã té nước theo mưa...)

Còn mãi sau này nhờ Trung Quốc đã thành thù, Lê-nin mới rộng chân đến được vườn hoa Canh Nông cũ. Ở đây trước đặt tượng Tứ dân sĩ nông công thương làm lụng dưới bóng che chở của một lính Pháp chỉ tay vào Cột Cờ ra ý bình định Hà Nội. Nay Lê-nin cũng chỉ tay song Người "chinh phục trái tim khối óc" chứ đất cát Người không thiết. Và rất lạc hậu về quan trí, dân Hà Nội đã về: *Ông Lê Nin ở nước Nga, Sao ông lại đứng vườn hoa nước này, Ông ưỡn ngực, ông chỉ tay, Ông xem như thể nước này của ông, Tự do hạnh phúc đừng hòng còn xa, Kìa xem gương của nước Nga, Bảy mươi năm lẻ mà có ra cái đếch gì!*

Rồi từ đấy kỷ niệm ông, chả biết phân cấp thế nào mà chỉ có thành ủy mấy người đến cúi đầu tưởng nhớ ông còn Trung ương trở lên thì không...)

Ngồi ở ghế góc giáp Bắc bộ phủ trông sang Ngân hàng, tôi bảo Chính Yên: - Mình muốn nói cái này. Một là sự sống chắc chắn tiến lên chứ không hãm tài thế này mãi. Hai là, *la sagesse du peuple*, - cái sự khôn ngoan của dân, không bao giờ coi chúng ta là phản động. Cậu thích Camus thì Camus có câu này đấy: Đâu không có hy vọng thì hãy phát minh ra hy vọng ở đấy...

Chính Yên lên xe đạp từ trên hè tụt xuống đường, ngửa cổ hát câu mở đầu quốc ca Pháp: *Nous entrerons dans la carrière...*

Giám đốc nhà in Trần Ngọc Phương, chốn quen biết từ tít thời rừng sâu núi thẳm đích thân đưa tôi lên gác năm đến tổ đồng mô (tiếng Trung quốc là mẫu chữ đồng), bộ phận chuyên sản xuất chữ chì. Trước đó chữ toàn nhập.

Ngọc Phương trước là công nhân sắp chữ ở báo *l'Action*, nơi bố tôi làm ở đó. Lúc chỉnh đốn tổ chức tôi đã hỏi Phương xem bố ông có vấn đề chính trị gì không thì Phương nói ông cụ nói tiếng Tây như Tây và cứ ra khỏi tòa báo là đã có mấy cô chờ. Ông cụ ông bênh công nhân chứ? Đúng, có khi quát thằng cai người Đức Reitauffer, thằng này hay xà - lù anh em công nhân ta lắm. Bây giờ có lẽ Phương bênh tôi vì thế chăng?

Chỗ tôi làm việc là một xó biệt lập hoàn toàn. Một góc tường năm sáu mét vuông. Tôi sẽ ngồi chiếu thẳng vào đỉnh góc và sau lưng tôi một đường ray lượn đúng đến đó thì dừng lại với một cỗ xe goòng mặt bàn thấp bé đỗ ở trên, thứ đồ chơi luôn làm tức dậy náo nức ở sau lưng một thời thơ nhỏ và một sớm lên đường. Giữa góc tường là một lò điện lớn, tôn của thùng đựng mực vây kín xung quanh. Trên mặt lò, một chảo đại. Nắp chảo hình nón bằng tôn có một ống khói bằng sắt tây vươn lên rồi gẫy làm ba khúc luồn qua khung cửa sổ nhỏ giáp trần chui ra ngoài: hệ ống thải khí độc. Một cửa vuông ở rìa nắp chảo úp xuống miệng chảo; tôi thò muôi qua đó múc chì chảy đổ vào khuôn thạch cao. Bên phải tôi, một cửa vu vơ ra lưng trời. Đúng lưng trời! Vì ngoài đó là một cầu gỗ mảnh dẻ, kiểu lan can tàu thủy, dài chừng hai mét rồi chấm hết lơ lửng. Nếu không phải là dẫn đến nơi tự sát dễ nhất.

Lúc nghỉ tôi hay ra đứng tì tay thành cầu cúi nhìn xuống sân khách sạn Thống Nhất. Một lần bảo Chính Yên đoán xem Danièle Hunebelle, nhà điện ảnh Pháp nổi tiếng và xinh đẹp, nhân tình lừng thế giới của Henry Kissinger và bà nhà văn nổi tiếng cũng xinh đẹp người Ý, Oriana Fallaci đã ở cái buồng nào tại ba tầng gác trước mặt kia. Tôi không nhớ bà nào đã viết: ở đây khi cần nước thì vòi không chảy mà đêm khuya không cần thì nó lại chuyên cần nhỏ giọt cầm canh cho khách không nhắm mắt. Sáng đang thiu thiu thì khắp xung quanh nhạc tập thể thao ầm ầm nổi lên cho "các gã xương xấu tội nghiệp hoa tay múa chân" trên ngay vỉa hè quanh khách sạn... Viết về Cụ Hồ tiếp mình: Cụ ga - lăng theo kiểu tỉnh lẻ, lấy một cành hoa trong bình ra tặng tôi... Lúc đó chưa có hồi ký "Kẻ bị truất phép thông công" (nguyên văn bằng tiếng Pháp *Un Excommunié* - BT) của Nguyễn Mạnh Tường nên tôi chưa đoán đúng ông vào gian phòng nào để gạ khách sạn mua bộ đồ ăn quý, quà bạn bè bên Pháp tặng đám cưới vợ chồng ông. Bị đánh đuổi sau Nhân văn - Giai phẩm, Nguyễn Mạnh Tường đói quá - có lần lả đi ở đường Trần Hưng Đạo - ông đành đến đây. Quản lý ái ngại đã nói thật: Bác ơi, chúng tôi cho bọn nước ngoài chúng nó vào để tiện lục soát xem chúng mang cái gì vào đánh phá chế độ ta thôi chứ ai mua các thứ này về hầu chúng hả bác? Phải nói chữ bạn đọc của ta hay hơn chữ người đọc của các nước. Là bạn của người viết thật. Ngồi ở sát bên khách sạn Thống nhất tôi có cảm tưởng đúng như mình đã bắt tay thân mật với Hunebelle, Fallaci, Nguyễn Mạnh Tường. Và cả Charlie Chaplin và bà vợ Paulette Godard. Ông đã ở đây và chắc từng gây tiếng vang lớn vì bà nội tôi vẫn thường bảo tôi lúc bé là nom như anh Sạc - lố! Tất nhiên với bà nội thì lố là ghép vào tên Sạc của ông.

Ngoài những chảo gang, lò điện, hàng chục cân chì, các đồ nghề của tôi rất gọn nhẹ: nịt cắt ở săm xe đạp ra, những dải băng ni lông để quấn các thanh nhôm làm khung khuôn, một thùng gỗ đựng thạch cao, một bát chiết yêu đã mẻ, một muôi mẻ (hai cái để ngào thạch cao), mấy ga - lê chèn chữ để chèn khuôn. Một hòm gỗ tạp vuông ôm kín hết lò điện và chảo chì, trừ mặt hòm khoét vừa khuýp với mặt chảo. Rìa hòm gỗ là bàn nghề của tôi. Đến giờ làm việc, tôi đeo khẩu trang, hạ cầu dao. Luôn thấy mình giống một tướng phù thủy từ giây phút này cho diễn ra những biến động âm thầm mà dữ dội ở cái khối chì đông cứng trong lòng chảo kia. Chờ chì nóng chảy, tôi làm khuôn chữ, những chữ hoa. Rồi múc chì sôi rót vào miệng khuôn. Lát sau giở khuôn, cho ra mắt một con chữ mới. Nhiều chữ phải giũa cho đúng "dem" hoặc cho vuông thành sắc cạnh. Ba nhát giũa, bụi chì đã óng ánh vun đầy quanh con chữ.

Tôi tả chi tiết cái việc nó sẽ "cải tạo" tôi vì cần nói rằng thứ nghiệp vụ này không thể tìm ra nơi thứ hai thực hành nó trên thế giới.

Lạ là vào việc tôi thường có cảm giác vào một cuộc chơi. Mặt chảo khẽ chao sóng, chỉ như một thứ phún thạch bạc xám vật vờ tìm một nơi neo đậu bên lòng chảo để tạo lấy một lục địa riêng cho nó. Những khuôn thạch cao đầy chì sôi bỗng hôi hổi trong lòng bàn tay, ấm dần, ấm dần. Để rồi thon thót đập: chì nguội đi. Lúc ấy tôi ngỡ mình ấp trong tay một con chim trắng, quả tim tí hon của nó đang nhận lấy máu tôi. Mỗi lúc giỡ khuôn cho bong ra con chữ mới, tôi lại ngẩn ngắm cái ánh cầu vồng bảy sắc lấp lóa bắn ra từ nền chì tối. Cố đoán đọc những tín hiệu phát đi từ một chiều sâu nào: có một hành tinh xa đang muốn tiếp xúc với tôi. Lặng lẽ trao cho tôi một sinh điện mới, một ngôn ngữ mới, một cách nhìn mới.

Ngồi bên chảo chì rất nóng -- mấy trăm độ nóng chảy - nhưng mỗi khi cỗ máy in *rotative* chiếm hẳn một gian xưởng lớn dưới tầng trệt bắt đầu chuyển động cùng những hồi chuông réo, những tiếng hô theo lòng giếng trời dội lên tận chỗ tôi ở tầng năm, rồi cuối cùng máy chạy rầm rầm với một tiết tấu ngày một gấp, một gắt, một đều rồi trơn nhẵn, phẳng phiu đi thì tôi lại bỗng ngỡ như mình đang dự vào một cuộc đua xe tam mã, tứ mã Nga lồng phóng trên tuyết thảo nguyên. Người mát hẳn lại và lanh lảnh bên tai tiếng chuông ngựa, tiếng gió hú gào, tiếng reo cuồng vui, tiếng Tolstoi thúc ngựa *cha cha cha...*

Khi đã thân, Quỳnh, sư phụ tôi, một thanh niên đẹp trai thì thào bảo tôi: - Anh tội nặng lắm nên người ta mới bới lại cái việc đã xếp xó từ tám hoánh này ra cho anh làm. Độc hại bậc nhất trong ngành in đấy ạ. Hơi chì này, bụi chì này, nóng bức này. Anh Chính Yên chỉ có làm việc tiếp giấy cho máy in.

Khi anh sắp sang họ bảo anh nguy hiểm lắm. Gần ai anh tiêm ngay nọc chống Đảng cho nên khi nhà máy phân công em giúp anh học nghề, em cứ lạy van chối, sợ lắm..

- Thế nay còn sợ không? - tôi hỏi.

- Nghĩ đến ngày anh về toà soạn em đã buồn.

- Thế có thấy mình tiêm cho cái gì chưa?

- Nghe anh nói hay lắm. Không chỉ em đâu. Cái T. tổ chữ, con nhà tư sản nòi nên không được thi vào đại học phải vào đây làm, anh có thấy ngày mấy lần nó từ tầng hai leo lên ngồi bên anh nói chuyện đấy không? Toàn diện *xa - tanh*, vế với đùi cứ căng ánh lên thế này, đấy, tư sản khổ đến đâu nom vẫn cứ sang. Nó bảo ngày xưa để lại thì có mà dùng chứ vải lụa bây giờ bán lại không tiền mua.. Một tối bỏ xi - nê tập thể, T. và tôi đã đạp xe đi trong các phố vắng Hà Nội. Đến trước cửa công viên Thống Nhất đen thui, tôi hỏi T. đi đâu nhỉ? T. nói: "Anh đi đâu em đi đấy! "câu nói ngoan quá làm cho tôi đưa T. về. Trả tận chân cầu thang sâu trong cùng tầng dưới nhà vắng tanh ban ngày vẫn có hàng bán bún thang, bán phở thuê. Bàn tay T. đặt trên tay vịn cầu thang bằng lim bóng nhẵn tự nhiên ngửa ra, trắng như một đoá quỳnh mà các cánh thon dài của nó chợt run lên khiến tôi đã toan cầm lấy.

Những ngày Linh đi biểu diễn tôi mang con gái đến tận lò chì. Rải hai chiếu manh rách toang lên xe goòng, đeo cho cháu hai lớp khẩu trang rồi để cháu ngồi tự "mẫu giáo" ở đấy. Sớm tôi vừa rón rén dậy, cháu đã bật nhổm lên. Tôi thật không hiểu cái gì khiến cháu phối hợp tác chiến với bố ngon lành như thế. Vừa ba tuổi rưỡi.

Sáng đầu tiên đến tổ đồng mô, tôi nói với anh em: - Sang học giai cấp công nhân đây.

Thì Thái Cò, một công nhân trẻ nói ngay: - Anh đưa em hai hìu em sang hàng ăn trước mặt kia mua cặp quẩy ăn cho đỡ đói rồi em sang tên cho anh cái chữ lãnh đạo! Khốn nạn, nhọ đít thì lãnh đạo bánh vẽ thôi! Quẩy vẫn hơn bánh vẽ, nào hai hìu đưa đây, sang tên nóng hổi.

Mấy tháng sau, mẹ Thái mất. Tối tôi đến phúng. Vừa bước vào liền thấy Thái áo xô lom khom ra đón, một tay che miệng khóc, một tay hẩy hẩy vào ban nhạc hiếu ngồi ở sau. Nhạc liền cất lên lâm li ai oán suốt thời gian tôi đứng trước bàn thờ. Sáng sau đi làm, Thái bảo tôi: - Tối qua em chờ anh đến là nổi "xã luận" đón... Thì ban nhạc hiếu thổi kèn rầm rĩ lên đấy thôi. Anh có thấy mấy cha trưởng ban bên toà soạn ngồi cứ tròn mắt ra lúc ấy không? Đâu có được đón bằng "xã luận kèn" réo rắt như anh?

Không biết có phải A Quy của Lỗ Tấn không mà nhiều lúc tôi hay tự hỏi "Ai thắng ai?" Lờ mờ thế, không đẩy tới cùng xem ai là ai, kẻ mà tôi tin sẽ thắng nó.

Chính trong thời gian cải tạo bằng lao động với giai cấp công nhân, tôi được nghe rất nhiều tiếu lâm về... cách mạng. Anh em vừa lao động vừa i ỉ ngâm khẽ. Phải hỏi, phải van nài mãi, các tướng mới đọc rõ cho nghe.

Nhân phẩm toàn dân mất sạch rồi, Chỉ còn lương thực giá cao thôi, Lương tâm giá rẻ hơn lương thực, Chân lý, chân giò cũng thế thôi...

hay

Đảng là mẹ, Bác là cha, Bác ta mất sớm, mẹ ta góa chồng. Bác ơi sống lại mà trông, Thạch Sanh thì ít, Lý Thông thì nhiều!

Có một toán công nhân sang Liên Xô học nghề in vừa về. Tỏ ra có phong cách Nga hơn. Tức là kể tiếu lâm thoải mái. Hỏi ngay tôi" Anh có thích nghe tiếu lâm Liên Xô không?"

Và kể luôn. Brezhnev dắt cháu nội đi thăm lăng Lê-nin. Vẫn quen nghe ông ông vĩ đại, đứa cháu hỏi: - Ông ơi, sau khi ông chết thì ông cũng sẽ ở đây phải không? - Ông còn đi đâu nổi với dân ta nữa chứ hả cháu? Thì Lê-nin lật hòm kính đứng ngay lên chỉ tay ra cửa lăng: - Cái thằng này! Mày tưởng đây là nhà tập thể hả? Cút mẹ mày đi!...

Những tiếu lâm và ca dao rất hay, không thể kể hết vào đây... Bác Hồ cũng chả thoát. Bài vè Bác và các cháu làm thơ đấu nhau về thế nào là ỉa đúng ỉa sai kỷ luật quá hay.

* * *

Tháng 9, viêm phế quản, tôi nằm bệnh viện. Cạnh giường là tham tán thương mại Ba Lan. Ngay sau cái nháy mắt đầu tiên, chúng tôi liền chuyện như ngô rang. Tiện là có lẽ ít ai hiểu tiếng Pháp trong gian phòng bốn người này. Ở bên trong cùng phòng là một người mặt nom lúc nào cũng khó đăm đăm. Tôi cảm thấy anh ta không thích chúng tôi tán chuyện với nhau bằng thứ tiếng từng là thù địch. Ít lâu sau, anh ta ra viện. Nhìn vào mặt tôi anh ta nói: "Tôi ở Bộ công an, cũng biết tiếng Pháp" Rồi quay sang chào anh tham tán Ba Lan *Bonjour!* (Nằm bên nhau đã hai tuần mà chia tay lại chào mới gặp, thảo nào anh ta không sửng khi ông Ba Lan chế "kông" tức cộng sản.) Rồi anh ta ra khỏi phòng mặt tự nhiên oai vệ hẳn. Tao có ngọng cái tiếng chúng mày trộ tao đâu?.

Anh bạn Ba Lan rất thích phụ nữ Việt Nam. Họ biết họ phải làm gì cho đàn ông. Phụ nữ Âu chỉ biết đòi hỏi đàn ông. Sao cậu gặp được họ? Ồ, cảnh sát mải soi máy bay Mỹ thì mặt đất là của chúng ta. Chúng mày có gì xuất khẩu được nhỉ? Không có. Cam chúng mày chua như chanh. Cam Maroc chúng nó ngọt như đường và không có hạt. Có một cái chúng mày xuất khẩu được là biển, đáy biển, lướt sóng, lặn săn bắn cá... Nhưng chúng mày lại cấm du lịch! Cái sự cấm của chúng mày thì không ai nghĩ ra nổi, - *impensable*. Chúng tao là xã hội chủ nghĩa, viện trợ chúng mày nhiều thế mà cũng không được gặp chúng mày. Nhà nào cũng kẻ khẩu hiệu" Nhà tôi không giao thiệp với người nước ngoài." (Tôi hỏi: - Biết?) Biết, bọn Nga chúng nó mách. Chúng tao bảo giá nước chúng mày dọn ra một hòn đảo giữa Thái Bình Dương rồi cả thế giới cung phụng cho mà sống thì gọn được biết bao nhiêu là chuyện cho chúng mày và thế giới.

Anh bạn Ba Lan ra vào Sài Gòn xoành xoạch khi làm việc cho Ủy ban quốc tế giám sát ngừng bắn. Tôi hỏi bọn Mỹ thế nào? Anh bạn nhìn quanh rồi giơ ngón tay cái lên. Tôi đùa: "*Mais c'est l'ennemi?* Kìa, kẻ thù đấy!." Anh ta nhún vai: "Chúng tớ thấy họ là người làm từ thiện."

Một chiều tôi đang chuyện với Chính Yên vào thăm thì Phạm Song, chủ nhiệm khoa lây tìm tôi. "Anh đến chỗ tôi đi, anh Sáu Thọ gọi."

Sáu Thọ cười rất vui ở đầu dây. - Ốm sao? Lên tớ được chứ?... Ừ, sáng mai chín giờ hả.

- Thăm tôi ở đây, Chính Yên cũng muốn lên.

- Ừ, bảo nó lên với cậu.

Thọ đã chờ sẵn ở bậc tam cấp. Vừa vào khỏi cổng sắt, thấy Thọ cười răng rất trắng, tôi gật đầu chào rồi đưa một tay go gõ vào thái dương. - Làm quái gì mà chẳng bạc! - Thọ đáp.

Vào chuyện là cự ngay: - Sao chúng nó lại đưa cậu đi lao động cải tạo? Lao động như thế chỉ tổ bất mãn. Đưa cậu xuống một hợp tác xã hay một nhà máy có phải là bây giờ cậu đã viết được một quyển tiểu thuyết rồi không? Tớ vừa ở Paris về là gọi cậu ngay...

Lan man chuyện chừng mươi mười lăm phút, Thọ nói sắp bắt thằng Lưu Động.

- Không nên bắt, - tôi nói.

- Tại sao?

- Vì khổ vợ con anh ấy. Hãy bảo công an dọa.

- Thằng này láo lắm. Nó đã được tớ khoan hồng mà cứ láo, nói bừa bãi, chửi tớ ghê lắm...

Tôi chột dạ. Lưu Động nay như tên biệt xứ rồi, có ai đến chơi nữa đâu mà bậy bạ?

Ra khỏi cổng, Chính Yên nói ngay: - Sợ cho anh quá, cụ Kềnh vừa nói "bắt "là anh nói "không nên."

- Tớ vẫn quen nói thế với các ông ấy. Có cái này mới sợ này. Bây giờ mà Lưu Động nó chuồn là tớ hay cậu vào tù thay, ông ấy sẽ bảo là báo cho nó chạy.

Chính Yên ngớ ra. Nhưng ngây ngô hết. Sáu Thọ muốn tôi lộ! Tôi lộ thì nhiều khả năng Lưu Động sẽ xin gặp Sáu Thọ hỏi tại sao anh đã thông báo toàn đảng không bắt tôi mà nay lại bắt. Sáu Thọ sẽ bảo cậu đem nộp ngay tớ các nhật ký cậu ghi chuyện chửi tớ và thế là yên chuyện.

Tôi không báo và Lưu Động vào tù.

Anh cho biết anh vừa chân ướt chân ráo vào là Sáu Thọ gặp anh ngay: - Nhật ký chửi tớ đâu? Nộp ngay cho tớ.

- Tôi đốt nó rồi.

- Cậu nói láo, cậu gửi nó cho đại sứ quán Liên Xô, anh em chúng nó mách tớ. Bây giờ cậu phải đi cùng anh em vào bảo họ trả lại cho cậu.

- Thông báo anh nói không bắt tôi, tôi đã đốt...

Nhật ký này ghi chuyện Thọ thật. Lưu Động có cho tôi đọc cùng với một ít hồi ký anh viết dở chừng. Trong có chuyện làm trưởng trạm giao liên của Trung ương, Lưu Động đã ngủ với một cô liên lạc sau là vợ một ủy viên Bộ chính trị. Anh hỏi tôi: - Có để được không hay là bỏ? - Nếu lúc ấy bà ấy là vợ ông ấy rồi thì nên bỏ còn vẫn chưa chồng thì chả bỏ làm gì, hoài của đi.)

Cải cách ruộng đất đợt hai gì đấy, một hôm Hồ Viết Thắng bảo Lưu Động về Nam Định gặp hai chi bộ đã qua cải cách, một ở quê Sáu Thọ, hỏi xem có phải đúng Sáu Thọ gửi thư về quê mách cách phân tán ruộng đất thật như dư luận phản ánh không, và một ở quê Trường Chinh hỏi xem có phải bố đẻ Trường Chinh là địa chủ gian ác, thu cả tô tôm tép của trẻ con mót ở đồng của ông cụ không.

Chi bộ quê Thọ nộp thư Thọ mách cách đối phó cải cách ruộng đất. Lưu Động đưa nó cho Hồ Viết Thắng. Thắng nộp Thọ nhưng Thọ muốn xoá đi cả vết tích, thư này được ghi nguyên văn trong nhật ký Lưu Động, nhất là có tin nói đại sứ quán Liên Xô nắm được nhật ký này. Sau có lần tôi hỏi Lưu Động gửi nhật ký cho Liên Xô thật à, Lưu Động bậm mồm không nói, mắt gườm gườm rất bí mật. Tôi lại hỏi thế còn ở nhà không thì anh càng gườm mắt rồi hất đầu sang nhà đối diện, cách một cái ao to, ý như cẩn thận... Anh phải cái tính hay quan trọng hoá.

Về ông bố của Trường Chinh thì chi bộ mới tổ chức lại nói ông cụ dạy học, không là địa chủ và không thu tô tôm tép của trẻ con...

Bữa ấy ở Sáu Thọ về, tôi tạt nhà Lê Phát, Mã Mây nghỉ trưa. Thiếp đi trên chiếc ghế băng dài. Chợt có tiếng rì rầm cuối ghế. Lê Đạt! Bao lâu rồi không gặp? Mấy năm trước, lao động cải tạo về thăm vợ, Lê Đạt gặp tôi đang gọi cửa nhà bà chị ở đầu Hàng Đào. Rủ tôi đi chơi nhưng tôi đã hẹn đến đây ăn giỗ. Rồi một hôm tôi và Linh đang ăn thang ở Đồng Xuân thì Đạt và Thúy cũng mò tới. Đạt ngoác mồm cười, chắp tay vái: "Chào cây bút nhớn ạ!" , "chào nghệ sĩ nhớn ạ!"

Từ trưa hôm ở Lê Đức Thọ về, Đạt và tôi ngày ngày chuyện trò. Hàng chục năm trời. Hai chủ đề: thơ, văn học nghệ thuật và khoa học nhân văn, vật lý. Rồi thời sự.

Lúc này Đạt đang bế tắc. Làm thơ như cũ thì anh không thích còn làm khác tức là bằng cái nhìn mới thì sự dấn bước này thậm là khó ở một đất nước mà mọi cái đều cứ phải chẻ hoa ra là tin yêu và chiến đấu và chiến thắng và cấm nói mập mờ để xỏ lá ba que do đó thơ là không được khó hiểu. Phải nhận cái nọc thơ ở trong Lê Đạt nó quá ngoan cố. Có thể nói của nả dắt lưng Đạt lúc ấy là một quyển sổ tay giấy rơm, sáu chục trang, bìa màu hồng - màu da quả bồ quân - gồm chừng mươi ba mười lăm bài thơ viết bằng những chữ nguệch ngoạc không hàng lối của Đạt, trong đó có bài *Anh mang tình em đi...* tôi thích. Biết Đạt ít nhiều có nao núng về chuyện thơ - nên tiếp tục hay thôi, nên dễ hiểu hay khó hiểu - tôi động viên Đạt cứ chịu khó tìm tòi. Tôi lôi cả Saint - Pol Roux ra: *Cây thơ ca cắm rễ của nó ở trong tương lai..* Rồi Jean Cocteau: *Nhà thơ nhớ lại tương lai.* Và Apollinaire gọi thơ là "một nghệ thuật tiên báo, "vậy thì hãy căn cứ tương lai ở trong đầu cậu mà làm thơ đi. Anh kêu thơ tôi khó hiểu là vì anh chưa thấy được tương lai. Thắc mắc ba trăm năm sau có ai khóc mình không, Nguyễn Du đã biết thơ là từ tương lai đi lùi đến...

Một hôm, cuối 1969, Đạt bảo tôi: - Nhà thơ có lẽ là những người yêu nước nhất. Họ chăm lo nhất đến tiếng mẹ đẻ.

Tôi nghe mà tủi phận thay cho bạn. Bản án của Đảng cùng thái độ xã hội đã làm cho Đạt lung lay ngay cả phần nào về lòng yêu nước của mình. Lúc ấy than ôi, trong "phẩm chất cách mạng" bao trùm tất cả, lòng yêu nước bị đặt xuống dưới lòng yêu Đảng. Âm thầm chống trả lại, Đạt đã bám lấy thơ, cái trận địa mà trong thâm tâm anh vẫn coi Đảng thua kém anh về tài sản, tức là vô sản chay. Tóm lại tiếp tục giữ khẩu hiệu của Nhân Văn - Giai Phẩm: trả văn nghệ lại cho văn nghệ.

Đạt nhiều lần giục tôi viết. Tiểu thuyết về mày, gia đình mày. Tôi im lặng. Biết viết là cần cực kỳ cô đơn. Và quả tình tôi đã thật sự cô đơn - đúng ra là bí mật - trong bao nhiêu năm với cuốn sách này.

Đúng ra, trên thế giới ai muốn làm nhân chứng cho một điều gì đều viết hồi kí hay tự truyện. Nhưng ở ta kiềng hồi ký. Chưa có truyền thống tự sự ở ngôi thứ nhất. Song lại giàu truyền thống" bút sa gà chết "- muốn bút sa mà gà không chết thì phải cấp ra đầy đủ chứng cớ, phải dám đôi mặt một lời, nhất là chuyện dính đến an ninh, đến quyền lực, ôi, thôi xin là cho được yên! Có lẽ chặn cản nhiều hơn chính là tâm thức coi thường cái tôi - chỉ tập thể mới giá trị - vốn cũng bắt nguồn từ sự sợ tiền kiếp nó luôn đòi giấu cái tôi đi. Cuối cùng cũng còn bị chặn cản bởi định nghĩa sai lệch về thể loại văn học. Coi thường. Chính cái tôi kiêu kỳ giấu mặt làm cao đã hạ giá hồi ký. Nhưng ai bảo *Những con chim hồng hộc* của Trương Nhung không phải tiểu thuyết? Ừ, *Trường đại học của tôi* và *Đời tôi*, hai hồi ký hay tiểu thuyết xuất sắc nhất của Gorki đó. Nay khối hồi ký được ghi là tiểu thuyết ở bìa sách. "Tiểu thuyết" của cháu ngoại nhà văn Francois Mauriac, viện sĩ hàn lâm Pháp, giải Nobel văn học, là "hồi ký" về mối tình với một đạo diễn điện ảnh nổi tiếng. Và chả nhân vật lớn nào trên thế giới lại không viết hồi ký. Vâng, tôi xin đối mặt với công luận đây. Tôi ăn gian nói dối thì các ông cứ việc vạch ra. Ở ta dĩ hòa vi quý, sợ đối mặt với sự thật, sợ trách nhiệm trước xã hội thì lại vin cớ tránh tự đề cao. Văn học khuất một mảng quan trọng.

... Thấm thoắt đã một năm. Tổ đồng mô tiễn tôi. Đám con gái sáu bảy đứa khóc sướt mướt hết. Cánh đàn ông thì hoe hoe mắt. Trai, tổ trưởng tổ đảng nói vài lời: "Kính thưa anh Trần Đĩnh, một năm qua gần anh chúng tôi thấy anh mới là người cộng sản." (Tôi nghĩ ngay "Chết, không biết mình chống đảng sao?" Nhưng chả lẽ đính chính?) Rồi tặng tôi một con dấu" Trần Đĩnh "anh tự đúc lấy cùng một bài thơ lục bát.

Giám đốc Trần Ngọc Phương đến dự tiễn -như tự thân đưa tôi đến tổ đồng mô buổi đầu tiên, mà nom cứ hớn hở lên. Hình như công nhân tốt thế này với tôi là có công anh giáo dục. Tôi hết sức cảm động.

Chả biết đồn thế nào mà sau này, thế kỷ 21 lận, Dũng, "trung úy Dũng" như tôi hay đùa gọi, ở văn phòng báo Nhân Dân thấy tôi lại thường tủm tỉm: - Ông anh sang lôi cuốn công nhân ghê quá nên lại phải tách cá ra khỏi nước, kéo ông anh về.

Cái sự tinh khôn của dân chúng mà tôi nói với Chính Yên sáng hôm nào thế là đã được chứng minh. Sự tinh khôn ấy đã cho tôi thấy dân nhìn cái tiêu cực của Đảng bao la hơn tôi, sát sườn hơn tôi.

Đó: tôi đâu nghĩ như Quỳnh rằng để tôi đúc chữ là đảng muốn tôi nhiễm độc chì mà rồi tàn phế hay chết.

Tôi đâu như Thái Cò lật tẩy ngay: - Anh cho em hai hìu mua quầy rồi em sang tên cho cái chữ giai cấp công nhân lãnh đạo... Mẹ chứ, toàn cho bánh vẽ, con thằng nhọ đít vẫn lại nhọ đít. Tôi đâu thuộc các câu ca vạch trần đảng bằng anh chị em thợ- "chân lý chân giò cũng thế thôi." Hay: Ai nắm chân lý Mác - Lê thì dứt khoát vơ về chân giò, cút rượu. Mạt hạng cùng đinh, anh chị em thấy bộ mặt thường ngày của Đảng rõ hơn tôi và do đó sợ Đảng hơn tôi, đành cam phận. Tôi vẫn hy vọng làm cho đảng có mặt người được.

* * *

Tôi muốn kể một chuyện trong những ngày lao động cải tạo.

Một sáng, tôi kéo xe bò, Quỳnh - sư phụ đẩy đi từ Hàng Bài về nhà in ở Tràng Tiền. Đến trước cửa Bodéga, có tiếng người gọi hớt hải ở đằng sau: - Trần Đĩnh!... Trần Đĩnh...!

Quay lại. Kim Lân đang cúi xuống nhét lại quai dép râu, tay kia vẫy vẫy. Rồi hổn hển chạy đến, nửa cười nửa ngậm ngùi (với cái dáng kém mọn ngoẹo đầu quen thuộc của anh), nắm tay tôi:

- Đang lên chợ Đồng Xuân thì thấy người anh em, vội rẽ đuổi theo. Từ bé chưa bao giờ tập thể dục căng đến như thế này... Ừ, nom người anh em vẫn được đấy, vẫn đàng hoàng, tư cách đấy, Đĩnh ợ, thôi, nhớ lấy nhá, rằng sông có khúc, người có lúc. Con Hiền nhà mình nó vẫn đến nhà in làm báo Phụ Nữ đấy, có gặp cháu thì bảo ban dạy bảo nó.

Ý nói tớ đếch cho cậu là phản động, cậu cứ dạy bảo con tớ.

Ba năm trước, 1967, bốn người "xét lại" bị bắt đầu tiên được vài tháng, một sáng tôi đến ngã tư Quang Trung - Lý Thường Kiệt thì Kim Lân từ đằng sau đi lên. Cùng dừng lại ở trước cổng Viện kiểm sát nhân dân tối cao. Kim Lân nhăn nhó nắm tay tôi: - Này thôi nhớ, tớ bảo cái này nhớ, bây giờ thằng gian nó đánh người ngay. Nó móc túi mình rồi nó lại hô làng ối bắt cho tôi thằng ăn cắp là mình đấy.

Sau đó nửa tháng cũng tại chỗ đó, Nguyên Hồng thấy tôi thì nhảy đánh phịch một cái xuống khỏi chiếc xe đạp con vịt

Liên Xô, nơi nói sợi dây đay thắt quanh bụng rồi chớp chớp mắt, ngùi ngùi nói: - Tớ về trên Yên Thế Cầu Gỗ rồi, chỗ cậu đã đến đấy, bao giờ có thể lại lên chơi... Tớ thôi phụ trách tờ Văn. Không làm được mà cũng không thích làm... Cứ bắt chửi Liên Xô thì tao chửi làm sao được? Tao nặng tình với Liên Xô từ khi tao viết *Những ngày thơ ấu* với *Bỉ Vỏ* rồi... Mày ấy, mày là Tư Mã Thiên, mày nói thật nên mày bị thiến, thôi cố nhớ, tao tin mày!

Cái giá Nguyên Hồng phải trả để được không chửi bậy quá lớn. Lên Cầu Gỗ là anh mất hộ khẩu Hà Nội. Là mất số gạo! Là ăn đong quanh năm ngày tháng với năm sáu cái miệng hết tiêu chuẩn "ăn theo." "Ăn theo" chỉ vợ con công nhân viên, còn "ăn bám" chỉ bọn bóc lột. Anh đã nhờ vào tem phiếu của bạn bè sau các chuyến công tác còn thừa đem cho. Lại may, anh cho biết, cậu bí thư huyện Yên Thế xưa làm thợ in, nghe tiếng tớ từ thời Tây thế là rộng cho tớ phần nào lương thực.

Nhưng anh vẫn cần mượn oai hùm là báo Đảng. Anh mời Xuân Trường, Như Phong, Địch Dũng và tôi lên dự giỗ Cụ Đề tại Phồn Xương. Dặn phải đi bằng ô tô lên. Xe chúng tôi còn cách nhà anh một cây số đã thấy anh vét - tông ka ki, ôm cặp da trâu đựng bản thảo, ngực đeo huân chương vàng choé chờ ở bên đường từ lâu. Anh không ngồi xe mà đứng ôm cửa xe để hô anh tài rẽ thế này, quặt thế kia. Người làm đồng khá đông đều quay lại nhìn. Anh thú thật: - Trên này cái thế Nhà nước mạnh lắm, tao cần nó để họ còn cưu mang gạo mà.

Một sáng đầu thế kỷ 21, Kim Lân, Trần Lưu Hậu, Trung Sơn... và tôi ăn uống ở nhà Trần Vũ. Rất vui. Tôi tán mọi sự. Rằng tôi thấy cái cổng làng Thư Thị ở Hưng Yên ngày Tố Hữu xua văn nghệ sĩ cả đàn về đó "học tập thực tế" phong trào hợp tác hóa nông nghiệp - đông đến nỗi đi vào cái sân bày cơm canh trên nền gạch mà chỉ chen lách nhau cũng đã mất bao nhiêu thì giờ - Hậu vẽ đẹp hơn chân dung bao vị tên tuổi. Vì như Matisse nói: tầm quan trọng của một nghệ sĩ được đo ở số lượng tín hiệu mới mẻ mà hắn ta đưa vào ngôn ngữ của nghệ thuật trong khi các vị tên tuổi thì chỉ đưa lại những cái cũ mềm của ngôn từ xác xơ.

Sắp tàn cuộc, tôi bảo Kim Lân: tôi kể một chuyện của Kim Lân có lý lịch đã hơn ba chục năm nhé.

- Ừ, thì có cái gì không phải xin xá cho em. Kim Lân so vai lại nói.

Tôi kể chuyện anh bảo nay kẻ gian nó bắt người ngay, bắt rồi nó lại kêu làng nước ơi, này xem thằng ăn cắp..., rồi chuyện anh tụt cả quai dép đuổi tôi kéo xe bò.

Kim Lân gật gù: - Cảm ơn mày, Trần Đĩnh ạ, mày đã nhớ cho tao cái chuyện mà dạo ấy thật tình chẳng biết ma quỷ nào nó xui tao vốn nhát lại dám nói láo nói lếu với ngay chính tội phạm chống đảng đang làm cỏ vê là mày thế chứ...

Có lẽ thú chuyện này, Trần Lưu Hậu đã vẽ tôi. Đúng hơn, vẽ một nhếch mép. Sơn dầu. Ngang 1 m. Cao 0,90 m.

Rồi bỗng một hôm tôi thấy cái nhếch mép chợt có nét siêu thoát lơ lửng của nụ cười Bayon. Nó nhạo tôi. "Đã thấy con cung quăng trong vũng nước chưa? Nó giống mày. Quẫy khỏe đấy nhưng câm miệng thì vẫn chỉ là cung quăng."

Chương ba tư

Xong hạn cải tạo lao động, tôi về lại Ban nông nghiệp báo.

Dưới gốc đa, Phan Quang, mới lên trưởng ban sau cuộc đánh phá xét lại và chuyến đi Bắc Kinh xức dầu thánh; Hữu Thọ hay "lính dù Kong Le" (chỗ nào đảng ủy cần đánh dẹp thì phái anh ta đến) một nhát nhảy mấy bậc lên ghế phó trưởng ban dưới Phan Quang, phổ biến ba quyết định của Ban biên tập và đảng ủy về tôi:

1) Không được ký tên Trần Đĩnh,

2) Chỉ viết nông nghiệp, cụ thể là lúa, bèo, phân bón, lợn gà... Không được viết anh hùng, chiến sĩ thi đua và cấp ủy cao. Bởi lẽ không đủ tư cách tiếp cận các vị.

3) Không được gần thanh niên, "bởi lẽ sẽ đầu độc họ."

Đã có những ban phổ biến điều 3 này rất ngặt. Trưởng ban văn hoá Đức Thi họp ban đe hẳn hoi. Nguyễn Hồng Nam, anh họa sĩ trẻ đã bảo lại tôi. (Mấy chục năm sau, trong một lần gặp mặt anh chị em về hưu của báo, Hồng Nam lại kể lại chuyện này. "Nghe kỷ luật như thế thì rất sợ nhưng thế nào tất cả bọn trẻ lại cứ thích gần anh Trần Đĩnh, hay thật!")

Trong đầu không ít người, tôi đã thành một bóng ma đáng sợ, kiểu bóng ma từng ám ảnh thế giới của Marx. Đảng đâu hiểu đảng cứ giáng kỷ luật vào tôi, tôi lại yên lòng. Tôi thành tâm mong chia sẻ phần nào đau khổ của các anh chị trong tù. Muốn giữ tiết nghĩa với anh chị em chứ không nhằm lấy lại tin cậy của đảng.

Tôi về báo được ba ngày thì Nguyễn Trung Thành, vụ trưởng bảo vệ Ban tổ chức trung ương điện thoại mời chiều lên gặp. Gác hai trường Tây con Albert Sarraut cũ.

Trung Thành thân mật nói: - Anh Thọ nói mời anh lên để nhắn anh rằng anh là điển hình của trí thức (!),Đảng cần giúp cho anh tiến bộ. Có anh - thôi, nói tên ra, anh Vũ Khiêu có quen anh đấy, nói viết hàng nghìn trang lý luận mà anh Thọ có bảo là điển hình trí thức đâu. Hôm nay gặp để hỏi xem anh có khó khăn gì thì xin anh nói ra, đảng sẽ cùng với anh giải quyết.

Tín hiệu quá rõ: "vẫn là lợi khí của Đảng nhưng phải lòng dạ trong, tư tưởng sáng." Lòng dạ trong là gì hãy tự hiểu lấy.

Và Vũ Khiêu, người khai viết hàng nghìn trang lý luận cũng đã khoe với tôi thành tích ông báo với đảng như thế. Tôi khai cung về, ông đã hỏi sao đi lâu thế, có nói gì về ông ta không. Tôi phải cao giọng lên "Không ai đụng gì đến ông một câu nào," ông mới thôi liếm mép, một dấu hiệu lo lắng.

Trả lời Trung Thành, tôi nói: - Xin cảm ơn anh Thọ và anh, anh Thành ạ. Tôi thật tình không có khó khăn gì. Duy Chính Yên chỉ là nghe tôi thôi mà gánh nặng gia đình lại nặng, lương ít thì Đảng nên chú ý giúp anh ấy... Nhưng tôi có thắc mắc thôi, anh có cần biết không?

Trung Thành cười nhã nhặn. Hiền lành nữa.

- Anh có muốn tôi nói dối không anh Thành? - tôi hỏi. Thí dụ nói rằng nhờ đi cải tạo tôi đã sáng ra, nhận thấy mình sai... Nhưng anh Thành ạ, anh bảo tôi nói dối tôi cũng không nói đâu. Vậy bây giờ tôi nói thắc mắc của tôi ra để anh nghe. Cũng là những điều anh đã biết vì ở trong biên bản cả rồi. Chỉ là nhắc lại ở một mức độ cao hơn thôi. Thứ nhất, Đảng tiếp tục tha hoá, biến chất, đảng viên càng ngậm miệng ăn tiền. Thứ hai Trung ương vẫn chưa hiểu kinh tế, sản xuất tiếp tục trì trệ, chủ yếu nhờ vào chi viện bên ngoài. Thứ ba, về sinh hoạt vật chất, Bộ chính trị xa cách với nhân dân quá xá.

Im một lát, Trung Thành khẽ nói: - Điều anh nói đầu tiên, Đảng đang sửa. Sẽ thanh toán những phần tử cơ hội chủ nghĩa thoái hoá. Về kinh tế, Đảng đang đề ra nhiều chính sách mới đấy. Còn cái thứ ba thì lôi thôi lắm, anh Đĩnh ạ. Bên bảo vệ đặt ra quá nhiều quy định này nọ, anh Nguyễn Chí Thanh bực lắm, họ đặt ra nhiều cái cứ như bó chân bó tay các anh Bộ chính trị lại.

Suýt buột ra "Tôi không thích gà rán mà vợ cứ rán thì tôi..." nhưng tôi lại nói: - Tôi chỉ là chân thành góp ý với Đảng, tôi nói lại là không có khó khăn gì. Cảm ơn anh Thọ và anh.

Trung Thành tiễn tôi đi hết hành lang dài trên gác, qua những lớp học Tây con ngày xưa nay thành trụ sở ban bệ của Trung ương đảng. Tự nhiên tôi nghĩ thì cũng như Bác (Hồ) có qua việc vào đảng cộng sản Pháp rồi mới làm chủ tịch Việt Nam dân chủ cộng hòa.

Đến đầu cầu thang, bắt tay tôi, Nguyễn Trung Thành nói: - Anh Trần Đĩnh, gặp anh tôi học được nhiều...

Tôi đã nghĩ lâu đến câu này. Giả dối ư? Chẳng lẽ lại khiêm tốn đến thế? Duy cảm chắc một điều là không thể vờ ra nét mặt chất phác hiền hậu này lúc ấy. Phải hơn hai chục năm sau, anh có đơn đề nghị Trung ương minh oan cho chúng tôi, tôi mới hiểu đằng sau câu anh nói hôm tiễn tôi ấy là một gốc nhân bản chưa bị giết chết ở anh.

Thú thật lúc ấy tôi không ngờ cuộc gặp này là ý Lê Đức Thọ cho đò đón tôi qua sông sang bờ quan quyền. Không ngờ vì không bao giờ tôi xếp tôi vào thứ được nhân sự của đảng nhòm đến. Rồi cũng vì cái tạng không tính được thua cho đời. Nếu có thì tính đến chuyện được thua ở nhân phẩm… Sau này nhiều bạn bảo tôi ông Sáu ưu ái ông quá. Đã không bắt ông lại còn luôn luôn cho người đón ông, ông mà "chuyển biến "thì đường mây rong ruổi phải biết.

Nhưng làm sao được? Tôi đã lỡ thấy cái thứ vô giá, không thể mặc cả.

Đảng thường xuyên dạy đảng viên có ý thức đảng, có ý thức kỷ luật tức là làm tất cả những gì đảng bảo. Hay buông mình hoàn toàn cho đảng. Rồi dần mất cả ranh giới với nịnh người lãnh đạo. Nịnh nọt, bợ đỡ mà vẫn tưởng mình hăng hái, trung thành, tu dưỡng đạo đức.

Sau đó chừng nửa tháng, Chính Yên mặt đau khổ bảo tôi: - Mình vừa lên anh Thọ, anh ấy rất cáu, bảo về nói với thằng Trần Đĩnh là nó láo lắm, không ai chịu được nó nữa đâu.

Rồi Nguyễn Hữu Chỉnh cũng sửng sốt bảo tôi: - Ủa, Trần Đĩnh, làm gì để ông già cáu thế chứ?

- Này, - tôi hỏi Chỉnh sang chuyện khác. Đi Paris cùng với ông Lê, ông ấy có nhắc tới chuyện xin giấy vào sứ quán Liên Xô ăn bơ sữa và an ninh đang xem xét chuyện ấy nữa không?

- Ô, bây giờ thân lắm, - Chỉnh hỉ hả nói.

Dưới ô Lê Đức Thọ, ngựa một tàu đã xuất ngoại đều tuấn mã. Bi kịch của tôi là đã không biết may cho mệnh số mình bằng cái thước đo của ông Sáu Thọ!

Nghe Chỉnh tôi nhớ lại hình ảnh anh bứt tóc giậm chân kêu thất thanh: "Ai định hại tôi đây?"

Ở Paris về, Nguyễn Thành Lê đi một Peugeot mầu đỏ ớt, thứ hàng cả Hà Nội thèm. Một sáng đến cơ quan, tôi thấy mấy người xúm quanh Lê bàn tán râm ran. Khom lưng xuống thật thấp, Hữu Thọ trầm trồ: - Anh phải mách cho bọn tôi biết nơi sơn với chứ, chết, chết... sơn lại mà nom y như mới nguyên thế này cơ chứ.

Phải thấy cái miệng nhành ra "chết, chết" thán phục. Ý là vào tay anh cái rác cũng hóa quý vật!

Tôi đến bên cả cái đám đang rực lửa thán phục xe sơn lại mà như mới:

- Anh Lê, anh đánh cược không? Xe vẫn đi anh để cho ai, chắc thế, còn cái này cũng Paris về nhưng mới đập hòm. Anh cho xem biển số xe ở giấy chứng nhận xe thì biết, nếu xe mới thật, anh mất cái này cho tôi còn xe sơn lại thì tôi mất cho anh cái giống như cái đây.

Tôi chỉ cần tố xì như thế! Dàn hợp hót liền tan. Tôi đã góp phần giữ vệ sinh công cộng.

Viết nông nghiệp tôi ký Trần Đồng Áng. Lê Điền duyệt bài nói: "Ký thế này người ta lại kêu là ông trêu ghẹo, thôi thì ký Trần Đồng nhé."

Tôi nói: - Thì Trần Đồng bí thư khu Vĩnh Linh lại kêu tôi cướp lãnh đạo của ông ấy. Thôi, ký Trần Áng vậy. Có biết áng là gì không? Về Thủy Nguyên trẻ con nó vẫn bảo "bu đang ở áng..." Rồi tôi ký thêm Bản Quyên, cái tên sau hay dùng cho việc dịch.

Sau những ngày tháng lận đận, vì cái gì không rõ, có thể vì cách nhìn mới mà một hành tinh xa nào đó gửi đến tôi qua khối chữ mới đúc óng ánh bảy sắc cầu vồng, tôi chợt thấy tôi giàu con mắt. Khải thị từ giây phút nào? Nhưng có thể coi lần dưới đây là lần phát hiện đầu tiên.

Năm 1973 lên hợp tác xã Ngọc Nham, huyện Yên Thế viết cây lạc trồng thí nghiệm theo chỉ dẫn của chuyên gia Trung Quốc, tôi đạp xe ngược sông máng vào đất Cụ Đề, vùng đồn điền Chesnay và Tartarin chiếm sau khi dẹp Đề Thám. Hoang vu. Những đồi sim mua tít tắp xù lên lớp lông tiền sử. Con sông đào phồng ưỡn lên như chăng ra một câu đố thủy tinh khiến tôi phải đi xuống bờ nước. Cúi đầu toan vốc nước rửa mặt liền dừng sững. Rồi quỳ xuống bàng hoàng: giữa hai bờ vách đá trắng uy nghi, trên nền vần vụ mây bông nguyên thủy, Chúa đang nghiêm trang, thương cảm nhìn tôi. Đôi mắt đau đáu, vời vợi, mặt Chúa vừa lạ vừa thân quen, vừa muốn tôi khóc vì lỗi lầm lại vừa muốn tôi ôm lấy Người nhận về lời khen. Và cũng thình lình Chúa tan biến: hai vách đá trắng là hai mái đầu bạc của tôi. Chúa vừa mới mượn bộ mặt bốn chục tuổi của tôi để cho tôi chiêm ngưỡng Người.

Một sợi tóc bạc rụng. Tôi cầm lên soi. Cuộc đời *in vivo* - trong cơ thể tối tăm nhếch nhác của tôi rút vào thành cuộc đời *in vitro* - trong cái ống nghiệm thấu suốt nhỏ mọn này ư? Năng lượng nào đúc nên khối tinh khiết đầy ứ này? Tự hỏi rồi thầm mừng cho cái nguồn trắng tượng trưng cho sự giàu có vô dụng của chính mình.

Một chuyện cũng lại dính đến Thượng đế! Lần đầu cải tạo lao động xong, đi viết nông nghiệp, tôi về xã Hải Anh, Hải Hậu, nơi có Cầu Mái và Chùa trăm cửa. Chủ tịch xã là người từng ở